નિવેદન

આજથી પાંચ વર્ષ પહેલાં હું ભાવનગરથી મુંબઈમાં મારા મિત્ર રસિકને ત્યાં વેકેશન ગાળવા આવ્યો હતો. લુહાર ચાલમાં આવેલા મનહર બિલ્ડિંગના ત્રીજા માળે અમે મિત્રો ખૂબ લહેર કરતા હતા અને અવારનવાર ચર્ચાઓ કરતાં, વિચારોના મતભેદને અંગે એકબીજા ઉપર ચીડાઈ જતા, પણ એ બધું અર્ધા કલાક માટે અને ફરી એવી ચર્ચાઓ તો ચાલુ જ હોય.

રસિકના મોટાભાઈ શ્રી હિંમતભાઈએ એમના મિત્ર શ્રી રમણલાલ દેસાઈ સાથે મારી ઓળખાણ કરાવી. મેં તેમને મારું લખેલું 'ચારિત્ર્યના હિમાયતિયો' નામનું એક નાટક બતાવ્યું. લગ્નજીવન અને સ્ત્રી–પુરુષોના સંબંધ વિશે એમની સાથે થોડી ચર્ચા થઈ અને જતાં જતાં એમણે કહ્યું : 'તમે, ઈસાડોરા ડંકને લખેલી એની આત્મકથા વાંચી જજો.' આવી રીતે પ્રથમ મેં એમની પાસેથી આ પુસ્તકનું નામ સાંભળ્યું.

ભાવનગરમાં દક્ષિણામૂર્તિમાંથી પુસ્તક મેળવીને વાંચ્યું અને મારી તો આંખ ઊઘડી ગઈ. મેં શ્રી રમણભાઈનો મનમાં અને મનમાં આભાર માન્યો. મને થયું કે આ પુસ્તકને હું ગુજરાતીમાં ઉતારું તો કેવું સારું !

ત્યાર પછી તો રસિકે મને ઘણી વાર કહ્યું કે, 'વજુભાઈ ! તમે એનો અનુવાદ કરો તો ઘણું સારું.' પણ આ કાર્ય કરવાની મારામાં લાયકાત ન હતી. વર્ષો પસાર થયાં અને એ દરમિયાન મેં પુસ્તક પણ ઘણી વાર વાંચ્યું અને અમે મિત્રોએ એના ઉપર ચર્ચા પણ કરેલી, તેનું પરિણામ એ આવ્યું કે અમારામાંના એક દોસ્ત શ્રી પ્રવીણકુમાર તો આજીવન નૃત્યના ઉપાસક બન્યા છે.

મુ. હરભાઈ ત્રિવેદીના કહેવાથી મેં 'દંપતી'માં નનામા લેખો આપવા માંડ્યા અને એને પરિણામે હું શ્રી જયંતીભાઈ તથા શ્રી જમનાદાસભાઈના સંપર્કમાં આવ્યો. મેં તેમને ઈસાડોરાની વાત કરી. એ પુસ્તકને મારે ગુજરાતીમાં ઉતારવું એમ નક્કી કર્યું.

પણ મારો મોટામાં મોટો અવગુણ આળસ છે. વાત વિસારે પડી અને હું મુંબઈમાં મારા વ્યવસાયમાં પડ્યો. ફરી જયંતીભાઈએ મને પકડ્યો અને મેં જણાવ્યું કે, 'હું જરૂર ગુજરાતને ચરણે આ પુસ્તક ધરીશ.' પણ ઈસાડોરા વાંચતાં મને થયું કે કદાચ ગુજરાતીમાં ઉતારતાં એ ઉદ્‌ભુત નર્તિકાને કોઈ રીતે અન્યાય તો નહીં થઈ જાય ને ! અને એ બીકે મેં વાત ઉડાવી દીધી.

મુંબઈમાં મેં અનેક નૃત્યો જોયાં અને બે-ચાર મહિના હાથ-પગ હલાવીને પોતાની જાતને નૃત્યકારમાં ખપાવતાં ઘણાં યુવાનો અને યુવતીઓના પરિચયમાં આવ્યો. નૃત્યકલાનાં આવા પૂજારીઓ સમક્ષ મારે ઈસાડોરાનું જીવન રજૂ કરવું જોઈએ એમ મને લાગ્યું. બેચાર રાગરાગિણીઓ શીખવાથી જેમ કંઈ સંગીતકાર નથી થવાતું, તેમ બેચાર મુદ્રાઓ શીખવાથી નૃત્યકાર નથી થવાતું, એ વાત આજના ઊગતા નૃત્યકારોએ જાણી લેવી જોઈએ એમ મને લાગ્યું અને પછી ખૂબ વિચારોને પરિણામે મેં અમદાવાદમાં ઈસાડોરાને ગુજરાત સમક્ષ રજૂ કરવાનું કાર્ય હાથમાં લીધું.

કળાની ઉપાસના એ કંઈ બાળકની રમત નથી. કળા તો એના ઉપાસક પાસેથી આકરી ઉપાસના ઇચ્છે છે અને એના ઉપાસકને અનેક જાતની આકરી કસોટીઓમાં મૂકે છે. હૃદયમાં જ્યારે શુદ્ધ કળાના આદર્શનો દીપક પ્રગટે છે ત્યારે એ જ્યોતને જાળવી રાખવા માટે કળાના ઉપાસકે એના રક્તના બિંદુએ બિંદુનો ભોગ આપવો પડે છે. અનેક વાવાઝોડાં અને તોફાનમાં પણ એ જ્યોતને ટકાવીને જગત સમક્ષ જ્યારે એ કળાકાર હાથમાં દીપકનો પવિત્ર પ્રકાશ લઈને ઊભો રહે છે ત્યારે જગત એના પગ પૂજે છે અને પછી તો કળા રીઝે છે ત્યારે તો લક્ષ્મી એના પગ પૂજતી આવે છે. આદર્શની આરાધના પાછળ છુપાયેલું આ સનાતન સત્ય ઈસાડોરાએ જીવી બતાવ્યું છે. ઊગતા નૃત્યકારોને જો એમાંથી પ્રેરણા મળશે તો હું માનીશ કે મારો પ્રયત્ન સફળ થયો છે.

રૂપરાણી

(મુક્ત પ્રણય અને નર્તનની સંવેદન કથા)

અનુવાદક
વજુ કોટક

ચિત્રલેખા
પ્રકાશન

RUPRANI
Novel by Vaju Kotak
2015
ISBN : 978-81-931744-8-7

પ્રથમ આવૃત્તિ : ફેબ્રુઆરી, ૧૯૪૧
બીજી આવૃત્તિ : નવેમ્બર, ૧૯૫૯
ત્રીજી આવૃત્તિ : માર્ચ, ૧૯૭૧
ચોથી આવૃત્તિ : ઑગસ્ટ, ૧૯૮૦
પાંચમી આવૃત્તિ : આગૅસ્ટ, ૧૯૯૧
છઠ્ઠી આવૃત્તિ : નેવમ્બર, ૨૦૧૫

મુખપૃષ્ઠ
દેવેન્દ્ર બંતપેલ્લીવાર (સૌજન્ય ચિત્રલેખા)

₹ ૨૫૦.૦૦

પ્રકાશક

ચિત્રલેખા

૨૫, અંધેરી ઇન્ડસ્ટ્રિયલ એસ્ટેટ, વીરા દેસાઈ રોડ,
અંધેરી (વેસ્ટ) મુંબઈ - ૪૦૦૦૫૩ ફોન : (૯૧-૨૨) ૬૭૩૦૯૮૯૮
chitralekha.com/books
books@chitralekha.com

ટાઇપ સેટિંગ
અપુર્વ આશર

મુદ્રક
ચુનિક ઓફસેટ, અમદાવાદ

મુખ્ય વિક્રેતા

નવભારત સાહિત્ય મંદિર
જૈન દેરાસર પાસે, ગાંધી રોડ, અમદાવાદ-૧ ફોન : (૦૭૯) ૨૨૧૩૯૨૫૩, ૨૨૧૩૨૯૨૧
૨૦૨, પૅલિકન હાઉસ, આશ્રમ રોડ, અમદાવાદ-૯ ફોન : (૦૭૯) ૨૬૫૮૩૭૮૭, ૨૬૫૮૦૩૬૫
E-mail : info@navbharatonline.com Web : www.navbharatonline.com
fb.com/NavbharatSahityaMandir

ટોચક્રા બીજા માળે, ઇન્દ્રપ્રસ્થ કૉર્પોરેટ હાઉસ, શૅલ પેટ્રોલ પંપ સામે,
વિનસ એટલાન્ટિસ સામે, ૧૦૦ ફૂટ પ્રહ્‌લાદનગર ગાર્ડન રોડ,
અમદાવાદ ફોન : (૦૭૯) ૬૬૧૭૦૨૬૫ મો. ૯૮૭૯૧ ૧૦૬૫૦

અર્પણ...

'તમારે આ પુસ્તકનો અનુવાદ
કરવો જ પડશે' વારંવાર
આ શબ્દો ઉચ્ચારીને મને
ભલામણ કરનાર

પ્રિય મિત્ર   ,
રસિક કાપડિયાને —

ત્રીજી આવૃત્તિ :

વિશ્વવિખ્યાત નર્તકી ઈસાડોરા ડંકનની આત્મકથાના આ અનુવાદ સાથે વજુ કોટકે સાહિત્યની દુનિયામાં પ્રથમ પગલું ભર્યું. એમની કલમે ત્યાર બાદ બધી જ મૌલિક કૃતિઓ સર્જાઈ. એ દૃષ્ટિએ 'રૂપરાણી' તેમની પ્રથમ તેમજ છેલ્લી અનુવાદિત કૃતિ રહી છે.

'રૂપરાણી'ની આ ત્રીજી આવૃત્તિ છે. પ્રથમ બે આવૃત્તિના પ્રકાશક નવયુગ પુસ્તક ભંડારના માલિક મુરબ્બી શ્રી જમનાદાસભાઈએ આ આવૃત્તિ પ્રગટ કરવા અંગે જે ઉષ્માભર્યો સહકાર આપ્યો એ બદલ અમે તેમના અંતઃકરણપૂર્વકના આભારી છીએ.

— મધુરી કોટક
— પ્રકાશક

ઈસાડોરાનું જીવન વાંચીને સભ્ય સમાજના કેટલાક ભદ્ર માનવીઓએ નાકનું ટીચકું ચડાવ્યું છે અને પુસ્તકને વખોડી કાઢ્યું છે. સાચ્ચે જ, આ પુસ્તક એવા છીછરા હૃદયના માનવીઓ માટે નથી એવું મારું માનવું છે. આજે ઈસાડોરા આ જગતમાં નથી પણ કળાના પુણ્યમંદિરમાં આજે એનો તેજોમય આત્મા પ્રકાશી રહ્યો છે. ગઈકાલે જગત એના ક્રાંતિકારી વિચારો ઉપર થૂંકતું હતું પણ આજે એના વિચારો ઉપર જગતના સમાજ-વિધાયકો ગંભીર ચિંતન કરવા બેઠા છે એ વાત ભૂલાવી ન જોઈએ.

આટલું તો ઘણું, અમદાવાદમાં ગંગાબહેન ઝવેરી, અમૂલભાઈ બાબુભાઈ શુક્લ અને શ્રી રામચરણ અથવા બાવાજીએ મારા કાર્યમાં ઘણો જ રસ લીધો છે અને અમે સૌ સાંજે જેટલું લખાણ તૈયાર થયું હોય એટલું વાંચી જતા અને વિચારતા. સૌથી પ્રથમ તો આ લોકોનો આભાર માનું છું. ગંગાબહેન ઝવેરીએ જો મને આખો દિવસ ઓરડામાં પૂરી રાખીને કામ ન કરાવ્યું હોત તો મને શંકા છે કે મેં આ પુસ્તક પૂરું જ ન કર્યું હોત. પણ જો આ પ્રસંગે હું શ્રી જયંતીભાઈ કે જમનાદાસભાઈનો આભાર માનીશ તો એ કહેશે કે, 'તેં તો વ્યવહારની ખાતર આભાર માન્યો છે.' પણ મારે એમને કેવી રીતે સમજાવવું કે આ પુસ્તકનું પ્રકાશન કરવાની હિંમત માટે હું તમારો હૃદયથી આભાર માનું છું.

હા, એક વાત તો રહી જાય છે. હું કોઈ મોટો સાક્ષર નથી અને તેથી ટીકાકારની દૃષ્ટિએ જોનારને કદાચ ઘણી ભૂલો જડશે અને તેનો હું સહર્ષ સ્વીકાર પણ કરીશ. પણ ખરો ભક્ત એ મૂર્તિના રૂપને નથી ભજતો એ તો મૂર્તિને સાધન બનાવીને પરમ પ્રકાશને શોધે છે. સાચું કહું તો શબ્દોની મારામારી અને આંડબરને તડકે મૂકીને મેં તો આ પુસ્તકમાંથી ઈસાડોરાનાં પવિત્ર આત્માનો પ્રકાશ મેળવવાનો જ પ્રયત્ન કર્યો છે.

તા. ૨૫-૯-૪૦ : મુંબઈ   — વજુ કોટક

વજુ કોટકના લોકપ્રિય પુસ્તકો

ચુંદડી અને ચોખા

ઘરની શોભા

રમકડાં વહુ

આંસુનાં તોરણ

હા કે ના ? ભાગ-૧

હા કે ના ? ભાગ-૨

આંસુની આતશબાજી

માનવતાનો મહેરામણ

ડૉ. રોશનલાલ

પ્રભાતનાં પુષ્પો

બુદ્ધિના બ્રહ્મચારી

કાદવના થાપા

બાળપણના વાનરવેડા

શહેરમાં ફરતાં ફરતાં.

ગલગોટા

રૂપરાણી

ઘોંડું અને પાંડુ

ચંદરવો

પુરાણ અને વિજ્ઞાન

૧

માતાના ગર્ભમાંથી જ બાળકનાં લક્ષણ વર્તી શકાય છે. મારા જન્મ પહેલાં મારી મા ખૂબ જ દુઃખી સ્થિતિમાં મુકાયેલી હતી. એ ખોરાક તો કાંઈ ખાતી જ ન હતી. માત્ર બરફમાં રાખેલ ઓયસ્ટર્સ અને શેમ્પેન લેતી. જો લોકો મને પૂછે કે ઈસાડોરા, તું નૃત્ય ક્યારે શીખી, તો હું જવાબ આપતી કે માતાના ગર્ભમાંથી જ, કારણ કે મારી માતા જે ખોરાક ખાતી એ ખોરાક શુક્રનો છે અને શુક્ર એ કલાનો સ્વામી છે.

પ્રસૂતિ પહેલાં મારી મા એટલા આકરા અનુભવમાંથી પસાર થતી કે તે વારંવાર એમ જ કહેતી હતી કે: 'જે બાળક જન્મશે એ ખરેખર અસામાન્ય હશે.' અને તેણે તો માન્યું હતું કે રાક્ષસ જ આવશે. અને સાચ્ચે જ, જે ક્ષણે મારો જન્મ થયો કે તરત જ મેં ખૂબ જ જોરથી હાથપગ હલાવવા માંડ્યા. આ જોઈને મારી બાએ કહ્યું: 'જોયું, હું નહોતી કહેતી કે બાળક તદ્દન ઘનચક્કર જ થવાનું.' પછી તો ઘોડિયામાં હું બધાં સગાંસંબંધીઓ વચ્ચે આકર્ષણ બની રહી અને ગમે તે સંગીત ચાલે ત્યારે હું હાથપગ ઉલાળતી.

મારું પ્રથમ સંસ્મરણ એક વખત આગ લાગી હતી એનું છે. મને યાદ છે કે ઉપલી બારીમાંથી મને પોલીસના હાથમાં ફેંકવામાં આવી હતી. એ વખતે લગભગ હું બે કે ત્રણ વર્ષની હતી, અને પોલીસના ગળામાં હાથ સાંકળીને સલામતીનું સુખ મેં અનુભવ્યું હતું; આગના ભડકાઓ અને ચિચિયારીઓ વગેરે મને બરાબર યાદ છે. એ પોલીસ આઇરિશ હોવો જોઈએ. મારી બા તો બેબાકળી બનીને બૂમો પાડતી કે: 'મારાં બાળકો, મારાં બાળકો.' અને લોકોએ તેને પકડી રાખી હતી. એને એમ હતું કે મારા બે ભાઈ આગમાં રહી ગયા છે. પરંતુ મને યાદ

છે કે મારા બે ભાઈઓ તો બૂટમોજાં પહેરીને એક જગ્યાએ સહીસલામત બેઠા બેઠા ચૉકલેટ ચગળતા હતા.

સાગરકિનારે મારો જન્મ થયો હતો. મેં બરાબર અવલોકન કર્યું છે કે મારા જીવનના મહત્ત્વના પ્રસંગો સાગરકિનારે જ બન્યા હતા. નૃત્યના હાવભાવનો પ્રથમ વિચાર મને સાગરનાં ઊછળતાં મોજાંઓના તાલમાંથી જ મળ્યો હતો. શુક્રની અસર નીચે મારો જન્મ થયો હતો. જ્યારે જન્મકુંડળીઓમાં લગ્નસ્થાને એટલે પ્રથમ સ્થાને શુક્ર શુભ દૃષ્ટિમાં આવતો, ત્યારે મારા જીવનમાં સુંદર બનાવો બનતા આવ્યા છે અને એ પણ જોયું છે કે જ્યારે શુક્ર ઉપરની આ દૃષ્ટિઓ દૂર થતી ત્યારે ત્યારે મારે માથે આફતો આવી પડતી. જ્યોતિષશાસ્ત્રનું આજે, ઇજિપ્તમાં પહેલાં હતું એટલું મહત્ત્વ ન હોય તોપણ એ વાત તો ચોક્કસ છે કે આપણું આંતરિક જીવન આ ગ્રહોની અસર નીચે જ છે. માતાપિતાઓ જો આ વાત સમજી જાય તો જરૂર બાળકના જીવનઘડતર માટે એ લોકો આ શાસ્ત્રનો અભ્યાસ કરે.

હું એમ પણ માનું છું કે બાળક સાગરકિનારે જન્મે અને ડુંગરાળ પ્રદેશમાં જન્મે એ બે વચ્ચે મોટો તફાવત છે. સાગરે તો હંમેશાં મને આકર્ષ્યો છે અને પર્વતો વચ્ચે મેં હંમેશાં બેચેની અનુભવી છે; અને એમાંથી છટકી જવાનું પસંદ કર્યું છે. પૃથ્વી ઉપર હું કેદી છું એવી છાપ એ પર્વતોએ મારા ઉપર પાડી છે. સામાન્ય મુસાફર પહાડનું શિખર જોઈને જે મસ્તી અનુભવે છે, એ મેં નથી અનુભવી. પણ મને તો એમ જ થતું કે આ ટોચ ઉપરથી એક જ કૂદકે પસાર થઈ જાઉં અને છટકી જાઉં. સાગર એ તો મારી કલા અને જીવનનું જન્મસ્થાન છે.

હું એટલી નસીબદાર હતી કે જ્યારે અમે નાનાં હતાં ત્યારે મારી માં ગરીબ હતી. પછી તો નોકરચાકર અને આયા અમારે માટે ક્યાંથી હોય! આ સ્થિતિને લીધે જ બાળપણથી જ મારું જીવન સ્વયંપ્રેરિત બન્યું અને એ શક્તિ ગુમાવી પણ નહીં. મારી બા તો સંગીતકાર હતી, જીવનનિર્વાહ માટે એ એના શિષ્યમાંથી સાંજ સુધી નવરી જ થતી ન હતી. શાળાની જેલમાંથી છટકી જાઉં એટલે હું તદ્દન મુક્ત હતી. બસ, પછી તો આખો દિવસ દરિયાકિનારે રખડવું અને મનના તરંગો પ્રમાણે ફરવું! સુંદર રીતે શણગારેલાં આયાઓ અને નોકરોની વચ્ચે રક્ષણ પામેલાં બાળકોને જોતાં મને કેવી દયા આવે છે? એ લોકોને જીવનમાં તક જ શું છે? મારી મા તો એટલી બધી કામમાં ગૂંથાયેલી હતી કે એની ગેરહાજરીમાં બાળકોને માથે શું શું વીતશે એનો વિચાર કરવાનો પણ તેને વખત ન હતો. પરિણામે મારા બે ભાઈ અને હું મનના બેલગામ સોલા પ્રમાણે એવાં સાહસો

ખેડી નાંખતાં કે જો મારી માને ખબર પડે તો ચિંતાને લીધે એનું મગજ જ ખસી જાય. સદ્ભાગ્યે એને એ બાબતનું કંઈ ભાન જ ન હતું. સદ્ભાગ્યે એટલા માટે કે આ રખડુ અને બેલગામ બાળજીવનમાંથી મેં મારાં સર્જેલા નૃત્યની પ્રેરણાઓ મેળવી. 'આમ કરીશ નહીં, તેમ કરીશ નહીં.' એવાં વાક્યોના પ્રહાર નીચે મારું જીવન પસાર નથી થયું. મને લાગે છે કે આ 'ના'ની પદ્ધતિ નીચે બાળકોનું જીવન દુ:ખી બની જાય છે.

પાંચમે વર્ષે હું ગામની નિશાળમાં દાખલ થઈ. મને મૂકવા માટે કોઈ ઠેકાણું તો જોઈએ અને તેથી જ દાખલ કરતી વખતે હું ધારું છું કે મારી ઉંમર માટે મારી બા ખોટું બોલી હશે. ભવિષ્યમાં બાળક શું કરશે એ નાનપણથી જ ખબર પડે છે એમ હું માનું છું. હું તો ક્યારનીયે નર્તિકા અને ક્રાંતિકારી હતી. આઇરિશ કૅથલિક કુટુંબના સંસ્કાર વચ્ચે ઊછરેલી મારી માતા પૂરી ધર્મચુસ્ત હતી. પણ મારા પિતા વિશે એણે વિચારો ઘડ્યા હતા એવા એ ન હતા. પરિણામે મારી બાએ તેની સાથે છૂટાછેડા કર્યા. ચાર બાળકો સાથે તેણે દુનિયા સાથે બાથ ભીડી. ત્યાર પછી કૅથલિક ધર્મ ઉપરથી એની શ્રદ્ધા ઊઠી ગઈ અને પૂરી નાસ્તિક બની.' બૉબ ઇન્ગરસોલની એ અનુયાયી બની અને એનાં પુસ્તકો અમારી સમક્ષ વાંચતી.

તેણે એ પણ સાથે સાથે નક્કી કરી નાખ્યું કે અતિ લાગણીપ્રધાનપણું એ નરી મૂર્ખાઈ છે. હું જ્યારે તદ્દન નાની હતી ત્યારે સાન્ટાક્લૉઝની પોલ પણ તેણે મારી સમક્ષ ખુલ્લી પાડેલી. એમ મનાય છે કે સાન્ટાક્લૉઝ નામની કોઈ દેવી બાળકોને મીઠાઈ આપે છે. શાળામાં નાતાલના તહેવારો આવ્યા અને શિક્ષકે બાળકોને મીઠાઈ વહેંચતાં કહ્યું: 'જુઓ, છોકરાંઓ, સાન્ટાક્લૉઝે તમારે માટે શું મોકલ્યું છે.' હું ઊભી થઈ અને ગંભીરતાથી જવાબ આપ્યો: 'સાહેબ, હું તમારી વાત માનતી નથી. સાન્ટાક્લૉઝ જેવી કોઈ વસ્તુ જ નથી.' સાહેબના ચહેરાની રેખાઓ ફરી ગઈ. તેણે કહ્યું: 'જે નાનાં બાળકો સાન્ટાક્લૉઝને માને છે, એને માટે જ મીઠાઈ છે.' 'તો મારે તમારી મીઠાઈ નથી જોઈતી,' મેં જવાબ આપ્યો. સાહેબના મગજમાં ધરતીકંપ થયો અને મારો દાખલો બેસાડવા માટે મને જમીન ઉપર બેસવાનું ફરમાન કર્યું.

બહાદુરીથી હું આગળ આવી, બાળકો સમક્ષ ઊભી રહી; અને પ્રખ્યાત ભાષણોની સૌથી પ્રથમ શરૂઆત મેં અહીં કરી. હું મોટેથી બોલી:

'જુઠ્ઠાણામાં મને કદી શ્રદ્ધા નથી. મારી બાએ મને કહ્યું છે કે મીઠાઈ આપવાની સાન્ટાક્લૉઝમાં તાકાત નથી. પૈસાદાર માતાઓ જ સાન્ટાક્લૉઝના વાઘા નીચે બાળકોને ભેટ આપે છે.'

આ સમયે તો શિક્ષકે મને પકડી અને જમીન ઉપર બેસાડી દેવાનું દબાણ કર્યું, પણ હું તો અક્કડ ઊભી રહી. લાકડાના મેજ સાથે મારા પગ પછાડવામાં તેણે વિજય મેળવ્યો. મને બેસાડવામાં નિષ્ફળતા મળી એટલે એક ખૂણામાં મને ઊભી રાખી. ત્યાંથી પણ મેં બૂમો પાડી કે 'સાન્ટાક્લૉઝ જેવી કોઈ વાત જ નથી, સાન્ટાક્લૉઝ એ ધતિંગ છે.' છેવટે મને ઘેર મોકલી દીધી અને હું આખે રસ્તે બૂમો પાડતી ગઈ કેઃ 'સાન્ટાક્લૉઝ એક ધતિંગ છે, સાન્ટાક્લૉઝ કોઈ છે જ નહીં, પણ સત્ય કહેવા માટે મારી મીઠાઈનો હક છીનવીને અને ખરાબ વર્તણૂક ચલાવીને મારી પ્રત્યે જે અન્યાય થયો છે, તેને હું કદી ભૂલી નથી. ઘેર આવીને મારી બાને બધી વાત કરી અને પૂછ્યું, 'બા, શું હું સાચી ન હતી? સાન્ટાક્લૉઝ જેવું કંઈ છે ખરું?' માએ જવાબ આપ્યો, 'બેટા, સાન્ટાક્લૉઝ જેવું કંઈ છે જ નહીં, અને પ્રભુ જેવું પણ કોઈ નથી. ફક્ત તારું પોતાનું ઓજસ જ તને મદદ કરશે.' અને તે રાત્રે સાદડી ઉપર મારી માતાના પગ પાસે હું બેઠી અને તેણે બોબ ઇન્ગરસોલનાં ભાષણો મારી સમક્ષ વાંચ્યાં.

મને એમ લાગે છે કે બાળક જે સામાન્ય જ્ઞાન નિશાળમાં મેળવે છે એ તદ્દન નકામું છે. મને યાદ છે કે શાળામાં મારા વર્ગમાં હું આંજી નાખે એવી બુદ્ધિશાળી ગણાતી અને પહેલો નંબર મેળવતી, અથવા તો તદ્દન ઠોઠ ગણાતી અને છેલ્લા બાંકડા ઉપર બેસતી; એ બધું યાદશક્તિની રમત ઉપર જ આધાર રાખે છે. આપેલા પાઠ યાદ રાખવાની તસ્દી લીધી હોત તો ને? કયો વિષય ચાલે છે એની ખબર કોને હતી! હું પહેલે નંબરે હોઉં કે છેલ્લે એ બધું મારે મન સરખું હતું. શાળાનો સમય મને કાળ જેવો લાગતો અને ત્રણ ક્યારે વાગે છે, એની રાહ જોતી. ઘડિયાળ સામે તાકીને હું બેસી રહેતી, કારણ કે ત્રણ વાગ્યે અમને રજા મળતી. મારી આદર્શ કેળવણી તો સાંજે જ શરૂ થતી કે જ્યારે મારી માતા શેક્સપિયર, શેલી, કીટ્સ, બર્નસ, બીથોવન, શ્યુંમન, મૉઝાર્ટ, શોપીન વગેરેમાંથી મોટે સાદે વાંચતી. આ કલાકોમાં તો જાદું ભર્યું હતું. કંઠસ્થ કરેલી કવિતાઓ મારી બા ગાતી અને એનું અનુકરણ કરવામાં, પરિણામે છ વર્ષની ઉંમરે શાળાના ઉત્સવ વખતે પ્રેક્ષકોને, વિલિયમ લીટલનું 'એન્ટોની ટુ ક્લિયોપેટ્રા' ગાઈને આભા બનાવી દીધા હતા.

એક બીજા પ્રસંગે જ્યારે શિક્ષકે અમને દરેકને પોતાના જીવનનો ઇતિહાસ લખવાનું કહ્યુંઃ ત્યારે મારી વાત લગભગ નીચે પ્રમાણે હતીઃ

'હું જ્યારે પાંચ વર્ષની હતી ત્યારે ૨૩મી ગલીમાં અમારું મકાન હતું. ભાડું ન ભરી શકવાથી અમે ત્યાં રહી ન શક્યાં પણ ૧૭મી ગલીમાં રહેવા ગયાં

અને થોડા સમયમાં પૈસા ખૂટ્યા એટલે ઘરધણીએ વાંધો ઉઠાવ્યો અને ૨૨મી ગલીમાં ઘર ફેરવ્યું, ત્યાં પણ અમે સુખથી રહેવા ન પામ્યાં, અને ૧૦મી ગલીમાં આવેલા ઘરમાં સામાન ફેરવ્યો.'

આવી રીતે મારી કથા એક પછી એક અસંખ્ય ગલીઓના આંકડાઓ સાથે આગળ વધતી હતી. જ્યારે શાળામાં આ વાત વાંચી ત્યારે શિક્ષક ગુસ્સે થયા. તેણે માન્યું કે હું ટીખળ કરી રહી હતી. તેથી મને શાળાના આચાર્ય પાસે મોકલી, આચાર્યે મારી માને બોલાવી. બિચારી મારી બાએ જ્યારે આ ઇતિહાસ વાંચ્યો ત્યારે એની આંખમાં શ્રાવણ-ભાદરવો શરૂ થયો અને સોગન ખાઈને કહ્યું કે એ વાત તદ્દન સત્ય હતી. વણજારા કે માલધણી જેવું રખડુ આ અમારું જીવન હતું.

હું આશા રાખું છું કે આજે તો મારા બાળ સમયના જેવી શાળાઓ નથી. શાળાના શિક્ષણનાં મારાં સંસ્મરણો તો એમ જ કહે છે કે બાળકની શક્તિઓને સમજ્યા વિનાની શિક્ષણપદ્ધતિ તદ્દન જંગલી છે. મને યાદ છે કે કઠણ લાકડાના બાંકડા ઉપર ભૂખ્યા પેટે દુ:ખ સહન કરતી બેસી રહેતી, અથવા તો મારા પગ જોડામાં ઠરીને હિમ થઈ ગયા હોય. માસ્તર તો મને અમાનુષી રાક્ષસ જેવો લાગતો હતો. જાણે કે એ જુલમ કરવા જ સર્જાયો હોય. આવાં દુ:ખો વિશે બાળકો બિચારા કંઈ બોલતાં જ નથી.

કુટુંબને ભરખી જતી ગરીબાઈનું દુ:ખ તો મને યાદ નથી, પણ શાળામાં મેં ખરેખર દુ:ખ સહન કર્યું. મને યાદ છે કે સ્વમાનપ્રિય અને લાગણીપ્રધાન બાળક માટે કેળવણીની એ સંસ્થા-પ્રથા ગુનેગારોને સુધારવાની જેલ જેવી અપમાનકારક હતી. મેં તો હંમેશાં એની સામે બળવો પોકાર્યો છે.

જ્યારે હું છ વર્ષની હતી ત્યારે એક દિવસ આસપાસનાં પાડોશીઓનાં બાળકો ભેગાં કરીને એમની સામે બેઠી હતી, અને હાથના મરોડ કેમ થાય એ શીખવતી હતી. કેટલાંક બાળકો તો એટલાં નાનાં હતાં કે બરાબર ચાલી પણ શકતાં ન હતાં. મારી બા આવી અને મને કારણ પૂછ્યું. મેં જણાવ્યું કે આ મારી નૃત્યશાળા છે. એ ખુશ થઈ ગઈ અને અમારા નૃત્ય માટે તેણે પિયાનો વગાડવો શરૂ કર્યો. આ શાળા ચાલી અને વખણાઈ પણ ગઈ. પછી તો આસપાસની બીજી નાની છોકરીઓને એમનાં મા-બાપ મૂકી ગયાં, અને મને થોડા પૈસા પણ આપ્યા. પાછળથી મારા જીવનનો જે નફાકારક ધંધો બન્યો એ ધંધાની આ નમ્ર શરૂઆત હતી.

પછી તો જ્યારે હું દસ વર્ષની થઈ ત્યારે એટલાં બધાં બાળકો આવવા લાગ્યાં કે મેં મારી માતાને જણાવી દીધું કે હવે મારાથી નિશાળે નહીં જઈ

શકાય, કારણ કે ત્યાં તો માત્ર સમયનો વ્યય થાય છે અને અહીં તો પૈસા મળે છે. પૈસા મેળવવા એ મારે માટે વધારે ઉપયોગી વસ્તુ હતી. હું ઉંમરમાં મોટી લાગુ એટલા માટે માથા ઉપર ઊંચા વાળ ઓળતી અને કહેતી કે મારી ઉંમર સોળ વર્ષની છે. ઉંમરના પ્રમાણમાં હું ઘણી ઊંચી હતી અને લોકો આ વાત માનતા. મારી દાદીમાના હાથ નીચે મોટી થયેલી મારી બહેન એલિઝાબેથ અમારી સાથે રહેવા આવી અને તેણે પણ નૃત્યશાળાના વર્ગોનું કામ ઉપાડી લીધું. અમારી તો માગણી વધી અને સાન-ફ્રાન્સિસ્કોનાં પૈસાદાર કુટુંબોમાં અમે શીખવવા જવાનું શરૂ કર્યું.

* * *

૨

મારી માએ જ્યારે છૂટાછેડા લીધા ત્યારે હું હાથમાં રમતા બાળક જેવડી હતી. મારા પિતાને મેં કદી પણ જોયા ન હતા. એક વખત મેં મારી માસીને પૂછ્યું કેઃ 'માશીબા, મારે બાપા છે કે નહીં?' તેણે જવાબ આપ્યો, 'ઈસાડોરા, તારો બાપ તો રાક્ષસ હતો, તારી માની જિંદગી ખુવાર કરી નાખી.' ત્યાર પછી તો ચિત્રોમાં આવતા શીંગડાવાળા અને પૂંછડાવાળા રાક્ષસ જેવી જ મેં મારા પિતા માટે કલ્પના કરેલી. નિશાળમાં જ્યારે બીજાં બાળકો એમના પિતાની વાતો કરતાં ત્યારે હું મૂંગી રહેતી.

જ્યારે હું સાત વર્ષની હતી, ત્યારે ત્રીજે માળે બે ઓરડાવાળા મકાનમાં અમો રહેતાં. એક દિવસ આગલા ઓરડાની ઘંટડી વાગી અને હું બારણું ઉઘાડવા માટે બહાર આવી, જોયું તો ઊંચી ટોપીમાં સજ્જ થયેલો, દેખાવડો કોઈ સદ્ગૃહસ્થ હતો. તેણે કહ્યું,

'મને મિસિસ ડંકનનો રૂમ બતાવશો?'

'બોલોને, હું મિસિસ ડંકનની નાની છોકરી છું.' મેં જવાબ આપ્યો.

'ઓહો, આ જ મારી નાનકડી રાજકુમારી છે!' તેણે હેતમાં કહ્યું.

તરત જ તેણે મને ઊંચકી લીધી, આંસુ અને ચુંબનોનો વરસાદ વરસ્યો. આ બનાવથી મને ઘણી જ નવાઈ લાગી અને મેં પૂછ્યું, 'તમે કોણ છો?'

આંખમાં અશ્રુઓ સાથે તેણે જવાબ આપ્યો, 'હું તારો પિતા છું.'

આ સમાચાર સાંભળીને મને ખૂબ આનંદ થયો અને બીજા ઓરડામાં દોડી, મેં બૂમ પાડીને કહ્યું: 'બા, બા, કોઈ માણસ આવ્યો છે અને એ કહે છે કે હું તારો બાપ છું.'

મારી માનો ચહેરો સફેદ પૂણી જેવો થઈ ગયો. ક્રોધથી ઘેરાયેલી એ ઊઠી. બીજા ઓરડામાં છુપાઈ ગઈ, અને અંદરથી તાળું મારી દીધું. મારો એક ભાઈ તો ખાટલા નીચે છુપાઈ ગયો. બીજા રસોડામાં ઊપડી ગયા અને મારી બહેન તો મૂર્છા ખાઈને નીચે જમીન ઉપર પછડાતી હતી.

'એને કાઢી મૂક, નસાડી મૂક, એને ચાલ્યા જવાનું કહે.' અંદરથી પેલા લોકો બૂમો પાડીને કહેતા હતા.

મને તો ભારે નવાઈ લાગી; હું તો નમ્ર નાની છોકરી હતી. તેમની પાસે આવીને મેં કહ્યું: 'આજે કુટુંબમાં તમને આવકાર આપવા માટે કોઈની કંઈ ખાસ મરજી હોય એવું લાગતું નથી.'

એ અજાણ્યા માનવીએ મારો હાથ પકડ્યો અને તેની સાથે ફરવા જવાનું કહ્યું. સીડી ઊતરીને અમે રસ્તા ઉપર આવ્યાં. હું તો બકરીના નાના બચ્ચાની જેમ એની આંગળી પકડીને કૂદતી કૂદતી ચાલતી હતી. અને મનમાં મૂંઝવી નાખે એવો આનંદ માણતી પ્રસન્ન થતી હતી, મેં બે શીંગડાં અને પૂંછડાવાળો ધારેલો એવો મારો બાપ નથી, આ તો રૂપાળો માનવી છે. એ મને આઇસક્રીમવાળાની દુકાને લઈ ગયો અને ખૂબ આઈસક્રીમ અને પૂરીઓ ખવડાવી. અદમ્ય ઉત્સાહમાં ને ઉત્સાહમાં હું ઘેર પાછી આવી અને જોયું તો બીજાં બધાંનાં મુખારવિંદો એરંડિયું પીધાં જેવાં થઈ ગયાં હતાં.

'અરે, એ તો ભારે આનંદી માણસ છે. આવતી કાલે પણ મને આઇસક્રીમ ખવડાવવા આવશે.' મેં કહ્યું.

પણ અમારા કુટુંબે તો એને મળવાની જ ના પાડી અને થોડા સમય પછી મારા પિતા લૉસ ઍંજેલ્સમાં આવેલા એના બીજા કુટુંબ પાસે ચાલ્યા ગયા. આ પ્રસંગ પછી કેટલાંક વર્ષો સુધી મેં મારા પિતાને જોયેલા નહીં. ફરી એક વાર એ ઓચિંતા આવ્યા. આ સમયે પણ મારી બાએ મળવાની ના પાડી. આ વખતે તેણે અમને એક સુંદર મકાન ભેટ આપ્યું. નૃત્ય માટે મજાના બે ઓરડા હતા. ટેનિસ રમવા માટે મેદાન હતું; અને પવનચક્કી પણ હતી. કુદરતે મારા પિતાને આ ચોથી વાર યારી આપી હતી તેનું આ કારણ હતું; એના જીવનમાં તેણે ત્રણ વખત મોટો લાભ મેળવેલો અને નાણાં ગુમાવેલાં. વખત જતાં આ છેલ્લી તકનાં પણ નાણાં ગયાં અને એની સાથે અમારું ઘર પણ તણાઈ ગયું. થોડાં વર્ષો અમે તેમાં રહ્યાં.

છેલ્લી ખુવારી પહેલાં તો હું મારા પિતાને વખતોવખત મળતી. અને મેં જાણી લીધું કે એ તો કવિ હતા. મને એમને માટે માન ઊપજ્યું. એણે ઘણાં

કાવ્યો લખેલાં પણ એમાંનાં મારા વિશેના એક કાવ્યમાં તો તેણે મારી સારીયે કારકિર્દીનું ભવિષ્ય ભાખેલું હતું.

મારા પિતાનો મારે થોડો ઇતિહાસ લખવો પડ્યો, કારણ કે બાળપણમાં પડેલી આ છાપે પાછળથી મારા જીવન ઉપર ભારે અસર કરી છે. એક બાજુ હું રસભરેલી નવલકથાઓ વાંચતી ત્યારે બીજી બાજુ લગ્નજીવનનો જીવતોજાગતો દાખલો મારી સામે જ હતો. જેને માટે કોઈ એક શબ્દ પણ ઉચ્ચારતું ન હતું. એ ગૂઢ પિતા વિશેના વિચારોની ઘેરી છાયા નીચે મારું સારુંયે બાળપણ પસાર થયું છે એમ મને લાગે છે. 'છૂટાછેડા' એ શબ્દ તો મારા મનનાં પાનાંઓ ઉપર આબાદ છવાયો હતો. આ વસ્તુનો ખુલાસો તો કોઈની પાસેથી મળે એમ ન હતો, પછી તો હું જ મારા મનને જુદાં જુદાં કારણોથી મનાવતી. લગભગ ઘણીયે નવલકથાનો અંત લગ્નમાં જ આવતો અને એ સુખી લગ્ન પછી તો જાણે લેખકને કંઈ લખવા જેવું રહેતું નહીં. જ્યૉર્જ ઇલિયટનું મેં 'આદમ બેદ' નામનું પુસ્તક વાંચેલું; એમાં એક છોકરીને લગ્નબંધન પહેલાં બાળક આવે છે અને બાળકની એ માતા સમાજમાં હડધૂત થાય છે. સ્ત્રીઓની આ સ્થિતિ અને આ અન્યાયથી મારા હૈયે હોળી સળગી; મારાં માતા-પિતાનું જીવન પણ આ સાથે વિચાર્યું અને તરત જ નિશ્ચય કર્યો કે આજથી હું લગ્નસંસ્થા સામે બળવો પોકારું છું, સ્ત્રીઓની મુક્તિ માટે હું જીવન ગાળીશ, પોતાને પસંદ હોય એ પ્રમાણે જ સ્ત્રીને બાળક કે બાળકો હોવાં જોઈએ એમ હું જગત સમક્ષ જાહેર કરીશ, અને સ્ત્રીઓના હક્ક અને સ્વમાન માટે જીવનભર લડીશ. બાર વર્ષની ઉંમરે કરેલા આ વિચિત્ર વિચારોની પાછળ દલીલોનું તો શું જોર હોય? વિચારો વિચિત્ર લાગશે પણ જીવનના પ્રસંગોએ મને ઘણી સાવચેત બનાવી છે.

લગ્નના કાયદાઓ તપાસ્યા; જોયું તો એમાં સ્ત્રીઓના કપાળે ગુલામીના કલંક સિવાય બીજું કંઈ જ નહોતું. મારું મગજ તપી ગયું, મારી માતાની વિવાહિત સખીઓના ચહેરાઓ મેં નિહાળ્યા, એ ચહેરાઓની રેખાઓની ભાષા મેં ઉકેલી અને જોઈ લીધું કે એ મુખારવિંદો ઉપર દુઃખના દાનવના ક્રૂર પંજાની ઘેરી છાયા છે અને દરેકના કપાળે ગુલામીનો ડાઘ ચોંટ્યો છે. મેં ભીષ્મપ્રતિજ્ઞા લીધી કે ઈસાડોરા કદી પણ પોતાના જીવનને આ હલકી સ્થિતિમાં નહીં મૂકે. આ પ્રતિજ્ઞા મેં પાળી અને પરિણામે માતાનો ત્યાગ અને જગતનો તિરસ્કાર મારે વહોરવો પડ્યો. નૂતન રશિયાએ આજે લગ્ન સંસ્થાને સાફ કરી નાખી છે એ ઘણું સુંદર છે. બન્ને પક્ષોને કોઈ પણ જાતનું બંધન કે જવાબદારી નથી અને ગમે ત્યારે જુદાં થઈ શકે છે. સ્વતંત્ર મગજની કોઈ પણ સ્ત્રી આવું જ લગ્ન પસંદ કરે. આ પ્રથા પ્રત્યે મારો પૂરો સહકાર છે.

અત્યારે તો મારા જેવા વિચારો ધરાવતી સ્વંતત્ર મગજની ઘણીયે સ્ત્રીઓ છે, પણ જ્યારે આજથી વીસ વર્ષ પહેલાં મેં મારો પોતાનો જ દાખલો બેસાડીને જાહેર કર્યું કે જો સ્ત્રીની ઇચ્છા હોય તો લગ્ન વિના પણ ગર્ભધારણ કરવો એ એનો હક્ક છે ત્યારે તો સમાજે ધરતીકંપના આંચકા અનુભવ્યા અને ગજબની ગેરસમજ ઊભી થઈ. મારી સાથે કોઈ પણ બુદ્ધિશાળી સ્ત્રી સંમત થશે કે લગ્નશાસ્ત્રનાં બંધનો આઝાદ સ્ત્રીઓ માટે તદ્દન અસ્વીકાર્ય છે, તેમ છતાં પણ ઘણી સ્ત્રીઓ લગ્નબંધનમાં જકડાઈ રહે છે તેનું કારણ એ છે કે પોતાના વિચારો માટે સમાજની સામે ઊભા રહેવાની તેમનામાં તાકાત નથી. જો તમે છેલ્લાં દસ વર્ષ દરમિયાન છૂટાછેડાઓની પાછળનો ઇતિહાસ ઉકેલશો, તો તમને ખાતરી થશે કે હું જે કહું છું તે તદ્દન સત્ય છે. જ્યારે મેં ઘણી સ્ત્રીઓને સ્વતંત્રતાનો આ સિદ્ધાંત સમજાવ્યો છે, ત્યારે તેમણે માયકાંગલો જવાબ આપ્યો છે કે 'એ તો ઠીક, પણ બાળકોના ભરણપોષણનું શું?' આ જવાબનો અર્થ એટલો જ કે તમે જે પુરુષની સાથે લગ્નક્રિયાથી જોડાયાં છો, એ તમારા બાળકોના ભરણપોષણ માટે જ છે. અને તમને શંકા છે કે જો મામલો બગડે તો તમારાં બાળકોનું એ ભરણપોષણ નહીં કરે; આ માન્યતા તો તદ્દન હલકી જ છે, કારણ કે તમે જેને પરણો છો એને માટે હૃદયમાં શંકા છે કે એ માણસ સારો નથી. પુરુષો માટે મારો આટલો બધો હલકો અભિપ્રાય તો નથી જ અને હું નથી માનતી કે એમાંના ઘણાખરા માનવજાતના આટલા દુષ્ટ નમૂનાઓ હોય.

અમારું બાળજીવન સંગીત અને કાવ્યોના સૂરોથી ગૂંથાયેલું હતું, એનું કારણ મારી માતા હતી. સંધ્યા સમયે એ કલાકો સુધી પિયાનો બજાવતી. ક્યારે સૂવું કે ક્યારે જાગવું એનો કંઈ નક્કી કરેલો સમય ન હતો અને ન હતું કોઈ પણ જાતનું શિસ્તબંધન; એથી ઊલટું મારી બા સંગીત અને કાવ્યો લલકારવામાં એટલી બધી મગ્ન થઈ જતી કે આસપાસનું તેને કંઈ જ ભાન જ રહેતું નહીં. એની એક બહેન આન્ટ ઑગસ્ટા—મારી માશી તો અજબ બુદ્ધિશાળી હતી. માશીબા વારંવાર અમારી મુલાકાતે આવતાં અને પોતે અમારી સમક્ષ નાટકોનાં પાત્રોનો પાઠ ભજવતાં. એ ભારે રૂપાળાં હતાં. કાળીભમ્મર જેવી આંખો અને કાળા કોલસા જેવા ચમકતા વાળ, અને મને યાદ છે કે કાળાં વસ્ત્રોમાં સજ્જ થઈને એ 'હૅમ્લેટ'નો પાઠ ભજવતાં. એના કંઠમાં તો કોયલ હતી. તેણે ધાર્યું હોત તો એ સંગીતકાર તરીકે પ્રસિદ્ધ થાત. પણ એનાં માતાપિતા એમ માનતાં હતાં કે રંગભૂમિ એ તો કોઈ દુષ્ટ દાનવનું રહેઠાણ છે. હું સમજું છું કે ધર્મની આ રૂઢિચુસ્ત માન્યતાએ જ એના જીવનની પ્રગતિ ઉપર પાણી ફેરવ્યું. અમેરિકામાં

આવીને વસનારા લોકો અમુક જાતની માન્યતાઓ લઈને જ આવ્યા હતા, અને રાતા ઇન્ડિયનોને – જંગલી પ્રાણીઓને – પાળવામાં જ એમની રીતભાતનું પ્રદર્શન થતું હતું. પણ એ લોકો ભૂલી ગયા કે સાથે પોતાની જાતને પાળી રહ્યા છે અને તેનાં પરિણામો આબાદ રીતે ભયંકર આવ્યાં છે.

પ્યુરિટન ધર્મે તો બાળપણથી જ મારી માશીને કચરી નાખી હતી. એનું સૌન્દર્ય, એની સ્વયંસ્ફુરણા અને એનો કોકિલકંઠ વગેરે બધાનું નિકંદન કાઢી નાખવામાં આવ્યું હતું. એ સમય તો કોણ જાણે કેવો હતો કે જ્યારે પિતાઓ બોલતા કે: 'અમારી દીકરીઓ રંગભૂમિ ઉપર પગલાં માંડે એ પહેલાં ત્યાં મૃત્યુ પામે એ દશ્ય અમને વધારે પ્રિય છે.' આજે તો રંગભૂમિનો જમાનો છે, એટલે ઉપરની સંકુચિત મનોદશાની આજે કલ્પના પણ થઈ ના શકે.

પ્યુરિટન ધર્મના સામે અમે બાળકો માથું ઊંચકીને બળવો પોકારતાં એનું કારણ હું ધારું છું કે અમારી નસોમાં ધગધગ વહેતું આયર્લૅન્ડ રક્ત હોવું જોઈએ.

મારા બાપાએ અમને મોટું મકાન આપ્યું એમાં સૌથી પ્રથમ શરૂઆત મારા ભાઈ ઑગસ્ટીને નાની એવી કામચલાઉ રંગભૂમિ બાંધીને કરી. ગરમ ધાબળીનાં ચીંથરાંઓમાંથી એ દાઢી બનાવતો અને વાન રિંકલનો પાઠ એટલો આબેહૂબ ભજવતો કે પ્રેક્ષકવર્ગમાં હું ભાંગેલી પેટી ઉપર બેઠી બેઠી રડી પડતી. અમે બધાં ખૂબ જ લાગણીપ્રધાન હતાં અને કદી કોઈથી દબાતાં નહીં.

એ નાનકડી રંગભૂમિની પાડોશીઓમાં આબરૂ વધી; પછી તો હું એના ઉપર નૃત્ય કરતી અને ઑગસ્ટીન કાવ્યો લલકારતો. એક વાર અમે હાસ્યરસિક નાટિકા ભજવી, એમાં એલિઝાબેથ અને રેમન્ડે ભાગ લીધેલો. આ સમયે હું બાર વર્ષની હતી, અને બીજાં બધાં બારથી સોળ વર્ષની અંદરનાં હતાં.

અમે જે સમાજમાં રહેતાં હતાં એ સમાજની સંકુચિતતા સાથે જીવનમાં બંધનો સામે બળવો જગાડવો એ અમારા બાલ્યકાળનો પ્રધાન સૂર હતો, અને હંમેશાં દૂર દૂર પૂર્વના પ્રકાશમાં ઊડી જવાનું મન થતું અને મેં કલ્પેલી ભવ્યતાનાં દર્શન કરવાની ઇચ્છા થતી. ઘરમાં બધાંને ભેગા કરીને હું વારંવાર ભાષણ આપતી અને એ ભાષણનો અંત આવી રીતે આવતો:

'ટૂંકામાં આપણે આપણું મકાન અહીંથી ખાલી જ કરવું જોઈએ, આ જગ્યા છોડવી જોઈએ, કારણ કે અહીં આપણે કોઈ પણ જાતની કાર્યસિદ્ધિ નહીં મેળવી શકીએ.'

આખા કુટુંબમાં વધારે હિંમતવાન હું હતી અને જ્યારે ઘરમાં ખાવાનું ન હોય ત્યારે હું માંસ વેચનારની દુકાને ઊપડતી અને યુક્તિપ્રયુક્તિથી દુકાનદારને

પટાવીને એક પાઈ આપ્યા વિના માંસ લઈ આવતી. પાંઉરોટીવાળા પાસે પણ અમારું ખાતું ચાલુ રખાવવા માટે મને જ મોકલવામાં આવતી. આવાં રસમય સાહસોમાં મને આનંદ આવતો, ખાસ કરીને તો જો હું વિજયી બનું તો. ઘણે ભાગે તો હું આમાં ફાવતી. જાહેર રસ્તા ઉપર લૂંટ કરીને પસાર થતા લૂંટારાની મનોદશા અનુભવતી. હું આખે રસ્તે મસ્તીમાં નાચતી નાચતી ઘેર જતી, મારે માટે તો આ ઉચ્ચ કેળવણી હતી. વિકરાળ ખાટકીઓને મીઠાં મીઠાં વચનોથી ફોસલાવીને મારું કાર્ય સિદ્ધ કરવાની ટેવને લીધે હું ભવિષ્યમાં જંગલી મૅનેજરો, વ્યવસ્થાપકોની પાસેથી કેમ કામ કઢાવવું એ શીખી.

મને યાદ છે કે હું નાની હતી ત્યારે એક વાર મારી બા રડતી હતી, કારણ કે તેણે ગૂંથેલી અમુક વસ્તુઓ લેવાની દુકાનદારે ના પાડેલી. એ વસ્તુઓથી ભરેલી ટોપલી મેં ઉપાડી અને તેમાંથી એક ગૂંથેલી ટોપી મારા માથા ઉપર નાખી, હાથ ઉપર ગૂંથેલાં મોજાં પહેર્યાં અને ઘરે ઘરે વેચવા ઊપડી. થોડી વારમાં તો બધો માલ વેચી નાખ્યો. અને મારી બાને દુકાનદાર આપે એના કરતાં પણ બમણા પૈસા મળ્યા.

જ્યારે પિતાઓને હું એમ કહેતાં સાંભળું છું કે અમે તો અમારાં બાળકો માટે વારસો રાખી જવા કામ કરીએ છીએ, ત્યારે મને નવાઈ લાગે છે કે શું એ લોકો એટલું પણ નહીં સમજતાં હોય કે આમ કરવાથી તેઓ પોતાનાં બાળકોમાં રહેલી સાહસવૃત્તિનું ખૂન કરી રહ્યા છે. બાળકો માટે વારસામાં રાખેલો દરેક ડૉલર બાળકોને વધારે બાયલા બનાવે છે. બાળકને પોતાના પગ ઉપર એનો માર્ગ કરવા દેવો એ જ સારામાં સારો વારસો છે. અમે શીખવતાં હતાં ત્યારે મને અને મારી બહેનને સાન-ફ્રાન્સિસ્કોનાં ઘણાં પૈસાદાર કુટુંબો જોવાની તક મળી. અદેખાઈ આવવાને બદલે મને એ બાળકોની દયા આવી. કૂવામાંનાં દેડકાં જેવાં એમનાં જીવન જોઈને મને ખૂબ જ નવાઈ લાગી. મને થયું કે પૈસાદારોનાં બાળકો કરતાં તો હું દરેક રીતે હજાર દરજ્જે સારી છું, કારણ કે હું જીવન જીવી જાણતી.

શિક્ષક તરીકે અમારી સુવાસ વધી. નૃત્યની અમારી નવી પદ્ધતિ હતી પણ ખરી રીતે તો એમાં એ પદ્ધતિનું કંઈ ઠેકાણું જ ન હતું. મનના તરંગો પ્રમાણે હું નૃત્ય ઉપજાવતી અને શીખવતી. મારું પહેલું નૃત્ય કવિ લોંગફેલોના 'મેં હવામાં તીર ફેંક્યું' એ નામના કાવ્ય ઉપર હતું. હું કાવ્ય ગાતી અને બાળકોને કાવ્યના ભાવ પ્રમાણે નૃત્યના અંગમરોડ શીખવતી હતી. સંધ્યા સમયે મારી બા પિયાના ઉપર કાવ્યો ગાતી અને હું નૂતન નૃત્યોનું સર્જન કરતી. એક વૃદ્ધ સ્ત્રી મિત્રભાવે

અમારી પાસે ઘણી વાર આવતી અને કહેતી કે ઈસાડોરા નૃત્યમાં નામ કાઢશે. આ સાંભળીને હું મહત્ત્વાકાંક્ષાનાં મુગ્ધ સ્વપ્નોમાં મશગૂલ થતી. તેણે મને નૃત્ય શીખવતા શહેરના એક શિક્ષક પાસે જવાનું કહ્યું. એની પદ્ધતિ મને પસંદ ન આવી. જ્યારે શિક્ષકે મને પગના તળિયાની ટોચ ઉપર ઊભા રહેવાનું કહ્યું ત્યારે મેં પૂછ્યું, 'શા માટે?' જવાબ મળ્યો, 'કારણ કે તે સુંદર લાગે છે એટલા માટે.' મેં સુણાવી દીધું કે એ તદ્દન વિચિત્ર અને કુદરતની વિરુદ્ધ છે. ત્રીજા પાઠે તો મેં તેને છોડી દીધો અને ફરી ગઈ નહીં. તદ્દન અક્કડ અને સામાન્ય કસરતની ક્રિયાઓ જેવું એનું નૃત્ય મારા સ્વપ્નમાં ભંગ પાડતું હતું. નૃત્ય વિશે તો મારું સ્વપ્ન નિરાળું જ હતું. નૃત્યનું એ અદૃશ્ય જગતનું મને ભાન હતું. એ અદૃશ્ય ભૂમિ ઉપર પગ મૂકવા માટે કૂંચીની જરૂર હતી. હું નાની બાલિકા હતી ત્યારથી જ કલા તો મારા દેહમાં વસતી હતી અને મારી માતાના સાહસિક અને હિંમતવાન પ્રાણે મારા હૃદયમાં કલાનાં વહેતાં ઝરણાંઓને સુકાવા ન દીધાં.

બાળકના ભાવિ જીવનનું ઘડતર શિશુકાળથી શરૂ કરી દેવું જોઈએ એમ હું માનું છું. આજે માતાપિતાઓ પોતાનાં બાળકોને આજની કહેવાતી કેળવણી આપીને એમને માત્ર સામાન્ય માનવીઓ જ બનાવે છે, કારણ કે આજનું કહેવાતું એ ભણતર બાળકના હૃદયમાં સુષુપ્ત અવસ્થામાં રહેલી મૌલિકતાને પ્રકાશી ઊઠવા માટે કોઈ પણ જાતની તક આપતું નથી. ઠીક ત્યારે એ બધું ભલે એમ જ રહ્યું! આમ ન ચાલે તો હજારો દુકાનોમાં અને બૅન્કોમાં કારકુનો ક્યાંથી પૂરા પડે! સુધારેલા સમાજની વ્યવસ્થિત જિંદગીમાં આવા માનવીઓની જરૂર તો ખરી ને!

મારી માતાને ચાર બાળકો હતાં. હું અને એલિઝાબેથ બે બહેન, ઑગસ્ટીન અને રેમન્ડ નામના બે ભાઈઓ. તેણે ધાર્યું હોત તો અમને ચારે જણાઓને કડક નિયમના દુઃખથી અને આધુનિક કેળવણીની ઘાણીમાં જોડીને, વ્યવહારુ નાગરિકો બનાવી શકત, અને ઘણી વાર એ વિલાપ કરતી કે 'અરે શું તમે ચાર બાળકો કલાકારો પાકશો. એક પણ વ્યવહારુ નહીં બનો?' પણ એના જ સૌન્દર્યભર્યા અને થનગનતા પ્રાણે અમને કલાકારો સર્જ્યાં. મારી માતાને પાર્થિવ વસ્તુઓની કાંઈ પડી જ ન હતી. બંગલાઓ, એમાં આવેલાં રાચરચીલાં અને એવી બીજી પાર્થિવ વસ્તુઓ પ્રત્યે તેણે અમારામાં તિરસ્કાર કેળવ્યો. માતા તો સાદાઈની પ્રતિમૂર્તિ હતી અને તેથી જ મેં મારા જીવનમાં કદી પણ હીરામોતી પહેર્યાં નથી. તેણે અમને શીખવેલું કે આવી વસ્તુઓ તો માયાનાં બંધનો છે.

શાળાનો ત્યાગ કર્યા પછી મેં પુષ્કળ વાચન શરૂ કર્યું: આ સમયે અમે ઑકલૅન્ડમાં રહેતાં હતાં. ત્યાં એક સાર્વજનિક પુસ્તકાલય હતું. અમે એનાથી

ઘણાં માઈલ દૂર રહેતાં હતાં પણ તેથી શું? દોડતી દોડતી, નાચતી અને કૂદકા મારતી હું ત્યાં પહોંચી જતી અને પાછી આવતી. પુસ્તકોની આપ-લે એક સ્ત્રી કરતી. એનું નામ ઈના કુલબ્રર્થ. કાવ્યો ભારે સુંદર રચતી, મારા વાચનના શોખને તેણે પ્રોત્સાહન આપ્યું અને જ્યારે હું સુંદર પુસ્તકોની માગણી કરતી ત્યારે એ ખૂબ ખુશ થતી. એ સ્ત્રીને સૌન્દર્ય વર્યું હતું. એનાં સુંદર નયનોમાં અગ્નિ અને ઓજસના ચમકાર હતા. થોડો વખત પછી મને ખબર પડેલી કે મારા પિતા આ સૌન્દર્યની પાછળ ઘેલા થયા હતા; એના પ્રેમમાં પડ્યા હતા. મારા પિતાના જીવનનું એ સૌન્દર્ય ઉત્કટ આકર્ષણ હતું અને સંયોગોના કોઈ અગમ્ય તારે મને તેના પ્રત્યે ખેંચી.

એ સમયે ડિકન્સ થેકરી અને શેક્સપિયરને વાંચી નાખ્યા. સાથે બીજી હજારો નવલકથાઓ પણ વાંચી નાખી, જે આવ્યું તે ઓહિયાં કરવા માંડ્યું, પછી તે સારું હોય કે ખરાબ. દિવસ દરમ્યાન વીણેલા મીણબત્તીના અંતના ટુકડાઓ એક પછી એક સળગાવતી હું આખી રાત પ્રભાતના પ્રકાશ સુધી વાંચ્યા કરતી, પછી તો મેં નવલકથા લખવી શરૂ કરી, મારા હસ્તલિખિત વર્તમાનપત્રની તંત્રી બની અને તેમાં અગ્રલેખો, સ્થાનિક સમાચારો અને વાર્તાઓ લખવી શરૂ કરી. વધારામાં મેં એક નોંધપોથી રાખવી શરૂ કરી; એનાં પાનાંઓ ઉપર મેં શોધેલી મારી સાંકેતિક લિપિ આલેખતી, કારણ કે આ સમયે મારે એક ગુપ્ત વાત છુપાવવાની હતી. કહું, હું પ્રેમમાં પડી હતી.

નાનાં બાળકોના વર્ગ ઉપરાંત અમે મોટી ઉંમરના શિષ્યો પણ લીધા હતા. મારી બહેન આ શિષ્યોને એ સમયના સમાજનૃત્યો – સોસાયટી ડાન્સિંગ શીખવતી. આ શિષ્યમંડળમાં બે યુવાનો હતા. એક ડૉક્ટર હતો અને બીજો રસાયણશાસ્ત્રી હતો. રસાયણશાસ્ત્રોનો યુવાન જ્ઞાતા તો અજબ રૂપાળો હતો અને એનું નામ પણ એટલું જ સુંદર હતું. વરનન! એ સમયે મારી ઉંમર અગિયાર વર્ષની હતી. ઊંચા ઓળેલા વાળ અને લાંબાં કપડાંને લીધે હું મોટી દેખાતી હતી. મારી નોંધપોથીમાં મેં લખ્યું કે 'મારામાં પ્રેમની ઉત્કટ ભાવના જાગ્રત થઈ છે અને એ પ્રેમ પાછળ ઘેલી બની છું.' અને એ વાત પણ સાચી હતી. વરનન વાત જાણતો હતો કે નહીં તેની મને ખબર નથી. એ સમયે, એ ઉંમરે મારામાં રહેલી લજ્જા મને મારો પ્રેમ વ્યક્ત કરતાં રોકતી હતી.

અમે બંને નૃત્યગૃહોમાં જતાં અને લગભગ બધી જાતનાં નૃત્યો સાથે કરતાં. એની સાથે નૃત્ય કરતાં અનુભવેલા આનંદની તીવ્ર લાગણીઓને મારી નોંધપોથીમાં શબ્દદેહ આપતી. 'એના હાથમાં જાણે કે તરતી...' એવાં વાક્યો એમાં લખાતાં.

દિવસ દરમ્યાન એ એક ઔષધાલયમાં કામ કરતો. એ ઔષધાલય પાસેથી પસાર થવાની ખાતર હું માઈલો સુધી ચાલતી અને હિંમત એકઠી કરીને એમાં દાખલ થઈ જતી અને પૂછતી: 'વરનન, કેમ છે?' એ ક્યાં રહેતો હતો એ સ્થળ મેં શોધી કાઢ્યું. અને સંધ્યા સમયે એની બારીમાં સળગતી મીણબત્તીની જ્યોતને જોવા ખાતર હું ઘણીયે વાર ઘેરથી ઊપડી જતી. એના ઓરડામાં પ્રકાશતી એ જ્યોતને નિહાળવાની મને ટેવ પડી હતી. આ પ્રબળ ઇચ્છા બે વર્ષ જીવી અને એ બે વર્ષો દરમ્યાન મેં ઘણું સહન કર્યું.

બે વર્ષ પછી તેણે પોતાના એક બીજી છોકરી સાથે થનાર લગ્નની વાત કરી. મને ખૂબ જ દુઃખ થયું. નોંધપોથીમાં એ દુઃખ ઠાલવ્યું. લગ્નના દિવસે ધોળા બારીક બુરખામાં સજ્જ થયેલ એક ફિક્કી કન્યાની સાથે પગલાં માંડતા વરનનને મેં જોયો. એ દિવસને હું ભૂલી નથી ત્યાર પછી તો વરનનને મેં જોયો નથી.

હા, હમણાં જ્યારે વર્ષો પછી સાન-ફ્રાન્સિસ્કોમાં મારો નૃત્યનો કાર્યક્રમ ગોઠવાયો ત્યારે વસ્ત્રો બદલવાના ઓરડામાં સફેદ બરફ જેવા વાળવાળો, દેખાવમાં યુવાન અને અતિશય સ્વરૂપવાન એક માનવી મને મળવા આવ્યો. મેં તેને તરત જ ઓળખી કાઢ્યો. એ વરનન હતો. મને થયું કે ચાલને, આટલાં બધાં વર્ષો પછી મારા દિલમાં એને માટે જાગેલા પ્રેમની વાત કહું, એને મજા પડશે. પણ વાત સાંભળીને એ તો ગભરાયો અને તરત જ પોતાની પત્નીની વાતો કરવા માંડ્યો. હજી પણ એ જીવે છે અને વરનન એને ખૂબ ચાહે છે. કેટલાક માનવીઓનો જીવનપથ કેવો સીધો અને સરળ હોય છે?

આ મારો પ્રથમ પ્રેમ હતો. એ પ્રેમમાં હું ગાંડીતૂર હતી અને ત્યાર પછી પણ પ્રેમમાં તો હું એવી જ રીતે પડતી.

* * *

૩

પુસ્તકોના વાચનને પરિણામે મેં સાન-ફ્રાન્સિસ્કો છોડીને પરદેશ જવાની યોજના ઘડી કાઢી. મારો વિચાર એવો હતો કે: કોઈ મોટી નાટકકંપની સાથે મારે જવું, સાન-ફ્રાન્સિસ્કોમાં પરિભ્રમણ કરતી એક નાટક-કંપની આઠ દિવસ માટે આવેલી. એના વ્યવસ્થાપક પાસે હું ગઈ. અને હું નૃત્ય જાણું છું એમ મેં કહ્યું. બીજે દિવસે સવારે મારી પરીક્ષા શરૂ થઈ. મેન્ડેલસોહનના 'શબ્દવિહોણાં ગાન' એ નામના કાવ્યના સૂરો સાથે મેં સફેદ પોશાકમાં નૃત્ય કર્યું. મારી માતા કાવ્ય ગાતી હતી. જ્યારે સંગીત પૂરું થયું ત્યારે વ્યવસ્થાપક થોડો સમય શાંત મુખમુદ્રા ધારણ કરીને બેસી રહ્યો અને પછી મારી માને કહ્યુંઃ

'આ જાતનું નૃત્ય રંગભૂમિને લાયક નથી. એ તો દેવળમાં ચાલે એવું છે. હું આપને સલાહ આપું છું કે આપની છોકરીને ઘેર લઈ જાઓ.'

નિરાશાએ એક થપ્પડ ચોડી દીધી. પણ મારા વિચારોમાંથી હું ચલિત ન થઈ. બીજી યોજના ઘડી. ઘરના બધા માણસોની સભા ભરી અને એક કલાકના ભાષણમાં કારણો આપીને સાબિત કરી બતાવ્યું કે આપણાથી હવે સાન-ફ્રાન્સિસ્કોમાં કોઈ પણ હિસાબે રહેવું અશક્ય છે. મારી બા જરા મૂંઝાઈ, પણ પછી મારી પાછળ ગમે ત્યાં આવવા તૈયાર થઈ. અમે બંને ચિકાગો જવા માટે નીકળ્યાં. મારી બહેન અને બે ભાઈ ઘેર રહ્યાં. અમે કહી દીધું કે અમે પૈસા મેળવીએ એટલે તમારે અમારી પાછળ આવી પહોંચવું.

જૂન મહિનાની ગરમીના એક દિવસે અમે ચિકાગોની ભૂમિ ઉપર આવી પહોંચ્યાં ત્યારે અમારી સાથે એક જૂનો-પુરાણો ટ્રંક, જૂની ઢબનું મારી દાદીમાનું થોડું ઝવેરાત અને ખિસ્સામાં પચીસ ડૉલર હતા. હું તો એવી આશા રાખતી

હતી કે મને તરત જ નોકરી મળી જશે અને બધું ઠેકાણે પડી જશે, પણ એ ન બન્યું. મારો નાનકડો સફેદ ગ્રીક પોશાક ધારણ કરીને એક પછી એક નાટકના મૅનેજરોની મેં મુલાકાતો લેવી શરૂ કરી. દરેકનો એક જ જવાબ હતો કે વસ્તુ સુંદર છે, પણ દેવળ માટે લાયક છે.

અઠવાડિયાં પસાર થતાં ગયાં અને પૈસા ખૂટતા ગયા. દાદીમાના ઝવેરાતની પણ કંઈ વધુ કિંમત ઊપજી નહીં. પરિસ્થિતિ વિકટ બની. મકાનનું ભાડું ભરવાના પૈસા ખૂટ્યા. ઘરધણીએ અમારો સામાન રાખી લીધો અને એક દિવસ એવો આવ્યો કે અમે મા-દીકરી ખિસ્સામાં એક પાઈ વિનાનાં રસ્તા ઉપર ભટકતાં થઈ ગયાં.

પૂંજીમાં તો સુંદર રીતે ગૂંથેલું ગળાનું કૉલર બાકી રહ્યું હતું. આ વસ્તુને વેચવા માટે સૂર્યના પ્રચંડ તાપમાં કલાકોના કલાકો સુધી ભટકી. ઠેઠ બપોર પછી એમાં હું ફાવી. મને યાદ છે કે એના મને દસ ડૉલર મળ્યા હતા. એમાંથી ઘરનું ભાડું ભરાઈ ગયું અને બાકી વધેલા પૈસામાંથી ટમેટાંની એક ટોપલી ખરીદ કરી. આ ટમેટાં ઉપર અમે સાત દિવસ ગાળ્યા. ખાવા રોટલી કે મીઠું પણ ન હતું. બિચારી મારી મા તો એટલી બધી નબળી થઈ ગઈ કે એ લાંબો સમય બેસી પણ શકતી નહીં. સવારના પહોરમાં હું મૅનેજરોની મુલાકાતો લેવા માટે નીકળી પડતી; પણ નિષ્ફળ નીવડતી. છેવટે કંટાળીને મેં ગમે તે કાર્ય સ્વીકારવાનું નક્કી કર્યું. બેકારોને કામે ચડાવતી એક સંસ્થા મેં શોધી કાઢી અને ત્યાં અરજી કરી.

'તમે શું કામ કરી શકશો?' સ્ત્રી અધિકારીએ પૂછ્યું.

'ગમે તે.' મેં જવાબ આપ્યો.

'ઠીક, તમે કોઈ પણ કાર્ય કરવા માટે અશક્તિમાન છો, એમ મને લાગે છે.' તેણે સંભળાવ્યું અને હું ચાલી ગઈ.

અતિ નિરાશામાં, મેં 'મેસોનિક ટેમ્પલ રૂફ ગાર્ડન'ના મૅનેજરને અરજી કરી. મેં તેની સમક્ષ મેન્ડેલસોહનનું 'વસંતગીત' ગાતાં ગાતાં નૃત્ય કર્યું. મોઢામાં ચિરૂટનો ટોટો રાખીને એક આંખ ઉપર એનો ટોપો ઢાંકીને, એ ભાઈસાહેબ બાદશાહી ઠાઠથી મારું નૃત્ય નિહાળતા હતા. સાહેબને વાચા ફૂટી:

'વાહ, તું તો ઘણી સુંદર અને નમણી છો, તું તારો બધોય નાચ બદલી નાખ તો હું તને રાખી લઈશ.'

છેલ્લા ટમેટાના ભોજન પછી અશક્તિને લીધે મૂર્છિત દશા અનુભવતી મારી માતા મારી આંખો સામે તરી આવી. મૅનેજરે મને નૃત્ય માટેનાં એને ગમતાં, એ સમયે વપરાતાં થોડાં આભૂષણો લાવવાનું કહ્યું.

પણ મારે એની આજ્ઞા પ્રમાણે આ બધું લાવવું ક્યાંથી? એની પાસે અગાઉથી

પૈસા માગવા એ પણ ખરાબ કહેવાય, એટલે મેં કહ્યું: 'ભલે સાહેબ, આવતી કાલે આ વસ્તુઓ લઈને આવીશ. ચિકાગોની ગરમ હવા ખાતી ખાતી હું તડકામાં ઊપડી. દુ:ખથી થાકેલી, ભૂખથી પીડાતી, રસ્તા ઉપર આમ-તેમ ભટકી. એવામાં મારી નજર માર્શલ ફીલ્ડની વિશાળ દુકાન ઉપર પડી. અંદર ગઈ અને પૂછ્યું કે મૅનેજર ક્યાં છે? મને અંદર લઈ જવામાં આવી. ટેબલની સામે ખુરશી ઉપર એક ફૂટડો જુવાન બેઠો હતો. એના ચહેરા ઉપર મમતા રમતી હતી. મેં તેને કહ્યું કે: 'મારે નૃત્ય માટેનાં થોડાં આભૂષણો જોઈએ છે, મને ઉધાર આપો, નોકરી ઉપર લાગી જઈશ એટલે નાણાં આપીશ.' હું નથી જાણતી કે કઈ પ્રેરણાના બળે તેણે મારી વાત સ્વીકારી. મને વસ્તુઓ મળી. વર્ષો પછી જ્યારે હું તેને મળેલી ત્યારે તો એ કરોડપતિ થઈ ગયો હતો. એનું નામ ગૉર્ડન સેલ્ફીજ. બગલમાં પોટલું મારીને હું ઘેર પહોંચી અને જોયું તો અશક્ત બનેલી મારી માતા હવા ખાતી પથારીમાં પડી હતી. થોડી રહેલી શક્તિ એકત્ર કરીને તે બેઠી થઈ, જે કપડાં લાવી હતી તેમાંથી મારે માટે નૃત્યના શણગાર આખી રાત બેસીને બનાવ્યા. આ પોશાક સાથે હું પેલા મૅનેજર પાસે સવારમાં હાજર થઈ ગઈ. વૃંદવાદન મારે માટે તૈયાર હતું.

'તમને કયું સંગીત ફાવશે?' તેણે પૂછ્યું.

આ પ્રશ્ન માટે હું જરા પણ તૈયાર ન હતી. વિચાર પણ કર્યો ન હતો. તરત જ મેં જવાબ આપ્યો: 'વૉશિંગ્ટન પોસ્ટ.' એ સમયે આ ચીજ ઘણી પ્રચલિત હતી. વાતાવરણમાં સંગીતના સૂરો ઊઠ્યા. વાદ્યોના સૂરે સૂરે મારા હૃદયમાંથી નવા ભાવો પ્રગટ્યા, નૃત્યના અંગમરોડમાં એ ભાવોનો આવિષ્કાર થયો અને હું નૃત્ય કરતી રહી. મૅનેજર તો ખુશ થઈ ગયો. મોઢામાંથી સિગારેટ કાઢીને એ બોલ્યો:

'વાહ, ઘણું સરસ! તું કાલે રાત્રે આવ અને તારા નૃત્યની ખાસ જાહેરાત કરીશ.'

અઠવાડિયાના પચાસ ડૉલર તેણે મને આપવાનું નક્કી કર્યું. અગાઉથી આપવાની ઉદારતા દાખવી. મેં મારું નામ બીજું ધારણ કર્યું હતું. આ રૂફ ગાર્ડનમાં નૃત્ય કરતી વખતે મને વિજય મળ્યો પણ મારા દિલમાં એક વાત ખૂંચતી હતી. મૅનેજરના મનપસંદ પ્રમાણે નૃત્ય, એણે સૂચવેલા પોશાક સાથે કરવું પડતું. આપણને આ ન ફાવે, મૅનેજરે મને વધારે સમય રાખવાનું કહ્યું અને મુસાફરી ઉપર પણ લઈ જવાનું જણાવ્યું ત્યારે મેં તેને ના સુણાવી દીધી. અમે તો ભૂખમરાના સકંજામાંથી છટક્યાં એટલે નિરાંત. પ્રજાને પણ નૃત્ય ગમ્યું પણ એ નૃત્ય મારા વિચારોની વિરુદ્ધ હતું. આવું આ નૃત્ય પહેલી અને છેલ્લી વાર જ કર્યું.

ચિકાગોમાં એ ઉનાળો દુઃખના સંસ્મરણોથી ભરપૂર છે અને પછી તો જ્યારે જ્યારે હું ચિકાગો જતી ત્યારે રસ્તાઓ જોઈને ભૂખની આકરી વેદનાની ભ્રાંતિ અનુભવતી.

દુઃખના આ દાવાનળમાં અમે મા-દીકરી પસાર થતાં હતાં, પણ મારી માતાએ આ દિવસો દરમિયાન ઘેર પાછા જવાનો એક પણ શબ્દ ઉચ્ચાર્યો નથી.

એક દિવસ કોઈએ મને એક સ્ત્રી પત્રકારનું સરનામું આપ્યું, એનું નામ અંબર. ચિકાગોના એક મોટા વર્તમાનપત્રની એ સહતંત્રી હતી. પંચાવન વર્ષની, દુર્બળ દેહવાળી, ઊંચી તાડ જેવી એ સ્ત્રીને હું મળી. એને માથે રાતા વાળ હતા. નૃત્ય વિશેના મારા વિચારો મેં તેની સમક્ષ રજૂ કર્યા. મારી મા સાથે તેણે મને 'બોહેમિયા'માં આવવાનું કહ્યું, કારણ કે એ સ્થળ બધા કલાકારો અને સાક્ષરોનો અખાડો હતો. તે દિવસે સાંજે અમે ત્યાં ગયાં. એક ઊંચા મકાનના છેલ્લા માળામાં બધા માનવીઓ લહેર કરતા હતા. આ અખાડામાં મોજ માણતા પ્રતિભાશાળી કલાકારો અને સાક્ષરો જેવા માણસો મેં ક્યાંય જોયા નથી. આ બધાની વચ્ચે અંબર બેઠી હતી અને પુરુષ જેવા અવાજે બોલતી હતી.

'ઓ બધા ભલા બોહિમિયનો – કળાકારો અને સાક્ષરો, એકત્ર થાઓ, જુઓ જુઓ.'

એ તો બોલ્યે રાખતી અને બિયરની મસ્તીમાં ચડેલા આ લોકો જોરથી ગીતો ગાતા અને આનંદના પોકારો પાડતા.

આ બધા ધૂની માનવીઓની વચ્ચે હું આવી ચડી. નૃત્ય વિશેના મારા વિચારો તેમણે સાંભળ્યા અને બધા છક થઈ ગયા. શું કરવું એની તેમને સમજણ જ ન પડી; એમ છતાં પણ તેઓએ માન્યું કે હું સુંદર નાની છોકરી હતી અને મને રોજ સાંજે ત્યાં આવવાનું આમંત્રણ આપ્યું. આ મંડળ ઘણાં વિચિત્ર ભેજાંના માનવીઓના શંભુમેળા જેવું હતું. કવિઓ, કળાકારો, નટ વગેરે દરેક દેશના અહીં પ્રતિનિધિઓ હતા. એ બધાના જીવનમાં એક વાત સામાન્ય હતી. કોઈના ખિસ્સામાં એક રાતી પાઈ પણ ન હતી. મને તો એ પણ શંકા આવી કે મારા જેવા આમાંના કેટલાક કલાકારોને ઘેર ખાવા ધાન પણ નહીં હોય. આ જગ્યાએ એકત્ર થતા ત્યારે સેન્ડવિચીઝ અને બિયરના બાટલા મળતાં અને તે પણ પેલી અંબરની ઉદારતાને આભારી હતું.

આ બધા કળાકારોમાં મિરોસ્કી નામનો પોલૅન્ડનો રહીશ એક માણસ હતો. ઉંમર આશરે પિસ્તાળીસ વર્ષની હશે. રાતા વાંકળિયા વાળ, રાતી દાઢી અને વેધક આંખોવાળો એ સામાન્ય રીતે ઓરડાના એક ખૂણામાં સિગારેટના ધુમાડા કાઢતો અને બીજા કલાકારો પ્રત્યે માર્મિકભાવે મલકાતો બેઠો રહેતો. આ બધાની

વચ્ચે હું એ દિવસો દરમિયાન નૃત્ય કરતી, એમાં એ એકલો જ મારા નૃત્યને અને એના વિશેના મારા આદર્શને સમજી શક્યો. એ ઘણો ગરીબ હતો છતાં પણ મને અને મારી બાને જમવાનું આમંત્રણ આપતો. ઘણી વાર અમને 'ટ્રૉલી'માં બેસાડીને પાસેના પ્રદેશમાં લઈ જતો અને જંગલની ગોદમાં અમે ભોજન કરતાં. સોનેરી લાલ ફૂલોનો તેને ભારે શોખ હતો, અને જ્યારે જ્યારે મને મળવા આવતો ત્યારે ખોબો ભરીને ફૂલો લાવતો. જ્યારે એ રક્તવર્ણાં સોનેરી પુષ્પો જોઉં છું ત્યારે મિરોસ્કીની લાલ દાઢી અને તેના રાતા વાળ યાદ આવે છે.

એ વિચિત્ર માનવી કવિ અને ચિત્રકાર હતો અને ચિકાગોમાં થોડો ધંધો કરીને પોતાનું ગુજરાન ચલાવવાનો પ્રયત્ન કરતો પણ એમાં એ ફાવ્યો નહીં. અડધો ભૂખે મરતો હતો.

એ સમયે એના પ્રેમની કરુણ કથા સમજવા જેટલી શક્તિ મારામાં ન હતી, કારણ કે હું ઘણી નાની હતી. મારે મન જીવન એટલે અદ્‌ભુત મહાકાવ્ય હતું. પ્રેમના શારીરિક પ્રત્યાઘાતોનો પરિચય ન હતો. પણ હું શારીરિક વાસનાને સમજી શકું એ પહેલાં તો મિરોસ્કીમાં મારા સહવાસને પરિણામે એ વાસના જાગ્રત થઈ ચૂકી હતી. પિસ્તાળીસ વર્ષનો આ માનવી મારા જેવી નિર્દોષ, નાની બાળાના પ્રેમમાં આંધળો બનીને પડ્યો હતો. મારી બાને આ બાબતની જરા પણ ગંધ ન હતી. અમને બંનેને ઘણા સમય સુધી એકલાં ફરવા દેતી. જંગલોના એકાંતમાં અમે સાથે ફરતાં, માનસશાસ્ત્રના નિયમ પ્રમાણે એકાંતની અસર માનવીના મન ઉપર થયા વિના રહેતી નથી.

આખરે મિરોસ્કી મને ચુંબન કરવાની ઉત્કટ લાલસાને રોકી ન શક્યો, અને મને તેની સાથે પરણવાનું કહ્યું. હું માનું છું કે મારા જીવનનો આ મહાન પ્રેમકિસ્સો હતો.

ગ્રીષ્મઋતુનાં ગાન પૂરાં થયાં અને અમારી પાસે પૈસા ખૂટ્યા. મેં નક્કી કર્યું કે ચિકાગોમાં કંઈ કરી શકવાની આશા નથી અને આપણે તો ન્યૂયૉર્ક જવું જોઈએ. પણ કેવી રીતે? એક દિવસ છાપાંમાં વાંચ્યું કે ઑગસ્ટીન ડેલી એની મંડળી સાથે શહેરમાં જ છે, મને લાગ્યું કે મારે તેને મળવું જોઈએ, કારણ કે કલામય અને સૌન્દર્યભરી રંગભૂમિના વ્યવસ્થાપક તરીકે તેણે અમેરિકામાં કીર્તિ મેળવી હતી. ખિસ્સામાં અરજી નાખીને થિયેટરના દરવાજા આગળ ઘણા દિવસો મે બગાડ્યા. રોજ મારું નામ કોઈની સાથે અંદર કહેવડાવતી, પણ કોણ દાદ આપે? મને એમ કહેવામાં આવ્યું કે ઑગસ્ટીન ડેલી બહુ જ કામમાં છે માટે તમારે એના હાથ નીચે કામ કરતાં બીજા મૅનેજરને મળવું. આ વાત મેં સ્વીકારી

નહીં. મેં તો કહ્યું કે મારે ઑગસ્ટીન ડેલીને જ મળવું છે, કારણ કે ઘણું જરૂરી કામ છે. છેવટે એક દિવસ સંધ્યા અને રાત્રિના મિલન સમયે આ શક્તિશાળી વિભૂતિની સમક્ષ મને લઈ જવામાં આવી. ઑગસ્ટીન ડેલી ખરેખર દેખાવડો હતો પણ અજાણ્યા પ્રત્યે કેવો વિકરાળ દેખાવ કરીને બેસવું જોઈએ એ બરાબર જાણતો હતો. એનો આ દેખાવ જોઈને હું ગભરાઈ અને હતી એટલી હિંમત એકઠી કરીને મેં લાંબું અને અસામાન્ય ભાષણ કર્યું:

મિ. ડેલી, આપની સમક્ષ મારે એક મહાન વિચાર રજૂ કરવાનો છે. અને આ દેશમાં તમે એક જ એવા માણસ છો કે જે એ વિચારને સમજી શકે. મેં એક નૃત્યની શોધ કરી છે. બે હજાર વર્ષ થયાં જે કલા અદૃશ્ય થઈ ગઈ હતી એ કલાને મેં શોધી કાઢી છે. આપ તો રંગભૂમિના ઉચ્ચ કોટિના કલાકાર છો પણ આપની રંગભૂમિ ઉપર પ્રાચીન ગ્રીસનાં કરુણ નૃત્યોની ખામી છે અને તેથી હાથપગ વિનાના શરીર જેવી આપની કળા છે. હું આપની સમક્ષ એ નૃત્ય લાવી છું. જમાનાની સૂરતને ફેરવી નાખે એવા વિચારો સાથે આવી છું. મેં તેને ક્યાંથી શોધી કાઢી છે તે કહું? પૅસિફિક સાગરનાં ઊછળતાં મોજાંઓના નૃત્યમાંથી, વૃક્ષોનાં ફરફરતાં પાંદડાંઓમાંથી, યૌવનના ઘેરા ગુલાબી રંગે રંગાયેલ યુવાન અમેરિકાની નૃત્ય કરતી આકૃતિ મેં ખડી કરી છે–મેં નિહાળી છે. વૉલ્ટ વ્હીટમૅન એ આપણી ભૂમિ ઉપર પાકેલો મહાકવિ છે, એનાં કાવ્યોના કદમ સાથે કલમ મિલાવે એવું નૃત્ય મેં સર્જ્યું છે. સાચ્ચે જ, એ મહાકવિની હું જીવતીજાગતી કવિતા છું. જે નૃત્યોમાં અમેરિકાનાં દર્શન કરી શકાય એવાં નૃત્યો હું અમેરિકાનાં બાળકો માટે સર્જીશ. આપની રંગભૂમિ ઉપર જે આત્માની ખોટ હતી એ આત્મા લઈને આપની સમક્ષ આવી છું. મિ. ડેલી, નૃત્યના દેહમાં વસી રહેલો એ આત્મા છે. આપ જાણો છો કે હું આગળ વધી, કારણ કે મને ભય હતો કે એ મહાન મૅનેજરની અધીરાઈ વચમાં જ બોલી ઊઠશે કે બસ કરો. બહુ થયું. ઊંચે સાદે મેં ચાલુ રાખ્યું.

આપ જાણો છો કે નૃત્ય એ રંગભૂમિની માતા છે, નૃત્યમાંથી જ રંગભૂમિનું સર્જન થયું છે અને પહેલો નટ એ નૃત્યકાર જ હતો. તેણે નૃત્ય કર્યું અને સંગીત ગાયું. એમાંથી કરુણકથાનો જન્મ થયો. આપની રંગભૂમિ ઉપર જ્યાં સુધી એ કલાકાર પોતાની સ્વયંપ્રેરિત કલા સાથે ન આવે ત્યાં સુધી એ રંગભૂમિના દેહમાં સાચો પ્રાણ નહીં પ્રકાશે.

ઑગસ્ટીન ડેલી તો, જે દુર્બળ બાળક આટલી હદ સુધી હિંમત કરીને પોતાને ભાષણ આપે છે એનું શું કરવું તે સમજી જ ન શક્યો, પણ તેણે જે જવાબ આપ્યો તે આ પ્રમાણે હતો:

'ઠીક ત્યારે ન્યૂયૉર્કમાં મૂક અભિનયનો હું થોડો કાર્યક્રમ ગોઠવવાનો છું. ઑક્ટોબરની પહેલી તારીખે તમે આવો અને જો પસંદ પડશે તો તમને રાખી લેવામાં આવશે. તમારું નામ શું?'

'મારું નામ ઈસાડોરા.'

'ઈસાડોરા! વાહ, ઘણું સુંદર નામ છે! સારું ત્યારે ઑક્ટોબરની પહેલી તારીખે મને ન્યૂયૉર્કમાં મળો.'

હું આનંદની પરાકાષ્ઠાની ટોચે પહોંચી, દોડતી દોડતી મારી મા પાસે પહોંચી ગઈ.

'બા, બા, આપણી કદર કરનાર એક માનવી નીકળ્યો ખરો. બા, ઑગસ્ટીન ડેલીએ મને નોકરીમાં રાખી લીધી છે. પહેલી ઑક્ટોબરે તો આપણે ન્યૂયૉર્કની ભૂમિ ઉપર!'

'સરસ પણ રેલવેનું ટિકિટભાડું ક્યાંથી કાઢવું?' બા બોલી.

વાત સાચી; મારા મગજમાં એક વિચાર આવ્યો. સાન-ફ્રાન્સિસ્કોમાં રહેતા એક મિત્રને મેં નીચે પ્રમાણે તાર કર્યો:

'ઘણી સરસ નોકરી. ઑગસ્ટીન ડેલી. પહેલી ઑક્ટોબરે ન્યૂયૉર્ક પહોંચવું જોઈએ. ખર્ચ માટે એકસો ડૉલર તારથી મોકલો.'

અને એક અણધાર્યો બનાવ બન્યો. પૈસા તો આવ્યા પણ એ સાથે મારી બહેન એલિઝાબેથ અને મારો ભાઈ ઑગસ્ટીન પણ આવ્યાં. તારની વિગતથી તેમને ખબર પડેલી અને ધારી લીધું કે હવે તો ઈસાડોરાના નસીબના દરવાજા ખૂલી ગયા છે. અતિ આનંદના સાગર ઉપર મસ્તી માણતા આશાભર્યા હૃદયે અમે જેમતેમ કરીને ન્યૂયૉર્ક પહોંચ્યાં. મેં વિચાર્યું કે આખરે જગત જાણશે કે ઈસાડોરા કોણ છે!

મારા વિયોગના વિચારે ઈવાન મિરોસ્કી, દુઃખથી લગભગ ગાંડા જેવો થઈ ગયો. અમે શાશ્વત પ્રેમના શપથ લીધા અને મેં તેને સમજાવ્યું કે ન્યૂયૉર્કમાં નાણાં મેળવ્યા પછી આપણે સુખેથી લગ્ન કરીશું. હું લગ્નમાં માનતી હતી એટલા માટે નહીં પણ મારી બાને પ્રસન્ન રાખવા ખાતર હું ત્યારે લગ્નવિરુદ્ધ કંઈ પણ બોલતી નહીં. મુક્ત પ્રેમની ખાતર તો મેં પાછળથી સંગ્રામ શરૂ કર્યો.

* * *

૪

ન્યૂયૉર્ક જોતાં સૌથી પ્રથમ મારા મન ઉપર એવી છાપ પડી કે ચિકાગો કરતાં એ વધારે સુંદર અને કલામય છે. ફરી સાગરના સાંનિધ્યમાં આવવાથી મને આનંદ થયો. સાગરવિહોણા શહેરમાં હું અકળાઈ જતી.

સિક્સ્થ ઍવન્યૂની એક બાજુની ગલીમાં આવેલી વીશી પાસે અમે અટક્યાં. આ વીશીમાં ચિત્ર-વિચિત્ર પ્રકારના માનવીઓ હતા. પેલા બોહેમિયન્સ-કળાકારોની જેમ એમના જીવનમાં પણ એક વસ્તુ સામાન્ય હતી. એમાંનો કોઈ પણ વીશીના બિલના પૈસા ચૂકવી શકે એવો ન હતો, અને કાયમ વીશીત્યાગના ભયના સંસર્ગમાં વસનારા એ આત્માઓ હતા.

એક દિવસ સવારે શ્રી ડેલીના થિયેટરના દરવાજે ઊભી રહી અને કહેવરાવ્યું કે હું આવી પહોંચી છું. ફરી વાર હું એ મહાપુરુષની સમક્ષ હાજર થઈ. મારે મારા વિચારો તેને ફરીથી સમજાવવા એવો મારો ઇરાદો હતો પણ એ બહુ કામમાં અને ચિંતાતુર હતો. એના મુખમાંથી શબ્દો નીકળ્યા:

‘અમે પૅરિસથી જેઇન મે નામની મૂક અભિનય માટે પ્રખ્યાત બનેલી અભિનેત્રીને લાવ્યા છીએ. તમારા માટે એમાં ભાગ છે, જો તમે ભજવી શકો તો.’

હવે મૂક અભિનય એ કળા છે એમ મને કદી પણ લાગ્યું નથી, હૃદયની લાગણીઓનો આવિષ્કાર કરતી એ કળાને અને શબ્દોને કંઈ લેવાદેવા નહીં અને મૂક અભિનયના નિષ્ણાતો શબ્દોને બદલે મુદ્રાઓનો ઉપયોગ કરે છે. પરિણામે નથી એ સાચા નૃત્યકારની કળા કે નથી એ નટનો અભિનય! બન્નેના સંયોગમાંથી જન્મ પામતી એ વર્ણસંકરતા છે. તેમ છતાં પણ મારે ભાગ ભજવ્યા સિવાય છૂટકો જ ન હતો. ઘેર અભ્યાસ માટે મારો પાઠ લઈ ગઈ પણ આખીયે વસ્તુ

તદ્દન જંગલી અને મારી મહત્ત્વાકાંક્ષાઓની અને આદર્શોની સગી દુશ્મન નીકળી.

પૂર્વતૈયારીના પ્રથમ પ્રયત્નમાં તો મારી આંખ ઊઘડી ગઈ. નાની એવી જેઇન મેના મગજમાં રાઈ ભરી હતી અને દરેક પ્રસંગે એનું મગજ ફાટીને ધુમાડે જતું. મૂક અભિનયમાં મારે જેઇન મેને એમ કહેવાનું હતું કે તમે મને ચાહો છો. અંગુલિનિર્દેશથી મારે તેને કહેવું જોઈએ કે, 'તમે' ફરી એવી રીતે મારી છાતી સમક્ષ એ મુદ્રા કરીને મારે એમ બતાવવું જોઈએ કે, 'મને' અને છાતી ઉપર જોરથી હાથ પછાડીને 'ચાહો છો', એ સૂચવવાનું હતું. આ ક્રિયા મને તદ્દન હાસ્યજનક લાગી. મારા આ મૂક અભિનય પાછળ ઉત્સાહ ન હતો. તેથી મેં એટલી ખરાબ રીતે એ અભિનય કર્યો કે જેઇન મેનું મગજ હાથમાંથી છટક્યું. એ મૅનેજર ડેલી પાસે દોડી ગઈ અને જણાવ્યું કે પેલી ઈસાડોરામાં બુદ્ધિનો છાંટોય નથી અને એ કામ નહીં કરી શકે. જ્યારે મેં આ વાત સાંભળી ત્યારે મને ભાન થયું કે જો અહીંથી રખડ્યા તો પેલી વીશીમાંથી પણ અમારા લબાચા ઉપાડવામાં આવશે. મારી આંખની સમક્ષ ચિકાગોના રસ્તા ઉપર કોઈ પણ જાતના સાધન વિના, માત્ર પહેરેલ કપડે રખડતી પેલી નાની છોકરી ઈસાડોરા આવીને ઊભી રહી. મારી માતા ચિકાગોમાં કેવા દુ:ખમાંથી પસાર થઈ હતી તેનું સ્મરણ થયું અને મારા ગાલ ઉપર આંસુની ધારાઓ વહેવા લાગી. હું ધારું છું કે આ વખતે મારો દેખાવ દુ:ખી અને કરુણાજનક હતો, કારણ કે મને જોઈને શ્રીમાન ડેલીએ મુખ ઉપર ભલમનસાઈનો ભાવ ધારણ કર્યો. મારો વાંસો થાબડતાં તેણે જેઇન મેને કહ્યું:

'જોયું? એ રડે છે ત્યારે ઘણાં સુંદર ભાવ પ્રદર્શિત કરી શકે છે. જેઇન મે એ કામ બરાબર શીખી લેશે.'

પણ મારે મન તો શહીદી અને આ મૂક અભિનયની પૂર્વતૈયારીની કિંમત એકસરખી જ હતી. હું જેને ગંદી અને મૂર્ખાઈભરેલી ક્રિયાઓ ગણતી, એ ક્રિયાઓ કરવાનું મને કહેવામાં આવ્યું. એ ઉપરાંત સંગીત અને આ ભાવપ્રદર્શનની મુદ્રાઓ વચ્ચે હજાર ગાઉનું અંતર હતું. તેમ છતાં પણ છેવટે હું ટેવાઈ ગઈ, કારણ કે પરિસ્થિતિને અનુકૂળ થવું એ યૌવનનો સ્વભાવ છે.

જેઇન મે પાઈરોટનો પાઠ ભજવવાની હતી અને હું એ પાઈરોટને ચાહું છું એ બતાવવાનું હતું. સંગીતના જુદા જુદા ત્રણ ટુકડા થાય ત્યારે દરેક ટુકડે મારે આ પાઈરોટને ચુંબન કરવાનું હતું. એક વખત તો સંપૂર્ણ તૈયારી સાથે 'રિહર્સલ' કરતાં હતાં. જેઇન મે પાઈરોટના પોશાકમાં હતી અને મેં આ પ્રસંગે એવા જોરથી તો ગાલ ઉપર ચુંબનો ચોડી દીધાં કે એના ધોળા ગાલ ઉપર મારા હોઠની લાલ નિશાની પડી ગઈ. પાઈરોટનો પિત્તો ખસી ગયો, તેણે પોતાનું

અસલ સ્વરૂપ ધારણ કર્યું અને મારા કાન આમળ્યા. રંગભૂમિના જીવનની આ કેવી સુંદર શરૂઆત હશે!

તેમ છતાં પણ મૂક અભિનયની પૂર્વતૈયારીના પ્રસંગો ચાલુ રહ્યા. મારે એટલું કહેવું તો જોઈએ કે જેઇન મે મૂક અભિનયમાં અજબ અને સચોટ ભાવ પ્રદર્શિત કરી શકતી. જો એ આ જુઠ્ઠા અને મુફલિસ મૂક અભિનયના સકંજામાં ન સપડાઈ હોત તો જરૂર એ મહાન નર્તિકા નીવડત. ઘણી વાર આ મૂક અભિનય ઉપર મને ઘણું કહેવાનું મન થયું છે.

‘જો તમે બોલવા ઇચ્છતા હો તો શા માટે નથી બોલતા! મૂંગાંબહેરાંઓની શાળામાં જતા આવા હાવભાવનો પ્રયત્ન શા માટે?’

પ્રથમ રાત્રિ આવી. અભિનયપ્રસંગે પહેરવાનાં વસ્ત્રો મેં પહેરી લીધાં હતાં. ઓહ, હું તો જગત સમક્ષ કળામાં ક્રાંતિ કરીને નૂતન નૃત્ય રજૂ કરવાની હતી! આ ધારણ કરેલાં વસ્ત્રો નીચે જાણે સાચી ઈસાડોરા જ નથી. મારી પ્યારી માતા પહેલી જ હરોળમાં બેઠી હતી અને એ જરા મૂંઝાઈ ગઈ હતી. તેણે જરા પણ ઉલ્લેખ ન કર્યો કે ચાલો આપણે પાછા સાન-ફ્રાન્સિસ્કો જઈએ પણ હું જોઈ શકી કે નિરાશાએ એનું હૃદય ભાંગી નાખ્યું હતું. આટલો પ્રયત્ન કરીને અહીં આવ્યાં અને આ ભિખારી પરિણામ!

મૂક અભિનયની તૈયારીઓ ચાલતી હતી, એ દિવસો દરમિયાન અમારી પાસે પૈસા ન હતા. વીશીમાંથી અમને કાઢી મૂક્યાં હતાં અને ૧૮૦મી ગલીમાં મેં મોટા ખાલી ઓરડા રાખ્યા. એમાં કંઈ ન હતું. ટ્રામના કે ઘોડાગાડીના પૈસા પણ ન હતા. હું રોજ પગે ચાલીને ર૯મી ગલીમાં આવેલા અમારા થિયેટર ઉપર જતી. રસ્તો જરા ટૂંકો લાગે એટલા માટે હું થોડી વાર ધૂળ ખૂંદતી ખૂંદતી પસાર થતી, પથ્થર જડેલા રસ્તા ઉપર કૂદતી કૂદતી જતી અને રસ્તામાં પડેલાં લાકડાંઓના મોટા કકડાઓ ઉપરથી પસાર થતી. આવી તો મારી પાસે ઘણીયે પદ્ધતિઓ હતી. પૈસા ન હતા એટલે બપોરે હું ખાતી નહીં. બપોરે ભોજન સમયે હું એક પેટી પાછળ સંતાઈ જતી અને થાકને લીધે ત્યાં ઊંઘી જતી અને પછી બધાની સાથે ભૂખે પેટે મૂક અભિનય કરતી. આવી રીતે મૂક અભિનયની તૈયારીમાં મેં છ અઠવાડિયાં ગાળ્યાં અને પછી સાત દિવસ સુધી પ્રેક્ષકો સમક્ષ આ જ દશામાં ભજવ્યું.

ત્રણ અઠવાડિયાં પછી ન્યૂયૉર્ક છોડીને અમારી કંપની એક એક રાત્રિના રોકાણો કરતી આગળ વધી. મારા બધા ખર્ચ માટે મને દર અઠવાડિયે પંદર ડૉલર મળતા હતા. મારી મા પોતાનું ગુજરાન ચલાવી શકે એટલા માટે અર્ધા

પૈસા ઘેર મોકલી આપતી. જ્યારે અમે કોઈ ઠેકાણે રોકાતાં ત્યારે હું હોટેલમાં ઊતરતી નહીં પણ મારો મુસાફરીનો સામાન લઈને કોઈ સોંઘી વીશીની શોધમાં ઊપડતી. રોજના પચાસ સેન્ટ ખરચી શકું એટલી મારી શક્તિ હતી. આવી વીશીની શોધ માટે કેટલીક વાર તો મારે માઈલો સુધી રખડવું પડતું. આવી શોધ કેટલીક વખત મને દૂર દૂર વિચિત્ર લત્તાઓમાં ઘસડી જતી. એક ઠેકાણું મને એવું મળ્યું કે એ લોકોએ મને ઓરડો ભાડે આપ્યો, પણ કૂંચી ન આપી. એક જગ્યાએ માણસો બધાં દારૂના ઘેનમાં ચકચૂર બનીને પડ્યા હતા અને મારા ઓરડામાં ઘૂસી જવા માટે વારંવાર પ્રયત્નો કરતા, હું તો ગભરાઈ અને ઊભી થઈને એક મોટો પડદો બારણા આગળ ગોઠવી દીધો; છતાં પણ મને ઊંઘ ન આવી અને આખી રાત નજર રાખતી બેઠી રહી. મારી મુસાફરીમાં આથી વધારે ખરાબ દશાની હું કલ્પના પણ કરી શકતી નથી. જેઇન મે 'રિહર્સલ' કરતાં અને કરાવતાં થાકી જ નહીં, અને 'રિહર્સલ' સિવાય કંઈ ગમતું પણ નહીં.

મારી પાસે થોડાંક પુસ્તકો હતાં અને હું તો તે વાંચ્યે જ રાખતી. દરરોજ ઈવાન મિરોસ્કીને લાંબો પત્ર લખતી પણ મને યાદ નથી કે મારી ખરાબ સ્થિતિનો મેં એમાં જરા પણ ઉલ્લેખ કર્યો હોય.

બે મહિનાની મુસાફરી પછી આ મૂક અભિનય ન્યૂયૉર્ક પાછો આવ્યો. આ સાહસ ખેડવામાં ઑગસ્ટીન ડેલીએ ખોટ ખાધી અને જેઇન મે પૅરિસ ઊપડી ગઈ.

પણ હવે મારે શું? ફરી હું ડેલીને મળી અને મારી કળામાં રસ લેવા માટે મેં તેને સમજાવ્યો, પણ કાનમાં પૂમડાં ભરાવીને જ એ મારી વાત સાંભળતો.

'જો ઈસાડોરા, આપણે 'મિડ સમર નાઇટ્સ ડ્રીમ' નામનું નાટક ભજવવું છે. તને ગમે તો એમાં પરીનૃત્ય કર.'

નૃત્ય વિશેના મારા વિચારો એવા હતા કે એમાં માનવજાતની લાગણી અને થનગનતા ભાવોનું પ્રદર્શન થવું જોઈએ. પરીઓની વાતમાં મને જરા પણ રસ ન હતો. પણ મારે કબૂલ કરવું પડ્યું. નાટકની પ્રથમ ઉદ્‌ઘાટનક્રિયા પ્રસંગે હું ધોળો સુંદર ઝભ્ભો અને સોનેરી પાંખોમાં સજ્જ થઈ. આ પાંખો સામે મેં વાંધો ઉઠાવ્યો, કારણ કે મને તે હાસ્યાસ્પદ લાગતી હતી. ડેલીને ઘણું સમજાવ્યો કે હું પાંખો વિના પરીના સુંદર ભાવ દર્શાવી શકીશ, પણ એ માન્યો નહીં. રંગભૂમિ ઉપર પ્રથમ રાત્રિએ હું એકલી જ નૃત્ય કરવા આવી, અને મને ખૂબ આનંદ થયો, કારણ કે છેવટે માનવીઓના વિશાળ સમુદાય સમક્ષ એકલી નૃત્ય કરવા આવી અને મેં નૃત્ય કર્યું. એવું સુંદર નૃત્ય કર્યું કે પ્રેક્ષકોએ મને અતિશય આનંદના પોકારથી વધાવી લીધી. પ્રેક્ષકોની ભાષામાં કહું તો મેં 'કમાલ' કરી હતી. નેપથ્યમાં જતાં મેં આશા

રાખી હતી કે ઑગસ્ટીન ડેલી મને અભિનંદન આપશે પણ વાત એથી વિરુદ્ધ બની હતી. એ નામદાર તો ક્રોધથી લાલચોળ બની ગયા હતા.

'આ કંઈ સંગીતશાળા નથી સમજી ને?' તેઓશ્રી બોલ્યા. પ્રેક્ષકોએ કરેલી પ્રશંસાથી એ જાણે અજાણ્યો હોય. બીજી રાત્રિએ મને મારા નૃત્ય સમયે પ્રકાશની જરા પણ સગવડ ન હતી. મારે અંધકારમાં નૃત્ય કરવું પડ્યું. કંઈ સફેદ કપડું ફટફટ થાય છે એ સિવાય કોઈ કંઈ જોઈ ન શક્યું.

પંદર દિવસ ન્યૂયૉર્કમાં ગાળ્યા પછી અમે મુસાફરી ઉપર ઊપડ્યાં. ફરી એ કંટાળા ભરેલી યાત્રાઓ અને વીશીની શોધની પીડા મારે નસીબે આવી. ફક્ત મારો પગાર વધ્યો હતો; અઠવાડિયાના પચીસ ડૉલર.

આવી રીતે એક વર્ષ પસાર થયું.

હું ખૂબ જ દુઃખી હતી. મારું સ્વપ્ન, મારો આદર્શ અને મારી મહત્ત્વાકાંક્ષા વ્યર્થ જતાં લાગ્યાં. આ કંપનીમાં મને કોઈ મિત્રો પણ મળ્યા નહીં, કારણ કે આ લોકો મને વિચિત્ર ગણતા. મારી પાસે એક આધ્યાત્મિક પુસ્તક હતું. મારા હૃદયને પળે પળે કોરી નાખતા દુઃખને ભૂલવા માટે આ ફિલસૂફીનો આશ્રય લીધો અને સ્થિતપ્રજ્ઞ બનવાનો પ્રયત્ન શરૂ કર્યો. તેમ છતાં પણ મુસાફરીમાં એક છોકરીની સાથે મિત્રતા થઈ. એનું નામ મોડ વિન્ટર. રાણી ટિટેનિયાનો એ પાઠ ભજવતી. આ છોકરીનું હૃદય ઘણું જ મીઠું અને લાગણીભર્યું હતું પણ ફક્ત નારંગી ખાઈને જ જીવવાની એને વિચિત્ર ધૂન લાગી હતી. હું ધારું છું કે એ આ પૃથ્વી ઉપર જીવવા માટે સર્જાયેલ ન હતી, કારણ કે થોડાં વર્ષ પછી એ ભયંકર રક્તક્ષયથી મૃત્યુ પામી એમ મેં વાંચ્યું.

ઑગસ્ટીન ડેલીની કંપનીમાં આદા રેહનમાં નામની મહાન અભિનેત્રી હતી, પણ એની નીચેના માણસો પ્રત્યે એ નાકનું ટીચકું ચડાવીને ફરતી. કંપનીમાં મને જો કોઈ આનંદ મળતો હોય તો એનો પાઠ જોવામાં હતો. મુસાફરીમાં તો એ ભાગ્યે જ આવતી પણ ન્યૂયૉર્કની રંગભૂમિ ઉપર જ્યારે રોઝીલીન્ડ, બીયાટ્રીસ, પોર્શિયા વગેરેનો પાઠ ભજવતી ત્યારે મને ભારે આનંદ આવતો. દુનિયામાં ઉચ્ચ કક્ષામાં ગણાતી અભિનેત્રીઓમાં એનું સ્થાન છે. આ મહાન કલાકારને જીવનના સાદા વ્યવહારમાં અમારી કંપનીમાંથી કોઈ એને પ્રેમથી બોલાવે એ પસંદ ન હતું, એ એટલી બધી ગર્વિષ્ઠ અને અતડી હતી કે આવતાં-જતાં વંદન કરવામાં પણ એને વેઠ લાગતી, એક દિવસ તો નેપથ્યમાં નોટિસ મૂકવામાં આવી હતી કે:

આથી કંપનીના માણસોને જણાવવામાં આવે છે કે કોઈએ કુમારી રેહનને 'ગુડડે' કે એવી બીજી વિધિ કરવી નહીં.

ઑગસ્ટીન ડેલીની કંપનીમાં બે વર્ષ રહી પણ કુમારી રેહન સાથે વાતચીત કરીને આનંદ મેળવવાનો ધન્ય પ્રસંગ પણ મને ન મળ્યો. એનાથી નાના માણસો તો એની નજરમાં જ ન આવતા.

મને બરાબર યાદ છે કે એક દિવસ ઑગસ્ટીન ડેલી કંઈ વ્યવસ્થાના કામમાં ગૂંથાયો હતો, અમે ઊભાં હતાં અને આદા રેહનને રાહ જોવી પડી. રાહ જોવામાં એનું મગજ ચસક્યું, અમારા બધાના માથા ઉપર હાથનો ઝપાટો લગાવીને તેણે ક્રોધમાં કહ્યું: 'આ બધા નકામા માણસોની ખાતર મને શા માટે હેરાન કરો છો?'

'હું સમજી નથી શકતી કે આવી મહાન કલાકાર અને આકર્ષક આદા રેહન જેવી સ્ત્રીએ શા માટે આવી ભૂલ કરી. સિદ્ધાંતના પાયા ઉપર રચાયેલી મારી ગણતરી એવી છે કે એની ઉંમર લગભગ પચાસ વર્ષની હતી. ઑગસ્ટીન ડેલીએ એને મોઢે ચડાવી હતી અને ઑગસ્ટીન ડેલી કોઈ સુંદર છોકરીને ચૂંટીને બે કે ત્રણ અઠવાડિયાં માટે અથવા બે કે ત્રણ મહિના માટે જરા ઉચ્ચ ભૂમિકા આપતા તેથી એની સામે કદાચ ચિડાતી હોય; પણ આ વસ્તુ સામે અમુક કારણસર એ વિરોધ કરતી. એક કલાકાર તરીકે આદા રેહન પ્રત્યે મને ખૂબ જ માન છે અને એ સમયે જો તેણે મને જરાક જ પ્રોત્સાહન આપ્યું હોત તો મારા જીવનમાં એની ગણતરી મોટી હોત. પણ એ બે વર્ષ દરમિયાન તેણે મારી સામે જોયું પણ નહીં. એક વખત મને યાદ છે કે 'ટેમ્પેસ્ટ' નામના નાટકના અંતમાં મિરેન્ડા અને ફર્ડીનેન્ડનાં લગ્નપ્રસંગે હું નૃત્ય કરતી હતી ત્યારે એ નૃત્ય જોઈને કુમારી રેહને પોતાનું મોઢું ફેરવી લીધું અને એ નૃત્ય પૂરું થયું ત્યાં સુધી. આ જોઈને મારા હૃદયમાં એટલું દુઃખ થયું કે હું માંડમાંડ નૃત્ય પૂરું કરી શકી.

કંપની મુસાફરી કરતી છેવટે ચિકાગો આવી. ફરી એ ઉનાળો હતો, મારા ધારેલા પ્રિયતમને જોઈને મને ખૂબ આનંદ થયો. ગરમીના દિવસો હતા એટલે બપોરે અમે 'રિહર્સલ' કરતા નહીં. ઈવાન મિરોસ્કી અને હું જંગલોમાં ફરતાં; ઈવાન મિરોસ્કીની બુદ્ધિપ્રતિભાની હું પ્રશંસક બની. થોડાં અઠવાડિયાં પછી હું ન્યૂયૉર્ક ગઈ. જતાં જતાં એ નક્કી કરી રાખેલું કે ઈવાન મિરોસ્કીએ મારી પાછળ ત્યાં આવવું અને પછી અમે પરણીશું. મારા ભાઈને આ વાતની ખબર પડી ગઈ, ઈવાન મિરોસ્કી વિશે તેણે તરત જ પૂછપરછ શરૂ કરી દીધી અને ખબર પડી કે તે પરણેલ છે અને તેની સ્ત્રી લંડનમાં છે. ઘા ખાઈ ગયેલી મારી માતાએ અમને જુદાં પાડવાની હઠ લીધી.

* * *

૫

હવે તો આખું કુટુંબ ન્યૂયૉર્કમાં હતું. અમે સ્ટુડિયો રાખ્યો એની સાથે સ્નાનગૃહ હતું. નૃત્ય માટે જગ્યાની સગવડ ખાતર અમે ઓરડામાં ફક્ત સાદડીઓ જ પાથરતા. સ્ટુડિયોની દીવાલો ઉપર પડદા લટકાવી દીધા. દિવસ દરમ્યાન એ સાદડીઓ સંકેલી લેતા અને રાત્રે એ જ સાદડીઓ પથારીના રૂપમાં ફેરવાઈ જતી. પાથરવા માટે ગાદલાં ન હતાં. આ સ્ટુડિયોમાં એલિઝાબેથે શાળા શરૂ કરી. મારો ભાઈ ઑગસ્ટીન કોઈ નાટકકંપનીમાં જોડાયો હતો એટલે ભાગ્યે જ ઘેર આવતો. ઘણે ભાગે તો એ મુસાફરીમાં જ ફરતો. બીજો ભાઈ રેમન્ડ પત્રકારત્વના ધંધામાં પડ્યો. ખર્ચને પહોંચી વળવા માટે, સ્ટુડિયો કલાકના હિસાબે વક્તૃત્વકળાના શિક્ષકોને, સંગીત શિક્ષકોને વગેરેને ભાડે આપતા. અમારો સ્ટુડિયો એટલે એક ઓરડો! જ્યારે આવી રીતે ભાડે અપાતો ત્યારે અમારું કુટુંબ એ સમય દરમ્યાન બહાર ફરવા નીકળી પડતું. મને યાદ છે કે આવી રીતે વરસતા બરફમાં અમે સેન્ટ્રલ પાર્ક સુધી આવતા, ફરી પાછા ઘેર જતા અને દરવાજાની બહાર ઊભા રહીને જો કોઈ વર્ગ ચાલતો હોય તો સાંભળતા. એક શિક્ષક તો કાયમ એની એ જ કવિતા શીખવતો અને વધારે પડતી કોમળ લાગણીઓ દર્શાવતો એ ગાતો, પછી એનો શિષ્ય એ કાવ્ય કોઈ પણ જાતના ભાવ દર્શાવ્યા વિના સીધી રીતે ગાઈ જતો. આથી પેલો શિક્ષક બૂમો પાડતો કે:

'શું તમે કાવ્યની કોમળતા નથી અનુભવતા? એ કોમળતા તમને સ્પર્શતી નથી?'

આ સમયે ઑગસ્ટીન ડેલી હવે એક ગેઇશા-જાપાનીઝ નર્તકીને લાવ્યો હતો. તેણે મને ત્રણ છોકરીઓની સાથે ગીત ગાવા મૂકી. આવી રીતે સંગીત ગાવામાં

મને કદી પણ ફાવ્યું નથી! મારી સાથેની બીજી ત્રણ છોકરીઓ એમ કહેતી કે તેમને હું બેસૂરા બનાવી દઉં છું. પછી હું ખાલી મોઢું ફાડીને એક પણ શબ્દ ઉચ્ચાર્યા સિવાય આ સમૂહગાનમાં મદદરૂપ થઈ પડતી. મારી મા મને કહેતી કે ઈસાડોરા, બીજા લોકો ગાય છે ત્યારે એમના ચહેરા જોવા જેવા થઈ જાય છે પણ તારા ચહેરાની સુંદરતા તું ગુમાવતી નથી.

ઑગસ્ટીન ડેલીએ ગેઇશાનું નવું ધતિંગ ઊભું કર્યું અને ડેલી સાથેનો મારો સંબંધ તંગ થતો ગયો. એક દિવસ રંગભૂમિ ઉપર અંધકારમાં હું નીચે પડી હતી અને રડતી હતી, એવામાં ઑગસ્ટીન ત્યાંથી પસાર થયો. એણે મને આ દશામાં જોઈ. તેણે મને રડવાનું કારણ પૂછ્યું. મેં જવાબ આપ્યો કે: રંગભૂમિનું નિષ્પ્રાણ વાતાવરણ અને જે વિચિત્ર વસ્તુઓનો શંભુમેળો ગોઠવાય છે તે મારાથી સહન થઈ શકતું નથી.

તેણે કહ્યું, 'તું તો ઠીક પણ મનેય ગેઇશા ગમતી નથી પણ મારે પૈસા બાબતનો તો ખ્યાલ રાખવો જોઈએ ને.' મને જરા આશ્વાસન આપવા ખાતર મારા વાંસા ઉપર એણે હાથ ફેરવ્યો પણ હું તો ચિડાઈ ગઈ અને બોલી:

'ઑગસ્ટીન ડેલી, મારા જેવી અસામાન્ય બુદ્ધિશાળી વ્યક્તિને અહીં રાખવામાં શું ફાયદો મેળવવાના છો? મારી શક્તિનો તો જરા પણ ઉપયોગ થતો નથી.'

ડેલી આ સાંભળીને ચમક્યો અને મને જોઈ જ રહ્યો 'હં' એટલું બોલી એ ચાલ્યો. ડેલીને મળવાનો એ છેલ્લો પ્રસંગ હતો. થોડા દિવસ પછી હિંમત કરીને મેં મારું રાજીનામું એના હાથમાં મૂક્યું. રંગભૂમિ પ્રત્યે મને બરાબર સૂગ ચડી હતી. એના એ હાવભાવ અને શબ્દોનું અવિરત પુનરાવર્તન, એકસરખી રાત પછી રાત અને અનિચ્છાએ હૃદયના બદલવા પડતા ભાવો અને જીવનને નીમડવાની બીજી કાઈ દૃષ્ટિ જ ન મળે. ટૂંકમાં ઘાંચીના બળદ જેવી આ દશામાં મને ન ફાવ્યું.

ડેલીને છોડીને હું મારા સ્ટુડિયોમાં આવી. પૈસા ખૂટી ગયા હતા અને ફરી મેં મારો સફેદ નાનો ઝભ્ભો ધારણ કરી લીધો. મારી મા સંગીત વગાડતી અને હું નૃત્ય કરતી. દિવસ દરમ્યાન તો અમે સ્ટુડિયોનો ઉપયોગ કરતાં નહીં અને રાત્રે બિચારી મારી મા સવાર સુધી મારા નૃત્ય માટે સંગીત ચલાવતી.

આ સમયે એથલબર્ટ નેવીનના સંગીતે મને આકર્ષી. એ જબ્બર સર્જક હતો. એની સુરાવટથી પ્રચલિત થયેલાં ગીતો સાથે મેં મારા નૃત્યનો સુમેળ સાધ્યો. એક દિવસ જ્યારે સ્ટુડિયોમાં હું અભ્યાસ કરતી હતી ત્યારે દરવાજો ઊઘડ્યો અને ધૂંવાંપૂંવાં ચકળવકળ આંખો કરતો અને માથાના વાળ ઊભા થઈ ગયા હોય એવો એક માનવી દાખલ થયો. એ જુવાન હતો છતાં કોઈ ભયંકર દર્દના સકંજામાં

સપડાઈ ગયો હોય એમ લાગ્યું અને પાછળથી એ સાચ્ચે જ એ દર્દથી મૃત્યુ પામેલો. મારી તરફ એ ધસ્યો અને બૂમો પાડીને બોલવું શરૂ કર્યું.

'હું બરાબર સાંભળું છું. તું મારા રચેલા સંગીતના સૂરો સાથે નૃત્ય કરે છે. હું મનાઈ કરું છું, એ સંગીતની હું મનાઈ કરું છું. એ નૃત્ય માટે નથી. એના સૂરો સાથે નૃત્ય કરવાનો કોઈને અધિકાર નથી. એ તો મારું પોતાનું છે.'

મેં તેનો હાથ પકડ્યો અને ખુરશીમાં બેસાડતાં કહ્યું: 'આપ અહીં બિરાજો; જુઓ, હું આપની સમક્ષ એ સંગીત સાથે નૃત્ય કરું છું. આપ નામદારને પસંદ ન પડે તો હું ફરી કદી પણ આપના સંગીત સાથે નૃત્ય નહીં કરું.'

પછી મેં એના 'નારકીસસ'ના ગીતના સૂરોને નૃત્યમાં ઉતાર્યા. એ કરુણ કાવ્યમાં યુવાન નારકીસસ ઝરણામાં પોતાનું પ્રતિબિંબ નિહાળતો ઊભો છે અને ધીમે ધીમે એ પોતાના પ્રતિબિંબના સૌન્દર્યના પ્રેમમાં પડે છે. છેવટે એ ત્યાં ને ત્યાં ગળી જાય છે અને ફૂલ બની જાય છે. સંગીતકાર એથલબર્ટ નેવીન આ નૃત્ય આંખો ફાડીને જોઈ જ રહ્યો. છેલ્લા સ્વરો પૂરા થાય છે કે તરત જ એ ખુરશીમાંથી કૂદીને મારી તરફ ધસે છે. મારી આસપાસ હાથ વીંટાળીને મને નીરખે છે અને એની આંખોમાં પાણી આવી જાય છે. છેવટે એ બોલે છે:

'ઓહો, તમે સ્વર્ગદૂત છો. તમે દિવ્ય છો; સંગીતના સર્જન સમયે મારી કલ્પનામાં આજ ચિત્ર રમી રહ્યું હતું.'

બીજાં પણ એનાં ગીતોને મેં નૃત્યમાં ઉતારી બતાવ્યાં અને એ વધુ ને વધુ ઉત્સાહી બનતો ગયો. છેવટે પોતે જ પિયાના ઉપર બેઠો અને તરત જ 'વસંત' નામનું નૃત્ય મારે માટે તૈયાર કર્યું. મને પશ્ચાત્તાપ થાય છે કે આ નૃત્ય સમયે ઘણી વાર મારી સાથે સંગીત વગાડ્યું છે પણ મેં આ ઉતારી ન લીધું.

નૃત્ય જોઈને નેવીનનું મગજ આનંદથી ભરપૂર થયું. મારે આ નૃત્ય કાર્નેગી હૉલના સંગીતરૂમમાં કરવું અને તેણે મારી સાથે વગાડવું એની તેણે સૂચના કરી. નૃત્યને લગતી બધી માથાકૂટ નેવીને કરી. રૂમ ભાડે રાખવો, રજા લેવી વગેરે વગેરે. એ રોજ સાંજે મારી પાસે પૂર્વતૈયારી માટે આવતો. એથલબર્ટ નેવીન વિશે હંમેશાં હું માનતી આવી છું કે સંગીતસર્જનની એનામાં બધી શક્તિઓ હતી પણ પેટનો ખાડો પૂરવા માટે તેને સતત જીવનયુદ્ધ ખેલવું પડતું અને તેની છેવટ સુધીની આ કરુણ સ્થિતિએ તેને નાની ઉંમરે મોતના મુખમાં ધકેલી દીધો. આમ જો ન બન્યું હોત તો અમેરિકાની જીભે એનું નામ કાયમને માટે ચડી જાત.

મારા પ્રથમ કાર્યક્રમે વિજય મેળવ્યો. એક પછી એક બીજા કાર્યક્રમો ગોઠવાયા અને પરિણામે ન્યૂયૉર્કમાં સનસનાટી ફેલાઈ ગઈ. મારા વિજયનો સુંદર પ્રચાર

કરી શકે એવો શક્તિશાળી માનવી અમે મેળવ્યો હોત તો મારી કારકિર્દી ઉજ્જ્વળ બનત પણ અમે એટલા વ્યાવહારિક ન હતા. અમે તો સીધા માણસો હતા.

પ્રેક્ષકવર્ગમાં ઉચ્ચ સમાજની સ્ત્રીઓ હતી. આ કાર્યક્રમમાં મળેલો વિજય એ સ્ત્રીઓના બંગલાઓના દીવાનખાના સુધી ખેંચી ગયો. અમને આમંત્રણો મળ્યાં. ઉનાળો ચાલ્યો આવતો હતો. શ્રીમતી એસ્ટરે અમને આમંત્રણ આપ્યું. ન્યૂપોર્ટ રહેતી હતી. શ્રીમતી એસ્ટર એટલે અમેરિકાની મહારાણી... ઇંગ્લાંડની મહારાણી જેવી. એના પ્રસંગમાં આવતા લોકો એના મહારાણી જેવા ઠાઠમાઠથી અંજાઈ જતા અને એક પ્રકારની ગભરામણ અનુભવતા. મારી પ્રત્યે એની વર્તણૂક ઘણી સરસ હતી.

બહાર બાગની લીલોતરી ઉપર તેણે મારાં નૃત્યો ગોઠવ્યાં હતાં અને આ પ્રસંગે ન્યૂપોર્ટનાં ઉચ્ચ કુટુંબોની સ્ત્રીઓ મને જોવા આવી હતી. ન્યૂપોર્ટ એટલે 'ફેશન'નું ધામ. પછી બીજી જગ્યાઓએ પણ મારો કાર્યક્રમ ગોઠવાયો. ઉચ્ચ કુટુંબની આ સ્ત્રીઓ તિજોરીનાં બારણાં ઉઘાડવામાં બહુ સાવધાન રહેતી હતી. કદાચ વધારે પૈસા અપાઈ જાય તો! અમે માંડમાંડ અમારી મુસાફરી અને ખાવાપીવાનું ખર્ચ કાઢી શક્યાં. હા, એ સ્ત્રીઓ અમારું નૃત્ય જોતી અને માનતી પણ ખરી કે સુંદર છે પણ એમને મને પૂછવાનું ભાન ન હતું કે હું મારું ગુજરાન કેવી રીતે ચલાવું છું. ન્યૂપોર્ટની મુલાકાતે મારા ઉપર નિરાશાની છાપ મૂકી. આ લોકો પોતાની ખોટી મોટાઈનાં બણગાં ફૂંકવામાં જ ગૂંથાયાં હતાં. એમની આંખમાં લક્ષ્મીએ ખોટા આડંબરનાં આંજણ આંજ્યાં હતાં. એ લોકોના જીવનમાં કળાની દૃષ્ટિ જ ન હતી.

એ સમયે આ લોકો એમ માનતા કે કળાકારોની કક્ષા હલકી છે—એમના ભાડૂતી નોકરોથી સહેજ જરા ઉચ્ચ, આથી વધારે નહીં. અમેરિકાના લોકશાસનના વડા પ્રધાન તરીકે પેડરેસ્કી આવ્યા ત્યાર પછી કળાકારો વિશેની આ માન્યતામાં સુધારો થતો ચાલ્યો.

જેમ કેલિફોર્નિયામાં મને બહુ ગમ્યું નહીં તેમ ન્યૂયૉર્કમાંથી કોઈ સારા સ્થળે, સારા વાતાવરણમાં નાસી છૂટવાની મારામાં પ્રબળ ઇચ્છા પ્રગટ થઈ. મારા સ્વપ્નમાં લંડન આવીને ઊભું રહ્યું. એ શહેરના લેખકો, કળાકારો જ્યૉર્જ મેરીડીથ હેન્રી જેઇમ્સ, વૉટસ, સ્વીનબર્ન, વ્હીસ્ટલર વગેરે મારી આંખો સમક્ષ આવીને ઊભા. આ નામો પાછળ જાદુ હતું અને સત્ય જણાવું તો ન્યૂયૉર્કના મારા અનુભવ દરમ્યાન કોઈએ મને બૌદ્ધિક સહકાર કે મારા વિચારોને પ્રોત્સાહન આપવા માટે મદદ પણ આપી નથી.

આ દરમ્યાન એલિઝાબેથે શરૂ કરેલી અમારી શાળાએ પ્રગતિ કરી હતી અને અમે એક ઓરડાવાળું મકાન છોડીને બે ઓરડાવાળું મકાન ભાડે રાખ્યું. વિન્ડસર હોટેલના ભોંયતળિયે. પછી અમને સમજાયું કે નૃત્ય શીખવાની લોકો જે કિંમત આપે છે એમાંથી આ મકાનનું ભાડું અને બીજો ખર્ચ કાઢવો મુશ્કેલ છે. દર અઠવાડિયે અમે નેવુ ડૉલર ભાડું ભરતાં હતાં. ખરી રીતે બહારથી એમ જણાતું હતું કે અમારું ગાડું બરાબર ચાલે છે પણ બૅન્કમાં રાખેલાં નાણાંમાંથી રકમ ઓછી થવા લાગી. વિન્ડસર હોટેલ એટલે અંધારિયું! અમને ત્યાં રહેવામાં આનંદ આવતો નહીં અને વળી ખર્ચને પહોંચી વળવાની માથાકૂટ. એક રાત્રે હું અને મારી બહેન સગડી પાસે તાપતાં તાપતાં વિચાર કરતાં હતાં કે હોટેલનાં બિલનાં નાણાં કેવી રીતે ભરવાં! હું એકદમ બોલી ઊઠી: 'પૈસા ભરવાની આ આફતમાંથી બચવું હોય તો હોટેલને આગ લગાડી દેવી!' હોટેલના ત્રીજે માળે એક બહુ જ પૈસાદાર સ્ત્રી ઠાઠમાઠથી રહેતી હતી અને ભોજનગૃહમાં રોજ સવારે બરાબર આઠ વાગ્યે નાસ્તો લેવા આવતી. અમે નક્કી કર્યું કે મારે આવતી કાલે સવારે તેને મળવું અને તેની પાસેથી પૈસા ઉધાર માગવા, અને મેં તે પણ કર્યું. પણ એ ડોશીમા ચિડાઈ ગયાં. મને પૈસા આપવાની સાફ ના સુણાવી અને હોટેલની કૉફી ખરાબ છે એ વિશે ફરિયાદ કરવા લાગ્યાં.

'આ હોટેલમાં હું આટલાં વર્ષ રહી છું પણ હવે જો મને ખરાબ કૉફી આપશે તો હું હોટેલ છોડીને ચાલી જઈશ.'

બપોર પછી તો તેણે હોટેલ છોડી; આખીયે હોટેલને આગની જ્વાળાઓએ ઘેરી લીધી અને એ ડોશીમાના દેહની રાખ થઈ ગઈ! એલિઝાબેથ તો કમ્મર કસીને નૃત્યશાળાનો સામાન હાથોહાથ બહાર કાઢવા લાગી; પણ અમારી પાસે કંઈ બચ્યું ન હતું. અમારી પાસે જે કાંઈ હતું તે આગમાં બળી ગયું. કુટુંબનાં કીમતી ચિત્રો પણ ગયાં. અમારે મન આ ચિત્રોની ઘણી કીમત હતી. એ જ રસ્તા ઉપર આવેલ બર્કિંગહામ હોટેલના એક રૂમમાં અમને આશ્રય મળ્યો અને થોડા દિવસ પછી તો જે દશામાં અમે ન્યૂયૉર્ક આવ્યાં એ દશા ફરી પ્રાપ્ત થઈ. ખિસ્સામાં એક ફૂટી બદામ પણ ન મળે! મિલકતમાં માત્ર પહેરેલાં કપડાં! 'નસીબ આવું અવળચંડું છે, આપણે હવે લંડન જવું જ જોઈએ.' મેં કહ્યું.

* * *

૬

આ બધા કમનસીબ બનાવોએ ન્યૂયૉર્કમાં અમને તંગ હાલતમાં મૂકી દીધાં. વિન્ડસર હોટેલની આગ પછી અમારી પાસે કંઈ સામાન પણ ન હતો, કપડાં બદલવા માટે પણ બીજાં વસ્ત્રો ન હતાં. ઑગસ્ટીન ડેલી સાથેનો પરિચય, ન્યૂપૉર્ટમાં કરેલાં મેં નૃત્યો વગેરે પ્રસંગોનું સ્મરણ મને કડવું ઝેર જેવું લાગ્યું–માત્ર એક ભ્રાંતિ જ લાગી. મને થયું કે જો અમેરિકામાંથી આ જ પ્રાપ્ત કરવાનું હોય તો જે ભૂમિ ઉપર અમારી સામે દરવાજા બંધ કરવામાં આવ્યા છે, એ દરવાજાની સાંકળ શા માટે ખખડાવવી? ગમે તેમ કરીને લંડન પહોંચવું એ મારી પ્રબળ ઇચ્છા બની રહી.

કુટુંબમાં હવે અમે ચાર માણસો હતા. મારો ભાઈ ઑગસ્ટીન નાટક કંપનીની મુસાફરી દરમ્યાન રોમિયોનો પાઠ ભજવતાં ભજવતાં સાચ્ચે જ સોળ વર્ષની જુલિયેટના પ્રેમમાં પડી ગયો. નાટકકંપનીમાં એ સોળ વર્ષની છોકરી જુલિયેટનો પાઠ ભજવતી હતી. એક દિવસ એ ઘેર આવ્યો અને પોતાના લગ્નની વાત કરી. કેમ જાણે રાજદ્રોહનો ભયંકર ગુનો કર્યો હોય તેમ એના પગલાને વખોડી કાઢવામાં આવ્યું. એની વાતથી તો જાણે મારી મા ઉપર વીજળી પડી. ગમે તે કારણ હોય, પણ હું સમજી નથી શકતી કે શા માટે બા આટલી ઉશ્કેરાઈ ગઈ હતી. મારા પિતા જ્યારે પહેલી વાર મળવા આવ્યા હતા અને જે ધમાલ તેણે કરી હતી એવી જ ધમાલ આ વખતે તેણે કરી. આ પ્રસંગનું મેં આગળ વર્ણન કર્યું છે. એ બીજા ઓરડામાં ચાલી ગઈ અને ભડાક કરતાં બારણાં બંધ કરી દીધાં. એલિઝાબેથ અવાચક બની ગઈ અને ભાઈ રેમન્ડ તો મૂર્છિત દશા અનુભવવા લાગ્યો. હું એકલી જ એવી હતી કે જેને કંઈ લાગણી થઈ. ગુસ્સે થયેલા ઑગસ્ટીનને મેં કહ્યું કે કંઈ વાંધો નહીં, ચાલ

મારી ભાભી મને બતાવ. તે મને બાજુની ગલ્લીમાં આવેલી એક અંધારી લૉજમાં લઈ ગયો. એક પછી એક પાંચ સીડીનાં પગથિયાંઓની યાત્રા કર્યા પછી એક રૂમમાં મેં રોમિયોની જુલિયેટ જોઈ. ભાઈની નવવધૂ શરીરે નબળી પણ સુંદર હતી અને માંદી હોય એમ લાગ્યું. બંનેએ મને એક ખાનગી વાત કરી કે અમે એક નાનકડા મહેમાનની આશા રાખીએ છીએ.

લંડનની મુસાફરીમાંથી ઑગસ્ટીનને રદ કરવામાં આવ્યો. કુટુંબનો એવો અભિપ્રાય થયો કે ઑગસ્ટીન આડે રસ્તે ચડી ગયો છે. અને જે દિવ્ય નસીબની શોધમાં અમે હતાં તેને માટે એ નાલાયક છે.

અને ફરી અમે, ઉનાળાની શરૂઆતમાં, અમારા સ્ટુડિયોમાં આવી ચડ્યાં. પૈસા ન હતા. મારા મગજમાં મેં એક નવા વિચારનો પ્રકાશ જોયો. જે ધનવાન સ્ત્રીઓ સમક્ષ હું પહેલાં નાચી હતી તેમની પાસે લંડનની મુસાફરીના ખર્ચ પૂરતાં નાણાં માટે વિનંતી કરવી. સૌથી પ્રથમ તો હું ૫૯મી ગલ્લીમાં રાજમહેલ જેવા એક મકાનમાં રહેતી સ્ત્રીને મળવા ગઈ. અમે આગમાં કેવી રીતે ખુવાર થયાં, અમેરિકાએ અમારી કદર ન કરી અને લંડનમાં ખ્યાતિ મેળવવાની મારી આશાની વાત કરી. વાત સાંભળ્યા પછી તેણે ટેબલનું ખાનું ઉઘાડ્યું, ચેક-બુક કાઢી અને ચેક લખ્યો. ગડી વાળીને મને આપ્યો. મારી આંખમાં આંસુ આવ્યાં અને હું કૂદકા મારતી ઘેર જવા નીકળી, પણ અરે! રસ્તામાં જોયું તો ફક્ત પચાસ ડૉલરનો જ એ ચેક હતો. પચાસ ડૉલરમાં લંડન કેવી રીતે જવું?

લાખોપતિની એક બીજી સ્ત્રી પાસે હું ગઈ. પહેલાં કરતાં અહીં મને એકદમ ઠંડો જવાબ મળ્યો અને અશક્ય વિનંતી માટે ઉપરથી ઠપકો આપ્યો. તેણે મને સમજાવ્યું કે જો હું 'બૅલે' નૃત્ય જાણતી હોત તો જુદી વાત હતી અને તેણે આવું નૃત્ય જાણનાર એક સ્ત્રીને લાખ્ખો ડૉલર કમાતાં જોઈ હતી! આગ્રહપૂર્વક વિનંતી કરતાં મારા મગજમાં ગરમીનું દબાણ થયું. આંખે અંધારાં આવ્યાં અને તમ્મર ખાઈને બાજુમાં પડી. એ સમયે બપોરના બાર વાગ્યા હતા અને મેં કંઈ પણ ખાધું ન હતું. પેલી સ્ત્રીને જરા દુઃખ થયું હોય એમ લાગ્યું. નોકરને બોલાવવા માટે તેણે ઘંટડી વગાડી. સુંદર પોશાકમાં સજ્જ થયેલો નોકર મારે માટે ચૉકલેટનો એક કપ અને ટોસ્ટ લાવ્યો. ટોસ્ટ અને ચૉકલેટ ઉપર મારાં આંસુ પડતાં હતાં. છતાં પણ તેને સમજાવવાનો મેં પ્રયત્ન ચાલુ રાખ્યો.

'એક દિવસ એવો આવશે કે જ્યારે હું પ્રખ્યાત બનીશ અને એ કીર્તિ તમારે ફાળે જશે, ભવિષ્યમાં એમ કહેવાશે કે અમેરિકાની નર્તિકાની તમે જ કદર કરી હતી.'

છેવટે, આશરે સાઠ લાખ ડૉલરના ઢગલા ઉપર બેઠેલી આ સ્ત્રીએ મને એક ચેક આપ્યો, ફરી પચાસ ડૉલર! પણ તેણે કહ્યું:

'તું જ્યારે પૈસા કમાય ત્યારે મને પાછા મોકલી આપજે.'

મેં કદી પણ એ પૈસા મોકલ્યા નથી, એને આપવા કરતાં કોઈ ગરીબને આપવાનું પસંદ કરેલું.

આવી રીતે લાખોપતિની સ્ત્રીઓ પાસે જતી અને પૈસાની માગણી કરતી. પરિણામ એ આવ્યું કે લંડનની મુસાફરી માટે મારી પાસે ત્રણસો ડૉલર જેવી સારી રકમ ભેગી થઈ ગઈ. સામાન્ય સ્ટીમરના બીજા વર્ગની ટિકિટના ખર્ચ માટે આ રકમ પૂરતી ન હતી. રેમન્ડે સસ્તા ભાડામાં લઈ જાય એવી સ્ટીમરની તપાસ શરૂ કરી. ઢોરઢાંખર લઈ જતી એક બોટ તેની નજરમાં આવી. રેમન્ડે આખો ઇતિહાસ સ્ટીમરના કપ્તાનને કહ્યો. વાત સાંભળીને કપ્તાનનું હૃદય પીગળ્યું અને નૌકાખાતાના નિયમ વિરુદ્ધ તે અમને એની સ્ટીમરમાં મુસાફરો તરીકે લઈ જવા કબૂલ થયો. એક દિવસ સવારે હાથમાં ઝોળીઓ લઈને અમે બોટ ઉપર ચડી ગયાં. ટ્રંક વગેરે તો બળી ગયું હતું. અમે ઊપડ્યાં. બોટમાં પુરાયેલાં ચાર પગવાળાં પ્રાણી મુસાફરોની દશા કરુણ હતી. એકબીજાની સાથે શિંગડાં ઘસીને તેઓ હૃદય વલોવી નાખે એવી રીતે ભાંભરતાં હતાં અને કેટલાંક દુ:ખને લીધે ઊંહકારા કરતાં હતાં. રાત અને દિવસ આ હૃદયભેદક દૃશ્ય જોઈને રેમન્ડ તો માંસાહારીમાંથી શાકાહારી બની ગયો; માંસનો તેણે ત્યાગ કર્યો.

સાગરની સુંદરીઓ જેવી વિશાળ અને બાદશાહી ઠાઠમાઠવાળી સ્ટીમરોની મુસાફરીમાં આનંદ લૂંટતાં મેં ઘણી વાર આ ઢોરને પૂરવાની બોટનું સ્મરણ કર્યું છે.

અમારા ખોરાકમાં ફક્ત મીઠું નાખેલું માંસ અને જાણે ઘાસ ઉકાળ્યું હોય એવી ચા; બીજું કંઈ નહીં. આવી રીતે બે અઠવાડિયાં સુધી સસ્તું ભાડું ને સિદ્ધપુરની યાત્રા કરતાં અમે હલ્લ આવી પહોંચ્યાં. આ બોટમાં મુસાફરી કરતાં અમે અમારાં સાચાં નામ આપતાં શરમાયાં હતાં અને તેથી મારી માની માનું નામ અમે ધારણ કર્યું હતું. મારું નામ મેં મેગી ઓ'ગોરમન રાખ્યું હતું.

આ વહાણ ઉપર થયેલો પહેલો મિત્ર આઇરિશ હતો. એની સાથે ચાંદની રાતો ગાળી હતી અને તે મને વારંવાર કહેતો: 'મેગી ઓ'ગોરમન, જો તું મને પરણે તો પતિ તરીકે હું જરૂર સારો નીવડીશ.' કોઈ કોઈ રાત્રિએ વહાણનો કપ્તાન અમારે માટે વ્હિસ્કી લાવતો અને બધાને ઘેનમાં મસ્ત બનાવતો. ટૂંકમાં એ મુસાફરી હતી. ફક્ત પાંજરે પુરાયેલાં પેલાં ગરીબ પ્રાણીઓનું રુદન અમારા ઉપર અસર કરી જતું.

મે મહિનાની સવારે હલ્લના કિનારે મેગી ઓ'ગોરમન અને એના જેવાં બીજાં ત્રણ ઊતર્યાં. તરત જ ટ્રેન પકડી અને ચારેનો કાફલો લંડન આવી પહોંચ્યો. હું ધારું છું કે 'ધી ટાઇમ્સ' પત્રમાં આવેલી એક જાહેરાત વાંચીને મારબલ આર્યર્ક પાસે ઊતરવાનું એક સ્થળ શોધી કાઢ્યું. એક પેની ભાડાની બસમાં પરમ આનંદની અવધિ માણતા અને અમારી પાસેથી પસાર થતી નવી દુનિયાને નીરખીને અમે આશ્ચર્ય અનુભવતાં. આવી લહેરી રખડપટ્ટીમાં અમે થોડા દિવસો ગાળ્યા પણ અમે ભૂલી ગયાં કે આ શોખને પૂરો પાડવા માટે અમારી પાસે પૂરતી સગવડ ન હતી, અમે તો વેસ્ટ મિનિસ્ટર એબે, બ્રિટિશ મ્યુઝિયમ, સાઉથ કેન્સિંગ્ટન મ્યુઝિયમ, ક્યૂ ગાર્ડન્સ, રીચમોન્ડ પાર્ક, હેમ્પટન કોર્ટ વગેરે સ્થળો જોવા માટે ઊપડી જતાં અને થાકીપાકી લૉજમાં આવતાં, કેમ જાણે અમેરિકાથી આનંદ પર્યટને આવેલા મુસાફરો હોઈએ અને કેમ જાણે અમેરિકાથી બાપા પૈસા મોકલતા હોય! થોડાં અઠવાડિયાં પસાર થયાં અને લૉજની માલિક સ્ત્રીએ ક્રોધે ભરાઈને પૈસાની ઉઘરાણી કરી અને અમારું આનંદ પર્યટનનું સ્વપ્ન ભાંગીને ભુક્કો થઈ ગયું. અમારી આંખ ઊઘડી ગઈ.

એક દિવસ નૅશનલ ગૅલરીમાંથી સુંદર ભાષણ સાંભળીને પાછા આવ્યા અને જોયું તો અમારી રૂમનાં બારણાં બંધ કરવામાં આવ્યાં; સામાન અંદર હતો, અમે બહાર મોઢું વકાસીને ઊભાં રહ્યાં. અમે અમારાં ખિસ્સાં તપાસ્યાં અને જોયું તો બધાની વચ્ચે માત્ર છ શિલિંગ જ બાકી રહ્યા હતા. મારબલ આર્ક અને કેન્સિંગ્ટન ગાર્ડન પાસે આવ્યાં, ત્યાં બેઠાં બેઠાં હવે બીજું કયું પગલું ભરવું તેનો વિચાર કરતાં બેઠાં.

* * *

૭

અમારા મનના પડદા ઉપર અમારા જીવનના પ્રસંગોને સિનેમાની જેમ જોઈએ તો જરૂર અમારા મુખમાંથી શબ્દો સરી પડે કે: 'શું સાચ્ચે જ આવું બન્યું હતું?' મહાન લેખક ચાર્લ્સ ડિકન્સની કલ્પનામાં રમતાં ચાર પાત્રો જેવાં અમે લંડન શહેરની શેરીઓમાં ભટકતાં હતાં. આજે આ ક્ષણે એ પ્રસંગને હું ભાગ્યે જ સાચો માની શકું છું. અમે છોકરાંઓ દુ:ખની આ હારમાળાઓમાંથી હસતાં હસતાં પસાર થઈ શકીએ પણ બિચારી મારી બાએ તો જીવન દરમ્યાન દુ:ખો અને મુશ્કેલીઓ સહન કરેલી, પણ આ ઉંમરે તેણે અત્યારની હાડમારીઓને જીવનના સામાન્ય પ્રસંગો જેવી ગણી એ વાતને આજે હું વિચારું છું ત્યારે મને એ તદ્દન અસંભવિત લાગે છે.

લંડન જેવા શહેરમાં મિત્રો ક્યાંથી હોય? એક રાત સૂવા માટે પણ કોણ આશ્રય આપે? અમે તદ્દન અનાથ શહેરની શેરીઓમાં ભટક્યાં. બે-ત્રણ હોટેલો ચકાસી જોઈ પણ તેમાં ન ફાવ્યાં, કારણ કે અમારી પાસે કંઈ પણ સામાન ન હતો એટલે અગાઉથી પૈસા માગતા. બે-ત્રણ લૉજ તપાસી અને એવો જ ઉદ્ધત જવાબ મળ્યો. છેવટે અમે ગ્રીનપાર્કના બાંકડાનો આશ્રય લીધો પણ ભીમકાય પોલીસદાદા આવ્યા અને અમને ત્યાંથી ઊઠીને આગળ વધવાનો હુકમ કર્યો.

ત્રણ દિવસ અને ત્રણ રાત સુધી આ ચાલ્યું. એક પેનીના એક પાંઉ ઉપર અમે દિવસો વિતાવ્યા છતાં પણ અમારામાં આશ્ચર્યજનક શક્તિ જળવાઈ રહી હતી. બ્રિટિશ મ્યુઝિયમ - સંગ્રહસ્થાનમાં અમે દિવસો પસાર કરતાં. 'વીન્કલમૅનની એથેન્સની યાત્રા' એ નામના પુસ્તકનો અંગ્રેજી અનુવાદ વાંચતાં હું રડી પડી. અમારી કમનસીબી ઉપર નહીં પણ એથેન્સથી શોધખોળ કરીને પાછા ફરતા વીન્કલમૅનના કરુણ મૃત્યુ માટે.

પણ ચોથા દિવસના પ્રભાતે મેં કંઈ નક્કી કર્યું કે હવે તો હદ આવી ગઈ છે. કંઈક કરવું જ જોઈએ. મારી બાને, એલિઝાબેથને અને રેમન્ડને જણાવી દીધું કે તમે બધા એક પણ શબ્દ બોલ્યા વિના મારી પાછળ પાછળ ચાલ્યાં આવો. અમે બધાં નીકળી પડ્યાં અને સીધા સડસડાટ લંડનની સારી ગણાતી એક હોટેલમાં ઘૂસી ગયાં. અર્ધનિદ્રામાં પડેલા પટાવાળાને મેં કહ્યું:

'અમે હમણાં જ રાતની ગાડીમાં આવ્યાં છીએ. લિવરપૂલથી અમારો સામાન પાછળ પાછળ આવે છે. માટે તું અમને ઊતરવા માટે જુદા ઓરડાની સગવડ કરી આપ અને એ દરમ્યાન થોડો નાસ્તો મોકલી આપ. કૉફી અને કેક ભૂલતો નહીં.'

પટાવાળાએ હુકમને અમલમાં મૂક્યો. આખો દિવસ અમે બાદશાહી પલંગમાં સૂઈ રહ્યાં. વચમાં વચમાં હું ઊઠતી અને ઉપરથી પટાવાળાને નીચે ટેલિફોન કરતી કે: 'શું હજી સુધી અમારો સામાન આવ્યો નથી? કપડાં બદલ્યા સિવાય અમારાથી કોઈ રીતે બહાર નીકળી શકાય એમ નથી.'

'સામાન આવી પહોંચશે એટલે જણાવીશ.' પટાવાળાનો આ જવાબ હતો.

પણ સામાન હતો જ કોની પાસે કે આવે! રાત્રે પણ અમે ત્યાં જમ્યાં. વિચાર કર્યો કે આ પ્રપંચને પણ હદ હોય છે. આ કાવતરું લાંબું નહીં ચાલે અને બીજે દિવસે પરોઢિયે એટલે જે સમયે અમે આ હોટેલમાં દાખલ થયાં હતાં એ સમયે આ હોટેલની બહાર ગુપચુપ નીકળી ગયાં. આવ્યા ત્યારે પટાવાળાને જગાડ્યો હતો, ગયા ત્યારે એની નિદ્રામાં ભંગ ન પાડ્યો!

આરામ લઈને પ્રફુલ્લિત બનેલાં અમે ફરી લંડનના રસ્તાઓ ઉપર આવી ચડ્યાં અને દુનિયાની સામે કમ્મર કસીને તૈયાર થયાં. તે દિવસે સવારે ફરતાં ફરતાં એક જૂના દેવળ પાસે આવી પહોંચ્યાં અને કબ્રસ્તાનમાં બેઠાં. રસ્તામાં પડેલું એક છાપું ઊંચકી લીધું અને વાંચવા માંડ્યું. એક સમાચાર એવા હતા કે ન્યૂયૉર્કની એક પૈસાદાર સ્ત્રી લંડન આવી હતી અને જલસાપાણી ઉડાવતી હતી. ન્યૂયૉર્કમાં આ સ્ત્રીને ઘેર મેં નૃત્ય કર્યું હતું. છાપાંમાં એના ઘરનું સરનામું તો હતું જ. મારા મગજમાં વીજળીનો ચમકાર થયો. મેં કહ્યું:

'તમે બધાં અહીં બેસી રહેજો. હું હમણાં આવી પહોંચું છું.'

એ સ્ત્રી જ્યાં રહેતી હતી ત્યાં બપોરે જઈ પહોંચી. સદ્‌ભાગ્યે એ ઘેર જ હતી. મમતાભર્યો મને તેણે આવકાર આપ્યો અને મેં પણ તેને જણાવ્યું કે: 'હું લંડનમાં છું અને સારાં ઘરોમાં નૃત્ય કરું છું.'

'ઓ હો ઈસાડોરા, શુક્રવારે રાત્રે મારે ત્યાં ભોજનસમારંભ છે તમારો ઘણો

સુંદર ઉપયોગ થઈ શકશે. ભોજન પછી તમે તમારો નૃત્યનો કાર્યક્રમ ગોઠવી શકશો?'

હું કબૂલ થઈ અને વાતમાં મેં જરા ટકોર લીધી કે મારે અગાઉથી થોડા પૈસા જોઈએ. એ ઉદાર હતી. તરત જ તેણે દસ પાઉન્ડનો ચેક ફાડી આપ્યો અને હું દોડતી દોડતી કબ્રસ્તાનમાં પહોંચી. જોયું તો મારો ભાઈ રેમન્ડ આત્માની ફિલસૂફી ડહોળતો હતો.

'સાંભળો, સાંભળો, આવતા શુક્રવારે હું નાચવાની છું. અરે, પ્રિન્સ ઑફ વેલ્સ પણ આવે એવો સંભવ છે. આપણા નસીબના દરવાજા હવે ઊઘડી ગયા છે.'

મેં તેમને વાત કરી અને દસ પાઉન્ડનો ચેક બતાવ્યો. રેમન્ડે કહ્યું: 'હવે આપણે એકાદ મકાન અગાઉથી એક મહિનાનું ભાડું આપીને લઈ લેવું. આપણે ફરી લૉજની નીચ અને હલકા સ્વભાવવાળી સ્ત્રીમાલિકોના ગુસ્સાનો ભોગ નથી બનવું.'

કિંગ્સ રોડની આ બાજું એક નાનું મકાન શોધી કાઢ્યું અને તે દિવસની રાત ત્યાં ગાળી. ગાદલાં કે પલંગ જેવું કંઈ હતું નહીં. પથ્થરની લાદી ઉપર સૂઈ રહ્યાં, હવે અમને લાગ્યું કે ફરી અમે કળાકારોનું જીવન જીવી રહ્યાં છીએ. રેમન્ડની સૂચના સૌએ કબૂલ કરી કે હવેથી કદી પણ ભારે ખર્ચવાળી હોટેલમાં કે વીશીમાં રહેવું નહીં.

મકાનભાડું આપ્યા પછી જે કાંઈ બાકી વધ્યું હતું તેમાંથી થોડા દિવસ ચાલે એવો ખોરાક લાવી અને મારા નૃત્યના પોશાક માટે થોડાક વાર કપડું લઈ આવી. શુક્રવારે ભોજનસમારંભ પછી મેં મારા નૃત્યના કાર્યક્રમો રજૂ કર્યા, લોકો એકબીજાના કાનમાં વાતો કરતા કે:

'આટલું સુંદર કરુણ ભાવપ્રદર્શન આ છોકરી ક્યાંથી શીખી લાવી?'

આ પ્રસંગે મારી બાએ પિયાનો વગાડ્યો, એલિઝાબેથે કાવ્યો ગાયાં અને રેમન્ડે નૃત્યકલાની ભાવિ પ્રજાના માનસ ઉપર પડતી, સ્વાભાવિક અસર ઉપર નાનું એવું ભાષણ આપ્યું. ભોજન ઉપર તરાપ મારીને બેઠેલા પ્રેક્ષકોના મગજ માટે આ જરા વધારે પડતું તો હતું છતાં પણ અમારો કાર્યક્રમ સફળ થયો અને મને બોલાવનાર પેલી બાઈ ખુશ થઈ ગઈ.

સંસ્કારી અંગ્રેજ–સમાજની એ ખાસ વિશિષ્ટતા હતી માત્ર ચંપલ પહેરીને ખુલ્લે પગે પારદર્શક અભ્યાસમાં મેં નૃત્ય કરેલું છતાં પણ કોઈએ લેશ માત્ર પણ ટીકા કરી નહીં. એ લોકો એટલા બધા નમ્ર નીકળ્યા કે પોશાકની મૌલિકતા તો શું પણ નૃત્યની મૌલિકતા માટે પણ જરા જેટલીયે ટકોર કરી નહીં. દરેક જણ

એમ જ કહેતું કે 'ઘણું સુંદર', 'આશ્ચર્યજનક!', 'તમારો આભાર' અને આવાં વાક્યો અને એના જેવું કંઈક ઘણુંયે બોલતા.

પણ આ પ્રસંગ પછી જુદાં જુદાં પ્રખ્યાત ઘરોમાં મને આમંત્રણો મળ્યાં. એક દિવસ હું ઉમરાવ કુટુંબ સમક્ષ નૃત્ય કરતી હોઉં તો બીજો દિવસ એવો હોય કે કંઈ ખાવાનું જ ન મળે. કેટલીક વાર એ લોકો મને પૈસા આપતા, ઘણે ભાગે તો આપતા જ નહીં. મને આમંત્રણ આપનાર ધનવાન કુટુંબની સ્ત્રી ઘણે ભાગે એમ જ કહેતી:

'તમે ફલાણી ઉમરાવ સ્ત્રી પાસે નૃત્ય કરશો અને મોટા કુટુંબની બીજી સ્ત્રીઓ આવી હશે, મોટા મોટા જાણીતા લોકો આવશે અને તેથી લંડનમાં તમારી કીર્તિ વધશે.'

અંધ છોકરીઓની શાળા માટે ફંડ એકઠું કરવાના ઇરાદાથી મારા નૃત્યનો કાર્યક્રમ સમાજમાં આગળ પડતી સ્ત્રીએ ગોઠવ્યો. કાર્યક્રમ પૂરો થઈ ગયા પછી પ્રેક્ષકો સમક્ષ ઝોળી ધરવામાં આવી અને ઘણા પૈસા ફંડમાં મળ્યા. ફંડ ઉઘરાવતી સ્ત્રીએ મને કહ્યું:

'જોયું, તમે તો ટંકશાળ પાડી દીધી.'

પણ મને શું મળ્યું? જે સ્ત્રીએ મારો કાર્યક્રમ ગોઠવ્યો હતો તેણે મારા નૃત્યના બદલામાં પોતાના શુભ હસ્તે મને કૉફીનો કપ અને પછી આઇસક્રીમ આપ્યો. આ આઇસક્રીમ અને કૉફીના કપે મારા હૃદયમાં દુઃખ ઉત્પન્ન કર્યું.

અમારા ઉપર ક્રૂરતા ગુજારવા માટે એ લોકો કેટલા ગુનેગાર હતા એ વાત એ લોકોને હું અને મારી બા કેવી રીતે કહીએ? જરા સારા દેખાવા માટે અમે પૈસાનો ઉપયોગ પૂરો ખોરાક ખાધા વિના કપડાં પાછળ કરતાં હતાં.

ઘરમાં સૂવા માટે ખાટલા લીધા અને એક પિયાનો ભાડે રાખ્યો. અમારો ઘણો સમય અમે બ્રિટિશ મ્યુઝિયમના સંગ્રહસ્થાનમાં પસાર કરતાં હતાં. બ્રિટિશ મ્યુઝિયમના વાચનાલયમાં પણ કલાકો ગાળતાં. રેમન્ડ સંગ્રહસ્થાનમાં આવેલા ગ્રીસની કળાઓના નમૂનાઓનાં રેખાચિત્રો દોરતો. બપોરે 'રિફ્રેશમૅન્ટ રૂમ'માં એક પેનીની કિંમતવાળા પાંઉ અને કૉફી લેતાં.

લંડનનું સૌન્દર્ય નીરખીને, અતિ ઉત્સાહમાં અમે તદ્દન ચક્કર થઈ ગયાં હતાં. સ્થાપત્યકળાનું સૌન્દર્ય એની જૂની સંસ્કૃતિના સમયની જે વસ્તુઓ હું અમેરિકામાં જોતાં ભૂલી ગઈ હતી એ અહીં ધરાઈને જોઈ.

ઈવાન મિરોસ્કીને ન્યૂયૉર્ક છોડ્યા પછી એક વર્ષ સુધી જોયો ન હતો. એક દિવસે એક મિત્રે મને પત્ર લખ્યો, તેમાં જણાવ્યું હતું કે ઈવાન મિરોસ્કી

સ્વેચ્છાએ સ્પૅનીશ યુદ્ધમાં જોડાયો હતો. ત્યાં છાવણીમાં એ ટાઇફૉઈડ તાવથી મૃત્યુ પામ્યો. આ સમાચારથી મને સખત આઘાત લાગ્યો. સમાચાર સાચા છે એ હું માની જ ન શકી. હું તરત જ જૂનાં વર્તમાનપત્રો જોવા માટે ઊપડી. પાનાંઓ ઉથલાવતાં મૃત્યુને ભેટેલા સેંકડો સૈનિકોના નામમાંથી તેનું નામ મેં એક ખૂણા ઉપર જોયું.

પત્રમાં લંડનમાં રહેતી મિરોસ્કીની સ્ત્રીનું સરનામું લખેલું હતું. એટલે એક દિવસ સુંદર ઘોડાગાડી ભાડે કરીને એના ઘરની શોધમાં ઊપડી. હજુ સુધી પણ મારા ઉપર અમેરિકાના પ્યુરિટન ધર્મની આછી આછી છાયા રહી હતી અને તેથી મેં એમ માન્યું કે જે સ્ત્રી સાથે ઈવાન મિરોસ્કીને બનતું ન હતું તેને વિશે તેણે મારી સમક્ષ જરા પણ ઉલ્લેખ ન કર્યો, એ ખરેખર ભયંકર કહેવાય. પરિણામે મારો વિચાર મેં કોઈને જણાવા ન દીધો. ગાડીવાળાને સરનામું આપ્યું અને છેક લંડનના સીમાડે આવેલા એકસરખાં ગંદાં મકાનોની ચાલીઓ પાસેથી પસાર થયાં. દરેક ચાલીનું નામ બીજી કરતાં વિચિત્ર જ નીકળે. શેરવુડ કૉટેજ, ગ્લેન હાઉસ, ઈલે સિયર, એનીસમોર વગેરે બીજા આવા કાનમાં ખૂંચે એવાં ઘણા વિચિત્ર નામો હતાં. છેવટે મેં 'સ્ટેલા હાઉસ' શોધી કાઢ્યું અને બહારથી ઘંટડીનું બટન દબાવ્યું. નૂર ઊડી ગયેલા ચહેરાવાળી એક છોકરીએ દરવાજો ખોલ્યો.

મેં પૂછ્યું કે 'શ્રીમતી મિરોસ્કી ક્યાં છે?' તેણે મને ઉપરનો એક ધૂળિયો ઓરડો બતાવ્યો. હું સુંદર વસ્ત્રોમાં સજ્જ થયેલી હતી. મારા ગૂંચળિયા વાળ મારા ખભા ઉપર પડતા હતા. એને માથે મોટી 'સ્ટ્રો હૅટ' પહેરી હતી.

ઉપરના ઓરડામાં કંઈ વધારે પગરવ હોય એવું મને લાગ્યું અને તીણો ચોખ્ખો અવાજ સાંભળ્યો: 'હવે છોકરીઓ, શાંત થાઓ, શાંત થાઓ.' 'સ્ટેલા હાઉસ'માં તો કન્યાશાળા નીકળી પડી. મિરોસ્કીનું કરુણ મૃત્યુ થયું હતું તોપણ હું એક પ્રકારનો ભય અને હૃદય કોરી નાખે એવી અદેખાઈ, આ બંનેના મિલન વચ્ચેથી મહામુશ્કેલીએ પસાર થતી હતી. ત્યાં જિંદગીમાં ભાગ્યે જ જોઈ હોય એવી વિચિત્ર નાની આકૃતિને મેં દાખલ થતી જોઈ. લગભગ ચાર ફૂટની ઊંચાઈ હશે. ગળી ગયેલું શરીર, ચમકતી ભૂરી આંખો, ભૂરા વાળ અને ઝીણા, ફિક્કા દબાયેલા હોઠ. ઈવાન મિરોસ્કીની આ પત્ની!

તેણે મને આવકાર આપ્યો. એ આવકારમાં હૃદયની હૂંફ ન હતી. હું કોણ છું એ સમજાવવાનો મેં પ્રયત્ન કર્યો.

તેણે કહ્યું: 'હું જાણું છું કે તમે ઈસાડોરા છો. ઈવાને મને ઘણા પત્રોમાં તમારા વિશે લખ્યું છે.'

'હું દિલગીર છું, મારા શબ્દો થોથવાયા, તેણે મને કદી પણ તમારા વિશે વાત નથી કરી.'

'ન જ કરે; એ કદી પણ ન કરે; હું તો તેમની પાસે જવાની હતી પણ હવેહવે તો તે મરી ગયો.'

આ સ્ત્રીના અવાજમાં એવો ભાવ હતો કે હું તો રડી પડી, પછી તો તેણે પણ રડવાનું શરૂ કર્યું. કેમ જાણે અમે બંને જૂનાં મિત્રો હોઈએ!

પછી તે મને ઓરડી ઉપર લઈ ગઈ. ભીંતો ઉપર મિરોસ્કીની છબીઓ હતી. સૈનિકોના પોશાકમાં સજ્જ થયેલ યુવાન મિરોસ્કીની છબીઓ હતી. એ છબીમાં મિરોસ્કીના ચહેરા ઉપર મેં અદ્‌ભુત સૌન્દર્ય અને પ્રતિભાનું દર્શન કર્યું. આ છબી તેણે મઢાવી હતી. મિરોસ્કી લક્ષ્મીની શોધમાં અમેરિકા ગયો હતો અને છેવટ સુધી બંને પતિપત્ની સાથે રહી શકે એટલાં નાણાં એકઠાં ન કરી શક્યો વગેરે તેમના જીવનની કથા તેણે મને કહી.

'હું તો તેની પાસે જવાની હતી, પણ તેણે મને લખ્યા જ કર્યું કે થોડી વાર થોભ, થોડા વખતમાં પૈસા એકઠા થશે એટલે તને બોલાવીશ.'

કન્યાશાળામાં મુખ્ય શિક્ષિકા તરીકે આશામાં ને આશામાં વર્ષો સુધી રાહ જોયા કરી. વાળ ધોળા થઈ ગયા પણ અમેરિકા જવા માટે મિરોસ્કીએ કદી પૈસા મોકલ્યા નહીં.

મારી સાહસિક મુસાફરીઓ અને મને દેખાવે વૃદ્ધ લાગતી આ સ્ત્રીના નસીબ વચ્ચેનો મેં તફાવત જોયો અને મારે ગળે એની વાત ન ઊતરી, જ્યારે એ ઈવાન મિરોસ્કીની સ્ત્રી હતી અને જો તે ત્યાં જવા જ માગતી હતી તો શા માટે તેની પાસે ન ગઈ? વહાણના ભંડકમાં ઓછું ભાડું આપીને પણ એ જઈ શકે. હું ત્યારે અને ત્યાર પછી સમજી નથી શકી કે જો એક માણસ કંઈ કરવા માગે તો શા માટે એ ન કરી શકે? મારા મનની મુરાદોને અમલમાં મૂકતાં મેં કદી પણ રાહ જોઈ નથી. આથી મારા માથા ઉપર આફતો અને હાડમારીઓનો ધોધમાર વરસાદ વરસ્યો છે, પણ મેં હંમેશાં સંતોષ મેળવ્યો છે કે હું મારા ધારેલા માર્ગ ઉપર જઈ રહી છું. જે પતિ એને બોલાવવા માગતો હતો એ પતિને મળવા માટે, એક પછી એક વર્ષો સુધી આ ગરીબ બિચારું નાનું પ્રાણી કેટલી હદ સુધી ધીરજ ધરી શક્યું?

દીવાલો ઉપર લટકાવેલી ઈવાનની છબીઓ વચ્ચે, મજબૂત રીતે બંને હાથ દાબીને ઈવાન વિશે વાતો કરતી બેઠી જ રહી; અંધકારે સંધ્યાના ગુલાબી દેહ ઉપર તરાપ મારી ત્યારે હું ઊઠી.

ફરી કોઈ વખત આવવાનું વચન તેણે મારી પાસેથી મેળવી લીધું અને મેં પણ કહ્યું: 'કે તમારે પણ અમને મળવા આવવું જોઈએ.'

તેણે કહ્યું: 'બહેન, મને એક ક્ષણનો પણ અવકાશ નથી, સવારથી તે ઠેઠ મોડી રાત સુધી છોકરીઓએ લખેલાં લખાણો મારે સુધારવાં પડે છે અને શીખવવું પડે છે.'

હું ઘેર જવા નીકળી. આખે રસ્તે ઈવાન મિરોસ્કી અને તેની સ્ત્રીની દશા ઉપર વિચાર કરતી રડી અને સાથે સાથે મારા હૃદયમાં શક્તિના હર્ષની અને પરાજિત આત્માઓ પ્રત્યે તિરસ્કારની લાગણી અનુભવી રહી. મદોન્મત યૌવનની આવી ક્રૂરતા છે!

અત્યાર સુધી મારા ઓશીકા નીચે ઈવાન મિરોસ્કીની છબી અને તેના પત્રો લઈને સૂતી, પણ તે દિવસથી એ વસ્તુઓને મારા ટ્રંકના એક ખાનામાં છુપાવી દીધી.

જ્યારે અગાઉથી ભાડું ચૂકવેલા મકાનનો એક મહિનો પૂરો થયો ત્યારે કેન્સિન્ગટનમાં મકાન ભાડે રાખ્યું. અહીં પિયાનો હતો અને વધારે ઓરડાઓ પણ હતા. જુલાઈ મહિનો પૂરો થવા આવ્યો અને લંડનમાં કમાવાની ઋતુ પણ પૂરી થઈ. પૈસા તો થોડા હતા અને ઑગસ્ટ મહિનો ડાચું ફાડીને અમારી સામે આવતો હતો. આખો મહિનો કેન્સિન્ગટન મ્યુઝિયમમાં અને બ્રિટિશ મ્યુઝિયમના વાચનાલયમાં ગાળતા. વાચનાલય બંધ થતું ત્યારે અમે ઘેર ચાલીને આવતાં.

એક સાંજે મારી અજાયબી વચ્ચે, ટચૂકડાં શ્રીમતી મિરોસ્કીએ પોતાનાં દર્શન આપ્યાં અને મને જમવાનું આમંત્રણ આપ્યું. એ ખૂબ હાંફળી-ફાંફળી થઈ ગઈ હતી. મને મળવા આવવામાં કેમ જાણે કોઈ મોટું સાહસ ખેડી નાખ્યું હોય! ભોજન સમયે બરગન્ડી—ફ્રાન્સના ઊંચા પ્રકારનો દારૂ પણ આવ્યો. તેણે મને પૂછ્યું કે ઈવાન મિરોસ્કી ચિકાગોમાં કેવો લાગતો હતો અને શું કહેતો હતો? મેં તેને બધી વાત કરી કે તેને જંગલમાંથી સોનેરી પુષ્પો એકઠાં કરવાનો ખૂબ શોખ હતો. સૂર્યના તાપમાં એ હાથમાં પુષ્પો લઈને ઊભો રહેતો ત્યારે એના રાતા વાળ ચમકતા હતા અને મારે માટે તો એ પુષ્પ સાથે તેના નામનું સ્મરણ જડાઈ રહ્યું છે.

તે રડી અને મારી આંખોમાંથી પણ આંસુ ચાલ્યાં. ફરી અમે બરગન્ડીનો એક પ્યાલો ગટગટાવી ગયાં અને મીઠાં સંસ્મરણોના આનંદમાં ચકચૂર બન્યાં. પછી અમે જુદાં પડ્યાં.

સપ્ટેમ્બર આવ્યો. અમારા જૂના શિષ્યોની માતાઓ એલિઝાબેથ સાથે

પત્રવ્યવહાર ચલાવતી હતી અને એને ત્યાં આવવાનો આગ્રહ કરતી હતી. એક માતાએ તો અમેરિકાની મુસાફરીના પૈસા પણ મોકલ્યા. એલિઝાબેથે અમેરિકા જઈને થોડા પૈસા ભેગા કરવાનો નિશ્ચય કર્યો.

એલિઝાબેથે કહ્યું: 'કારણ કે જો હું પૈસા કમાઈશ તો થોડા તમને મોકલી શકીશ અને જ્યારે તમે ધનવાન અને પ્રખ્યાત બનશો ત્યારે હું તમારી પાસે આવી પહોંચીશ.' અમે એક દુકાને ગયાં અને એલિઝાબેથને મુસાફરીમાં કામ લાગે એવો ગરમ કોટ ખરીદ કર્યો. સ્ટીમરે લંગર ઉપાડ્યું અને એલિઝાબેથને લઈ ગઈ. ઘેર પાછા ફરવામાં અમે ત્રણ જણાં હતાં. મા-દીકરી અને દીકરો. તદ્દન નિરુત્સાહમાં અમે થોડા દિવસો પસાર કર્યા.

આનંદી અને નમ્ર સ્વભાવવાળી એલિઝાબેથ ચાલી ગઈ. ઠંડીની અસર શરૂ થઈ ચૂકી હતી. લંડનના ધુમ્મસનો અમને પહેલી જ વાર અનુભવ મળ્યો; હલકા પ્રકારના એક પેનીના ખોરાકે અમારા લોહીનું પાણી કરી નાંખ્યું હતું. બ્રિટિશ મ્યુઝિયમની મજા પણ મરી ગઈ. લાંબા લાંબા એ દિવસો હતા, કારણ કે બહાર નીકળવાની હિંમત કરી શકતા નહીં. ઉપજાવી કાઢેલ એક પાટિયા ઉપર પૂંઠાના કટકાઓથી રમત રમતાં અમે બેસી રહેતાં.

અમારો અદ્ભુત તનમનાટ ઠંડોગાર થઈ ગયો હતો અને અમારા અદમ્ય ઉત્સાહની ઇમારત ભાંગીને ચૂરેચૂરા થઈ ગઈ. આ માનસિક દશા જોઈને ખૂબ નવાઈ લાગતી. સાચ્ચે જ, અમે એવા પણ દિવસો પસાર કરેલા કે સવારે પથારીનો ત્યાગ કર્યા વિના આખો દિવસ એમાં પડી રહેતાં.

છેવટે એલિઝાબેથનો પત્ર આવ્યો અને તેણે થોડા પૈસા મોકલ્યા. ન્યૂયૉર્કમાં તેની શાળા ઠીક ચાલતી હતી. હવે અમારા હૃદયમાં સૂતેલો નિષ્પ્રાણ આત્મા જાગ્યો. અમે રહેતાં હતાં એ ઘરની મુદત પૂરી થઈ, વધારે ભાડું ખરચી શકાય એમ ન હતું અને ઓછા ભાડાનું એક બીજું મકાન રાખ્યું. એ મકાનની પાસે એક સુંદર બાગ હતો.

એક દિવસ ચાંદની રાત્રે હું અને રેમન્ડ બાગમાં નૃત્ય કરતાં હતાં ત્યારે એક અતિ સ્વરૂપવાન સ્ત્રી ફરવા નીકળી હતી, તેણે પૂછ્યું:

'અહીં તમે લોકો પૃથ્વીના કયા પ્રદેશોમાંથી આવી ચડ્યાં છો?'

મેં જવાબ આપ્યો: 'અમે આ પૃથ્વી ઉપરના આત્માઓ નથી, અમે તો ચંદ્રના પ્રદેશમાંથી આવીએ છીએ.'

તમે આ પૃથ્વીના હો કે ચંદ્રમાંથી આવતા હો. ગમે તે હો પણ તમે ઘણાં સુંદર છો. મારી સાથે મારે ઘેર આવશો?'

અમે તેના પગલે પગલે કેન્સિન્ગટન સ્કવેરમાં આવેલા તેના બંગલામાં ગયાં. લંડનના સારા ચિત્રકારોએ આ સ્ત્રીની પ્રતિકૃતિઓ આલેખી હતી તે અમે જોઈ. એ સ્ત્રી હતી પેટ્રિક કેમ્પબેલની પત્ની. તે પિયાનો બજાવવા બેઠી, થોડાં ગીતો ગાયાં અને મેં નૃત્ય કર્યું. એના કાળા વાળની વિપુલતા, કાળી ભમ્મર જેવી આંખો અને ગાંધર્વકન્યા જેવો કંઠ, આ ત્રણેયનો સરવાળો એટલે એ સ્ત્રીનું આંખો આંજી નાખે એવું સૌન્દર્ય.

અમે તેના પ્રેમમાં પડ્યાં એમ લખવા કરતાં તેણે અમને તેના પ્રેમમાં પાડ્યાં એ મને તો બરાબર લાગે છે. એના પરિચયે અમને અંધકાર અને નિરુત્સાહની જંજીરોમાંથી મુક્ત કર્યાં. એ પરિચયે અમારા વાંકાચૂકા નસીબનો રાહ પણ સીધું કરી દીધું. તેણે મને મિસિસ જ્યૉર્જ વિન્ડહામે ઉપર ભલામણપત્ર લખી આપ્યો. શ્રીમતી જ્યૉર્જ વિન્ડહામે અમારો પ્રેમભર્યો સત્કાર કર્યો અને અગ્નિથી ભરેલી સગડી સમક્ષ બેઠાં બેઠાં બપોર પછીના ચાની અમે લિજ્જત માણી. આ ઘરમાં, સંસ્કારિતાએ અને વૈભવવિલાસે એક પ્રકારનું જાદુઈ વાતાવરણ ખડું કર્યું હતું. મારે કહેવું જોઈએ કે બહાર તરફડતા માછલાને પાણીમાં પડવાથી જે આનંદ પ્રાપ્ત થાય એ આનંદ મને અહીં મળ્યો. અહીંના સુંદર વાચનાલયે પણ મને આકર્ષી લીધી.

એક દિવસ સાંજે શ્રીમતી વિન્ડહામે મારા નૃત્યનો કાર્યક્રમ યોજ્યો અને લગભગ લંડનના ઘણાખરા કલાપ્રિય અને સાહિત્યપ્રિય માનવીઓ હાજર હતા. મારા સારાયે જીવન ઉપર જેણે અસર પાડી છે એવા એક માનવીને હું મળી. આશરે તેણે પચાસ વસંતઋતુઓ જોઈ હશે. એના ભવ્ય લલાટ નીચે ઊંડાણમાં ચમકતી હીરા જેવી આંખો, કમળની દાંડી જેવી નાસિકા, કોમળ મુખ, માથા ઉપર બરાબર વચ્ચેથી બંને કાન ઉપર ઢળતા વાળ અને મુખ ઉપર પથરાતા અદ્વિતીય મધુર ભાવનું દર્શન, આવા એ માનવીનું નામ ચાર્લ્સ હેલી. એ પણ કેટલું વિચિત્ર છે કે અહીં ઘણા યુવાન માણસો આવ્યા હતા અને મારું સન્માન કરવા માટે આતુર હતા, પણ એમાંથી કોઈ પ્રત્યે હું ન આકર્ષાઈ. મને તો એમ જ થયું કે જાણે એ લોકોનું આ જગ્યાએ અસ્તિત્વ જ નથી, પણ પચાસ વર્ષની ઉંમરના આ માનવી તરફ હું તીવ્ર આકર્ષણની મનોદશા અનુભવી રહી.

મેરી એન્ડરસનના યૌવનકાળમાં આ માનવી એનો પરમ મિત્ર હતો. તેણે મને તેના સ્ટુડિયો ઉપર ચા લેવાનું આમંત્રણ આપ્યું અને ત્યાં તેણે મને મેરી એન્ડરસન 'વરજીલા' તરીકે કામ કરતી ત્યારે જે પોશાક પહેરતી તે બતાવ્યો. આ પોશાક તેણે એક પવિત્ર સ્મરણ તરીકે સાચવી રાખ્યો હતો. પહેલી મુલાકાત

પછી તો અમારી મૈત્રી ગાઢ બની અને બપોર પછી, એક પણ દિવસ એવો નહીં ગયો હોય કે તેને હું ન મળી હોઉં. કવિઓ અને કળાકારો વિશે તેણે મને ઘણી વાતો કરી. જાદુભર્યા કલાકો મેં એના સ્ટુડિયોમાં ગાળેલા અને મારા નૃત્યના આવિષ્કારમાં આ માનવીની મીઠી મિત્રતાએ ઘણો ભાગ ભજવ્યો છે.

એ સમયે ચાર્લ્સ હેલી ન્યૂ ગૅલરીનો ડિરેક્ટર હતો. આ સ્થળે બધા આધુનિક કળાકારોની કૃતિઓનું પ્રદર્શન ભરાતું. આ સ્થળે મારા નૃત્યનો કાર્યક્રમ ગોઠવવાનો વિચાર ચાર્લ્સ હેલીએ કર્યો. તેણે મારો તેના મિત્રો સાથે પરિચય કરાવ્યો. ચિત્રકાર સર વિલિયમ રિચમન્ડ અને સંગીતકાર શ્રી એન્ડ્રુલેન્ગ અને સર હબર્ટ પેરી એના મિત્રો હતા. દરેકે મારા કાર્યક્રમને અનુકૂળ ટૂંકું ભાષણ આપવાનું કબૂલ કર્યું. સર વિલિયમ રિચમન્ડે નૃત્ય અને ચિત્રકળાના સંબંધ ઉપર, એન્ડ્રુલેન્ગે નૃત્ય અને ગ્રીસની પૌરાણિક કાવ્યકથાઓ ઉપર અને સર હબર્ટ પેરીએ નૃત્ય અને સંગીતના સંબંધ ઉપર બોલવાનું નક્કી કર્યું. ન્યૂ ગૅલરીના ચોગાનમાં ફુવારા પાસે, સુવાસિત પુષ્પોમાંથી મઘમઘતા વાતાવરણ વચ્ચે મેં પ્રેક્ષકોની સમક્ષ નૃત્ય કર્યું. વિજય મળ્યો. મારી પ્રશંસા કરતાં વર્તમાનપત્રોનાં પાનાંઓમાં પ્રાણ આવ્યો અને ચાર્લ્સ હેલી ખૂબ પ્રસન્ન થયા. સમાજમાં ઉચ્ચ સ્થાન ભોગવતી દરેક વ્યક્તિ તરફથી મને આમંત્રણો મળ્યાં અને અમારાથી રિસાઈને દૂર નાસી ગયેલું નસીબ હસી ઊઠ્યું.

એક દિવસે બપોર પછી શ્રીમતી રોનેલ્ડે પોતાના નાના ઘરમાં મારું નૃત્ય ગોઠવ્યું. આ વખતે પ્રિન્સ ઑફ વેલ્સ આવ્યા હતા. ત્યાર પછી કિંગ એડવર્ડે મારું નૃત્ય જોયું અને મારી પ્રશંસા કરી. આ પ્રશંસાએ લંડનના સમાજમાં અદ્ભુત ઉત્સાહ પ્રેર્યો.

અમારી આર્થિક સ્થિતિ સુધરી અને અમે વોરવિક સ્કવેરમાં મોટું મકાન ભાડે રાખ્યું. નૅશનલ ગૅલરીમાં રોમન કળામાંથી મેં જે પ્રેરણાઓ મેળવી હતી તેને મૂર્ત સ્વરૂપ આપવામાં હું દિવસો ગાળવા લાગી.

આ ક્ષણે મારા જીવનમાં મધુર કંઠ અને સ્વપ્નઘેરી આંખોવાળા એક યુવાન કવિએ પ્રવેશ કર્યો. એનું નામ ડગ્લાસ એઇનસ્લી. દરરોજ રાત્રિના અંધકારની શરૂઆત સમયે હાથમાં ત્રણચાર પુસ્તકો લઈને આવતો અને પ્રખ્યાત કવિઓનાં કાવ્યો મારી સમક્ષ મોટેથી વાંચતો. મારી બા પણ કાવ્યો સાંભળતી અને ખાસ કરીને વિલિયમ મોરિસનાં કાવ્યો શરૂ થાય ત્યારે તે સૂઈ જતી. તરત જ પેલો યુવાન કવિ જરા નમીને મારા ગાલ ઉપર હળવેથી ચુંબન લઈ લેતો.

યુવાન કવિ એઇનસ્લી અને ચાર્લ્સ હેલી સિવાય મારે બીજા મિત્રોની જરૂર

ન હતી. આ બંનેની મિત્રતામાં હું સુખી હતી. આ બંને વચ્ચે કોઈ ત્રીજા મિત્રની મને ઇચ્છા ન હતી. સામાન્ય જુવાનિયાઓ તો મારું માથું ખાઈ જતા. અને એક સમય એવો પણ હતો કે લંડનમાં ઉચ્ચ કુટુંબોમાં મારું નૃત્ય જોઈને અનેક જુવાનો મને મળવા માટે અને બહાર ફરવા લઈ જવા માટે તલપાપડ થઈ રહ્યા હતા, પણ મારું વર્તન અને રીતભાત એટલાં ઉચ્ચ હતાં કે એ લોકો ઠરી જ જતા.

ચાર્લ્સ હેલી એની અપરિણીત બહેન સાથે કેડોગન સ્ટ્રીટમાં આવેલા એક મકાનમાં રહેતા હતા. કુમારી હેલી મારી પ્રત્યે ઘણી જ માયાળુ હતી અને ઘણી વાર નાસ્તોપાણી કરવા માટે મને આમંત્રણ આપતી. અમે ત્રણ જણાં એ વખતે નાસ્તો કરતાં ખૂબ ગપ્પાં હાંકતાં. અને એ લોકોની સાથે જ સૌથી પ્રથમ હું હેન્ની ઈરવિંગને અને એલન ટેરીને મળવા ગઈ. ઈરવિંગને મેં પ્રથમ 'ધી બેલ્સ' માં કામ કરતો જોયો અને એ મહાન કલાકારની કળાએ મારામાં એવો પ્રબળ ઉત્સાહ અને પૂજ્યભાવ પ્રગટ કર્યો કે અઠવાડિયાંઓ સુધી હું ઊંઘી ન શકી. એલન ટેરી માટે શું કહું? એ સ્ત્રી તો મારા જીવનનો આદર્શ બની રહી.

ઈરવિંગને જોયા વિના, તેની વસ્તુની સુંદર રજૂઆત કરવાની અજબ શૈલીમાં રહેલા સૌન્દર્યનો ખ્યાલ ન આવે. તેની અપ્રતિમ બુદ્ધિપ્રતિભા અને તેના નટકૌશલ્યનું વર્ણન કરવું અશક્ય છે. એ એવો અસામાન્ય કલાકાર હતો કે તેની ભૂલો-ખામીઓની પણ પ્રશંસા થતી.

એક દિવસે ચાર્લ્સ હેલીએ મહાન ચિત્રકાર વોટસની સાથે મારી મુલાકાત ગોઠવી. એના બાગમાં તેની સમક્ષ મેં નૃત્ય કર્યું. તેના ઘરમાં, ઘણાંયે ચિત્રોમાં એલન ટેરીના ચહેરાનું અદ્ભુત સૌન્દર્ય જોયું. બાગમાં અમે સાથે ફર્યા અને તેણે મને પોતાની કલા અને પોતાના જીવન વિશે ઘણી સુંદર વાતો કરી.

એલન ટેરી, એ સમયે જીવનવસંતને હિંડોળે હીંચકતી સોળે કળાએ ખીલેલી સ્ત્રી હતી. આજકાલ આદર્શ ગણાતા સૌન્દર્યથી એનું સૌન્દર્ય તદ્દન નિરાળું જ હતું. ચિત્રકાર વોટસની કલ્પના આ સૌન્દર્યની મર્યાદા વટાવીને દૂર જઈ શકતી ન હતી, આજે જો પ્રેક્ષકો એલન ટેરીને એની યુવાવસ્થામાં જોઈ શકે તો તેને જરૂર પૂછે કે ખોરાક ઉપર કેવા પ્રકારનું નિયમન મૂકવાથી આવું સુંદર અને સપ્રમાણ શરીર થઈ શકે! યુવાન અને પાતળા દેખાવા માટે આજે અભિનેત્રીઓ ખોરાકમાં અનેક જાતના ફેરફારો પાછળ પોતાનો સમય ગાળે છે. એલન ટેરીમાં એ વસ્તુ જો હોત તો હું માનવાની હિંમત કરું છું કે તેથી તેને જરૂર નુકસાન થયું હોત. તે દેખાવમાં નબળી કે એકદમ પાતળી પણ ન હતી. સપ્રમાણ દેહવાળી એ એલન ટેરી સ્ત્રી સૌન્દર્યનો આદર્શ નમૂનો હતી.

આવી રીતે લંડનમાં, હું ખૂબ બુદ્ધિશાળી અને કલાપ્રધાન વ્યક્તિઓના સંસર્ગમાં આવી. થોડા સમય માટે હું બેન્સનની કંપનીમાં જોડાઈ અને 'મિડ સમર નાઇટ્સ ડ્રીમ'ના નાટકમાં માત્ર પરીનૃત્ય કરતી. થોડા સમય પછી મને લાગ્યું કે રંગભૂમિના વ્યવસ્થાપકો મારી કળાને સમજી શકતા નથી અને એ પણ ન સમજી શક્યા કે પૈસા કમાવાની બાબતમાં મારા વિચારોનો કેવી રીતે ઉપયોગ થઈ શકત. એ પણ કેટલું વિચિત્ર છે કે પાછળથી રંગભૂમિએ મારી નૃત્યપદ્ધતિની ખરાબ નકલો કરવાનું શરૂ કર્યું.

એક દિવસ મિ. ટ્રીની પત્નીની મેં મુલાકાત લીધી. તેણે મને પ્રેમભર્યો આવકાર આપ્યો. એ વખતે એ નેપથ્યમાં કંઈ શણગાર સજતી હતી. કોઈ કાર્યક્રમની પૂર્વતૈયારીઓ ચાલતી હતી. તેની સૂચના પ્રમાણે મેં મારો નૃત્યનો પોશાક પહેર્યો અને રંગભૂમિ ઉપર એના પતિ સમક્ષ મેન્ડેલસોહનનું 'સ્પ્રિંગ સૉન્ગ — વસંતગીત' નૃત્યમાં રજૂ કર્યું. એ નામદારે નૃત્ય નિહાળ્યું. કેવી રીતે? નૃત્ય દરમ્યાન આસપાસ ઊડતી માખીઓ ઉપર જ એની દૃષ્ટિ રમતી હતી! વર્ષો પછી હું રશિયા ગઈ ત્યારે મૉસ્કોમાં તેણે મારું જગતની મહાન નર્તિકા તરીકે સન્માન કરેલું ત્યારે મેં તેને કહ્યું કે મારા નૃત્ય વખતે તમે તો ઊડતી માખીઓ ઉપર ધ્યાન રાખતા.

'શું કહ્યું?' એ ચમક્યા, 'મેં તમારું નૃત્ય જોયું, સૌન્દર્ય જોયું, તમારું યૌવન જોયું અને શું હું તેની કદર ન કરી શક્યો? આહ! હું કેવો મૂર્ખો હતો! પણ હવે... હવે તો એ સમય ગયો.'

'ના, ના એ સમય નથી ગયો,' મેં કહ્યું અને ત્યાર પછી તે હંમેશાં મારો પ્રશંસક રહ્યો.

લંડનના કવિઓ, કલાકારો અને બુદ્ધિશાળી માનવીઓ મારા નૃત્યથી મંત્રમુગ્ધ બન્યા, પણ એ સમયે મારે માટે સમજવું મુશ્કેલ હતું કે શા માટે રંગભૂમિના વ્યવસ્થાપકોના હૃદય ઉપર મારા નૃત્યે અસર ન કરી. કેમ જાણે મારા નૃત્યનો પયગામ અતિશય આધ્યાત્મિક હોય અને તેથી જ પૈસા મેળવવાની દૃષ્ટિથી રંગભૂમિને માપનારા એ વ્યવસ્થાપકોને પસંદ નહીં પડ્યું હોય.

હું મારા સ્ટુડિયોમાં આખો દિવસ કામ કરતી અને સાંજે કાવ્યો વાંચવા પેલો કવિ આવે અથવા તો ચિત્રકાર મને બહાર ફરવા લઈ જાય અને નૃત્ય કરતી નિહાળે. એ બન્નેએ નક્કી કર્યું હતું કે કદી સાથે મળવા ન જવું, કારણ કે બંને વચ્ચે વૈમનસ્ય ઉત્પન્ન થયું હતું.

કવિ મને એમ કહેતો કે 'તું એ બુઢ્ઢા માણસ સાથે કેવી રીતે સમય પસાર કરે છે તે હું સમજી શકતો નથી!' અને એ ચિત્રકાર એમ કહેતો કે 'તારા જેવી

બુદ્ધિશાળી છોકરીને એ બંદરમાં શું રસ પડે છે તે હું સમજી શકતો નથી!' પણ હું તો બંનેને ખૂબ જ ચાહતી અને મને એ બંનેની મિત્રતામાં સુખ મળતું. રવિવારો તો હેલીને માટે જ હતા. હેલી જુદી જુદી વાનગીઓ બનાવતો અને અમે સાથે જમતાં.

એક દિવસે તેણે મને પવિત્ર સ્મરણ તરીકે જાળવી રાખેલો મેરી એન્ડરસનનો પોશાક પહેરાવ્યો અને હું તેની સામે ઊભી. તેણે મારાં ઘણાં રેખાચિત્રો દોર્યાં.

અને આવી રીતે શિયાળો પસાર થયો.

* * *

૮

અમારી આવક કરતાં ખર્ચ વધારે જ હોય. પણ તેમ છતાંયે શાંતિભર્યો સમય હતો. પણ આ શાંતિભર્યા વાતાવરણે રેમન્ડને બેચેન બનાવ્યો. એ પૅરિસ ગયો અને ત્યાંથી અમને આગ્રહભર્યો તાર કર્યો કે તમે પૅરિસ આવો. એક દિવસ મા અને હું પોટલાં બાંધી પૅરિસ ઊપડ્યાં.

લંડનનું ધુમ્મસ છોડીને વસંતની એક સવારે અમે ફ્રાન્સ આવી પહોંચ્યાં. ફ્રાન્સ તો અમને સુંદર બગીચા જેવું લાગ્યું. ચેરબુર્ગથી પૅરિસ સુધીની મુસાફરીમાં ત્રીજા વર્ગની બારીમાંથી ડોકું કાઢીને લીલો પ્રદેશ જોયા જ કર્યો. પૅરિસના સ્ટેશન ઉપર રેમન્ડ મળ્યો. બંને કાન ઢંકાઈ જાય એટલા લાંબા વાળ તેણે વધાર્યા હતા અને લટકતી ‘ટાઈ’ પહેરી હતી. એનો આ વિચિત્ર ફેરફાર જોઈને અમે નવાઈ પામ્યાં પણ તેણે ખુલાસો કર્યો કે એ તો આજકાલની ફૅશન છે. રેમન્ડ પોતે જે સ્થળે રહેતો હતો ત્યાં અમને લઈ ગયો. પછી અમે મકાનની શોધમાં ઊપડ્યાં. રેમન્ડ ફ્રેન્ચ ભાષાના બે જ શબ્દો જાણતો હતો અને એ શબ્દો ઉચ્ચારતાં અમે ફ્રાંસની ગલીઓમાં ફર્યાં. એ શબ્દો હતા Chercher a atelier અમે એટલું જાણતા ન હતા કે Atelierનો સ્ટુડિયો ઘર ઉપરાંત કારખાનું એવો અર્થ થાય છે. છેવટે છેક સાંજે દૂરના લત્તામાં, મહિને પચાસ ફ્રાંકના ભાડાના ફર્નિચરવાળો એક સ્ટુડિયો ભાડે લીધો. અમે તો હર્ષમાં આવી ગયાં અને એક મહિનાનું ભાડું અગાઉથી જ આપી દીધું. આટલું બધું સસ્તું મકાન મળ્યું તેનું કારણ અમે કલ્પી ન શક્યાં, પણ રાત્રે ખબર પડી. જેવા અમે આરામ લેવા માટે નિરાંતે બેઠાં કે તરત જ ભયંકર ધરતીકંપના આંચકાથી મકાન ધ્રૂજતું હોય એમ લાગ્યું. બધી વસ્તુઓ પડી ગઈ. રેમન્ડ નીચે તપાસ કરવા ગયો અને અમે જોયું તો નીચે મોટું

કારખાનું હતું અને અમે આવા કારખાનાના ઉપલા ભાગ ઉપર આવી ચડ્યાં હતાં. પછી આટલું સસ્તું હોય એમાં શી નવાઈ! અમારો તો ઉત્સાહ ભાંગી ગયો પણ એ દિવસોમાં પચાસ ફ્રાંક એટલે અમારે મન ઘણું હતું અને તેથી મેં વાત રજૂ કરી કે માની લો કે સાગર ગર્જે છે. આપણે સાગરકિનારે છીએ, આવી રીતે મનને મનાવ્યું.

અમે બધા સવારમાં પાંચ વાગ્યે ઊઠતાં. પૅરિસમાં આવવાથી અમારા હૃદયમાં અનેરો તનમનાટ પ્રગટ થયો હતો અને લક્સમ્બર્ગના બગીચાઓમાં નૃત્ય કર્યા પછી જ અમારા દિવસની શરૂઆત થતી. વધારે કલાકો તો અમે સંગ્રહસ્થાનમાં જ પસાર કરતાં હતાં. રેમન્ડ તો ગ્રીક કલાના નમૂનાઓનાં ચિત્રો પોતાની 'સ્કેચ-બુક'માં ઉતારતો. અહીં અમે એટલો બધો સમય પસાર કરતાં કે આ વિભાગના વ્યવસ્થાપકને અમારા વિશે શંકા ઉત્પન્ન થઈ. પછી જ્યારે મેં તેને મૂક અભિનયથી સમજાવ્યું કે અમે તો નૃત્યકાર છીએ. ત્યારે તેણે માન્યું કે પોતાને આ સરળ ગાંડાઓની સાથે કામ પાડવાનું છે અને તેથી તે અમને એકલાં છોડી દેતો.

રોજ અમે ત્યાં જતાં અને છેક સાંજે તેના દરવાજા બંધ થાય ત્યારે અમને ત્યાંથી કાઢતાં. અમારી પાસે પૈસા ન હતા. પૅરિસમાં કોઈ મિત્રો ન હતા, પણ અમારે કોઈ પણ વસ્તુની જરૂર ન હતી. આ સંગ્રહસ્થાન એ જ અમારું સ્વર્ગ હતું. એ સમયે, સફેદ પોશાક અને 'લિબર્ટી હેટ'માં સજ્જ થયેલી મને, કાન ઉપર ઝૂલતા વાળ અને લટકતી 'ટાઈ'વાળા મારા ભાઈને જે લોકોએ જોયા હતા એ લોકો એમ કહે છે કે એ વખતે અમે ગ્રીકની કલા પાછળ ગાંડા થયેલા ઘનચક્કર જેવા જ દેખાતાં હતાં. પગે ચાલીને પાછા ફરતાં અમે ટ્યુલરીઝના બગીચાઓમાં આવેલી પ્રતિમાઓ નીરખતાં અને ધીમે ધીમે ઘેર પહોંચતાં. સોંઘા ભાવનો ખોરાક ખાઈને સૂઈ જતાં. અમને લાગતું કે અમે સૌથી વધારે સુખી છીએ.

રેમન્ડ રેખાચિત્રો દોરવામાં ભારે નિષ્ણાત હતો. થોડા મહિનામાં તો તેણે ગ્રીક કળાના બધા નમૂનાઓની નકલ કરી લીધી. થોડા વખતમાં પૅરિસમાં કળાની દૃષ્ટિએ જે જોવા જેવું હતું તે બધુંય જોઈ નાખ્યું.

વસંત ગઈ અને તેના પગલે પગલે ઉનાળો આવ્યો. ઈ. સ. ૧૯૦૦માં ભરાયેલું પ્રદર્શન ખુલ્લું મુકાયું. ચાર્લ્સ હેલી લંડનથી આવ્યા. મને ખૂબ આનંદ થયો. રેમન્ડને જરા ન ગમ્યું. હેલી પ્રદર્શન જોવા આવેલો. હું તેની સાથે જ ફરી. પ્રદર્શન જોવામાં આથી વધારે બુદ્ધિશાળી અને સુંદર માર્ગદર્શક મિત્ર મને ક્યાં મળી શકત. આખો દિવસ સાથે રખડતાં અને સાંજે ઍફિલ ટાવરમાં જમી

લેતાં. ચાર્લ્સ હેલી એટલે દયાનો અવતાર. હું થાકી જતી ત્યારે આરામની બધી જાતની સગવડ કરી આપતો.

રવિવારે અમે ટ્રેન પકડતાં અને વર્સેલ્સના બગીચાઓમાં અથવા તો સૅન્ટ-જર્મેઈનનાં જંગલોમાં રખડવા ઊપડી જતાં. હું તેની સમક્ષ જંગલમાં નૃત્ય કરતી અને તે મારી પ્રતિકૃતિઓ ઉતારતો. આવી રીતે આનંદમાં મેં ઉનાળો પસાર કર્યો. બિચારી મારી બા અને રેમન્ડ માટે એ એટલો બધો સારો ન થયો. ૧૯૦૦ની સાલના એ પ્રદર્શનનું એક સ્મરણ તો મારાથી નહીં ભુલાય. એ છે જાપાનના નૃત્યકાર સાદી યાકાનું હૃદયભેદક કરુણ નૃત્ય. ચાર્લ્સ હેલી અને હું એનું અદ્ભુત નૃત્ય જોવા રોજ જતાં અને કંપારી અનુભવતાં.

આથી વધારે છાપ તો પ્રખ્યાત શિલ્પકાર રોડીનની કૃતિઓએ મારા ઉપર પાડી છે. એ પ્રદર્શનમાં આખો 'રોડીન વિભાગ' જ ખોલવામાં આવ્યો હતો. પહેલી જ વાર રોડીનની કળા પ્રજા સમક્ષ રજૂ કરવામાં આવી હતી. જ્યારે સૌથી પહેલી વાર આ વિભાગમાં હું દાખલ થઈ ત્યારે શિલ્પકળાના સ્વામી રોડીનનું કાર્ય જોઈને દિંગ થઈ ગઈ. મને થયું કે મેં કોઈ નૂતન ભૂમિ ઉપર પગલાં માંડ્યાં છે. આ કળાને નહીં સમજનારા કેટલાક જંગલી લોકો ટીકા કરતા હતા કે 'આનું માથું ક્યાં છે?', 'આનો હાથ ક્યાં?' જ્યારે જ્યારે આ વિભાગ હું જોવા આવતી ત્યારે આવી જાતની ટીકાઓથી મારું લોહી તપી જતું; અને પાછા ફરીને જે હાજર હોય તેને સુણાવતી કે:

'શું તમે આટલું પણ નથી સમજતા કે આ કંઈ એક બાળક સમજી શકે એવી સંપૂર્ણ કૃતિ નથી, પણ એક પ્રતીક છે. જીવનના આદર્શનો મૂર્તિમંત વિચાર છે.'

શરદનું આગમન પ્રદર્શનના છેલ્લા દિવસે અને ચાર્લ્સ હેલી લંડન પાછો ફર્યો. જતાં પહેલાં તેણે તેના ભત્રીજાને ભલામણ કરી:

'હું ઈસાડોરાને તારા હાથમાં મૂકી જાઉં છું. સંભાળ રાખજે.'

એનું નામ ચાર્લ્સ નુફલેર્ડ. પચીસ વર્ષનો એ યુવાન અતિશય વૈભવવિલાસથી ખવાઈ ગયો હોય એમ લાગતું હતું, પણ જે નાની અમેરિકન છોકરીની સંભાળ રાખવાની ફરજ તેણે સ્વીકારી હતી તે છોકરીની સાદાઈએ તેને મંત્રમુગ્ધ કર્યો. ફ્રાન્સની કળા વિશે તે મને સંપૂર્ણ જ્ઞાન આપવા તૈયાર થયો. ફ્રાંસના ૧૩મા, ૧૪મા, ૧૫મા અને ૧૬મા લૂઈના જીવનના મહત્ત્વના બનાવોનું તેણે વર્ણન કરવું શરૂ કર્યું.

મકાન બદલ્યું અને પહેલાં કરતાં જરાક સારું મકાન ભાડે રાખ્યું. આ મકાનમાં રેમન્ડે પોતાની મૌલિક પદ્ધતિથી ગોઠવણ શરૂ કરી. ટિનનાં ત્રણ પતરાં

લઈ આવ્યો અને ગૅસના ચૂલા ઉપર તેનું મોઢું ભૂંગળું બનાવીને ગોઠવ્યું અને રોમન મશાલ જેવો દેખાવ કર્યો. પરિણામે વધુ ગૅસ વપરાયો અને બિલ પણ ઠીક ઠીક આવ્યું!

આ મકાનમાં મારી માતાએ પોતાનું જૂનું સંગીત શરૂ કર્યું. કલાકોના કલાકો સુધી તે વગાડતી. સૂવાનો જુદો ઓરડો કે નહાવા માટે સ્નાનગૃહ અમારા આ સ્ટુડિયોમાં ન હતાં. ચારેબાજુ ભીંત ઉપર રેમન્ડે ગ્રીક કળાની રજૂઆત કરી દીધી અને અમારી પાસે થોડી કોતરકામવાળી પેટીઓ હતી, એમાં અમે શેતરંજીઓ રાખતાં. રાત્રે એ શેતરંજીઓને બહાર કાઢતાં અને પેટીઓ ઉપર પાથરીને સૂઈ જતાં.

આ સમયે રેમન્ડે પોતાના પ્રખ્યાત ચંપલની શોધ કરેલી. તેને લાગ્યું કે માનવતા ઉપર જોડા જુલમ કરી રહ્યા છે. નવી શોધો કરવામાં એનું ભેજું હંમેશાં કામ કરતું અને રાત્રિનો પોણો ભાગ એ પોતાની શોધો પાછળ ગાળતો, અને ટકટક કર્યા જ કરતો. હું અને મારી બા જેટલી બને તેટલી સગવડથી પેલી પેટીઓ ઉપર પડ્યાં રહેતાં.

ચાર્લ્સ નુફલેર્ડ મારી સતત મુલાકાતો લેનારો યુવાન હતો. એક દિવસ એ એના બે મિત્રોને લઈને અમારા ઘેર આવ્યો. પહેલા સુંદર યુવાનનું નામ જેક્સ બુનીસ; બીજા સાહિત્યપ્રેમી યુવાનનું નામ એન્દ્રે બુનિયર. નુફલેર્ડ મારે માટે અભિમાન ધરાવતો હતો અને કેમ જાણે હું અમેરિકાની કોઈ નવાઈ ભરી પેદાશ હોઉં એવી રીતે એ મને પોતાના મિત્રોને બતાવીને આનંદ મેળવતો. સ્વાભાવિક રીતે હું એ લોકો સમક્ષ નૃત્ય કરતી. એ વખતે હું સંગીત અને બીજા નૃત્યનો અભ્યાસ કરતી. મારી મા કલાકો સુધી મારે માટે આનંદથી વગાડતી. જેક્સ બુનીસની માતાનાં મિત્રો સમક્ષ મારે નૃત્ય કરવું એવો કાર્યક્રમ જેક્સ બુનીસે ગોઠવ્યો. જેક્સ બુનીસ શિલ્પીનો પુત્ર હતો. એના પિતાના સ્ટુડિયોમાં અમારી પૂર્વતૈયારીઓ શરૂ થઈ. પિયાનો વગાડનાર માણસ પ્રખ્યાત હતો. કોઈ જાદુગરના જેવાં એનાં આંગળાં હતાં, હું તરત જ તેના તરફ આકર્ષાઈ.

'રિહર્સલ' થઈ રહ્યા પછી એ મારું નૃત્ય જોઈને ખૂબ ઉત્સાહમાં આવી જતો અને બોલી ઊઠતો: 'અદ્ભુત! સુંદર! છોકરી ઘણી સરસ!' અને મને પોતાના બંને હાથમાં ઉપાડી લેતો અને ફ્રેંચ રિવાજ પ્રમાણે મારા ગાલ ઉપર ચુંબન કરતો. એ હતો સંગીતકાર મેસેગર.

પૅરિસમાં મારા પ્રથમ નૃત્યનો દિવસ આવી પહોંચ્યો. અતિશય માયાળુ અને ઉત્સાહી લોકો સમક્ષ નૃત્ય કરવાથી મને ખૂબ જ આનંદ થયો. નૃત્ય પૂરું થયું

ન થયું ત્યાં તો એ લોકોના મુખમાંથી પ્રશંસાના શબ્દો નીકળી પડ્યા. પ્રથમ નૃત્યના અંતે એક ઊંચી, વેધક આંખોવાળી વ્યક્તિ મને ભેટી પડી; તેણે પૂછ્યું:

'ઓ સુંદર છોકરી, તારું નામ શું?'

'ઈસાડોરા.'

'તારું બાળપણનું હુલામણું નામ શું?'

'હું જ્યારે તદ્દન નાની હતી ત્યારે મને ડોરીટા કહેતા.'

'ઓહ ડોરીટા, ઘણું સુંદર! ઘણું સુંદર! તે બોલી ઊઠ્યો અને મારાં ચક્ષુઓ ઉપર, ગાલ ઉપર અને મુખ ઉપર ચુંબનો ચોડ્યાં. જેક્સ બુનીસની મા ઊભી થઈ અને મારો હાથ પકડીને કહ્યું:

'ખરેખર, આ મહાન નર્તિકા છે.'

વાસ્તવિક રીતે, એ ઓરડો પૅરિસના સમાજમાં જેમની ગણતરી થતી હતી એવા લોકોથી ભરાઈ ગયો હતો અને જ્યારે મેં એ જગ્યા છોડી ત્યારે હું ફૂલોથી ઢંકાઈ ગઈ હતી. અને મળેલાં અભિનંદનોથી મારું હૃદય પ્રફુલ્લિત બન્યું હતું. ઘેર પાછા ફરતી વખતે મારી સાથે મારા ત્રણ લહેરી સૈનિકો હતા. નુફલેર્ડ, જેક્સ બુનીસ અને એન્ડ્રે બુનિયર. અભિમાન અને સંતોષથી એ લોકો ખુશમિજાજમાં હતા, કારણ કે એમની 'નાની અમેરિકન નવીનતાએ' વિજય મેળવ્યો હતો.

આ ત્રણે જુવાનોમાંથી એક મારો મિત્ર થવાનો હતો. એ ન હતો ઊંચો અને લહેરી જુવાન ચાર્લ્સ નુફલેર્ડ કે ન હતો દેખાવડો. જેક્સ બુનીસ પણ જરા નીચો અને ફિક્કા ચહેરાવાળો એન્ડ્રે બુનિયર હતો. એનું મોઢું ગોળ હતું અને એ ચશ્માં પહેરતો, પણ શું એની બુદ્ધિ!

દુનિયા નહીં માને, પણ બુદ્ધિની ભૂમિકા ઉપર રચાયેલા પ્રેમપ્રસંગો મારા જીવનમાં ઘણા છે અને એ હૃદયની ભૂમિકા ઉપર પ્રગટ થતા પ્રેમપ્રસંગો એટલા જ રસિક છે. એ સમયે એન્ડ્રે પોતાનું પુસ્તક લખતો હતો. રોજ મને મળવા આવતો અને એની દ્વારા હું સારામાં સારા ફ્રેંચ સાહિત્યના સંસર્ગમાં આવી.

હવે તો હું ફ્રેંચ ભાષા સુંદર રીતે બોલતાં અને વાંચતાં શીખી ગઈ હતી. અને એન્ડ્રે બુનિયર રોજ બપોરે અને સાંજે મારી સમક્ષ વાંચતો. વાંચતી વખતે એના અવાજનો રણકાર અતિશય મધુર હતો. ફ્રાંસના સારા સારા લેખકો અને કવિઓનાં પુસ્તકો એ મારી સમક્ષ વાંચી ગયો.

રોજ બપોર પછી મારાં બારણાં ઉપર ધીમો ટકોરો થતો. બારણાં ઊઘડતાં અને એન્ડ્રે બુનિયર હાથમાં પુસ્તકો અને માસિકો સાથે દાખલ થતો. આ માનવી

પ્રત્યેનું મારું ગાંડપણ મારી માતા સમજી શકતી ન હતી. એની કલ્પના પ્રમાણે પ્રિયતમ રૂપરૂપનો ભંડાર હોવો જોઈએ એવો આ ન હતો. મેં તો જણાવ્યું છે કે નીચા કદનો, જાડો અને ઝીણી આંખોવાળો હતો. એ ચક્ષુઓમાં પ્રકાશતાં ચાતુર્ય અને બુદ્ધિપ્રતિભાનાં તેજકિરણોને સમજવા માટે એના ભક્ત થવું જોઈએ. બે કે ત્રણ કલાક વાંચ્યા પછી અમે ચાંદનીમાં ફરવા નીકળી જતાં. ઐતિહાસિક ઇમારતોના પથ્થરેપથ્થરનો એ મને ઇતિહાસ કહેતો. પાછા ફરતાં એન્ડ્રે બુનિયરનાં આંગળાંઓનું આછું દબાણ હું મારા હાથ ઉપર અનુભવતી. રવિવારે તો અમે ટ્રેન પકડતાં અને મર્લી ઊપડી જતાં. જંગલોમાં હું તેની સમક્ષ નૃત્ય કરતી. ચાલતાં ચાલતાં રસ્તા ઉપર પણ હું નૃત્ય કરતી. જેમ એક જળસુંદરી સરોવર ઉપર નૃત્ય કરતી જાય અને માર્ગ બનાવતી જાય એવી હું લાગતી; આ બધા પ્રસંગોનું વર્ણન તેણે પોતાના એક પુસ્તકમાં કર્યું છે.

એ મને એના હૃદયમાં જન્મ પામતી પ્રેરણાઓ અને પોતે શું લખવાનો છે એ બધું મને કહેતો. એનાં પુસ્તકો ખૂબ વેચાણપાત્ર નથી બન્યાં પણ હું માનું છું એન્ડ્રે બુનિયરનું નામ એ સમયના સુપ્રસિદ્ધ લેખકોમાંના એક તરીકે સૈકાઓ સુધી અમર રહેશે.

એક દિવસ સવારમાં એ આવી ચડ્યો; એના ચહેરા ઉપર દુ:ખની છાયા હતી. શું કારણ હતું તે મને જણાવ્યું નહીં. હું પણ એ ચહેરાને એક દૃષ્ટિએ નીરખતી શાંત બેઠી. જતાં જતાં તેણે મારા કપાળ ઉપર ચુંબન કર્યું. એ ચુંબનથી મારું હૃદય બોલી ઊઠ્યું કે એન્ડ્રે બુનિયર મેગીને ભેટવા જઈ રહ્યો છે. ત્રણ દિવસ મેં આતુરતાથી દુ:ખમાં ગાળ્યા. ત્રણ દિવસ પછી એ આવ્યો અને મારી સમક્ષ કબૂલ કર્યું કે તેના દુશ્મન સાથે દ્વંદ્વ–'ડ્યુએલ' યુદ્ધ ખેલવા ગયો હતો અને એમાં તેના દુશ્મનને ઘાયલ કર્યો હતો. મને કદી પણ ખબર ન પડી કે એણે શા માટે આ યુદ્ધ સ્વીકાર્યું હતું. ખરી રીતે તો હું એના અંગત જીવન વિશે કશુંય જાણતી ન હતી. સામાન્ય રીતે એ બપોર પછી પાંચ કે છ વાગ્યે આવતો અને મારી પાસે વાંચતો અથવા ફરવા લઈ જતો. એક વખત અમે એવી જગ્યાએ બેઠાં હતાં કે જ્યાંથી રસ્તાઓના ચાર ફાંટા પડતા હતા. જમણી બાજુના રસ્તાનું નામ 'ભાગ્ય' પાડ્યું, ડાબી બાજુના રસ્તાનું નામ તેણે 'શાંતિ' પાડ્યું અને સીધો રસ્તો ચાલ્યો જતો હતો તેનું નામ 'અમર' પાડ્યું અને પછી મેં પૂછ્યું:

'આપણે ક્યાં બેઠાં છીએ?'

'પ્રેમ પંથે.' બહુ જ ધીમેથી એ બોલ્યો.

'તો પછી મને અહીં રહેવું વધારે પસંદ છે.' હું ઉલ્લાસિત હૃદયે બોલી.

'ના, ના, આપણે અહીં ન બેસી શકીએ.' એ બોલી ઊઠ્યો અને સીધા રસ્તે સડસડાટ ચાલ્યો ગયો.

ભગ્ન હૃદયે, મનમાં મૂંઝાતી હું તેની પાછળ ઉતાવળે પગલે બૂમો પાડતી ચાલી: 'શા માટે? પણ શા માટે, તું મને છોડીને ચાલ્યો જાય છે?' આખે રસ્તે છેક ઘર સુધી એ મારી સાથે બોલ્યો નહીં અને તરત જ દરવાજા પાસે મને છોડીને ચાલ્યો ગયો.

આ વિચિત્ર અને આવેશભરી મિત્રતા એક વર્ષ સુધી ચાલી. હૃદયની નિખાલસતામાં મેં એને જુદું સ્વરૂપ આપવાનાં સ્વપ્નાઓ સેવ્યાં હતાં. એક દિવસ સાંજે યુક્તિથી મેં મારા ભાઈને અને મારી બાને નાટક જોવા મોકલી દીધાં અને ઘેર એકલી રહી. છૂપી રીતે શેમ્પેન દારૂ લઈ આવી. સાંજે પુષ્પોથી ટેબલ શણગાર્યું. બે પ્યાલીઓ મૂકી. પારદર્શક પોશાક પહેર્યો અને ગુલાબનાં પુષ્પોથી મારા વાળ શણગાર્યા. પ્રીતમના આગમનની રાહ જોતી પ્રિયતમાના ભાવથી હું એન્ડ્રે બુનિયરની પ્રતીક્ષા કરવા લાગી.

એ આવ્યો, નવાઈ પામ્યો અને સખત ગભરામણ અનુભવવા લાગ્યો. શેમ્પેનને અડક્યો પણ નહીં. તેની સમક્ષ મેં નૃત્ય કર્યું. તેને મજા ન પડી અને એકદમ ઊઠીને ચાલતો થયો અને જતાં જતાં કહ્યું કે 'મારે ઘણું લખવાનું બાકી છે, આજ સાંજ સુધીમાં તે પૂરું કરવું જોઈએ.' પુષ્પો અને દારૂની વચ્ચે તે મને એકલી છોડીને ચાલ્યો ગયો અને હું ખૂબ રડી.

જ્યારે તમે વિચાર કરો છો કે એ સમયે હું યુવાન અને ઘણી સ્વરૂપવાન હતી, ત્યારે આ પ્રસંગ પાછળ રહેલું રહસ્ય શોધવું ઘણું મુશ્કેલ પડે છે. શા માટે આમ બન્યું તેનું કારણ તો મને પણ કદી જડ્યું નથી, નિરાશાને લીધે હું એટલી જ કલ્પના કરી શકી કે: 'એ મને ચાહતો નથી.' મારું ગુમાન ઘવાયું અને પરિણામ એથી વિપરીત આવ્યું. મારા ત્રણ પ્રશંસકોમાંથી એક ઊંચા, રંગીલા અને રૂપાળા યુવાન સાથે મેં ખૂબ છૂટછાટ લેવી શરૂ કરી. જેટલો એન્ડ્રે ચુંબનો લેવામાં અને ભેટવામાં બીકણ હતો એટલો જ આ યુવાન એ વિષયમાં સાહસિક હતો. આ અખતરાનું પણ પરિણામ ખરાબ આવ્યું. એક રાત્રે શેમ્પેનથી મસ્ત બનીને અમે બંને હોટેલમાં ગયાં અને ત્યાં શ્રીમાન અ અને શ્રીમતી બ નામ આપીને એક ઓરડી રાખી. હું ધ્રૂજતી હતી, પણ સુખી હતી. છેવટે મને સમજાયું કે પ્રેમ શું છે. મીઠી મસ્તી અને ચુંબનોના વાવાઝોડામાં અટવાયેલી હું એના હાથમાં મસ્ત બનીને પડી હતી; હૃદયના ભુક્કા થઈ જતા હતા, રગેરગે અપ્રતિમ આનંદનો જુવાળ આવ્યો હતો અને હું પરમ આનંદના સાગરનાં મોજાંઓ ઉપર તરી

રહી હતી. મારામાં રહેલું જીવન જાગી ઊઠ્યું હતું. હું મસ્તીમાં હતી. પણ તરત
જ એ ઊભો થયો અને પોતાના ઘૂંટણ ઉપર, મારા પલંગ આગળ પડીને એ
અવર્ણનીય આવેશથી બોલ્યો:

'ઓહ, શા માટે તું મને કહેતી નથી? હું કેવો અપરાધ કરવાની અણી ઉપર
હતો – ના, ના, તારે પવિત્ર રહેવું જોઈએ. કપડાં પહેર, જલદી કપડાં પહેર.'

અને મારા આજીજીભર્યા આક્રંદને ગણકાર્યા વિના તેણે મારો કોટ મારા
શરીરની આસપાસ ઢાંકી દીધો. તરત જ મને ઘોડાગાડી પાસે ખેંચી ગયો. ઘેર
જતાં આખે રસ્તે તે મારી સમક્ષ એવી જંગલી રીતે સોગંદ ખાતો હતો કે મને
તો બીક લાગી.

એ કયો ગુનો કરવાનો હતો, મેં મારી જાતને પૂછ્યું. મને ચક્કર આવવા
લાગ્યા અને હું ઊથલી પડી હતી. મને અતિશય નિરાશામાં, ભગ્ન હૃદયે, મારા
ઘરના દરવાજા પાસે એકલી છોડી દેવામાં આવી. મારો એ યુવાન અને રૂપાળો
મિત્ર ફરી આવ્યો જ નહીં. એ ફ્રાંસ છોડીને બીજે સ્થળે ચાલ્યો ગયો. અને
જ્યારે વર્ષો પછી હું તેને મળી ત્યારે તેણે મને પૂછ્યું: 'ઈસાડોરા, તમે મને કદી
માફી આપી છે?', 'પણ શા માટે...?' હું પ્રશ્ન પૂછતી.

પ્રેમની અજ્ઞાત ભૂમિના કિનારાઓ ઉપર કરેલાં યૌવનનાં મારાં સાહસો આવાં
હતાં. આ ભૂમિમાં દાખલ થવા માટે હું ઝંખતી. પણ વર્ષો સુધી હું એનાથી
વિમુખ રહી, કારણ કે મારું વ્યક્તિત્વ મારા પ્રેમીઓ ઉપર અતિશય ધાર્મિક અને
આદરયુક્ત છાપ પાડતું. પણ આ છેલ્લા આઘાતે મારા લાગણીપ્રધાન સ્વભાવ
ઉપર ચોક્કસ અસર કરી. મારી શક્તિઓનો પ્રવાહ કળા તરફ વળ્યો, અને
'પ્રેમ' જે આનંદ અટકાવ્યો હતો તે મેં મેળવ્યો.

*

શરીરના હલનચલન દ્વારા માનવીના પ્રાણનું દિવ્ય દર્શન કરી શકાય એવા
નૃત્યની શોધમાં મેં દિવસો અને રાત્રિઓ પસાર કર્યાં. કલાકો સુધી છાતી વચ્ચે
બંને હાથ જોડીને હું શાંત ચિત્તે ઊભી રહેતી. જાણે કે સમાધિ અવસ્થામાં હોઉં
એમ માનીને, મારી બા મને આ દશામાં લાંબા સમય સુધી જોઈને ઘણી વાર
ભય પામતી. પણ હું તો શોધતી હતી અને આખરે... આખરે મેં શોધી કાઢ્યું.
શું? શરીરના હલનચલનનું ઉદ્ભવસ્થાન; શરીરના સ્નાયુઓમાં ધોધમાર વહેતા
શક્તિના પ્રવાહનું મૂળ; અંગમરોડમાંથી જન્મ પામતા અનેક માર્ગોનું ઐક્ય અને
નૃત્યસર્જન માટે સ્વપ્નનું પ્રતીક. મારી આ સિદ્ધિના સિદ્ધાંત ઉપર જ મેં મારી

નૃત્યશાળાની સ્થાપના કરી હતી. 'બૅલે' નૃત્યના નિષ્ણાતોની માન્યતા તદ્દન જુદી જ છે અને એ માન્યતા ઉપર રચાયેલી આ 'બૅલે' પદ્ધતિ કૃત્રિમ, યંત્રવત્ ક્રિયાઓ જ શીખવે છે અને પરિણામે એમાંથી પૂતળાંઓ જ પાકે છે, એથી વિરુદ્ધ મારી માન્યતા હતી. મેં તો, દેહની રગેરગમાં ઝળહળાટ પ્રકાશ પાથરતો જાય ને એમાં પ્રાણના પ્રતિબિંબનું દર્શન થઈ શકે એવા આધ્યાત્મિક આવિષ્કારના પ્રવાહનું ઉગમસ્થાન શોધી કાઢ્યું હતું. મહિનાઓના સતત પ્રયાસ પછી આ મધ્યબિંદુ ઉપર હું મારી બધી શક્તિઓને કેન્દ્રિત કરતાં શીખી અને પછી અનુભવ્યું કે સંગીત સાંભળતી વખતે, સંગીતનો ઝણઝણાટ અને એની લહરીઓનો ધોધમાર પ્રવાહ મારી અંદર રહેલા પ્રકાશના આ બિંદુ ઉપર ધમધમાટ કરતો ચાલ્યો આવે છે અને ત્યાંથી આત્માની આરસીમાંથી પ્રતિબિંબિત થઈને 'આધ્યાત્મિક દર્શન'માં પરિણમે છે. અને આ દર્શનને હું નૃત્યમાં વ્યક્ત કરી શકી. કલાકારોને મારા નૃત્યનો આ મૂળભૂત સિદ્ધાંત સમજાવવાનો વારંવાર પ્રયત્ન કર્યો છે. સ્ટેની સ્લેવસ્કીએ 'કલામાં મારું જીવન' એ નામના પોતાના પુસ્તકમાં આ સિદ્ધાંતનો ઉલ્લેખ કર્યો છે.

તમને એમ લાગશે કે માત્ર શબ્દોથી આ વાત સમજવી મુશ્કેલ છે, પણ મારા વર્ગનાં નાનાં બાળકો સમક્ષ ઊભી રહીને તેમને આ પ્રમાણે સમજાવતી કે: 'શાંત ચિત્તે સંગીત સાંભળો, હવે સંગીત સાંભળતાં તમને એમ નથી લાગતું કે તમારું સ્વત્વ અંદરથી જાગ્રત થાય છે. એમ નથી લાગતું કે એ જાગૃતિને અંગે જ તમારું મસ્તક અને હાથ ઊંચકાય છે? અને આ જાગૃતિના પ્રતાપે જ તમે પ્રકાશ તરફ પગલાં માંડી રહ્યાં છો એમ તમને લાગે છે?' બાળકો મારી વાત સમજી જતાં. હું માનું છું કે આ જાતની જાગૃતિ જ નૃત્યનું પ્રથમ સોપાન છે.

આ વાત નાનામાં નાનું બાળક સમજી જાય છે ત્યાર પછી એ બાળકમાં હાલતાં-ચાલતાં અને શરીરના બધા હલનચલનમાં એ આધ્યાત્મિક શક્તિ અને એક પ્રકારની મુલાયમતાનું દર્શન કરી શકાય છે. આ વસ્તુ માત્ર હાથપગ ઉલાળવાથી કે મગજમાંથી પ્રાપ્ત નથી થતી. આ જ કારણને લીધે મેટ્રોપોલિટન ઑપેરાહાઉસમાં મારી નૃત્યશાળાનાં બાળકોએ પ્રેક્ષકોના વિશાળ સમુદાયને લોહચુંબકની જેમ ખેંચી રાખ્યો હતો, પણ જ્યારે આ બાળકો મોટાં થાય ત્યારે વાસ્તવવાદ ઉપર રચાયેલી આપણી સંસ્કૃતિએ એમના જીવન ઉપર થયેલી પ્રતિ અસરે એ શક્તિનો વિનાશ કર્યો અને બાળકો પ્રેરણા ગુમાવી બેઠાં.

મારા બાળપણના અને યૌવનના ખાસ વાતાવરણે જ આ શક્તિને ઘણે અંશે ખીલવી હતી અને જીવનનાં જુદાં જુદાં વર્ષો દરમિયાન, મારા ઉપર થતી બહારની

કોઈ પણ અસરને હું અટકાવી શકી હતી, અને ફક્ત આ શક્તિના સાન્નિધ્યમાં જ રહી શકી હતી. પાર્થિવ પ્રેમની પ્રાપ્તિ માટે બેહદ વલખાં માર્યાં પછી મેં સખત પ્રત્યાઘાત અનુભવ્યો અને પછી આ શક્તિના પંથ ઉપર પગલાં માંડ્યાં.

પછી તો એન્ડ્રે ભય ભર્યા અને ક્ષમા યાચતા ચહેરે મારી સમક્ષ હાજર થયો. કલાકોના કલાકો સુધી મેં તેને નૃત્યકળા ઉપર અને નૃત્યના નૂતન સિદ્ધાંત ઉપર વાતો કરી પણ મારે કબૂલ કરવું જોઈએ કે મારી વાત તેને જરા પણ કંટાળો આપતી હોય એવું લાગ્યું નહીં, પણ તેથી ઊલટું ખૂબ ધીરજથી અને સહાનુભૂતિ સાથે મેં શોધી કાઢેલી દરેક ક્રિયા સમજવાનો તેણે પ્રયત્ન કર્યો, મારું એ સ્વપ્ન હતું કે પ્રથમ એક એવી ક્રિયા શોધી કાઢવી કે જેને પરિણામે બીજી ક્રિયાઓનો અખંડિત પ્રવાહ સ્વાભાવિકપણે ચાલ્યો જ આવે. મેં આવી એક ક્રિયામાંથી જન્મ પામતી અનેક ક્રિયાઓની હારમાળા નૃત્યના જુદા જુદા વિષયોમાં ગૂંથી લીધી હતી. જેવી કે, ભયના–ભાવદર્શનની પ્રથમ ક્રિયામાંથી શોકના ભાવદર્શનનો સ્વાભાવિકપણે જન્મ થાય, એમાંથી રુદનના ભાવનૃત્યની ભૂમિકા ખડી થાય કે પ્રેમના દર્શનનો પ્રવાહ વહે અને પછી ક્રિયાઓની આવી હારમાળામાં મગ્ન બનેલો નૃત્યકાર, પુષ્પની પાંખડીઓ ઊઘડે અને જે સુવાસ વાતાવરણમાં ફેલાઈ રહે, એવી પથરાતી સુવાસ જેવો બની રહે.

આ નૃત્યો સંગીતવિહોણાં જ હતાં પણ એ નૃત્યોની તાલબદ્ધ ક્રિયાઓમાં જ કોઈ અદશ્ય સંગીતનો જન્મ થતો હોય એમ લાગતું. નૃત્યના મારા આ નવા સિદ્ધાંતને રગેરગમાં ઉતારવાના મેં પ્રયત્નો શરૂ કરી દીધા. અખંડ ઉજાગરાઓ શરૂ થયા. મારી બા વગાડતાં કદી પણ થાકતી નહીં અને રાત્રે અમારું કાર્ય શરૂ થાય તે છેક ઉષા બારીમાંથી ડોકિયું કરે ત્યાં સુધી ચાલતું.

બારી ઊંચી અને ખૂબ મોટી હતી. પડદા તો હતા નહીં, વગાડતાં વગાડતાં મારી બા ચંદ્ર અને તારાઓને નીરખી લેતી. કેટલીક વાર તો વરસાદ વરસતો અને માથે પાણી ટપકતું. શિયાળામાં પણ અમે ઠૂંઠવાઈ જતાં અને ઉનાળામાં અમારે સૂર્યસ્નાન કરવું પડતું–ગરમીમાં શેકાઈ જતાં. અમારું મકાન સ્ટુડિયો એટલે એક ઓરડો. અમારી જુદી જુદી પ્રવૃત્તિઓ માટે અમને બધી જાતની સગવડો ક્યાંથી હોય? પણ યૌવનની સ્થિતિસ્થાપકતા અગવડોને ઠોકરે મારે છે. મારી બા તો ત્યાગ અને આત્મસમર્પણની મૂર્તિ હતી અને મારા કાર્યમાં સહાયભૂત થવું એ જ એની ધૂન હતી. આ સમયે કાઉન્ટેસ ગ્રીફુલ સમાજમાં મહારાણી જેવી ગણાતી હતી, તેના તરફથી નૃત્ય માટે મને આમંત્રણ મળ્યું. તેણે મારે માટે દીવાનખાનામાં નાની એવી સુંદર રંગભૂમિ તૈયાર કરી હતી. નૃત્ય પાછળની ભૂમિકા ગુલાબનાં

પુષ્પોથી શણગારેલા પડદાઓથી તૈયાર કરી હતી. રંગભૂમિની શોભાની સાથે મારો સાદો પોશાક જરા પણ સુસંગત ન હતો. ભારે કીમતી પોશાકમાં સજ્જ થયેલી, હીરામોતીથી મઢાયેલી સ્ત્રીઓ મારું નૃત્ય નીરખવા આવી હતી. ફ્રાંસના વૈભવવિલાસનું અહીં દર્શન થતું હતું. આ બાદશાહી ઠાઠમાઠના વાતાવરણ વચ્ચે હૃદયની પવિત્રતા વ્યક્ત કરતું મારું નૃત્ય નિષ્ફળ જશે એમ મને લાગ્યું. મેં નૃત્ય કર્યું અને કાઉન્ટેસ ગ્રીફુલે મને ગ્રીસની કળાના પુનરુદ્ધારક તરીકે વધાવી લીધી, બીજે દિવસે સવારે કાઉન્ટેસે મારા ઉપર આભાર પ્રદર્શિત કરતી એક ચિઠ્ઠી મોકલી. મને એક બીજા સ્થળે નૃત્ય માટે આમંત્રણ આપ્યું. આવા બાદશાહી વૈભવવિલાસની વચ્ચે મને નૃત્ય કરવું ગમતું ન હતું. તેથી મને આ આમંત્રણ પસંદ ન પડ્યું પણ શું થાય? પૈસાની ચિંતા મને કોરી ખાતી હતી. ત્યાં પણ મેં નૃત્ય કર્યું અને જે પૈસા આવ્યા એમાંથી ઘરનું ભાડું ચૂકવી દીધું.

સંગ્રહસ્થાન અને નૅશનલ લાઇબ્રેરી એ મારાં આનંદ મેળવવાનાં સ્થળો હતાં. આ ઉપરાંત મેં એક ત્રીજું સ્થળ શોધી કાઢ્યું. એ સ્થળ હતું 'ઑપેરા'નું સુંદર વાચનાલય. વાચનાલયનો વ્યવસ્થાપક મારી શોધખોળમાં ખૂબ રસ લેતો હતો. નૃત્ય ઉપર લખાયેલાં અને ગ્રીસના સંગીત અને રંગભૂમિ ઉપર લખાયેલાં બધાં પુસ્તકો તેણે મારે ચરણે ધર્યાં. નૃત્યકળા ઉપર ઇજિપ્તની સંસ્કૃતિના સમયથી માંડીને તે છેક અત્યાર સુધીનાં પુસ્તકો વાંચવામાં હું લાગી પડી અને મારું મહાકાર્ય સંપૂર્ણ કર્યું ત્યારે મને સમજાયું કે જીન-જેક્સ રૂસો 'એમિલે', વોલ્ટ વ્હીટમૅન અને નિત્સે, આ ત્રણે અઠંગ કલાસ્વામીઓ છે.

એક દિવસ સાંજે, જ્યારે રાત્રિનો અંધકાર પૃથ્વીના સીમાડા ઉપર ઊતરતો હતો ત્યારે મારાં બારણાં ઉપર મેં ટકોરો સાંભળ્યો. જોયું તો એક સ્ત્રી ઊભી હતી, એ એટલી ભવ્ય અને પ્રતિભાશાળી વ્યક્તિ હતી કે એના આગમનથી મારા હૃદયમાં ભાવિ બનાવોની આગાહીઓ જાગી ઊઠી.

'હું પ્રિન્સેસ ડી પોલિનેક છું' તેણે કહ્યું: 'અને કાઉન્ટેસ ગ્રીફુલની મિત્ર છું. મેં તમને નૃત્ય કરતાં જોયાં અને તમારા માટે મારા હૃદયમાં ભાવ ઉત્પન્ન થયો–ખાસ કરીને તો મારા પતિને. એ સંગીતકાર છે.'

સુંદર એનો ચહેરો હતો, આગળ પડતા એના નીચલા જડબાથી એ જરા બગડી ગયો હતો. એના ચહેરા ઉપર અતડાપણાનો એક ભાવ રમતો હતો. આ ભાવ એની આંખોમાં અને એના અંગઅવયવોમાં છુપાયેલા વિલાસને ઢાંકી દેતો હતો. જો આમ ન હોત તો એનો ચહેરો રોમના શહેનશાહ જેવો લાગત. એના અવાજમાં પણ કોઈ સખત ધાતુનો રણકાર હતો. એને જોતાં આ જાતના અવાજની

કોઈ આશા ન રાખે. જોકે એ બાદશાહી સ્થિતિમાં હતી છતાં પણ એનું અતિશય શરમાળપણું એના અવાજના શૂન્યમનસ્ક દેખાવ અને એના આવા અવાજના બુરખા નીચે ઢંકાઈ જતું હતું. મારી કળા અને મારી આશાઓની રૂપરેખા મેં તેની સમક્ષ રજૂ કરી અને તેણે તેના સ્ટુડિયોમાં મારો કાર્યક્રમ ગોઠવવાનું નક્કી કર્યું. અમારા કોઈ પણ જાતના સરસામાન વિનાના ખાલી ઓરડામાં અને અમારી દૃષ્ટિ પાછળ છુપાયેલી ગરીબાઈની તેને ગંધ આવી. અચાનક જતી વખતે તેણે જરા શરમાતાં અમારા ટેબલ ઉપર એક કવર મૂકી દીધું. પાછળથી અમે જોયું તો એ કવરમાં બે હજાર ફ્રાંક હતા.

બીજે દિવસે બપોર પછી હું તેના ઘેર ગઈ. ત્યાં પ્રિન્સ ડી પોલિનેકને મળી. સંગીતકાર તરીકે એનામાં ઘણી શક્તિ હતી. કાળી મખમલની ટોપીથી એનું કોમળ અને રૂપાળું મુખ શોભતું હતું. મેં નૃત્યનો પોશાક ધારણ કર્યો અને એના સંગીતસ્થાનમાં નૃત્ય કર્યું. નૃત્ય જોઈને એ પરમ આનંદમાં આવી ગયો. જે દર્શન અને સ્વપ્નની એ રાહ જોતો હતો તે હું જ હતી એમ તેણે માન્યું. સંગીત સાથે નૃત્યના સંબંધનો મારો સિદ્ધાંત તેને ખૂબ ગમ્યો. મારા હૃદયમાં એને માટે પ્રશંસાની ભાવના પ્રગટ થઈ. તે પણ ખૂબ ખુશ થયેલો.

અમે એક મંડળ જેવું સ્થાપવાનો વિચાર કર્યો હતો, પણ એના અકાળ અવસાનને સીધે એ આશા ફળીભૂત ન થઈ.

* * *

૯

જોકે ઘણા પ્રસિદ્ધ લોકોએ મારું નૃત્ય જોયું હતું અને તેની કદર કરી હતી, પણ અમારી આર્થિક સ્થિતિ તો એટલી જ ભયંકર હતી. ઘણી વાર તો મકાનનું ભાડું કેમ ભરવું એ પ્રશ્ન થઈ પડતો, અને જ્યારે કોલસા ખૂટતા ત્યારે ઠંડીમાં ઠૂંઠવાઈને બેસી રહેતાં અને શરદીથી હેરાન થઈ જતાં. મને યાદ છે કે આવી ગરીબાઈ અને દુઃખી સ્થિતિમાં પણ હું અમારા ઉઘાડા ઓરડામાં, ઠંડીમાં થરથરતી, કલાકો સુધી મારા નૃત્ય માટે નૂતન પ્રેરણાની પળની રાહ જોતી ઊભી રહેતી. છેવટે મારો પ્રાણ ધીમે ધીમે ઉન્નત થતો અને હું આત્મામાંથી વ્યક્ત થતા ભાવને અનુસરતી.

એક દિવસ આવી સ્થિતિમાં ઊભી હતી ત્યારે એક સદ્ગૃહસ્થ અમને મળવા આવ્યા. કોટ ઉપર ખૂબ રૂંવાટીવાળો કૉલર હતો અને હાથમાં હીરાજડિત વીંટી હતી. તેણે કહ્યું:

'હું બર્લિનથી આવું છું. અમે સાંભળ્યું છે કે તમે ઉઘાડે પગે નાચો છો.' (તમે કલ્પના કરી શકશો કે મારા નૃત્યના આ વર્ણને મને સખત આઘાત પહોંચાડ્યો.) 'હું એક મોટી સંગીતસંસ્થા તરફથી તમને રોકવા આવ્યો છું.'

તેણે પોતાના હાથ ઘસ્યા અને જાણે લક્ષ્મી ચાંદલો કરવા આવી હોય એમ લાગ્યું, પણ હું તો ઘાયલ થયેલો સર્પ દરમાં પેસી જાય એમ મારા ઓરડામાં દૂર ચાલી ગઈ અને જવાબ આપ્યો:

'ઓહ આભાર માનું છું. હું ત્યાં એ સંગીત-સંસ્થામાં નહીં આવું.'

તે બોલી ઊઠ્યો: 'પણ તમે સમજતાં નથી, આ સ્થળે તો મહાન કલાકારો એકત્ર થાય છે અને પૈસા પણ ખૂબ મળશે. એક રાતના પાંચસો માર્કથી હું તમને

રોકવા માગું છું. પછી વધારો કરવામાં આવશે. જગતમાં ઉઘાડે પગે પ્રથમ નૃત્ય કરનાર નર્તિકા તરીકે તમારી ત્યાં રજૂઆત થશે. તમે સ્વીકારશો?'

'ના, ના,' હું ગુસ્સે થઈને વારંવાર બોલીઃ 'મારે કોઈ પણ શરતે ત્યાં નથી આવવું.'

'એ કદી ન બને. જવાબમાં હું "ના" સાથે પાછો ન જઈ શકું. મેં તો કાગળિયાં તૈયાર રાખ્યાં છે. માત્ર તમે સહી કરો એટલી જ વાર છે.'

'ના, ભાઈ ના, મારી કળા એ સંસ્થા માટે નથી. હું કોઈ દિવસ બર્લિન આવીશ અને ત્યાં "સંગીત મંદિર"માં નૃત્ય કરીશ. તમારી સંગીતસંસ્થામાં નહીં. ત્યાં તો બજાણિયા અને તૈયાર કરેલાં પ્રાણીઓ છે. ભયંકર! કેટલું ભયંકર! ના કોઈ પણ શરતે મારે ત્યાં નથી આવવું. આવજો, સાહેબજી!'

અમારા ઘરના ઢંગધડા અને મારાં ફાટેલાં વસ્ત્રો જોઈને, આ જર્મનને એમ લાગ્યું હશે કે પોતે સ્વપ્ન જોઈ રહ્યો છે. એ ફરી બીજે દિવસે આવ્યો, એક રાતના એક હજાર માર્ક મહિના સુધી મને આપવા એ શરત સાથે ત્રીજે દિવસે આવ્યો. મેં ના પાડી, એ ગુસ્સે થઈ ગયો અને મને 'ઘનચક્કર' કહી, મેં પણ એને સંભળાવી દીધું.

'જુઓ નામદાર! યુરોપમાં હું નૃત્ય દ્વારા ધર્મનો પુનરુદ્ધાર કરવા આવી છું. નૃત્યના હાવભાવમાંથી માનવીની "પવિત્રતા અને સૌન્દર્ય"નું જ્ઞાન આપવા આવી છું, નહીં કે ભોજન ઉપર હાથ મારીને ઝોલાં ખાતા ધનવાનો સમક્ષ નૃત્ય કરવા આવી છું. કૃપા કરીને ચાલ્યા જાઓ.'

'એક રાતના એક હજાર માર્ક સ્વીકારવાની ના પાડો છો?' એનું મોઢું ફાટી રહ્યું.

મેં કડક જવાબ આપ્યોઃ 'ચોક્કસ, એક હજાર તો શું પણ એક લાખ માર્ક નહીં સ્વીકારું. હું જે વસ્તુની શોધમાં છું તેને તમે નહીં સમજી શકો.'

એ જતો હતો ત્યાં મેં તેને કહ્યુંઃ 'એક દિવસ જર્મની આવીશ. રંગભૂમિ ઉપર જર્મન પ્રજા સમક્ષ નૃત્ય કરીશ અને એ વખતે એક હજાર ફ્રાંક કરતાં પણ મારી કિંમત વધારે હશે.'

મારી આગાહી સાચી પડી હતી, કારણ કે ત્રણ વર્ષ પછી હું જ્યારે જર્મની ગઈ અને નૃત્ય કર્યું ત્યારે પચીસ હજાર માર્કની ટિકિટો ખપી ગઈ હતી અને એ જ માણસ પુષ્પો લઈને મને મળવા માટે મારા નિવાસસ્થાને આવ્યો હતો, અને પોતાની ભૂલ કબૂલ કરી હતી.

પણ હમણાં થોડા સમય માટે પૈસાની ભારે તંગી અમે અનુભવી રહ્યાં હતાં.

મારા નૃત્યની રાજકુમારોએ કરેલી કદર અને મારી વધતી જતી કીર્તિથી અમારો પેટનો કંઈ ખાડો પુરાતો ન હતો.

રેમન્ડ અને હું પૅરિસમાં ખૂબ ભટકતાં. આવી રીતે રખડવામાં અમે ઘણાં જોવાલાયક સ્થળો જોઈ નાખતાં. એકેએક સંગ્રહસ્થાન અને ઐતિહાસિક સ્થળ અમે જોતાં. ઈરાનની કળાત્મક રકાબીઓ જોઈને રેમન્ડ તો ખુશ થઈ ગયો. અને એમાં ચીતરવામાં આવેલી સ્ત્રીના પ્રેમમાં જ પડી ગયો. આવી રીતે રખડતાં રખડતાં અમે 'ટ્રોકેડેરો' પાસે આવી પહોંચ્યાં. ત્યાં જાહેરાત વાંચી અને જાણી લીધું કે આજે સાંજે 'મોનેટ-સલી' એક નાટકમાં ઊતરવાનો છે, મોનેટ-સલીનું નામ પણ અમે સાંભળ્યું ન હતું, છતાં પણ નાટક જોવાની ઇચ્છા થઈ. જાહેરાત નીચે ઓછામાં ઓછી કયા ભાવની ટિકિટ હતી તે જોયું. ખિસ્સાની સલાહ તો લેવી જોઈએ ને! ફક્ત ત્રણ જ ફ્રાંક નીકળ્યા. છેક ઉપર બેસવાના ઓછામાં ઓછા પંચોતેર સેન્ટાઇપ એકના હતા. નાટક જોયું એટલે ભૂખ્યા રહેવું. એક વખત ન ખાવું એવું નક્કી કરીને અમે બંને ઉપર ચડી ગયાં.

પહેલા દશ્યમાં ગ્રીક-કળાનું ખરાબ અનુકરણ કરવામાં આવ્યું હતું. આજના સુધરેલા લોકો એ ખરાબ અનુકરણને ગ્રીક-કળા ગણતા. સમૂહગીત ગાનારાઓનાં કપડાંમાં પણ કંઈ ઠેકાણું ન હતું. સંગીત સામાન્ય હતું. રેમન્ડે અને મેં સામસામું જોયું. અમને લાગ્યું કે ભોજનનો ત્યાગ કરીને અહીં આવ્યા તે તદ્દન ખોટું કર્યું છે, એવામાં તો ડાબી બાજુએથી ઊંચો, સુદઢ મોનેટ-સલી એક હાથ ઊંચો કરીને ગીત લલકારતો નીકળ્યો.

એના અવાજે કેવો જુસ્સો પેદા કર્યો તેનું હું વર્ણન કેવી રીતે કરું? મને શંકા થઈ કે ગ્રીસના સોનેરી કાળમાં પણ આવા અવાજવાળો કોઈ હશે કે કેમ! મોનેટ-સલી ધીમે પગલે આગળ આવતો ગયો અને તેનો અવાજ મોટો થતો ગયો. ધમધમ કરતું નૃત્ય શરૂ થયું. આખી રંગભૂમિ ધ્રૂજી ઊઠી, મકાનની ચાર દીવાલો એની આ ભવ્ય કળાને સાચવી શકશે કે કેમ એમ લાગ્યું. અમે ફિક્કાં પડી ગયાં. આંખોમાંથી અશ્રુઓ ચાલ્યા અને એનું પહેલું દશ્ય પૂરું થયું કે તરત જ અતિ આનંદના ઘેનમાં અમે એકબીજાને ભેટી પડ્યાં. બીજા અંકમાં તો આખી કરુણ કથા રજૂ થઈ અને મોનેટ-સલીએ નૃત્ય કર્યું. મારી કલ્પનામાં મેં આવી જ કોઈ વીર વ્યક્તિને નૃત્ય કરતાં જોઈ હતી. બીજો અંક પૂરો થયો. અમે તો છક થઈ ગયાં.

ત્રીજા અંકનું તો કોઈ વર્ણન જ ન કરી શકે. જેણે આ મહાન મોનેટ-સલીને જોયો હશે એ સમજી શકે કે અમારા હૃદયમાં અમે કેવા ભાવો અનુભવ્યા હશે.

કરુણરસની હદ આવી હતી. છ હજાર માણસોની આંખો ભીની થઈ ગઈ હતી અને ડૂસકાં લેતા હતા. નાટક પૂરું થયું.

હું અને રેમન્ડ લાંબી સીડી ઉપરથી ધીમે ધીમે અનિચ્છાએ નીચે ઊતરતાં હતાં અને છેવટે ચોકીદારોએ અમને બહાર કાઢ્યાં. મને આ વખતે ખબર પડી કે કળા શું છે. પ્રેરણાથી મસ્ત બનેલાં અમે ઘેર ગયાં, અને અઠવાડિયાંઓ સુધી અમારા ઉપર આની અસર રહી. મેં પણ નહીં જેવી કલ્પના કરી કે એક દિવસ આ મહાન મોનેટ-સલીની સાથે આ રંગભૂમિ ઉપર હું પણ આવીશ!

આ સમય દરમ્યાન અમારે ઘેર બેઠા ઘાટની, ઇજિપ્ત રાજકુમારી જેવી એક બાઈ રેમન્ડને મળવા વારંવાર આવતી હતી. એના સંગીતમાં જાદુ ભર્યું હતું. હું બરાબર જોતી કે સવારના પહોરમાં બારણાં બહાર એ ધીમેથી મધુર કંઠે બોલતી અને રેમન્ડ તરત જ બહાર છટકી જતો. રેમન્ડને સવારના પહોરમાં ફરવા જવાની ટેવ તો ન હતી. મેં તો કલ્પનાના ઘોડા દોડાવ્યા અને અટકળો બાંધી. અને એવામાં રેમન્ડે મને કહ્યું કે હું એક સંગીતમંડળીની સાથે અમેરિકાની મુસાફરીએ જાઉં છું.

હું અને મારી બા એકલાં રહ્યાં. માની તબિયત સારી ન હતી. અમે ત્યાંથી એક નાની હોટેલમાં રહેવા ગયાં. અહીં મારી બા પલંગમાં શાંતિથી સૂતી. અમારા મકાનમાં તો અમે નીચે સાદડી ઉપર સૂતાં અને લાદી ઠરી જતી હતી, અમે ઠંડીથી હેરાન થતાં, એવું અહીં ન હતું. ખાવાનું પણ નિયમિત મળતું.

શરૂઆતમાં જ, પૅરિસમાં ભરાયેલા પ્રદર્શનમાં રજૂ થયેલી શિલ્પકાર રોડીનની કળાનું મેં વર્ણન કર્યું છે. એ જોયા પછી કળાકાર રોડીનની અસામાન્ય બુદ્ધિપ્રતિભાની છાયા મારી પાછળ જ પડી હતી. એક દિવસે, હું એના સ્ટુડિયો ઉપર ઊપડી અને રોડીનને મળી.

રોડીન જરા નીચા કદનો, શક્તિશાળી અને ખૂબ વાળથી ભરપૂર માથું અને દાઢીવાળો હતો. એની મહત્તાને શોભે એવી સાદાઈથી તેણે મને પોતાનું કાર્ય બતાવ્યું. બતાવતાં બતાવતાં કેટલીક વાર એ પૂતળાંઓનાં નામ બબડતો પણ, પણ એમ ચોખ્ખું જણાઈ આવે કે એને નામની કંઈ પડી નથી. પૂતળાંઓ ઉપર એ હાથ ફેરવતો અને પંપાળતો. મને યાદ છે કે એ શિલ્પકારના હાથથી આરસ સીસાની જેમ ઓગળી જતો અને આકૃતિઓ ખડી થતી. છેવટે તેણે થોડી માટી લીધી અને ખૂબ જોરથી હથેળી વચ્ચે દાબી. સગડીમાંથી જેમ તાપ આવે એવી ગરમી એના દેહમાં ઉત્પન્ન થઈ. જરા વારમાં તો તેણે સ્ત્રીનું સ્તન બનાવ્યું કે જે એનાં આંગળાં ઉપર ધ્રૂજતું હતું.

મારો હાથ પકડીને તે મને ગાડી પાસે લઈ ગયો અને અમે બંને મારે ઘેર આવ્યાં. ત્યાં તરત જ મેં મારો પોશાક બદલ્યો અને નૃત્યનો ઝભ્ભો ધારણ કર્યો. તેની સમક્ષ નૃત્ય કર્યું. પછી મેં તેને મારા નૂતન નૃત્ય ઉપરના મારા વિચારો સમજાવવા શરૂ કર્યા. તરત જ મેં જોયું કે એનું ધ્યાન સાંભળવામાં ન હતું. આંખો નીચી ઢાળીને એ મને નીરખી રહ્યો હતો. એ આંખો ચમકતી હતી. પછી તે જેવી રીતે એના આરસના પૂતળાંઓને પંપાળતો અને એના ઉપર હાથ ફેરવતો એવી રીતે તેના હાથ મારા ગળા ઉપર ફર્યા, છાતી ઉપર ફર્યા, મારા હાથ ઉપર ફર્યા અને મારા નિતંબ ઉપરથી પસાર થઈને છેક ઉઘાડા પગ સુધી પહોંચ્યા. મારું શરીર જાણે માટીનો પિંડો હોય એવી રીતે તેણે દબાવ્યું. એના દેહમાંથી અગ્નિ નીકળતો હોય એમ લાગ્યું. મને તાપ લાગ્યો અને હું પીગળી. તેને મારું આખું શરીર સોંપી દેવાની મારામાં ઇચ્છા પ્રગટ થઈ. મારા હૃદયમાં પડેલી ઉન્નત ભાવના જાગ્રત થઈ અને મને ભય લાગ્યો. જો આમ ન થયું હોત તો હું તે દિવસે પડત. હું પાછી ખેંચાઈ, મારા નૃત્યના આછા ઝભ્ભા ઉપર પોશાક પહેરી લીધો અને તે શિલ્પીને મૂંઝવણભરી હાલતમાં રવાના કર્યો.

ત્યાર પછી તો બે વર્ષ પછી હું બર્લિનથી પૅરિસ આવી ત્યારે તેને મળેલી અને પછી વર્ષો સુધી એ મારો મિત્ર અને ગુરુ બનીને રહ્યો.

આ પ્રસંગથી તદ્દન જુદી પણ એટલી જ રસિક મુલાકાત મહાન ચિત્રકાર યુજેન કેરીએર સાથેની છે. લેખક કીઝરની પત્ની દ્વારા એની મુલાકાત થયેલી. એને અમારા અટૂલાપણાની દયા આવતી અને વારંવાર તેને ઘેર અમને જમવા બોલાવતી. ત્યાં સંધ્યા સમયે બત્તીની આસપાસ અમે સૌ બેસતાં અને વાતો કરતાં. એને ઘેર મેં એનું સુંદર ઉદાસીનતા ભરેલું ચિત્ર જોયું. તેણે કહ્યું કે એ મારી છબી છે. ચિત્રકાર યુજેન કેરીએરે આલેખી છે.

એક દિવસે તે મને ત્યાં લઈ ગઈ. છેલ્લે માળે આવેલા એના સ્ટુડિયો ઉપર અમે ગયાં. કુટુંબ, પુસ્તકો અને મિત્રોથી ઘેરાયેલા ચિત્રકાર યુજેન કેરીએરને મેં જોયા. કદી નહીં અનુભવેલું એવું પવિત્ર વાતાવરણ એ ચિત્રકારની આસપાસ હતું. જ્ઞાન અને પ્રકાશ. દરેક તરફ પ્રેમનો પ્રવાહ એના હૃદયમાંથી નીકળતો હતો. એના ચિત્રનું સૌન્દર્ય, રેખાઓમાંથી પ્રગટતું જોમ અને ચિત્રની આસપાસ વીંટળાઈ રહેતું અદ્ભુત વાતાવરણ એ બધુંય આ ચિત્રકારના ઉત્કૃષ્ટ આત્માનું પ્રતિબિંબ હતું. હું કલ્પના કરું છું કે ક્રાઇસ્ટને હું મળી હોત અને જે ભાવ અનુભવત એ ભાવ મેં આ માનવીની હાજરીમાં અનુભવ્યો. મારા હૃદયમાં આવો આદરભાવ

પ્રગટ થયો. જો મારો સ્વભાવ એ સમયે જરા બીકણ અને શરમાળ ન બન્યો હોત તો હું ઘૂંટણ ઉપર પડીને એને પ્રણામ કરત.

'ઈસાડોરા ડંકન!' ચિત્રકાર બોલ્યા અને મારા નામને મઢી લેતી શાંતિ છવાઈ રહી. યુજેન કેરીએર હંમેશાં ધીમા અવાજે બોલતા પણ આજે તે ઊંડા, મોટા અવાજે બોલી ઊઠ્યા:

'આ નાની અમેરિકાવાસી છોકરી જગતમાં ક્રાંતિ કરવાની છે.'

પાછળથી હું તો વારંવાર એમની મહેમાન થતી. એનો સ્ટુડિયો જ્યારે યાદ આવે છે ત્યારે એના કુટુંબનું ચિત્ર મારી સમક્ષ ખડું થાય છે અને આંખોમાં આંસુ ચાલ્યાં જાય છે. આ કુટુંબે મને પોતાની ગણી અને એમના મિત્રમંડળનો પરિચય થયો, એ મારા યૌવનકાળનું એક મીઠું સ્મરણ છે. જ્યારે મારી જાત ઉપરથી મને વિશ્વાસ ઊઠી જતો ત્યારે આ પ્રસંગનું સ્મરણ કરતી અને શ્રદ્ધા પ્રાપ્ત કરતી; મારા સારાયે જીવન ઉપર યુજેન કેરીએરની બુદ્ધિપ્રભાની, આશીર્વાદ જેવી અસર પડી છે; એ અસરે મને ઉચ્ચ આદર્શની પ્રાપ્તિના પ્રયાસોમાં પ્રોત્સાહન આપ્યા કર્યું છે અને કળાના પવિત્ર દર્શનનો માર્ગ બતાવ્યો છે. નવાઈ જેવું છે કે જ્યારે શોકગ્રસ્ત અવસ્થામાં હું ગાંડા જેવી બની જતી હતી ત્યારે ચિત્રકાર યુજેન કેરીએરનાં ચિત્રોમાંથી જ મેં જીવન જીવવાની પ્રેરણાઓ મેળવી છે.

કોઈ પણ કળાએ એની કળા જેવી શક્તિ બતાવી નથી, કોઈ પણ કળાકારનું જીવન આટલી દૈવી દયા અને એની આસપાસના માનવીઓને સહાય કરવાની વૃત્તિથી ભરપૂર નથી. એનાં ચિત્રો સંગ્રહસ્થાનમાં નહીં પણ 'આધ્યાત્મિક શક્તિ'ના દેવળમાં મૂકવાં જોઈએ કે જ્યાં આખી માનવજાત એ ચિત્રકારના મહાપ્રાણની સાથે તન્મયતા અનુભવી શકે, પવિત્રતા પ્રાપ્ત કરી શકે અને આશીર્વાદ પામે.

* * *

૧૦

એક દિવસ રાત્રે લૂઈ ફુલર મારા મકાન ઉપર આવી ચડી. સ્વાભાવિક રીતે મેં તેની સમક્ષ નૃત્ય કર્યું અને તેને મારા સિદ્ધાંતો સમજાવ્યા. હું તો દરેકની પાસે નૃત્ય કરતી, મારે ઘેર કોઈ મજૂર આવે તોપણ મને કંઈ વાંધો ન હતો. નૃત્ય જોઈને ઉત્સાહિત બનેલી લૂઈ ફુલરે કહ્યું,

'હું આવતી કાલે બર્લિન જાઉં છું અને તમારે મને ત્યાં મળવું, અને સાડા-યાકો સાથે તમારો કાર્યક્રમ રાખવો.'

લૂઈ ફુલર એ એક મહાન કલાકાર હતી એટલું જ નહીં, પણ સાડા-યાકોના કાર્યક્રમની વ્યવસ્થા પણ કરતી. સાડા-યાકો વિશે મેં અગાઉ જણાવ્યું છે. સાડા-યાકોની કળાની મેં પ્રશંસા કરી છે. મેં વાત કબૂલ કરી.

છેલ્લે દિવસે એન્ડ્રે બુનિયર મને સ્ટેશને વળાવવા આવ્યો. હાથ ઉપર ચુંબન કરીને તેણે મને વિદાય આપી પણ મેં જોયું કે ચશ્માં પાછળ આવેલાં એનાં ચક્ષુઓમાં વિદાયદુઃખની છાયા હતી. હું બર્લિનમાં બ્રિસ્ટલ હોટેલમાં આવી પહોંચી. લૂઈ ફુલરને દસ-બાર સુંદર છોકરીઓ ઘેરીને બેઠી હતી. કોઈ એના હાથ પકડતું તો કોઈ એને ચુંબન કરતું. સાદાઈથી ભરેલો મારો ઉછેર હતો. મારી બા અમને ચાહતી હતી પણ અમને કદી પંપાળ્યાં ન હતાં. અહીં પ્રેમને આવી રીતે વ્યક્ત થતો જોઈને હું તો ડઘાઈ જ ગઈ. મારે માટે તો આ તદ્દન નવું જ હતું. પ્રેમની હૂંફથી ભરેલું આવું વાતાવરણ બીજે મેં ક્યાંય અનુભવ્યું નથી.

લૂઈ ફુલર બેહદ ઉદાર હતી. તેણે ઘંટડી વગાડી અને ભોજનનો હુકમ આપ્યો. એ ખાણું એટલું કીમતી હતું કે જેની કિંમતને માટે મારે કલ્પના કરવી

પડી. તે રાત્રે તે વિન્ટરગાર્ડનમાં નૃત્ય કરવાની હતી. મને નવાઈ લાગી કે એ કેવી રીતે નૃત્ય કરી શકશે, કારણ કે કમ્મરમાં તેને સખત પીડા થતી હતી અને છોકરીઓ બરફ મૂકતી હતી: 'બરફ મૂક્યે જ રાખો, દર્દ મટી જશે એમ મને લાગે છે.' એ બોલતી અને બરફની કોથળીઓ એક પછી એક બદલાતી હતી.

એ રાત્રે લૂઈ ફુલરનું નૃત્ય જોવા અમે બધાં ગયાં. થોડી ક્ષણો પહેલાં દુ:ખથી પીડાતી લૂઈ ફુલરના દર્દને આ સુંદર નૃત્ય સાથે કંઈ સંબંધ નથી એમ લાગ્યું. અમારી આંખો સામે અનેક રંગીન પ્રકાશમાં લૂઈ ફુલર બદલાતી ગઈ. ઘડીકમાં એ તરતાં સાગર-પુષ્પ જેવી લાગતી. તો ઘડીકમાં એ સરોવર ઉપર શાંત ઊભેલા કમળ જેવી લાગતી. અનેક પ્રકાશિત રંગોથી જાણે માયાસૃષ્ટિ રચાઈ ગઈ. કેટલી અસામાન્ય પ્રજ્ઞાપ્રતિભા! એની શક્તિને આંટી દે એવો કોઈ પણ અનુકરણ કરનાર જોયો નથી, મેં તો શુદ્ધિ જ ગુમાવી હતી. પણ હું સમજી શકી કે આ નૃત્ય તો કુદરતના હૃદયનો ઊભરો જ હતો. એનું પુનરાવર્તન કદી ન થઈ શકે. પ્રેક્ષકોની સમક્ષ લૂઈ ફુલર રંગભર્યા પ્રકાશમાં હજાર આકૃતિઓમાં ફેરવાતી ગઈ. ન માની શકાય એવું, ન એનું વર્ણન થઈ શકે કે ન એનું પુનરાવર્તન થઈ શકે. પ્રકાશની તેજછાયામાં અનેક રંગોને એક પછી એક ગૂંથી લેવા એ લૂઈ ફુલરની મૌલિકતા છે. એની કળાથી અંજાયેલી અને ભાન ભૂલેલી હું હોટેલમાં આવી.

બીજે દિવસે સવારે હું બર્લિન જોવા નીકળી. ગ્રીસ અને ગ્રીસની કળા વિશે મેં સ્વપ્નો અનુભવેલાં, એ સ્વપ્નો, બર્લિનની સ્થાપત્યકળા જોઈને, થોડી પળો માટે અહીં મૂર્ત થતાં લાગ્યાં.

'આ જ ગ્રીસ છે?' હું આનંદમાં બોલી ઊઠી.

પણ જરા બારીક તપાસ પછી મને લાગ્યું કે બર્લિન અને ગ્રીસ વચ્ચે તો હાથીઘોડાનો ફેર છે.

થોડા દિવસ અમે બર્લિનમાં રહ્યાં અને પછી લૂઈ ફુલરની પાછળ લીપઝીક જવાનું નક્કી થયું. હોટેલ છોડી ત્યારે અમારે બધો સામાન ત્યાં મૂકી દેવો પડ્યો, પૅરિસથી લાવેલી મારી નાની એવી સાદી પેટીને પણ ત્યાં મૂકી દેવી પડી. હું સમજી ન શકી કે આ વિજયી કળાકારો મારી સાથે હતા છતાં આમ કેમ બન્યું. હોટેલમાં ભારે ભારે ખાણાં ઉડાવ્યા, શેમ્પૅન ઉડાવ્યો અને બાદશાહી જીવન ગાળ્યું અને પછી અમારે શા માટે સામાન છોડીને હોટેલનો ત્યાગ કરવો પડ્યો એ મને સમજાતું જ ન હતું. પાછળથી મને ખબર પડી કે લૂઈ ફુલર સાડા-યાકોના નૃત્યની વ્યવસ્થા કરતી હતી, અને સાડા-યાકોને નૃત્યોમાં પરાજય

મળ્યો અને પૈસા ન મળ્યા. તે કારણથી લૂઈ ફુલરનું બધું નાણું આ ખોટનો ખાડો પૂરવામાં તણાઈ ગયું.

લીપઝીકમાં પણ લૂઈ ફુલરનું નૃત્ય રોજ પ્રેક્ષકોની વચ્ચે બેસીને જોતી અને મારામાં એની આ અદ્‌ભુત કળાએ વધુ ને વધુ ઉત્સાહ રેડ્યો. આ આશ્ચર્યકારક પ્રાણી ઘડીમાં વહેતા પ્રવાહ જેવું લાગતું, ઘડીમાં એ પોતે જ પ્રકાશ છે. એ પોતે જ રંગ અને અગ્નિશિખા છે એવો ભાસ થતો અને છેવટે અનંતને આલિંગન કરવા જતી ઝળહળતી જ્યોત જેવી એ બની રહેતી.

લીપઝીકનો મને એક પ્રસંગ યાદ છે. રાત્રે બે વાગ્યે આસપાસથી આવતા અવાજોથી હું જાગી ઊઠી. ગોટાળા ભરેલા અવાજો હતા, પણ નર્સીનો હું આજ પારખી શકી. એ અમારી સાથે જ હતી. ગમે તેનું માથું દુઃખે તો એ સેવા કરવા તૈયાર જ હોય અને તેથી અમે એનું નામ નર્સી પાડેલું. આવેશમાં બધા ધીમે ધીમે ઘુસપુસ કરતા હતા અને નર્સી બોલતી હતીઃ ‘હું બર્લિન જઈશ અને મારા જાણીતા માણસ પાસેથી પૈસા લાવીશ અને પછી આપણે મ્યુનિચ જઈશું.’ બર્લિનથી લીપઝીક માત્ર બે કલાકનો રસ્તો હતો. બીજે દિવસે મધરાતે તે મારી પાસે આવી અને આવેશમાં બોલી; ‘ઈસાડોરા! હું બર્લિન જાઉં છું.’ મને ચુંબન કર્યું અને ઊપડી ગઈ. હું તો વિચાર કરતી રહી કે શા માટે એ આટલી બધી ઉશ્કેરાયેલી અને બેબાકળી બની જતી હશે? થોડી વારમાં તો તે પૈસા લઈને પાછી આવી અને અમે મ્યુનિચ ગયાં.

મ્યુનિચથી અમે વિયેના જવા ઇચ્છતાં હતાં, પણ ફરી અમારી પાસે પૈસા ખૂટ્યા અને ક્યાંયથી મળે એવી આશા નહોતી; છેવટે સ્વેચ્છાએ હું મ્યુનિચમાં રહેતા અમેરિકાના એલચીને મળી અને મદદની માગણી કરી. મેં તેને કહ્યું કે તમારે અમને વિયેનાની ટિકિટ અપાવી જ દેવી પડશે અને છેવટે તેણે હા પાડી અને અમે વિયેના આવ્યાં. એશઆરામનાં સાધનોથી ભરેલી હોટેલ બ્રિસ્ટલમાં અમે ઊતર્યાં. જોકે અમારી પાસે ખાસ કરીને કંઈ સામાન ન હતો. લૂઈ ફુલરની કળા મને ખૂબ જ ગમતી હતી છતાં પણ મેં મારી જાતને પૂછ્યું કે શા માટે પૅરિસમાં હું મારી બાને એકલી છોડીને આવી હતી? આ બધી સૌન્દર્યવાન સ્ત્રીઓ વચ્ચે હું શું કરવાની છું? અત્યાર સુધીની આ મુસાફરીમાં દરેક કાર્યક્રમમાં સહાનુભૂતિ દર્શાવતા એકમાત્ર પ્રેક્ષક તરીકે જ હું રહી છું.

અહીં વિયેનામાં હોટેલમાં મારા ઓરડામાં સાથી તરીકે પેલી રાતા વાળવાળી નર્સી હતી. એક દિવસ આશરે ચાર વાગ્યે સવારમાં નર્સી ઊઠી. મીણબત્તી સળગાવી અને મારા પલંગ પાસે આવીને બોલીઃ

'પ્રભુએ મને આજ્ઞા કરી છે કે મારે તને ગૂંગળાવીને મારી નાખવી!'

હવે મેં એમ સાંભળ્યું હતું કે કોઈ માણસનું ચક્કર ખસી જાય ત્યારે તેની સાથે વાતચીતમાં બહુ લપછપ ન કરવી. મને ભય તો લાગ્યો હતો. છતાં પણ જવાબ આપી શકું એટલો કાબૂ મેં મેળવ્યો અને કહ્યું:

'એ બધું બરાબર પણ પહેલાં મને પ્રાર્થના તો કરી લેવા દે.'

'કબૂલ.' તે બોલી અને પલંગ પાસે આવેલા નાના ટેબલ ઉપર તેણે મીણબત્તી મૂકી.

જાણે કોઈ ભૂત મારી પાછળ પડ્યું હોય એવી રીતે હું પથારીમાંથી સરકી ગઈ. બારણાં ઉઘાડી નાખ્યાં. આવેશમાં દોડી ગઈ અને સડસડાટ સીડી ઊતરીને નીચે કારકુનની ઑફિસમાં આવી. મેં ફક્ત રાત્રિનો પોશાક પહેર્યો હતો અને વાળનાં જુલ્ફાં મારી પાછળ ઊડતાં હતાં. મેં બૂમ પાડી:

'એક બાઈ ગાંડી થઈ ગઈ છે.'

નર્સી તો મારા પાછળ જ પડી હતી. હોટેલના છ કારકુનોએ તેને પકડી અને ડૉક્ટર આવ્યો ત્યાં સુધી તેને કેદ કરી રાખી. ડૉક્ટરોની સલાહનું પરિણામ મને ભયંકર લાગ્યું અને મારી બાને મેં તારથી બોલાવવાનો નિશ્ચય કર્યો. તાર કર્યો. અને મારી બા આવી પહોંચી. મારી આસપાસનું વાતાવરણ મને કેવું લાગે છે એ મેં મારી બાને કહ્યું અને અમે વિયેના છોડવાનો નિશ્ચય કર્યો.

પણ એક વાર એવું બન્યું કે જ્યારે લૂઈ ફુલર સાથે હું વિયેનામાં હતી ત્યારે એક જગ્યાએ કલાકારોની સમક્ષ મેં નૃત્ય કર્યું. દરેક કલાકારના હાથમાં ગુલાબનાં પુષ્પો હતાં અને જ્યારે મેં મદિરાની મસ્તી દાખવતું નૃત્ય પૂરું કર્યું ત્યારે ગુલાબનાં પુષ્પોથી હું ઢંકાઈ ગઈ હતી. આ વખતે હંગેરીનો ઍલેક્ઝાંડર ગ્રોસ નામનો એક માણસ હાજર હતો. તે મારી પાસે આવ્યો અને કહ્યું:

'તમે ભાગ્યની શોધમાં નીકળો તે પહેલાં બુડાપેસ્ટમાં મને શોધી કાઢજો.'

વિયેનામાં મારી આસપાસનું વાતાવરણ મને ગૂંગળાવી નાખે એવું હતું, અને ત્યાંથી નાસી છૂટવાની મારી ઇચ્છા હતી, એમાં આ હંગેરીના માનવીએ સૂચના મૂકી, અમે તરત જ સ્વીકારી લીધી. અને ઉજ્જ્વળ ભાગ્યની આશામાં અમે બુડાપેસ્ટ ઊપડ્યાં, હું અને મારી બા બુડાપેસ્ટમાં આવ્યાં અને યુરેનિયા થિયેટરમાં એક મહિના સુધી મારે નૃત્ય કરવું એમ નક્કી કરવામાં આવ્યું.

રંગભૂમિ ઉપર પ્રજા સમક્ષ આવી રીતે નૃત્ય કરવાની આ પહેલી જ શરત હતી. પહેલો જ પ્રસંગ હતો; હું જરા અચકાઈ. મેં કહ્યું: 'મારું નૃત્ય કળાકારો, ચિત્રકારો, શિલ્પકારો અને સંગીતકારો માટે છે... સામાન્ય પ્રજા એ નહીં સમજી શકે.'

એલેક્ઝાંડરે કહ્યું: 'કળાકારોએ તો તમારું નૃત્ય વખાણ્યું છે: એમની ટીકાની કસોટીમાંથી તમે પસાર થયાં છો. જો તેમને ગમશે તો સામાન્ય પ્રજાને હજાર વાર ગમશે.'

મેં શરતપત્ર ઉપર સહી કરી અને એલેક્ઝાંડર ગ્રોસની આગાહી સત્ય ઠરી. પ્રથમ રાત્રિનો વિજય અવર્ણનીય હતો. ત્રીસ રાત્રિ સુધી મેં બુડાપેસ્ટમાં નૃત્ય કર્યું અને બધી ટિકિટો ખપી જતી.

ઓહ! બુડાપેસ્ટ! એપ્રિલ મહિનો હતો – વર્ષનો એ વસંતકાળ હતો, એક દિવસ સાંજે એલેક્ઝાંડરે અમને રેસ્ટોરાંમાં જમવાનું આમંત્રણ આપ્યું હતું. એ વખતે જિપ્સી સંગીત ચાલતું હતું. આહ, જિપ્સી સંગીત! મારા યૌવનને જગાડતો આ પ્રથમ પુકાર હતો. એ સંગીતની એ નવીનતા હતી કે મારા ઊઘડતા મનોભાવની પાંખડીઓ પુષ્પનું રૂપ ધારણ કરતી હતી. હંગેરીની ભૂમિમાં જન્મ પામતું આવું જિપ્સી સંગીત ક્યાંય છે ખરું? મને યાદ છે કે વર્ષો પછી એક વખત જ્યારે હું જોન વેનેમેકરની સાથે ગ્રામોફોનની દુકાનમાં વાતો કરતી હતી, વેનેમેકરનાં યંત્રો ઉપર એક પછી એક રેકર્ડ ચડતી હતી અને તે મારું એ સંગીત પ્રત્યે ધ્યાન ખેંચતો હતો. મેં તેને કહ્યું: 'બુદ્ધિશાળી શોધકોએ આ યંત્રો શોધી કાઢ્યા પણ હંગેરીના રસ્તાની ધૂળ ઉપર જિપ્સી સંગીત લલકારતા ગામડિયાના સંગીતને કોઈ નહીં પહોંચે. હંગેરીનો એક જિપ્સી સંગીતકાર દુનિયાના બધા ગ્રામોફોન બરાબર છે.'

* * *

૧૧

કુદરત હંગેરીના મુખ્ય શહેર બુડાપેસ્ટને પુષ્પોના પોશાકથી શણગારતી હતી. સરિતાઓની પેલેપાર ટેકરીઓ વસંતના આગમનથી હસી ઊઠી હતી. ચારે બાજુ બગીચાઓ પણ ફૂલના મુગટ પહેરીને મસ્ત બન્યા હતા. દરેક રાત્રે બુડાપેસ્ટના નગરજનો નૃત્ય જોઈને હર્ષના પોકારો પાડતા હતા.

સવારે મેં ઊગતા સૂર્યનાં કિરણો સાથે વહેતી સરિતાને વાતો કરતાં જોઈ હતી. નૃત્યના અંતે સરિતા અને સૂર્યના પ્રસંગને વ્યક્ત કરતું નૃત્ય ઉપજાવી કાઢ્યું અને વૃંદવાદનના સંચાલકને આ દૃશ્યને અનુકૂળ એવું સંગીત શરૂ કરવાનું કહ્યું. વીજળી જેવી અસર થઈ. આખો પ્રેક્ષકવર્ગ ઊભો થઈ ગયો અને એ પ્રેક્ષકોનું ગાંડપણ ઓછું કરવા માટે એ નૃત્ય ઘણી વાર કરવું પડ્યું.

આ સમયે, પ્રેક્ષકવર્ગમાં બધાંની સાથે આનંદના પોકારો પાડતો દેવ જેવો દેખાવડો અને ઊંચો એક હંગેરિયન યુવાન બેઠો હતો. આ જ માનવી મારા જેવી પવિત્ર કાનનબાળામાં રૂપાંતર કરવાનો હતો. રંગભૂમિ છોડ્યા પછી, મીઠી ચાંદની રાતો, વસંત, મઘમઘતાં પુષ્પોથી સુવાસિત બનેલી હવા, પ્રેક્ષકોનો ગાંડોતૂર ઉત્સાહ, નૃત્ય પછી બેફિકર અને મદોન્મત્ત માનવીઓની સાથે લીધેલાં ભોજન, જિપ્સી સંગીતના સૂતેલા યૌવનને જાગ્રત કરતા સૂરો અને હંગેરિયન દારૂ. આમાંની દરેક વસ્તુ ફેરફાર કરવાના કાવતરાં રચતી હતી. ખરેખર, જીવનમાં પ્રથમ વાર મને આવું પોષણ મળ્યું. ભારે ખોરાકથી હું ઉત્તેજિત બની હતી અને પરિણામે મારા શરીરવિકાસનું મને ભાન થયું. મારા સ્તન, જે અત્યાર સુધી ભાગ્યે જ જોઈ શકાય એવાં હતાં તે વિકસવા લાગ્યાં અને આશ્ચર્યકારક મીઠી મૂંઝવણ મેં અનુભવી. છોકરા જેવા મારાં નિતંબ ફૂલ્યાં અને મારા આખા દેહમાં એવો

ઉકળાટ, તીવ્રતા અને વિહ્‌વળતા જાગ્રત થયાં કે હું ઊંઘી શકતી ન હતી, પણ પથારીમાં ઉકળાટને લીધે દુઃખ અનુભવતી આમતેમ પડખાં ફેરવીને પડી રહેતી.

એક દિવસ સાંજે મસ્ત બનીને મિત્રમંડળમાં બેઠાં હતાં ત્યારે બે કાળી ચમકતી આંખો મારી આંખો સાથે મળી. એ બે આંખોમાં એટલો ઉત્કટ ભાવ અને પ્રેમ ભર્યો હતો કે એની એક જ દૃષ્ટિમાં બુડાપેસ્ટની વસંત સમાઈ જતી હતી. એ ઊંચો હતો. સપ્રમાણ શરીર હતું; અને પુષ્કળ કાળાં ગૂંચળાંઓથી ભરેલું એનું માથું હતું; વાળમાં જાંબુડિયા રંગની આછી છાયા હતી. શિલ્પકારને એના શરીરને આરસમાં ઉતારી લેવાનું મન થાય એવો એ હતો. એના ચહેરા ઉપર સ્મિત ફરકી રહ્યું અને કામપ્રેરક બંને રાતા હોઠની વચ્ચે એના મજબૂત, સફેદ દાંત ચમક્યા. પ્રથમ દૃષ્ટિમાંથી નીકળેલા એકબીજાના આકર્ષણના તાર ગૂંથાઈ ગયા. પ્રથમ તારામૈત્રકે જ અમને એકબીજાના આલિંગનમાં ક્યારનાયે મૂકી દીધાં હતાં અને પૃથ્વી પરની કોઈ પણ શક્તિ અમને આવા મિલનમાંથી અટકાવી ન શકત.

'તમારું મુખ પુષ્પ જેવું છે. તમે મારું ફૂલ છો.' ફરી તેણે કહ્યું: 'મારું ફૂલ મારું પુષ્પ'–હંગેરીમાં ફૂલનો અર્થ દેવદૂત થાય છે.

તેણે મને નાનો કાગળનો કટકો આપ્યો. એમાં લખ્યું હતું કે 'રૉયલ નૅશનલ થિયેટરમાં દાખલ કરો.' તે દિવસે રાત્રે હું અને મારી બા ત્યાં ગયાં. તે રોમિયોનો પાઠ ભજવતો હતો. એ ઘણો સુંદર નટ હતો અને પાછળથી તો હંગેરીમાં એ મહાન નટ તરીકે પ્રસિદ્ધ થયો હતો. રોમિયો તરીકે તેણે પોતાનો પ્રણયપાઠ એટલો સુંદર ભજવ્યો કે હું મુગ્ધ બની. પછી હું તેને નેપથ્યમાં મળવા ગઈ. કંપનીના માણસોની આંખોમાં સ્મિત ફરકતું હતું. દરેક જણ કંઈ જાણતું હોય અને પ્રસન્ન થતું હોય એમ લાગ્યું. પણ એક નટીને આ ન ગમ્યું હોય એમ જણાયું. તે અમને હોટેલમાં લઈ ગયો અને ત્યાં થોડો ખોરાક લીધો, કારણ કે રંગભૂમિ ઉપરના કળાકારો નાટક પહેલાં ભોજન લેતાં નથી.

પછી જ્યારે મારી બાને લાગ્યું કે હું ઊંઘમાં છું ત્યારે અમારા ઓરડાની બાજુની નાનકડી રૂમમાં હું પાછી ફરી, ને રોમિયોને મળી. અમારા શયનગૃહ અને આ ઓરડીની વચ્ચે લાંબી પરસાળ હતી. તેણે કહ્યું: 'રોમિયોનો પાઠ મેં આજ જુદી જ રીતે ભજવ્યો છે. પહેલાં હું તદ્દન સામાન્ય રીતે જ શબ્દો બોલી જતો. જેણે ઘા સહન કર્યો નથી એ હંમેશાં તેની મશ્કરી કરે છે, પણ પેલી બારીમાંથી પ્રકાશનાં કેવાં કિરણો આવે છે? એ પૂર્વ છે એ જુલિયેટ સૂર્ય છે પણ તમે જાણો છો કે આજે આ શબ્દો મારા ગળામાં થોથરાતા હતા, કારણ કે આપણે બંને મળ્યાં છીએ. હવે

મને ખબર પડે છે કે પ્રેમ વ્યક્ત કરતાં રોમિયોનો અવાજ કેવો હશે. આજે જ હું જાણી શક્યો છું, ઈસાડોરા રોમિયોનો પ્રેમ કેવો હતો તે તમે મને સમજાવ્યું છે. હવે હું આખો પાઠ જુદી જ રીતે ભજવી શકીશ. હવે હું સમજ્યો, તમે મને પ્રેરણા આપી છે. આ પ્રેરણાને લીધે ખરેખર હું મહાન નટ બનીશ.'

અને તેણે પોતાનો આખો પાઠ મારી સમક્ષ આખી રાત ભજવી બતાવ્યો. ખૂબ મસ્ત બનીને હું તેને જોયા કરતી હતી અને સાંભળતી હતી. કેટલીક વાર હું તેને સૂચનાઓ પણ કરતી અને છેલ્લા દશ્યમાં અમે બંને ઘૂંટણ ઉપર ઊભાં રહીને મૃત્યુ સુધી વફાદાર રહેવાનાં સોગંદ લીધા. આ યૌવન, વસંત, બુડાપેસ્ટ અને રોમિયો! હું તેમને જ્યારે યાદ કરું છું ત્યારે હજી ગઈ કાલે રાત્રે જ આ પ્રસંગો બન્યા હોય એમ લાગે છે.

એક દિવસ રાત્રે મારું નૃત્ય અને તેણે એનો પાઠ પતાવ્યા પછી, અમે મારી બા ન જાણે એવી જગ્યાએ ગયાં. મારી બાને એમ કે હું ઘસઘસાટ નિદ્રામાં પડી છું. પહેલાં તો તેણે પોતાનો પાઠ ભજવવા માંડ્યો, પછી તેની રંગભૂમિ અને કળા ઉપર વાતો કરી, મને સાંભળવામાં રસ પડતો હતો; રોમિયો પણ લહેરમાં હતો, પણ ધીમે ધીમે જોયું તો ખબર પડી કે રોમિયો કંઈ વ્યગ્રતા અનુભવતો હતો અને કેટલીક વાર એના મગજનું સમતોલપણું રહેતું ન હતું અને કેટલીક વાર તો એના મુખમાં શબ્દો જ નીકળતા ન હતા. તેણે પોતાના બંને હાથ દાબી દીધા અને બીમાર પડી ગયો હોય એમ લાગ્યું અને આવા સમયે મેં જોયું કે એના સુંદર ચહેરાની રેખાઓ બગડી જતી હતી. હોઠ ચાવતા હતા અને આંખોમાં અગ્નિ હતો.

મને પણ થયું કે હું માંદી અને ભ્રમિત છું. રોમિયોને મારા દેહ સાથે જડી લેવાની અદમ્ય ઇચ્છા શરીરનાં રૂંવાડે રૂંવાડે ફેલાઈ ગઈ. રોમિયોએ સંયમ ગુમાવ્યો અને એ મસ્તીમાં તે મને ઓરડામાં ખેંચી ગયો. ભયભીત છતાં આનંદના શિખર ઉપર હું હતી. છેવટે હું સત્ય સમજી શકી. મારે કબૂલ કરવું જોઈએ કે આ પ્રસંગે મને ખૂબ જ ભય લાગતો હતો અને પહેલી વાર થતા દુઃખમાંથી નાસી છૂટવાની મને ઇચ્છા થઈ પણ રોમિયોની દયાજનક દશાએ તેમ કરતાં મને અટકાવી.

બીજે દિવસે વહેલી સવારે અમે હોટેલમાંથી બહાર નીકળ્યાં. બે ઘોડાગાડી ભાડે કરી અને દૂર દૂર આસપાસના વગડામાં રખડવા ઊપડી ગયાં. માઇલો સુધી ફર્યાં. એક ખેડૂતના ઝૂંપડા પાસે અમે અટક્યાં અને એમાં દિવસ ગાળ્યો. હું બૂમો પાડતી હતી, વારંવાર રોમિયો મને શાંત કરવાના પ્રયત્ન કરતો હતો અને આંસુ લૂછતો હતો. આવી રીતે આખો દિવસ ગાળ્યો.

તે દિવસે રાત્રે મારું નૃત્ય પણ બરાબર નહીં થયું હોય, કારણ કે મારા શરીરમાં તાકાત ન હતી. પછી જ્યારે હોટેલમાં રોમિયોને મળી ત્યારે હું મારું દુઃખ ભૂલી ગઈ. એ ખૂબ આનંદ અને મસ્તીમાં હતો. તેણે મને કહ્યું કે આ પૃથ્વી ઉપર સ્વર્ગ શું એની હવે ખબર પડશે, અને એની એ વાત તદ્દન સાચી પડી.

રોમિયોનો કંઠ મધુર હતો અને પોતાના દેશનાં કાવ્યો મારી સમક્ષ ગાતો હતો. તેણે મને એ ગીતોના અર્થ અને શબ્દો સમજાવ્યા. એક વખત રાત્રે મેં જિપ્સી કાવ્યો નૃત્યમાં ઉતાર્યાં, એ પ્રણયકાવ્ય હતું. એમાં દર્દ અને દુઃખ ભર્યું હતું. મેં એટલું સુંદર નૃત્ય કર્યું કે પ્રેક્ષકોની આંખોમાં આંસુ આવેલાં. આવી રીતે આ કાર્યક્રમ પૂરો થયો હતો અને બીજે દિવસે હું અને રોમિયો થોડા દિવસ માટે ગામડામાં એક ખેડૂતના ઝૂંપડામાં લહેર કરવા ઊપડી ગયાં. એકબીજાના હાથમાં આખી રાત પડ્યા રહેવામાં શું આનંદ આવે છે એ અમે અનુભવ્યું. પ્રભાતે આંખો ઉઘાડી અને જોયું તો મારા વાળ એના સુગંધી ગૂંચળિયા વાળની સાથે અટવાઈ ગયા હતા અને એના બે હાથ મારા શરીરની આસપાસ હતા. આ દૃશ્ય જોઈને મને અપૂર્વ આનંદ થયો. અમે બુડાપેસ્ટ પાછાં ફર્યાં, અમારા સ્વર્ગના આકાશમાં દુઃખનું વાદળ આવી પહોંચ્યું હતું. મારી આવી સહેલગાહથી મારી બા દુઃખી થઈ હતી. એલિઝાબેથ ન્યૂયૉર્કથી આવી ગઈ હતી અને તેણે તો માની લીધેલું મેં કોઈ મોટો ગુનો કરી નાખ્યો છે. મારે માટે બંનેની ચિંતા એટલી અસહ્ય હતી કે છેવટે મેં તેમને કિરોલની નાની મુસાફરી કરવા સમજાવ્યાં.

એ પ્રસંગે અને ત્યાર પછી હંમેશાં મારા સ્વભાવનો મને એવો અનુભવ થયો છે કે ગમે તેટલું વાસનાનું જોર હોય કે ઇન્દ્રિયોનું તોફાન હોય છતાં પણ મગજ હંમેશાં વીજળીની ગતિએ કામ કરતું આવ્યું છે. આવી પરિસ્થિતિમાં મેં કદી પણ મગજ ગુમાવ્યું નથી. આથી ઊલટું ઇન્દ્રિયજન્ય જેમ વધુ તીવ્ર આનંદ તેમ વિચારની વધુ સૂક્ષ્મતા અને જ્યારે એવી દશા પ્રાપ્ત થાય છે કે અદમ્ય ઇચ્છા આ આનંદ લૂંટવા માટે તલપાપડ કરતી હોય ત્યારે મગજ-બુદ્ધિ ટીકાકાર બનીને ઇચ્છાને નિરાશ કરવા અને તેનું અપમાન કરવા પણ પ્રયત્ન કરે છે; બંને વચ્ચેની તકરાર એવી જામે છે કે છેવટે બુદ્ધિનો આ વ્યર્થ અને અવિરત ટકટકાર બંધ કરી દેવા માટે ઇચ્છા કોઈ ઘેનનો માર્ગ સ્વીકારે છે. એક બાજુ તરી જઈને વચમાં વણમાગી સલાહ આપીને ટકટક કરતી આ બુદ્ધિની, આ ટીકાકારની પરવા કર્યા વિના જે માણસો આ એક ક્ષણનો સંપૂર્ણ આનંદ ભોગવી શકે છે તેમની મને અદેખાઈ આવે છે.

અને તેમ થતાં હંમેશાં એક ક્ષણ એવી આવે છે કે બુદ્ધિ પરાજય પ્રાપ્ત

કરે છે અને બૂમો પાડે છે કે 'હા આખરે હું કબૂલ કરું છું કે જીવનમાં બધુંય તારી કળા પણ આ ક્ષણના વિજય આગળ કંઈ વિસાતમાં નથી. આ ક્ષણ માટે હું સ્વેચ્છાએ વિનાશ અને મૃત્યુનો પંથ સ્વીકારું છું.' બુદ્ધિના આ પરાજયમાંથી પ્રલય પછીની શૂન્યતા પરિણમે છે અને આ જ શૂન્યતા બુદ્ધિ અને પ્રાણને ભયંકર આફતો તરફ ઘસડી જાય છે.

ઇચ્છાના સ્વભાવને અને આ કલાકો દરમ્યાન ધીમે ધીમે બિલ્લીપગે આવતાં ગાંડપણમાંથી છેવટે પ્રાપ્ત થતી આ કાતિલ પળને જાણ્યા પછી, મેં મારી કળાના સંભવિત નાશની, મારી માતાના નિરાશાના દુઃખની અને સામાન્ય રીતે સમગ્ર સૃષ્ટિના વિનાશની પણ પરવા કરી નથી.

મારો જે લોકો ન્યાય કરવા માગતા હોય તે ભલે કરે પણ મને દોષિત ઠરાવતાં પહેલાં કુદરત કે પ્રભુને દોષ દેવો એ વધારે સારું છે, કારણ કે તેણે જ આ પળ ઉત્પન્ન કરી છે; આપણે જાણીએ છીએ કે આ પળનો અનુભવ લેવા માટે એક વખત તો આપણે સમગ્ર સૃષ્ટિની કોઈ પણ વસ્તુ કરતાં એને વધારે ને વધારે પ્રિય ગણીએ છીએ.

ઍલેક્ઝાંડર ગ્રોસે આખા હંગેરીમાં મારી મુસાફરીનો કાર્યક્રમ ગોઠવ્યો. હંગેરીનાં આ નાનાં નાનાં શહેરોમાં મને પ્રેક્ષકો તરફથી અદ્‌ભુત સન્માન મળ્યું હતું. દરેક જગ્યાએ ઍલેક્ઝાંડર ગ્રોસ સફેદ બે ઘોડાગાળી ધોળાં પુષ્પોથી શણગારેલી ઘોડાગાડી હાજર રાખતો. સફેદ પોશાકમાં સજ્જ થયેલી હું એમાં બેસતી અને ગામ વચ્ચેથી લોકોના આનંદ અને ઉત્સાહના પોકારો ઝીલતી, બીજી દુનિયામાંથી મુલાકાતે આવેલી દેવી જેવી હું પસાર થતી. મારી કળાએ મને સંપૂર્ણ આનંદ આપ્યો હતો અને પ્રજાની મેં પ્રશંસા મેળવી હતી. છતાં પણ રોમિયોને મળવાની મારી અસહ્ય ઇચ્છા મને વ્યગ્ર બનાવતી હતી અને તેમાં ખાસ કરીને રાત્રે, કારણ કે હું એકલી પડતી. મને એમ થતું કે એના હાથમાં ફરી એક ક્ષણ રહેવા માટે હું મારો આ વિજય અને કળાને છોડી દઉં અને બુડાપેસ્ટ ક્યારે જવાય એ દિવસની હું આતુરતાથી રાહ જોતી. એ દિવસ આવ્યો. ખૂબ આનંદ સાથે રોમિયો મને સ્ટેશન ઉપર જ મળ્યો પણ મને એનામાં કંઈ ફેર લાગ્યો. પછી તેણે મને કહ્યું કેઃ 'હું તો હવે માર્ક એન્ટનીનો પાઠ ભજવવાનો છું.' પાઠના ફેરફારે શું એના કલાપ્રિય સ્વભાવ ઉપર અસર કરી હતી? એ હું નથી જાણતી પણ મેં જાણ્યું કે એના પ્રથમ મનોભાવમાં અને પ્રેમમાં ફેરફાર થયો હતો. મારો રોમિયો, જાણે નક્કી કરી નાખ્યું હોય એવી રીતે અમારાં લગ્નની વાતો કરવા લાગ્યો. તે મને કેટલાંક મકાનો બતાવવા પણ લઈ ગયો અને લગ્ન પછી કયું

માફક આવશે તે પણ પૂછ્યું. દાદરાઓ ચડી ચડીને સ્નાનગૃહ અને રસોડા વિનાના ઓરડાઓ જોઈને મને તો થાક લાગ્યો અને મગજ ભારે થઈ ગયું.

'બુડાપેસ્ટમાં રહીને આપણે શું કરીશું?' મેં તેને પૂછ્યું.

'કેમ? નાટકશાળામાં મજાની ખુરશીમાં બેસીને તું મને રંગભૂમિ ઉપર કાર્ય કરતાં જોજે, પછી તું મને સૂચનાઓ કરજે અને મારા અભ્યાસમાં મદદ કરજે.'

તે પોતાનો માર્ક એન્ટનીનો પાઠ મારી સમક્ષ બોલી ગયો પણ એ તો હવે માર્ક એન્ટની થયો હતો, હવે તો રોમન પ્રજા એના રસનું કેન્દ્રસ્થાન બની રહી હતી અને હું એની જુલિયેટ એના રસનું મધ્યબિંદુ રહી ન હતી.

એ દિવસ, ગામડાંઓમાં ખૂબ રખડ્યા પછી ઘાસની ગંજી પાસે બેઠાં હતાં ત્યારે છેવટે રોમિયોએ કહ્યું: 'તને એમ નથી લાગતું કે તારે નર્તિકા તરીકે તારી કારકિર્દી ચાલુ રાખવી અને મને મારું કામ કરવા દેવું એ વધારે સારું છે?' તેના આ જ શબ્દો ન હતા પણ અર્થ એવો હતો. મને હજી પણ એ ઘાસની ગંજી, અમારી સામે પથરાયેલું ખેતર અને છાતીમાં લાગેલી ઠંડી યાદ છે. એ દિવસે સાંજે મેં ઍલેક્ઝાંડર સાથે વિયેના, બર્લિન અને જર્મનીનાં બધાં શહેરોમાં નૃત્ય આપવાની શરત કરી.

રોમિયોને મેં પહેલી જ વાર માર્ક એન્ટનીનો પાઠ ભજવતાં જોયો. પ્રેક્ષકોનો ઉત્સાહ અપૂર્વ હતો. છેલ્લી વાર મેં તેને આ પાઠ ભજવતાં જોયો. હું બેઠી હતી, ગળે ડૂમો ભરાઈ આવતો હતો, જાણે મેં કાચના કટકા ખાધા હોય એમ લાગતું હતું. બીજે દિવસે હું વિયેના જવા માટે ઊપડી. રોમિયો હવે રોમિયો રહ્યો ન હતો. કડક દેખાતા માર્ક એન્ટનીને મેં છેલ્લી સલામ કરી. જતાં જતાં મેં તેને આ મનોદશામાં જોયો અને મારી આખી મુસાફરી કંટાળાથી અને દુઃખથી ભરપૂર હતી. આવી મુસાફરી મેં કદી નથી અનુભવી. આનંદ સારીયે સૃષ્ટિને છોડીને ચાલ્યો ગયો હોય એમ લાગ્યું. વિયેનામાં હું માંદી પડી અને ઍલેક્ઝાંડર ગ્રોસે મને દવાખાનામાં મૂકી.

ઍલેક્ઝાંડર ગ્રોસે મને મારી તબિયત સુધારવા ખાતર ફ્રેનઝેનબાદ લઈ ગયો. હું તદ્દન લેવાઈ ગયેલી અને દિલગીર હતી; મારી આસપાસ કોઈ પણ સૌન્દર્ય ભરપૂર પ્રદેશ કે કોઈ પણ જાતના માયાળુ મિત્રોની હું ના પાડતી. ગ્રોસની પત્ની આવતી હતી અને મારી નિદ્રાવિહોણી રાત્રિઓ દરમ્યાન એ મને પંપાળતી હતી. આશ્વાસન આપતી હતી. મારા સદ્ભાગ્યે, ડૉક્ટરોના અને નર્સના ભારે ખરચાને લીધે બૅન્કમાંથી નાણાં લગભગ ખલાસ થઈ ગયાં હતાં. તબિયત સારી થયા પછી ગ્રોસે મારો નૃત્યનો કાર્યક્રમ ગોઠવ્યો. એક દિવસે મેં મારી પેટી ઉઘાડી અને

નૃત્યનો પોશાક બહાર કાઢ્યો. જે પોશાકમાં મેં મારાં ક્રાંતિકારી નૃત્ય કર્યાં હતાં તેને ચુંબન કરતાં મારી આંખોમાંથી પાણી ચાલ્યાં ગયાં અને સોગંદ લીધા કે પ્રેમની ખાતર કદી પણ કળાને છોડીશ નહીં. આ દરમ્યાન પ્રજામાં મારા નામની જાદુઈ અસર થઈ ગઈ હતી. મને યાદ છે કે એક દિવસ રાત્રે હું વ્યવસ્થાપકની સ્ત્રી અને તેની જોડે હોટેલમાં ખાણું ખાતાં હતાં. કાચની બારી પાસે ઊભેલો માનવસમુદાય એટલી હદ સુધી વધતો ગયો કે છેવટે તેમણે કાચ તોડી નાખ્યા અને હોટેલનો વ્યવસ્થાપક નિરાશ થયો.

પ્રેમના સ્પષ્ટ સ્વરૂપને, શોકને અને દુઃખને મેં નૃત્યમાં ઉતાર્યાં. મૃત્યુની યજ્ઞવેદી ઉપર જીવનને છેલ્લા પ્રણામ કરતી ઇફીજેનિયાની વાર્તા મેં નૃત્યમાં ઉતારી. છેવટે મ્યુનિચમાં ઍલેક્ઝાંડરે મારો કાર્યક્રમ ગોઠવ્યો. મને ફરી એકલી જોઈને મારી બા અને બહેન એલિઝાબેથને આનંદ થયો. જોકે એ લોકોને હું વધુ ઉદાસીન, બદલાયેલી લાગી હતી.

મ્યુનિચમાં મારો કાર્યક્રમ રજૂ થાય તે પહેલાં હું અને એલિઝાબેથ હૉટેલની સગવડ માટે એબેઝિયા ગયાં. આમતેમ રખડ્યા પણ બરાબર જગ્યા મળે નહીં. આ નાનકડા ગામમાં અમને જોઈને લોકો નવાઈ પામતા હતા. એવામાં ગ્રાન્ડ ડ્યૂક ફરડીનેન્ડ પસાર થતા હતા તેની નજર અમારા ઉપર પડી. તેણે અમારામાં રસ લીધો. સહાનુભૂતિ દાખવી અને છેવટે એના બંગલામાં રહેવાનું અમને આમંત્રણ આપ્યું. આ આખોય પ્રસંગ તદ્દન નિર્દોષ હતો, છતાં પણ ડ્યૂકની આસપાસના માણસોએ ટીકા કરવી શરૂ કરી. ઉમરાવ કુટુંબની સ્ત્રીઓ અમને મળવા આવી; કળામાં લોકોને જરા પણ રસ ન હતો.

આ સમયે મેં નાહવાના પોશાકની શોધ કરી. સ્ત્રીઓ આખું શરીર ઢાંકીને નહાવા પડતી. આજે પણ આ પોશાકનો જ પ્રચાર થયો છે. ખભા ઉપર બે માત્ર પટ્ટી એને ગોઠણ ઉપરના થોડા ભાગ સુધી પણ ઉઘાડા આવી જાતનો આ પોશાક છે. તમે કલ્પના કરી શકશો કે આ જાતના પોશાકે શરૂઆતમાં કેવી સનસનાટી ફેલાવી હશે?

થોડા વખત પછી જ્યારે વિયેનામાં કાર્લ થિયેટરમાં મારા નૃત્યનો કાર્યક્રમ હતો ત્યારે ડ્યૂક રોજ રાત્રે એના અંગરક્ષકો અને રસાલા સાથે મારું નૃત્ય જોવા આવતા અને સ્વાભાવિક રીતે લોકો વાતો કરતા. પણ મારામાં ડ્યૂક આટલો બધો રસ લેતા હતા તેનું કારણ ફક્ત કલા પ્રત્યે તેનું નૈસર્ગિક વલણ જ હતું. થોડાં વર્ષ પછી મેં સાંભળ્યું કે ઑસ્ટ્રિયાની કોર્ટે તેમને એક મકાનમાં કેદ કર્યા છે ત્યારે ખરેખર દુઃખ થયું.

એબેઝિયામાં જે મકાનમાં અમે રહેતાં હતાં ત્યાં એક ખજૂરીનું ઝાડ હતું. પ્રભાતના વાયુની લહેરીઓથી એનાં પાંદડાં ધ્રૂજી ઊઠતાં. આ ઉપરથી મારા નૃત્યમાં હાથમાં અને આંગળાંઓમાં આ ધ્રુજારી મેં ઉતારી. મારું અનુકરણ કરનારાઓએ તો આ ક્રિયાને વખોડી કાઢી છે. એ લોકો માત્ર બાહ્ય રીતે જ આ ધ્રુજારી ઉપજાવે છે પણ ખરી રીતે એ અંદરથી જ ઉદ્ભવવી જોઈએ.

એબેઝિયાથી હું અને એલિઝાબેથ મ્યુનિચ ગયાં. આ વખતે મ્યુનિચનું જીવન કુન્સ્ટલર હાઉસમાં જ કેન્દ્રિત હતું. અહીં મોટ મોટા કળાકારો અને ફિલસૂફો ભેગા થતા અને કળા અને ફિલસૂફી ઉપર ચર્ચા કરતા. ઍલેક્ઝાંડર ગ્રોસે આ સ્થળે મારો કાર્યક્રમ ગોઠવવાનો વિચાર કર્યો. બે જણાંએ હા પાડી પણ શ્રી સ્ટકને લાગ્યું કે કળાના આ 'ધામ'માં મારું નૃત્ય ન શોભે. હું સ્ટકને એને ઘેર મળવા ગઈ, કારણ કે હું તેને મારી કળાની યોગ્યતા સમજાવવા માગતી હતી. મેં મારો પોશાક કાઢી નાખ્યો અને નૃત્યનો પોશાક પહેર્યો, નૃત્ય કર્યું. અને પછી મેં મારા નૃત્યના પવિત્ર પયગામ ઉપર જરા પણ અટક્યા વિના ચાર કલાક ભાષણ કર્યું. છેવટે તેણે હા પાડી. પાછળથી શ્રી સ્ટક પોતાના મિત્રોને કહેતા હતા કે મારા જીવનમાં હું કદી આટલો બધો આશ્ચર્યચકિત નથી થયો. 'કુન્સ્ટલર હાઉસમાં મેં વિજય મેળવ્યો અને ઘણાં વરસો દરમ્યાન આવી સનસનાટી શહેરે અનુભવી ન હતી.

પછી મારો કાર્યક્રમ 'કેઇમ સલ'માં ગોઠવાયો. વિદ્યાર્થીઓ તો ગાંડા બની જતા હતા. દરેક રાત્રે નૃત્ય પછી મારી ઘોડાગાડીના ઘોડાઓને છોડીને એની જગ્યાએ વિદ્યાર્થીઓ ગોઠવાઈ જતા અને આસપાસ મસાલો રાખીને ગીતો ગાતાં ગાતાં મને રસ્તાઓ ઉપર ફેરવતા. હોટેલની બારી પાસે કલાકો સુધી એ લોકો ઊભા રહેતા અને જ્યારે હું મારી પાસેનાં ફૂલ કે રૂમાલો એમની તરફ ફેંકું ત્યારે ખસતા. આ રૂમાલોના કટકા કરીને તેઓ તેમની ટોપીઓમાં ખોસતા.

એક રાત્રે તો વિદ્યાર્થીઓએ એમની હૉટેલમાં મને ભારે હેરાન કરેલી, નૃત્ય કરતી મને એ લોકોએ એક ટેબલ ઉપરથી બીજા ટેબલ ઉપર ઊંચકી ઊંચકીને મૂકી. આખી રાત તેઓએ ગાયું અને વારંવાર મારા નામના હર્ષના પોકારો કરતા હતા. જોકે મારો પોશાક અને મારી શાલના તો કટકા કરી નાખ્યા હતા, કારણ કે એ ટુકડાઓ એમને ટોપીમાં નાખવા હતા, બીજે દિવસે છાપાંમાં આ વાત આવી ત્યારે ગંભીર ગણાતા લોકોએ નાકનું ટેરવું ચડાવ્યું પણ આ આખોયે પ્રસંગ નિર્દોષ વાતાવરણથી જ ભરપૂર હતો.

મ્યુનિચમાં આ વખતે કળાપ્રધાન અને બુદ્ધિપ્રધાન પ્રવૃત્તિઓ વધી પડી.

રસ્તાઓ વિદ્યાર્થીઓથી જ ઊભરાતા હતા. દરેક છોકરીના હાથમાં કંઈ કાગળો કે વાજિંત્ર તો હોય જ. દરેક દુકાને જૂનાં પુસ્તકો, જૂનાં ચિત્રો વગેરેની નવી આવૃત્તિઓના ભંડારો દેખાતા હતા. મોટા મોટા ફિલસૂફો અને કળાકારોની મુલાકાતોમાંથી મને મારો અધવચે રહી ગયેલો બૌદ્ધિક અને આધ્યાત્મિક અભ્યાસ ફરી શરૂ કરવાની પ્રેરણા મળી. જર્મન ભાષા શીખવી શરૂ કરી. ફુન્સ્ટલર હાઉસમાં થતી કળાકારો, સંગીતકારો અને ફિલસૂફોની ચર્ચાઓ ખૂબ આનંદ સાથે હું સમજવા લાગી અને મને લાગેલો છેલ્લો આઘાત જરા નરમ પડવા લાગ્યો.

એક રાત્રે ફુન્સ્ટલર હાઉસમાં મારો ખાસ કાર્યક્રમ રાખવામાં આવ્યો હતો. પહેલી હરોળમાં મારી કળા ઉપર પ્રસન્ન થતા એક માનવીની છાયા મેં જોઈ. મને કોઈ મહાન વ્યક્તિનું સ્મરણ થયું, એ જ આગળ પડતાં આંખનાં ભ્રમર અને આગળ પડતું નાક, ફક્ત ચહેરો જરા નમ્ર હતો અને એટલું બધું જોમ ન હતું. નૃત્ય પછી મને ખબર પડી કે એ રિચાર્ડ વેગનરના પુત્ર સગ્ફ્રીડ વેગનર હતા. એ પણ અમારા મિત્રમંડળમાં ભળ્યા અને પાછળથી તો એ મારા પ્રિય મિત્ર બન્યા. એમના મહાન પિતાનાં સંસ્મરણો ઘણી વાર એ મને કહેતા.

એ વખતે હું પહેલી જ વાર ‘શોપનહાર’ વાંચતી હતી. ઇચ્છા અને સંગીત વચ્ચેના સંબંધ ઉપરની તેમની ફિલસૂફી ભરેલી રજૂઆત વાંચીને હું તો છક થઈ ગઈ. આ મહાન આત્માને જર્મનો વિચારની પવિત્રતાનો આદર્શ ગણે છે. વાંચતાં મને લાગ્યું કે હું તો કોઈ ઉચ્ચ ભૂમિકામાં વસતા દૈવી ચિંતકોના સંસર્ગમાં આવી છું. એમની બુદ્ધિની સૂક્ષ્મતા, પવિત્રતા અને વિશાળતા મારી મુસાફરી દરમ્યાન મેં ક્યાંય જોઈ નથી.

મ્યુનિચના સંગ્રહસ્થાનોમાં ઇટાલીની ભવ્ય કળાકૃતિઓએ મને સત્યનું ભાન કરાવ્યું અને ખબર પડી કે ઇટાલી તો પાસે જ છે. ત્યાં જવાની ઇચ્છાને અમે રોકી ન શક્યાં અને હું, મારી બા તથા એલિઝાબેથ ફ્લોરેન્સ જવા માટે ઊપડ્યાં.

* * *

૧૨

ટીટોલ પસાર કરતાં અમ્બ્રેઇન પ્રદેશના સૂર્યના તેજથી શોભી ઊઠતા પહાડોનું દશ્ય હું કદી ભૂલીશ નહીં.

અમે ફ્લોરેન્સ આવી પહોંચ્યાં અને થોડાં અઠવાડિયાં ખૂબ આનંદમાં બધી વસ્તુઓ જોવામાં ગાળ્યાં. બોટીસેલીના ચિત્રકામે મારી યૌવનસુલભ કલ્પનાને પકડી રાખી. આ ચિત્રોમાંથી મારાં નૃત્યો માટે મેં નવી પ્રેરણા મેળવી. કલાકો સુધી તેની સામે મુગ્ધ બનીને બેસી રહેતી. ચોકીદાર મારી આ કલાપૂજાને જોઈને આનંદ પામતો અને બેસવા માટે સાધન આપતો. હું એ ચિત્રને જોયા જ કરતી, અને છેવટે એ ચિત્રનાં પુષ્પોને ખીલતાં જોતી. નગ્ન પગ નાચી ઊઠતા અને આકૃતિઓ હલી ઊઠતી; પરિણામે મારા હૃદયમાં આનંદ ઊઠતો. મેં વિચાર્યું: આ ચિત્રને હું મારા નૃત્યમાં ગૂંથીશ અને બીજાઓને પ્રેમનો સંદેશ, વસંત અને નવજીવન આપીશ. મને તો આ વસ્તુઓ દુઃખ પછી મળી છે. નૃત્ય દ્વારા હું આ પરમ આનંદ લોકોને આપીશ.

વખત પૂરો થયો છતાં પણ આ ચિત્ર સામે હું શાંત બેઠી હતી. આ સુંદર પળની અગમ્યતામાંથી હું વસંતનો અર્થ શોધવા માગતી હતી. અત્યાર સુધી મારું જીવન એક ગૂંચવાડો હતું; મેં વિચાર્યું, 'જો આ ચિત્રનું હું ગુપ્ત રહસ્ય સમજી શકું તો બીજાઓને જીવનની ફળદ્રુપતા અને આનંદની ઉન્નતિનો માર્ગ બતાવી શકું. એક માણસ શુભ ઇરાદાથી લડાઈમાં ગયો છે અને ત્યાં સખત ઘાયલ થયો છે. પછી ઊંડા ચિંતનને પરિણામે એ કહે છે કે લોકોને આવી કતલમાંથી દૂર રાખવા માટે મારે શા માટે તેમને સુંદર બોધ ન આપવો?' મને યાદ છે કે જીવન વિશે મેં આ માણસ જેવો જ વિચાર કર્યો હતો.

૮૩

ફ્લોરેન્સમાં બોટીસેલીના ચિત્ર 'પ્રિમવેરા' સમક્ષ મેં આવું મનન કર્યું હતું અને પાછળથી મેં તેને નૃત્યમાં ઉતારવાનો પ્રયત્ન કર્યો હતો. આ નૃત્યનું નામ મેં 'ભાવિનું નૃત્ય' રાખ્યું હતું. અહીં મેં જૂના રાજમહેલના ઓરડામાં ફ્લોરેન્સના કળાકારો સમક્ષ મેં જૂના સમયના નનામા કવિઓનાં મધુર ગીતોને નૃત્યમાં બતાવ્યાં. વ્યાવહારિક જીવન પ્રત્યે અમારી સ્વાભાવિક બેદરકારીને લીધે ફરી પૈસા ખૂટ્યા અને પાછા બર્લિન જવા પૂરતાં નાણાં માટે અમારે ઍલેક્ઝાંડર ગ્રોસને તાર કરવો પડ્યો. ગ્રોસ બર્લિનમાં મારા કાર્યક્રમની તૈયારી કરતો હતો.

અમે બર્લિન આવી પહોંચ્યાં. શહેરમાંથી પસાર થતાં મેં જોયું તો ચારે બાજુ મારા નામની અને મારા કાર્યક્રમની જાહેરાતો ચોંટી ગઈ હતી. આ જોઈને બે ઘડી તો હું મૂંઝાઈ ગઈ. ઍલેક્ઝાંડર ગ્રોસે હોટેલ બ્રિસ્ટલના સારામાં સારા ઓરડામાં ઉતાર્યાં. મારી મુલાકાત માટે બધા જર્મન પત્રકારો રાહ જોઈને ઊભા હતા. મ્યુનિચમાં મારા અભ્યાસ અને ફ્લોરેન્સના મારા અનુભવના પરિણામે હું એટલી ગંભીર આધ્યાત્મિક મનોભૂમિ ઉપર હતી કે કળા ઉપરના મારા વિચારો જાણીને પત્રકારો મોંમાં આંગળાં નાંખી ગયા.

મારે માટે માન દાખવતા પત્રકારોએ મને ખૂબ ધ્યાનથી સાંભળી, પાછળથી મેં અમેરિકાના પત્રકારોને મારા સિદ્ધાંતો સમજાવ્યા હતા, તેમના કરતાં આ પત્રકારોએ મને જુદી જ રીતે સાંભળી. બીજે દિવસે મારા નૃત્યને ગંભીર અને ફિલસૂફીભર્યું મહત્ત્વ આપતાં જર્મન ભાષાનાં પત્રોમાં લાંબા લાંબા લેખો આવ્યા.

પ્રથમ શરૂઆત કરનાર માનવી તરીકે ઍલેક્ઝાંડર ગ્રોસ હિંમતવાન હતો. બર્લિનમાં મારો કાર્યક્રમ ગોઠવવામાં તેણે પોતાના બધા પૈસાનું સાહસ ખેડ્યું હતું. જાહેરાત પાછળ ખર્ચ કરવામાં તેણે કંઈ બાકી રાખ્યું ન હતું. પ્રથમ પળે ગૂંચવાયેલા પ્રેક્ષકોની પ્રશંસા હું ન મેળવી શકી અને ઍલેક્ઝાંડર ગ્રોસ સાફ થઈ જાત, પણ ઍલેક્ઝાંડર દીર્ઘદ્રષ્ટા હતો. એણે ભવિષ્ય ભાખ્યું હતું એ જ મેં કર્યું અને બર્લિન નૃત્ય પાછળ ગાંડું બન્યું. બે કલાક સુધી નૃત્ય કર્યું છતાં પણ પ્રેક્ષકોએ 'ઑપેરા હાઉસ' છોડવાની ના પાડી, એક નૃત્ય પછી બીજા નૃત્યની માગણીઓ ચાલુ જ રાખી અને છેવટે રંગભૂમિની નીચલી બત્તીઓ પાસે આવી ગયા. વિદ્યાર્થીઓનો ધોધ રંગભૂમિ ઉપર આવ્યો અને એમના આ અતિશય પૂજ્યભાવને પરિણામે હું છૂંદાઈને મરી જવાના ભયમાં આવી પડી હતી. મારી ગાડીને વિદ્યાર્થીઓ ખેંચતા અને રસ્તા ઉપર ફેરવીને છેક મને હોટેલમાં મૂકી જતા. જર્મનીમાં પ્રચલિત આ રસિક વિધિ મારે માટે ઘણી રાત્રિઓ સુધી કરવામાં આવી.

આવા દિવસો દરમ્યાન અચાનક રેમન્ડ અમેરિકાથી પાછો આવ્યો. તેણે

કહ્યું કે હું તમારાથી જુદો હવે નહીં રહી શકું. મને એકલા ગમતું નથી. કલાના પવિત્રમાં પવિત્ર મંદિર સમા અમારા પ્યારા એથેન્સની યાત્રા કરવાનું સ્વપ્ન અમે તાજું કર્યું. મને લાગ્યું કે હું તો હજી કલાના અભ્યાસમાં, કલામંદિરના ફક્ત પ્રવેશદ્વારમાં જ છું. બર્લિનમાં થોડો સમય ગાળ્યો. ઍલેક્ઝાંડર ગ્રોસે ઘણી આજીજીઓ અને કાલાવાલા કર્યા છતાં પણ જર્મની છોડવાની મેં હઠ લીધી. ફરી અમે ઇટાલી જવા માટે ટ્રેન પકડી. અમારાં ચક્ષુઓમાં ચમકાર હતો. હૃદયના ધબકારે આનંદ પ્રગટ્યો હતો, લાંબા સમયથી ખોળંભે પડેલી અમારી યાત્રા અમે શરૂ કરી હતી, અમે વેનિસ થઈને એથેન્સ જતાં હતાં.

થોડાં અઠવાડિયાં અમે વેનિસમાં ગાળ્યાં. જૂનાં દેવળો અને ચિત્રો જોયાં પણ સ્વાભાવિક રીતે સરખામણી કરતાં ફ્લોરેન્સનું ઉચ્ચ કક્ષાનું પવિત્ર સૌન્દર્ય આના કરતાં હજારગણું શ્રેષ્ઠ હતું. એ વખતે વેનિસમાં મને બહુ રસ ન પડ્યો. વેનિસનું સૌન્દર્ય અને રહસ્ય તો હું જ્યારે મારા એક પ્રિયતમ સાથે વર્ષો પછી આવી હતી ત્યારે સમજી શકી. વેનિસની પ્રથમ મુલાકાતે મારા ઉપર અસર ન પાડી, અમે જરા આગળ વધવાનો વિચાર કર્યો.

રેમન્ડે એવું નક્કી કર્યું હતું કે આ જમાનાનાં સુખ-સગવડ ભર્યાં સાધનોનો મુસાફરીમાં બહુ ઉપયોગ ન કરવો, પણ જેમ બને તેમ જૂની ઢબનાં સાધનોનો ઉપયોગ કરવો. સ્ટીમર પકડવાને બદલે અમે નાનકડી હોડી લીધી અને સાન્ટા મોરાનાં જૂનાં ખંડિયેરો જોવા ઊપડ્યાં. એવી જ નાનકડી હોડીમાં બેસીને, બે માણસો સાથે, જુલાઈના ધગધગતા તાપમાં ભૂરા આયોનિયર સાગરની મુસાફરી કરી અને કારાવેસેરાઝના એક નાના શહેરમાં ઊતર્યાં.

રેમન્ડ મૂક અભિનયથી હોડીવાળાને સમજાવતો હતો. હોડીવાળો આકાશ તરફ હાથ લાંબા કરીને કહેતો હતો કે 'બૂમ બૂમ.' એનો અર્થ એવો હતો કે સાગર તોફાને ચડ્યો છે; એનો ભરોસો નહીં. દગો કરી બેસશે. છતાં પણ અમે આગળ વધ્યાં. અમે તો અમારી કીમતી જિંદગીનું સાહસ ખેડ્યું હતું. દરિયો ભારે તોફાની હતો.

પ્રીવેસા નામના એક નાના ગામ આગળ અમે અટક્યાં. ખોરાક મંગાવ્યો. ધગધગતા તાપમાં હોડીમાં બેસીને અમારે ખાવું પડ્યું. માંસ અને માછલીમાંથી માથું ફાટી જાય એવી વાસ આવતી હતી. મરતાં સુધી હું આ દિવસ નહીં ભૂલું. છેક સાંજે અમે પાછા કારાવેસેરાઝ આવી પહોંચ્યાં. અમને જોઈને લોકો અમને મળવા આવ્યા. રેમન્ડ અને હું નીચે ઊતર્યાં અને જ્યારે અમે ભૂમિને ચુંબન કર્યું ત્યારે લોકો સ્તબ્ધ બની ગયાં. કોલંબસે જ્યારે અમેરિકાની ભૂમિ ઉપર પગ મૂક્યો હશે ત્યારે અમારા જેટલી નવાઈ તેણે એ જંગલી લોકોમાં નહીં ઉપજાવી હોય.

ખરેખર, આનંદને લીધે અમે અડધા ગાંડાં જેવાં થઈ ગયાં હતાં. ગામડાના દરેક રહેવાસીને અમે ભેટવા માગતા હતા અને કહેવા ઇચ્છતા હતા કે 'ખૂબ રખડપટ્ટી કર્યા પછી. ઓ ગ્રામવાસીઓ, અમે આખરે આ પવિત્ર ભૂમિ ઉપર આવી પહોંચ્યા છીએ. અમારું ગાન અહીં પોઢેલા દેવોને જાગ્રત કરશે.'

કારાવેસેરાઝમાં હોટેલ ન હતી અને રેલવે પણ હતી નહીં. એક વીશીમાં એક ઓરડામાં રાત રહ્યાં. વીશીને જોકે એક જ ઓરડો હતો. અમે ઊંઘી ન શક્યાં. પહેલું કારણ તો એ કે રેમન્ડ સૉક્રેટિસની બુદ્ધિમત્તા ઉપર અને પ્લેટોનિક પ્રેમના સિદ્ધાંત ઉપર ચર્ચાએ ચડ્યો હતો, બીજું અમે જે પલંગ ઉપર પોઢ્યાં હતાં તેના ઉપર માત્ર એક ખડબચડું પાટિયું જ હતું, અને એમાં ભરાયેલા માંકડ અમારા લોહીની ઉજાણી કરવા માગતા હતા. પરોઢિયે તો અમે ગામ છોડ્યું. બે ઘોડાવાળી ગાડીમાં બેઠાં. ગામલોકો અમને ઘણે સુધી વળાવવા આવ્યા. એ હજાર વર્ષ પહેલાં મેસીડોનનો ફિલિપ પોતાનું લશ્કર જે રસ્તે લઈને આવ્યો હતો એ જૂનો રસ્તો અમે પકડ્યો.

જંગલી પહાડોની ભયજનક ભવ્યતા અમે નીરખી. સુંદર પ્રભાત હતું અને મનહર આનંદ ઉપજાવે એવી ચોખ્ખી હવા હતી. ગાડીમાં તે કોણ બેસે? રસ્તામાં, યૌવનના તનમનાટથી ભરેલા અમારા પગને પાંખો આવી હતી. આનંદ, ગીતો અને બૂમો પાડતાં પાડતાં અમે આગળ વધ્યાં હતાં. રસ્તામાં નદી આવી, એના નિર્મળ નીરમાં અમને ડૂબકી મારવાનું મન થયું. હું અને રેમન્ડ એલિઝાબેથે તો કરગરીને ખૂબ ના પાડી પણ અમે તો પડ્યાં. તાણ કેવું હશે તેની તો અમને ખબર પણ ન હતી અને અમે લગભગ તણાઈ પણ ગયાં હતાં.

એક જગ્યાએ તો દૂર દૂર ખેતરમાંથી ઘેટાંની રખેવાળી કરતા બે કૂતરાઓ હાઉ હાઉ કરતાં ખીણ વટીને આવ્યા. વરુ જેટલી વિકરાળતાથી એ અમારા ઉપર જરૂર હલ્લો કરત પણ બહાદુર ગાડીવાને એના ચાબખાથી એ કૂતરાઓને ભારે ભડકાવ્યા.

રસ્તા ઉપર આવેલી એક વીશીમાં અમે ખાણું ખાવા રોકાયાં. ડુક્કરના ચામડાની કોથળીમાં સાચવી રાખેલો દારૂ મેં પહેલી જ વાર ચાખ્યો. ફર્નિચરને લગાડવાના રંગ જેવો એનો સ્વાદ હતો પણ એરંડિયું પીધા જેવું મુખ કરતાં કરતાં પણ અમે કહેતા કે 'ના, દારૂ તો સ્વાદિષ્ટ છે!'

છેવટે સ્ટ્રેટોસના પુરાણા શહેરમાં અમે આવી પહોંચ્યાં. ત્રણ ટેકરીઓ ઉપર આ શહેર બંધાયેલું છે. ગ્રીસનાં ખંડિયેર જોવામાં, આ અમારું પહેલું સાહસ હતું. અદ્ભુત સ્થાપત્ય જોઈને અમે હર્ષમાં આવી ગયાં. થાક્યાંપાક્યાં અમે રાત્રે

એગ્રિનિયન આવી પહોંચ્યાં. પણ નશ્વર દેહધારી માનવીઓને ભાગ્યે જ પ્રાપ્ત થાય છે એવા આનંદનો પ્રકાશ અમે અનુભવતાં હતાં.

બીજે દિવસે સવારે અમે મીસોલોંગી પહોંચ્યાં. શહીદોના રક્તથી ભીંજાયેલી આ ભૂમિમાં પોઢેલા મહાકવિ બાયરનને અમે ગદ્ગદિત હૃદયે અંજલિ આપી. ભારે હૃદયે અને અશ્રુભીની આંખે અમે મીસીલોંગી છોડ્યું. પેટ્રાસ આવ્યા અને ત્યાંથી અમે એથેન્સ જતી ટ્રેન પકડી. ભવ્ય કુદરત અને માથે બરફનો મુગટ ધારણ કરીને બેઠેલ ઑલિમ્પસને જોયો. અમારા આનંદનો પાર ન હતો. હર્ષની લાગણીઓ એટલી બધી પ્રબળ હતી કે અશ્રુભીની આંખે એકબીજાને ભેટ્યા સિવાય એ વ્યક્ત થઈ ન શકે. સુસ્ત લાગતા ખેડૂતો નાનાં નાનાં સ્ટેશને અમને નવાઈમાં નીરખતા હતા. એ લોકોએ એમ માન્યું હશે કે અમે દારૂ ઢીંચ્યો હશે અથવા તો અમારું ખસી ગયું હશે, પણ ખરી રીતે તો અમે પરમ તેજસ્વી ઉચ્ચ જ્ઞાનની શોધમાં હતાં અને તેથી આટલાં મસ્ત હતાં.

સાંજે અમે એથેન્સ આવી પહોંચ્યાં, એથેન્સના મંદિરનાં પગથિયાંઓ ચડતાં ચડતાં અતિ ભક્તિભાવને લીધે અમારાં ગાત્રો કંપતાં હતાં અને હૃદય અર્ધમૂર્છિત દશામાં પડ્યું હતું. પ્રભાત ઊઘડતું હતું. જેમ જેમ અમે ઊંચે ઊંચે ચડતાં ગયાં તેમ તેમ અમને લાગ્યું કે અમારા આત્માએ જૂનો દેહ ત્યાગીને નવું શરીર ધારણ કર્યું છે. અમારા દેહમાં નવા પ્રાણવાયુનો સંચાર થયો છે અને કુદરતનું અપૂર્વ સૌન્દર્ય અમે પહેલી જ વાર જોઈ રહ્યાં છીએ.

પેન્ટેલીક્સ પર્વતની પાછળથી સૂર્ય, પહાડનું અદ્ભુત સ્વરૂપ અને ભવ્યતાનું દર્શન કરાવી રહ્યો હતો, અમે ઉપર પહોંચ્યાં. દોરી ઉપર મણકા થંભી જાય એવી રીતે શાંતિની દોરીમાં અમારા દેહમણકા સ્થિર થઈ ગયા. શબ્દોમાં પણ શક્તિ નથી કે અહીંના સૌન્દર્યનું વર્ણન કરી શકે. અમારા હૃદયમાં વિચિત્ર ભય પેદા થયો. ન આનંદના પોકારો, ન આલિંગનો, અગાધ ભક્તિમાં અમે લીન થઈ ગયાં હતાં અને કલાકો સુધી પરમ આનંદની આ સમાધિદશા અમે અનુભવી રહ્યાં. પાછળથી જરા નબળાઈ અને થાક વર્તાયો હતો.

અમે અહીં બધાં સાથે હતાં, મારી મા અને અમે ચાર ભાઈ-બહેનો. પારથેનોનને જોયા પછી લાગ્યું કે અમે સંપૂર્ણતાના શિખર ઉપર ઊભાં છીએ. અમે અમારી જાતને પૂછ્યું કે જો એથેન્સમાં જ અમારું રસજ્ઞાન પોસાતું હોય, અમારી સૌન્દર્યભાવના અહીં જ પ્રોત્સાહન પામતી હોય તો શા માટે ગ્રીસ છોડવું? કોઈને નવાઈ લાગશે કે બુડાપેસ્ટ અને જર્મનીમાં આટલો વિજય મેળવ્યા પછી મને ત્યાં પાછા જવાનું શા માટે મન ન થયું? પણ સત્ય હકીકત એવી છે કે

જ્યારે મેં આ યાત્રા શરૂ કરી ત્યારે મારા હૃદયમાં કીર્તિ અને લક્ષ્મીને સ્થાન ન હતું. એ માત્ર આધ્યાત્મિક દૃષ્ટિથી જ યાત્રા શરૂ કરેલી. આ ખંડિયેરોમાં હજી પણ દેવી એથીના વસી રહી છે એમ મને લાગ્યું અને તેથી અમારે અહીં રહેવું જોઈએ અને અમારે એક મંદિર, અમારા ડંકનવંશના સ્મરણાર્થે બંધાવવું જોઈએ.

બર્લિન છોડ્યા પછી બૅન્કમાં એટલા બધા પૈસા હતા કે એ પૈસા ખૂટશે જ નહીં એમ અમને લાગ્યું. અમે મંદિરની જગ્યા પસંદ કરવા નીકળ્યાં. અમારામાંથી એક ફક્ત ઑગસ્ટીનને અહીં ગમતું ન હતું. લાંબા સમયથી એ કંઈ વિચારમાં જ પડ્યો રહેતો, એને એની સ્ત્રી અને બાળક યાદ આવતાં હતાં. એ વાત તેણે આખર કબૂલ કરી. અમને લાગ્યું કે તેનામાં આટલી નબળાઈ છે. શું થાય? એની સ્ત્રી અને બાળકને બોલાવ્યા સિવાય છૂટકો જ ન હતો. એમને બોલાવવાનું નક્કી કર્યું.

ઑગસ્ટીનની પત્ની આવી. એના ઊંચી એડીના જોડા જોઈને અમે સ્તબ્ધ બની ગયાં, કારણ કે અમે તો ક્યારનાયે ચંપલ પહેરતાં હતાં. આ જગ્યાની આરસલાદી ન બગડે એટલા માટે, ઑગસ્ટીનની પત્નીને પણ અમે આ જાતનાં ચંપલ પહેરવાનું કહ્યું પણ તેણે વાંધો ઉઠાવ્યો.

અમે નક્કી કર્યું કે આપણે આધુનિક પોશાક ન પહેરવો જોઈએ. આપણે તો ગ્રીસનો પુરાણો પોશાક ધારણ કરવો જોઈએ અને અમે કર્યો. આ પોશાક ધારણ કરીને અમે મંદિર માટે જમીનની શોધમાં નીકળતાં. આ પોશાક જોઈને આધુનિક ગ્રીક લોકોને ખૂબ નવાઈ લાગતી.

ખૂબ રખડ્યાં; છેવટે એક જગ્યા પસંદ પડી, પણ મુશ્કેલી તો એ હતી કે જગ્યાનો માલિક કોણ હતો તે કોઈ જાણતું ન હતું. ભરવાડો ઘેટાંબકરાં અહીં ચારતા હતા. લાંબા સમય પછી ખબર પડી કે ખેડૂતોનાં પાંચ કુટુંબોની એ જગ્યા વર્ષો થયાં છે. લાંબી તપાસ પછી અમે એ પાંચે કુટુંબોના મુખ્ય માણસોને મળ્યાં અને એ જગ્યા વેચવી છે કે કેમ તે પૂછ્યું. એ લોકો તો ખૂબ નવાઈ પામ્યા, કારણ કે એમને કલ્પના પણ ન હતી કે આવી કચરા જેવી જમીનનાં નાણાં ઊપજશે. આસપાસ ક્યાંય પાણી પણ ન હતું. કોઈને ખબર પણ ન હતી કે આ જમીનની કિંમત ઊપજશે. અમે જેવી ખરીદવાની વાત કરી એટલે ખેડૂતો ભેગા થયા અને નક્કી કર્યું કે આ જમીન તો અમૂલ્ય છે. પ્રમાણમાં ઘણી વધારે રકમની તેઓએ માગણી કરી. અમારે તો જમીન લેવી જ હતી. અમે ખેડૂતો સાથે જુદી રીતે વર્તાવ શરૂ કર્યો. બધાં કુટુંબોને જમવા બોલાવ્યાં. ખૂબ સારો ખોરાક આપ્યો અને ત્યાંના વતની વકીલ દ્વારા સોદો નક્કી કર્યો. ધાર્યા કરતાં

જરા વધારે પૈસા આપવા પડ્યા પણ અમે આપેલી ઉજાણી સફળ તો થઈ જ.

હવે મકાનના નકશા માટે કાગળ અને બીજાં સાધનો શોધી લાવવા એ બીજું પગલું હતું. રેમન્ડે ઇજનેરોની સલાહને ધુત્કારી કાઢી અને કારીગરો તથા બીજા માણસોને તેણે પોતે જ રોક્યા. અમે નક્કી કર્યું કે પેન્ટેલીક્સ પહાડનો પથ્થર આપણે વાપરવો જોઈએ; એ જ પથ્થર આપણા મંદિરને લાયક છે. રોજ અમે ગાડાંઓની હારમાળો આવતી જોઈ, એમાં પથ્થર ભર્યો હતો, અમારી જમીન ઉપર એ ગાડાંઓ ઠલવાતાં અને અમે વધુ ને વધુ હર્ષ અનુભવતાં.

છેવટે અમારા મંદિરનું ખાતમુહૂર્ત કરવાનો પવિત્ર દિવસ આવી પહોંચ્યો. અમે વિચાર કર્યો કે આ મહાન પ્રસંગને શોભે એવી વિધિ આપણે કરવી જોઈએ. આધુનિક વિજ્ઞાન અને સ્વતંત્ર વિચારોને પરિણામે અમે આવી ધાર્મિક વિધિઓને વહેમમાંથી મુક્ત હતાં. છતાં પણ વિચાર કર્યો કે ગ્રીસના રીતરિવાજ પ્રમાણે ગ્રીક ધર્મગુરુની દેખરેખ નીચે આ પ્રસંગને વિધિસર ઊજવવો, એ વધારે યોગ્ય અને સારું છે. આસપાસ માઇલો સુધી વસતી ખેડૂત જનતાને આ પ્રસંગને શોભાવવા માટે આમંત્રણ આપ્યું.

વૃદ્ધ ધર્મગુરુ આવી પહોંચ્યા. કાળો ઝભ્ભો અને કાળી લાંબા પૂછડાવાળી ટોપીમાં એ સજ્જ થયા હતા. ધર્મગુરુએ કહ્યું કે કાળા કૂકડાનો ભોગ આપવો જ પડશે. આ તો જૂનો રિવાજ હતો. થોડી મુશ્કેલી પછી કાળો કૂકડો અમે શોધી કાઢ્યો. અને ધર્મગુરુને ભેટ આપ્યો. સાથે એક છરી પણ આપી. ચારે બાજુથી આ શુભ પ્રસંગને શોભાવવા માટે ખેડૂતોનાં ટોળેટોળાં આવી પહોંચ્યાં હતાં. એથેન્સથી થોડા સુધરેલા લોકો પણ આવ્યા હતા. સંધ્યા પહેલાં તો માણસોની હાજરી સારા પ્રમાણમાં થઈ ગઈ.

અસરકારક ગંભીરતાથી વૃદ્ધ ધર્મગુરુએ ક્રિયાકાંડ શરૂ કર્યું. તેણે કહ્યું કે પાયો નાખવાની હદ દોરો અને અમે નાચીને એક ચોરસ કરી બતાવ્યું; અગાઉથી જ રેમન્ડે આ નક્કી કર્યું હતું. લાલચોળ સૂર્ય આથમતો હતો ત્યારે કાળા કૂકડાના શરીર ઉપર છૂરી ફરી વળી, ધગધગ કરતું રક્ત નીકળ્યું અને પથ્થર ઉપર છાંટ્યું. એક હાથમાં છરી રાખીને અને બીજા હાથમાં કપાયેલો કૂકડો રાખીને એ પાયો નાખવાની ચોરસ જગ્યા આગળ ત્રણ વાર ફર્યો. પછી પ્રાર્થના અને મંત્રો શરૂ થયાં. મકાનના પથ્થરો ઉપર તેણે આશીર્વાદ વરસાવ્યા અને અમારાં નામ પૂછીને તે પ્રાર્થના બોલવા લાગ્યો. એમાં વારંવાર ઈસાડોરા ડંકન (મારી બા), ઑગસ્ટીન, રેમન્ડ, એલિઝાબેથ અને નાની ઈસાડોરા (હું) વગેરે નામનો ઉચ્ચાર થતો હતો, વારંવાર તે 'ડંકન'નો ઉચ્ચાર 'થંકન' કરતો. ફરી ફરીને તેણે

અમને આ મકાનમાં શાંતિથી અને પવિત્રતાથી રહેવા સલાહ આપી. તેણે એ પણ પ્રાર્થના કરી કે અમારા વંશજો પણ આ મકાનમાં શાંત અને પવિત્ર જીવન ગાળે. પ્રાર્થના પૂરી થયા પછી સ્થાનિક સંગીતકારો પોતાનાં વાજિંત્રો લઈને આવ્યા. દારૂનાં પીપ ખોલવામાં આવ્યાં. ટેકરી ઉપર ભડભડ કરતો અગ્નિ સળગાવવામાં આવ્યો. અમે અમારા પાડોશીઓ અને ખેડૂતોની સાથે આખી રાત નાચ્યાં અને દારૂની લિજ્જત માણી. આખા વાતાવરણમાં આનંદ સિવાય બીજું કંઈ ન હતું.

અમે સદાને માટે ગ્રીસમાં રહેવાનું પસંદ કર્યું. અપરિણીત જીવન ગાળવાનું નક્કી કર્યું. ઑગસ્ટીનની સ્ત્રીને અપવાદ તરીકે ગણવામાં આવી. ડંકનવંશના માણસો માટે નિયમો ઘડતી એક પત્રિકા કરી અને તેમાં આ ભૂમિ ઉપર કેવી રીતે જીવન ગાળવું એની રૂપરેખા દોરવામાં આવી. પ્લેટોએ પોતાના 'રિપબ્લિક–પ્રજાસત્તાક' નામના પુસ્તકમાં જે યોજના બતાવી છે એ યોજના જેવું અમે કંઈક કર્યું. અમારી જીવનચર્યાની રૂપરેખા આ પ્રમાણે હતી.

સવારમાં સૂર્યોદય વખતે ઊઠવું; આનંદ ગીતો લલકારતાં લલકારતાં સૂર્યનું સ્વાગત કરવું અને પછી બકરીના દૂધનો એક પ્યાલો પીને જરા તાજગી અનુભવવી. સવારનો સમય આસપાસના માણસોને સંગીત અને નૃત્ય શીખવવામાં ગાળવો. એ લોકોને ગ્રીક દેવોના ઉત્સવ ઊજવવાનું શીખવવું અને અત્યારનાં નવી રીતનાં ત્રાસદાયક વસ્ત્રોનો ત્યાગ કરાવવો. માંસાહારનો ત્યાગ કરવો અને બપોરે ભોજનમાં માત્ર લીલોતરી લેવી. મધ્યાહ્ન પછીનો કાળ ધ્યાન અને ચિંતનમાં ગાળવો અને સંધ્યા સમયે યોગ્ય સંગીત સાથે મૂર્તિપૂજાને લગતી ક્રિયાઓમાં ગાળવો.

મકાનનું કામકાજ શરૂ થયું. જરા દીવાલો ચણાઈ ત્યારે ખ્યાલ આવ્યો કે આટલો પથ્થર જોઈશે અને તેની પાછળ કેટલો ખર્ચ થશે. થોડા દિવસ પછી અમે એ જગ્યાએ રાત ગાળવાનું નક્કી કર્યું. અને ઓચિંતા અમને ખબર પડી કે આસપાસ માઈલો સુધી પાણીનું એક ટીપું પણ મળી શકે એમ નથી.

પણ રેમન્ડ ગભરાય એવો ન હતો. વધારે માણસો રોક્યા અને કૂવો ખોદાવવો શરૂ થયો. કૂવો ખોદતાં અવશેષો મળ્યા. રેમન્ડે નક્કી કર્યું કે અહીં જૂનું ગામ વસેલું હોવું જોઈએ પણ મારું એવું માનવું હતું કે આ જગ્યાએ કબ્રસ્તાન હોવું જોઈએ, કારણ કે જેમ જેમ કૂવો ઊંડો ખોદાતો ગયો તેમ તેમ જમીન સૂકી બનતી ગઈ. પાણી પાછળ થોડાં અઠવાડિયાં નકામી મહેનત કર્યા પછી અમે પાછા એથેન્સમાં ગયાં. વર્તુલાકાર ડાયોનિસની રંગભૂમિ ઉપર જવાની અમે રજા મેળવી. ચાંદની રાતો ત્યાં ગાળતાં. ઑગસ્ટીન ગ્રીકની કરુણ કથાઓ ગાતો અને અમે નૃત્ય કરતાં.

એથેન્સમાં અમે ત્યાંના રહેવાશીઓ સાથે ભળ્યાં નહીં. અમે એકલાં બસ હતાં. એક વાર અમે સાંભળ્યું કે ગ્રીસનો રાજા અમારું મંદિર જોવા આવ્યો છે પણ અમને આ સમાચારની જરા પણ પડી ન હતી. અમે તો દેવોના રક્ષણ નીચે હતાં.

*   *   *

૧૩

એક વખત ચાંદની રાતે અમે બેઠાં હતાં, ત્યાં રાત્રિના વાતાવરણને વીંધીને આવતો કોઈ છોકરાના કંઠનો સ્વર સંભળાયો, આવો અપાર્થિવ અને દર્દભર્યો અવાજ ફક્ત છોકરાના કંઠમાં જ હોય છે. તરત જ એની સાથે બીજાઓ અને પછી ત્રીજાએ ગાવાનું શરૂ કર્યું. એ લોકો ગ્રીસનાં જૂનાં ગીતો ગાતા હતા. અમે તો એ ગીતોને ખૂબ આનંદથી સાંભળી જ રહ્યાં. રેમન્ડે કહ્યું: 'જૂના સમયમાં છોકરાઓનાં વૃંદગીતોનો આવો જ ઢાળ અને અવાજ હોવો જોઈએ.'

બીજી રાતે પણ એ વૃંદગીત ગવાયું. ત્રીજે દિવસે છોકરાઓને અમે ભેટ આપી એટલે તે રાત્રિએ તો ઘણા છોકરા ભેગા થયા અને ગીત ગવાયું. પછી તો ધીમે ધીમે એથેન્સના છોકરા ભેગા થયા અને રોજ રાત્રિ અમારી સમક્ષ ગાતા.

આ સમયે ગ્રીસના દેવળના સંગીતમાં અમે ખૂબ રસ લેતાં હતાં. ગ્રીક દેવળની મુલાકાત લીધી અને અદ્‌ભુત સંગીત સાંભળ્યું. યુવાન પાદરીઓની પાઠશાળાની પણ મુલાકાત લીધી. તેઓએ અમને જૂનાં હસ્તલિખિત ભજનો બતાવ્યાં.

પછી વિચાર આવ્યો કે ફરી છોકરાઓને ભેગા કરવા અને જૂનાં ગીતો ગવરાવવાં. દરરોજ રાતે અમે હરીફાઈ ગોઠવતાં અને જે જૂનામાં જૂનું ગીત ગાય તેને ઇનામ આપતાં, મધુર કંઠવાળા દસ છોકરાઓને આ વૃંદગીત માટે તૈયાર કર્યા. એક યુવાન પાદરી આ જૂનાં કાવ્યોમાં બહુ રસ લઈ રહ્યો હતો, તેણે અમને વૃંદગીતો ગોઠવવામાં ઘણી મદદ કરી. આ વૃંદગીતો જેવાં ગીતો લખાયાં જ નથી, ઘણાં જ સુંદર ગીતો હતાં. આ વૃંદગીત અને બીજા અભ્યાસમાં અમે ખૂબ મચ્યાં રહેતાં હતાં. કોઈ કોઈ વાર ગામડાંઓની મુલાકાત લઈ આવતાં. આથી વધારે કંઈ અમે ઇચ્છતાં પણ નહીં.

એથેન્સના વાચનાલયમાંથી ગ્રીક સંગીત ઉપરનાં જૂનાં પુસ્તકો શોધી કાઢ્યાં. આ શોધને પરિણામે અમારા જીવનમાં આનંદનો જુવાળ આવ્યો. છેવટે બે હજાર વર્ષ પછી પણ જગતે ગુમાવેલો ભંડાર અમે શોધી કાઢ્યો છે.

સામાન્ય રીતે એથેન્સમાં બન્યા કરે છે એમ એ સમયે પણ ક્રાંતિ તો ચાલતી જ હતી. રાજ્ય અને વિદ્યાર્થીઓ વચ્ચે ભાષાની તકરાર ઊભી થઈ હતી. વિદ્યાર્થીઓ એવા મતના હતા કે ગ્રીસની જૂની ભાષા રંગભૂમિ ઉપર વાપરવી જોઈએ અને રાજ્ય કહેતું હતું કે નૂતન ભાષા જોઈએ. એક દિવસ અમે અમારા સ્થાનેથી પાછાં ફરતાં હતાં ત્યારે વિદ્યાર્થીઓ હાથમાં વાવટા લઈને સરઘસમાં નીકળ્યા હતા. અમારો જૂનો પોશાક જોઈને અમને હર્ષથી વધાવી લીધાં અને એમના સરઘસમાં જોડાવાનું કહ્યું અને અમે જોડાયાં પણ ખરાં. વિદ્યાર્થીઓએ મ્યુનિસિપલ થિયેટરમાં મારો કાર્યક્રમ ગોઠવ્યો. વૃંદગીત માટે તૈયાર કરેલા, છોકરાઓએ અનેકરંગી વસ્ત્રોમાં સજ્જ થઈને ગ્રીસનાં પુરાણાં ગીતો ગાયાં અને મેં નૃત્ય કર્યું. વિદ્યાર્થીઓમાં અપૂર્વ ઉત્સાહ આવ્યો.

આ વાત સાંભળીને રાજા જ્યૉર્જે પણ મને રૉયલ થિયેટરમાં નૃત્ય માટે કહેવડાવ્યું. મ્યુનિસિપલ થિયેટરમાં વિદ્યાર્થીઓમાં જે ઉત્સાહ અને ઉલ્લાસ હતો એવું અહીં કંઈ ન હતું. એ લોકો પ્રશંસા માટે તાળીઓ પાડતા હતા અને એ તાળીઓનો અવાજ જરા પણ ઉત્સાહપ્રેરક ન હતો. રાજા અને રાણી બંને મળ્યાં. બંને પ્રસન્ન થયાં હોય એમ લાગ્યું, પણ મને લાગ્યું એ લોકોને મારી કલા માટે પ્રેમ નથી, અથવા તેમને કંઈ સમજણ નથી. બૅલેપદ્ધતિને જ રાજવંશીઓ સમજી શકે.

આવી રીતે બનાવો બનતા જતા હતા અને એક દિવસ મેં શોધી કાઢ્યું કે બૅન્કમાં રાખેલાં નાણાં પણ ખૂટતાં જતાં હતાં. રાજકુટુંબમાં કાર્યક્રમ આપ્યા પછી મને આખી રાત ઊંઘ ન આવી; સવારે વહેલી ઊઠી અને ડાયોનિસસની રંગભૂમિ તરફ ઊપડી. નૃત્ય કર્યું. મને થયું કે અહીં આ મારું છેલ્લું નૃત્ય છે. પહાડો તરફ દૃષ્ટિ ફેંકી તરત જ મને ભાન થયું કે પરપોટાની જેમ જાણે કે અમારાં સ્વપ્નાં ખલાસ થયાં છે. કોઈ પણ રીતે પ્રાચીન ગ્રીસના લોકોની લાગણીઓ આપણે નહીં અનુભવી શકીએ. મારી નસોમાં ગ્રીસનું રક્ત ન હતું. એક વર્ષ દરમ્યાન ગાળેલા સુંદર સમયનું દર્શન ભાંગી જતું લાગ્યું. ગ્રીસના સંગીતના સૂરો આછા થતા લાગ્યા અને એમાંથી 'ઈસાડોરાનું મૃત્યુગીત' મારે કાને અથડાયું.

ત્રણ દિવસ પછી, અનેક ઉત્સાહી આત્માઓની વચ્ચે, ગ્રીસના દશ છોકરાઓનાં માબાપોને રડતાં મૂકીને એથેન્સથી વિયેના જવાની ટ્રેન પકડી.

ગ્રીસના સફેદ અને જાંબુડિયા ધ્વજમાં હું સજ્જ થઈ હતી; આ દસ છોકરાઓ અને બીજા બધા માણસો સુંદર ગીત ગાતા હતા.

ભૂતકાળમાં હું જ્યારે ડોકિયું કરું છું ત્યારે મને ભાન થાય છે કે ગ્રીસમાં ગાળેલું એક વર્ષ ખરેખર ઘણું સુંદર હતું.

દસ છોકરાઓ સાથે અમે વિયેના આવી પહોંચ્યાં.

* * *

૧૪

ગ્રીસનાં વૃંદગીતો અને કરુણ નૃત્યોને ફરી જીવતાં કરવાની અમારી ઇચ્છા, જરૂર પ્રયત્નપાત્ર હતી અને એટલી જ અશક્ય હતી, પણ બર્લિન અને બુડાપેસ્ટમાં ખૂબ પૈસા મેળવ્યા પછી જગતની મુસાફરી કરવાની મારી બિલકુલ ઇચ્છા ન હતી અને બધા પૈસા 'ગ્રીક ટેમ્પલ' અને ગ્રીસનાં વૃંદગીતોની પાછળ ખર્ચ્યા. આજે ભૂતકાળને યાદ કરું છું ત્યારે યૌવનસુલભ અભિલાષાઓ મને ખરેખર વિચિત્ર લાગે છે.

વિયેના આવી પહોંચ્યાં અને વિયેનાના વિસ્મય પામતા લોકો સમક્ષ મેં નૃત્ય કર્યું. સાથે આ છોકરાઓનું ગીત હતું.

બુડાપેસ્ટથી વિયેનાનો ચાર કલાકનો રસ્તો છે, પણ ગ્રીસમાં ગાળેલા એક વર્ષે મારા મન ઉપરથી બુડાપેસ્ટને ભૂંસી નાખ્યું હતું અને બુડાપેસ્ટથી રોમિયો મને મળવા ન આવ્યો તેથી મને કંઈ વિચિત્ર લાગ્યું જ નહીં. મને એવો પણ વિચાર ન આવ્યો કે તેણે મળવા આવવું જોઈએ. હું ગ્રીસનાં વૃંદગીતોમાં જ મશગૂલ બની હતી. મારી બધીયે શક્તિ એની પાછળ ખર્ચાતી હતી. સત્ય જણાવું તો મેં કદી પણ તેના વિશે વિચાર પણ કર્યો ન હતો. પણ એથી ઊલટું હું બુદ્ધિપ્રધાન પ્રશ્નોમાં જ ગૂંચવાઈ રહેલી હતી; આના પરિણામે એક બુદ્ધિશાળી મિત્ર મને મળ્યો હતો. એનું નામ હરમન બહર.

બે વર્ષ પહેલાં 'કુન્સલર હાઉસ'માં કલાકારોની સમક્ષ હરમને મને નૃત્ય કરતાં જોઈ હતી. સુંદર માથું, પુષ્કળ ભૂરા વાળ અને ભૂરી દાઢીવાળા હરમનની ઉંમર એ વખતે લગભગ ત્રીસ વર્ષની હતી. નૃત્ય પછી એ રોજ આવતો અને સવાર સુધી અમારી વાતો ચાલતી. હું તેને ગ્રીક સંગીત સાથેનું મારું નૃત્ય અર્થ સાથે બતાવતી. અમારા બંને વચ્ચે પ્રેમની જરા પણ ગંધ ન હતી. શંકાથી જોનારા

માનવીઓને આ વાત માનવી જરા અઘરી લાગશે, પણ એ વાત તદ્દન સત્ય છે કે બુડાપેસ્ટના મારા અનુભવ પછી, વર્ષો સુધી મેં એવો પ્રત્યાઘાત અનુભવ્યો હતો કે મારા સ્વભાવમાં ક્રાંતિ જ થઈ ગઈ હતી અને હું માનતી હતી કે હૃદયની આ ભૂમિકા મેં વટાવી છે. મારું સારુંયે જીવન મારી કળા પાછળ ગાળીશ. વિચિત્ર લાગશે કે એ જાતની પાશવી જાગૃતિ પછી મારી ઇન્દ્રિયો નિદ્રામાં પડી હતી. મેં કદી એ ઇન્દ્રિજન્ય આનંદની ઇચ્છા પણ કરી ન હતી. કળા એ જ મારા જીવનનું કેન્દ્રબિંદુ બની રહ્યું.

વિયેનામાં કાર્લ થિયેટરમાં મેં નૃત્ય કર્યું અને ખૂબ પ્રશંસા મેળવી. ગ્રીસના છોકરાઓનું વૃંદગીત તેમને ગમ્યું તો નહીં. પણ જ્યારે છેવટે મેં મારો પ્રસિદ્ધ થયેલો 'બ્લૂ ડાન્યુબ'નો કાર્યક્રમ રજૂ કર્યો ત્યારે એ લોકો ઉત્સાહમાં આવી ગયા. નૃત્ય પછી હું કહેતી કે હું ગ્રીસનાં કરુણ નૃત્યોમાં રહેલો પ્રાણ તમને સમજાવવા માગું છું. આપણે વૃંદગીતોની ખૂબી કેળવવી જોઈએ. એને પુનર્જીવન આપવું જોઈએ. છતાં પણ પ્રજા તો 'બ્લૂ ડાન્યુબ'ના નૃત્યની જ માગણી કરતી.

વિયેનામાંથી ખૂબ પૈસા મેળવીને અમે મ્યુનિચ આવ્યાં. ગ્રીસના સંગીતથી મ્યુનિચના ધંધાદારી અને બુદ્ધિશાળી લોકોમાં ખૂબ ખળભળાટ મચ્યો. મહાન પ્રોફેસર ફર્ટવેન્ગલરે તો તેના ઉપર ભાષણ પણ આપ્યું. વિશ્વવિદ્યાલયના વિદ્યાર્થીઓ તો પુરબહારમાં આવી ગયા. ખરી રીતે તો અમારા આ દસ સુંદર છોકરાઓએ તો ભારે સનસનાટી ફેલાવી.

બર્લિનમાં આ વૃંદગીતને બહુ સારો આવકાર ન મળ્યો. બર્લિન તો પોકારીને કહેતું કે 'ગ્રીસના સમૂહગાનની અમને પડી નથી, પેલું 'બ્લૂ ડાન્યુબ'નું નૃત્ય કરો.'

આ દરમ્યાન આ નાના છોકરાઓ ઉપર અપરિચિત વાતાવરણની અસર થઈ હતી. હોટેલના માલિકે એ છોકરાઓની ખરાબ વર્તણૂક અને એમના તોફાની સ્વભાવ માટે મને થોડી ફરિયાદો કરી હતી. એ છોકરાઓ કાળાં પાકાં અંજીર, કાચી ડુંગળીઓ વારંવાર માગતા પણ હોટેલના કાર્યક્રમમાં આ વસ્તુઓનો સમાવેશ થતો ન હતો એટલે ક્યાંથી આપે? છોકરાઓ, પીરસનારા પટાવાળાઓ ઉપર ગુસ્સે થતા અને તે એટલી હદ સુધી કે તેમના ઉપર ખાવાની વસ્તુઓનો ઘા કરતા અને છરીથી હલ્લો કરતા. સારામાં સારી થોડી હોટેલમાંથી તેમને બદલ્યા પછી મારે તેમને હું જ્યાં રહેતી હતી તે ઓરડાની પરસાળમાં રાખવા પડ્યા. દસ ખાટલા તેમને માટે પથરાવ્યા.

અમે તો આ છોકરાઓને નાના બાળકો ગણતાં હતાં એટલે સવારમાં ચંપલ અને ગ્રીસના જૂના પોશાકમાં એ લોકોને ફરવા લઈ જતાં. હું અને એલિઝાબેથ

આ વિચિત્ર સરઘસની મોખરે ચાલતાં હતાં. એક દિવસ સવારે ઘોડા ઉપર ફરવા નીકળેલી કેઈસરીન મળી. એ તો જોઈ જ રહી. એના ઘોડાએ કદી આવું દૃશ્ય જોયું ન હતું એટલે તે ભડક્યો અને કેઈસરીન નીચે પડી.

ગ્રીસના આ સુંદર બાળકો અમારી સાથે ફક્ત છ મહિના રહ્યા. પછી તો અમે જોઈ શક્યા કે ગાવામાં એ લોકો બેસૂરા થઈ જતા હતા. ગ્રીસથી અમે જે સંગીત શિક્ષક લાવ્યા હતા તે પણ બેદરકાર બનતો ગયો. છોકરાઓ જોરથી ગાય ત્યારે લય ભૂલી જાય. અમને લાગ્યું કે એ શિક્ષક, સંગીત માટેનો ઉત્સાહ એથેન્સમાં મૂકીને જ આવ્યો છે. એ વારંવાર ગેરહાજર રહેવા લાગ્યો, પણ જ્યારે પોલીસે અમને જણાવ્યું કે તમારા છોકરાઓ રાત્રે બારી કૂદીને છૂપી રીતે નાસી જાય છે ત્યારે તો આ પરિસ્થિતિની પરાકાષ્ઠા આવી પહોંચી. અમે તો એમ માનતાં કે એ લોકો નિરાંતે ઊંઘે છે. રાત્રે નાસી જઈને, એ લોકો સસ્તી ચા કે કૉફી વેચનારી હોટેલોની મુલાકાતો લેતા અને ગ્રીસથી આવીને શહેરમાં કામ કરતા હલકામાં હલકા લોકો જોડે એ છોકરાઓ ઓળખાણ કરતા.

એ ઉપરાંત, બર્લિનમાં આવ્યા પછી એ લોકોએ પોતાનું નૈસર્ગિક બાળસૌન્દર્ય ગુમાવ્યું હતું; ગ્રીસમાં જેવા સુંદર લાગતા હતા એવા હવે રહ્યા ન હતા, અને દરેક જણ અર્ધો ફૂટ ઊંચાઈમાં વધ્યો હતો. ગ્રીસના સંગીતને બહાને લોકો પણ હવે આ છોકરાઓને ચલાવી લેવા તૈયાર ન હતા. છેવટે ખૂબ વિચાર કર્યા પછી અમે એવા નિશ્ચય ઉપર આવ્યાં કે આ લશ્કરને અમે વસ્ત્રભંડારમાં લઈ ગયા, તૈયાર કપડાં અપાવ્યાં, મોટર ભાડે લીધી અને ટ્રેનમાં બીજા વર્ગના ડબ્બામાં બેસાડી દીધા. છેલ્લી સલામ કરી. એ લોકોના ગયા પછી ગ્રીસના સંગીતનો પુનરુદ્ધાર થોડા વખત માટે અભરાઈ ઉપર ચડાવી દીધો. અને 'ક્રિસ્ટોફર ગ્લુક', 'ઈફેજેનિયા' અને 'ઓર્ફિયસ'નો અભ્યાસ કરવો શરૂ કર્યો.

હું જ્યાં રહેતી હતી એ સ્થળ તો કળા અને સાહિત્યનું કેન્દ્ર બની ગયું. દર અઠવાડિયે નૃત્ય ઉપર સુંદર ચર્ચાઓ થતી અને જર્મનો ખૂબ ગંભીરતાથી ચર્ચા કરતા અને તેને ખૂબ મહત્ત્વ આપતા. મારું નૃત્ય તો ગરમાગરમ ચર્ચાનો વિષય થઈ પડ્યું. છાપાંઓમાં કટારો ભરાતી. કોઈ મને નૂતન નૃત્યના પ્રણેતા તરીકે વધાવી લેતું, કોઈ વર્તમાનપત્ર શાસ્ત્રીય બૅલે નૃત્યના વિનાશક તરીકે ગણતું.

આ બધા કળાકારો અને લેખકોમાં એક નવયુવાન મારી વારંવાર મુલાકાત લેતો હતો. ઊંચું લલાટ અને ચશ્માં પાછળ ચમકતી વેધક આંખોવાળા એ નવયુવાને મને નિત્સેની ફિલસૂફી સમજાવવાનું સ્વેચ્છાએ પસંદ કર્યું હતું. એ કહેતો હતો કે નિત્સે વાંચ્યા પછી જ તમે જે નૃત્યને શોધી રહ્યા છો તેનો પૂરેપૂરો ખ્યાલ

આવશે. બપોર પછી એ રોજ આવતો અને જર્મન ભાષામાં 'જરથોસ્ત' સમજાવતો. નિત્સેની ફિલસૂફીએ મને આકર્ષી લીધી. કલાકોના વાચન પછી દિવસે દિવસે એટલું બધું આકર્ષણ વધ્યું કે મારા નૃત્યના વ્યવસ્થાપકની ખૂબ આજીજીભરી વિનંતીઓને માન આપીને હું અનિચ્છાએ હેમ્બર્ગ, હેનુવર અને લીપઝીકની નાની મુસાફરીઓ ઉપર ઊપડી. આ સ્થળોમાં લોકો અને લક્ષ્મી મારી રાહ જોતાં હતાં. વ્યવસ્થાપક દુનિયાની મુસાફરીએ જવાનું વારંવાર કહેતો હતો, પણ મારી ઇચ્છા ન હતી. હું તો અભ્યાસ કરવા માગતી હતી. મારું સંશોધનકાર્ય આગળ ધપાવવા ઇચ્છતી હતી અને અત્યાર સુધીમાં જે નૃત્ય ન હતું એવા નૃત્યનું અને તેના ભાવનું સર્જન કરવા ઇચ્છતી હતી. નૃત્યશાળા સ્થાપવાનો મારો બાળપણનો અભિલાષ વધુ ને વધુ તીવ્ર બન્યો. સ્ટુડિયોમાં બેસીને અભ્યાસ કરવાની મારી મનોવૃત્તિથી મારો વ્યવસ્થાપક તદ્દન નિરાશ થયો.

મુસાફરી ઉપર જવા માટે એ મને વારંવાર વિનંતીઓ કરીને મારું માથું ખાઈ જતો અને વર્તમાનપત્રો બતાવીને દર્દ સાથે કહેતો કે 'ઈસાડોરા' લંડનમાં અને બીજી જગ્યાએ તમારા પોશાકની; તમારા પડદાઓની અને તમારાં નૃત્યોની નકલ મૌલિકતામાં ખપે છે, પણ આ વાતની મારા ઉપર કંઈ અસર થતી નહીં. અને જ્યારે મેં તેને જણાવી દીધું કે આખી ઋતુ મારે 'રિચાર્ડ વેગનર'ના સંગીતનો મારા નૃત્યસર્જન માટે અભ્યાસ કરવો છે, ત્યારે તેના ગુસ્સાનો પાર ન રહ્યો. એક દિવસ 'રિચાર્ડ વેગનર'ની વિધવા પત્ની જ્યારે મારી મુલાકાતે આવી ત્યારે તો મેં નક્કી પણ કરી નાખ્યું કે બેરોથમાં મારે આખી ઋતુ પસાર કરવી.

કોસીમા વેગનર એ રિચાર્ડ વેગનરની પત્નીનું નામ. ઊંચો ભવ્ય દેખાવ, સુંદર આંખો, સ્ત્રીને જરા ન શોભે એવું આગળ પડતું નાક અને બુદ્ધિપ્રતિભાથી ચમકતું એનું કપાળ હતું. આટલી પ્રબળ બુદ્ધિશાળી કોસીમા વેગનર જેવી કોઈ સ્ત્રીને હું મળી નથી, અને મારા ઉપર એવી છાપ પાડી નથી. ચિંતનભર્યા તત્ત્વજ્ઞાનમાં તો એ નિષ્ણાત હતી. મારી કલા માટે તેણે મને ખૂબ પ્રેરણાત્મક અને સુંદર વાતો કરી, અને પછી રિચાર્ડ વેગનરના બૅલેનૃત્ય તરફના તિરસ્કારની વાત કરી. મેં કહ્યું:

'અરે, જે શાળાનું મેં સ્વપ્ન સેવેલું છે. એને હું શા માટે અમલમાં ન મૂકું? નૃત્ય માટે રિચાર્ડ વેગનરના જે વિચારો છે તેને હું શા માટે મૂર્તિમંત ન બનાવું? પણ હું એકલી શું કરી શકું? છતાં પણ કોસીમા હું જરૂર બેરોથ આવીશ.'

* * *

૧૫

મે મહિનાના એક મનોહર દિવસે હું બેરોથ આવી પહોંચી અને બ્લૅક ઈગલ હોટેલમાં ઊતરી. એક ઓરડો કાર્ય કરવા માટે વિશાળ હતો અને તેમાં મેં પિયાનો ગોઠવ્યા. ફ્રો કોસીમા દરરોજ મને બપોરે કે રાત્રે જમવાનું આમંત્રણ આપતી અને ત્યાં બાદશાહી ઢબે મહેમાનગીરી થતી. દરરોજ પંદર કે તેનાથી વધારે માણસો જમવામાં તો હોય જ. કોસીમા પ્રમુખ થઈને દબદબાથી બેસતી; જર્મનીનાં મહાન ભેજાંઓ, કળાકારો અને સંગીતશાસ્ત્રીઓ એના મહેમાન બનતા. ગ્રાન્ડ ડ્યૂક અને ડચેસ અથવા બધા દેશોનાં રાજકુટુંબના માણસો પણ ઘણી વાર મહેમાન બનતા.

રિચાર્ડ વેગનરની કબર વ્હેનફ્રીડ વિલાના બગીચામાં જ આવેલી છે. વાચનાલયની બારીમાંથી તે જોઈ શકાય છે. જમ્યા પછી કોસીમા મારો હાથ પકડીને બગીચામાં ફરવા લઈ જતી અને એ કબરની આસપાસ અમે ફરતાં ફરતાં કોસીમા અગમ્ય આશા અને મીઠા દર્દભર્યા અવાજે વાતો કરતી હતી, કાર્લમક, મોટલ, હંપરડીન્ડુ હેન્રી થોડ વગેરે કળાકારોને વ્હેનફ્રીક વિલામાં એકસરખો આવકાર મળતો.

સુપ્રસિદ્ધ અને તેજસ્વી વ્યક્તિઓના આ તારામંડળમાં મને મારા સાદા સફેદ પોશાક સાથે દાખલ કરવામાં આવી હતી. તેનું મને અભિમાન હતું. 'ટેનહોસર'ના સંગીતનો મેં અભ્યાસ શરૂ કર્યો. સવારથી તે સાંજ સુધી તે ટેકરી ઉપર આવેલા લાલ ઈંટના મકાનમાં હું સંગીત સાંભળવા જતી અને અપૂર્વ મસ્તી અનુભવતી. આખરે એવી ભૂમિકાએ હું પહોંચી કે આ જગત તદ્દન નીરસ, માત્ર છાયા અને ભ્રાંતિ જેવું જ લાગ્યું અને આ સ્થળનું સંગીત એ જ ખરી વાસ્તવિકતા છે એમ મને લાગ્યું. કેવું જાદુઈ વાતાવરણ! ગ્રીસના સૌન્દર્યનાં સંસ્મરણો વગેરે હું ભૂલી ગઈ હતી.

બ્લૅક ઈગલ હોટેલ માણસોથી ઊભરાતી હતી અને ખૂબ અગવડભરી સ્થિતિ હતી તેથી મેં બીજું મકાન શોધી કાઢ્યું. બેરોથમાં હું એકલી જ હતી. મા અને એલિઝાબેથ ગ્રીષ્મઋતુ પસાર કરવા સ્વિટ્ઝર્લૅન્ડ ગયાં હતાં અને રેમન્ડ મંદિરના કામકાજ માટે એથેન્સ ગયો હતો. વારંવાર એ ત્યાંથી તાર કરતો કે 'કારીગરો પોતાનું કામ આગળ ધપાવે છે, આવતે અઠવાડિયે તો જરૂર પાણી નીકળશે, પૈસા મોકલો.' આ લપ તો એટલી હદ સુધી ચાલી કે પાછળ ખર્ચાયેલી રકમ જોઈને હું ધ્રૂજી ઊઠી. બુડાપેસ્ટ પછીનાં બે વર્ષો તો કૌમાર્ય જીવન જેવાં જ હતાં. ગ્રીસના સંગીત પાછળ અને હવે રિચાર્ડ વેગનરના સંગીત પાછળ મારા દેહનો અણુએઅણુ ગરકાવ થઈ ગયો હતો. હું બહુ જ ઓછી નિદ્રા લેતી અને સાંજે તૈયાર કરેલાં ગીતો લલકારી ઊઠતી, પણ મારા હૃદયમાં ફરી પ્રેમ જાગવાનો હતો અને તે જુદા સ્વરૂપમાં. શું એ એ જ કામદેવ હતો? હા, પણ જુદા જ સ્વાંગમાં!

હું અને મારી મિત્ર મેરી ઘરમાં એકલાં જ હતાં. નોકર કોઈ હતો નહીં. એક રાત્રે મેરીએ મને કહ્યું: 'ઈસાડોરા! હું તને ગભરાવા નથી માગતી, પણ અહીં બારી પાસે તો આવ. ત્યાં સામે પેલા ઝાડની નીચે રોજ મધરાત પછી એક માણસ તારી બારી સામે જોયા કરે છે. મને ભય છે કે ચોરી કરવાના ઇરાદાથી કોઈ ચોર જ ત્યાં હોવો જોઈએ.'

સાચ્ચે જ, નાનો અને પાતળા બાંધાનો એક માનવી ઝાડ નીચે ઊભો રહીને મારી બારી સામે જોતો હતો. ભયથી હું ધ્રૂજી ઊઠી પણ તરત જ આકાશમાં ચંદ્ર આવ્યો અને તેના મુખ ઉપર પ્રકાશ પડ્યો. મેરી મને વળગી પડી. અમે હેન્રી થોડનું પ્રતિભાશાળી મુખ જોયું. હું કબૂલ કરું છું કે નિશાળની છોકરીઓ ખડખડ હસી પડે એમ અમે હસી પડ્યાં – કદાચ પ્રથમ ભયનો એ પ્રત્યાઘાત હોય.

મેરી ધીમેથી બોલી: 'ઈસાડોરા, અઠવાડિયાથી એ આવી રીતે રોજ રાત્રે ઊભો રહે છે.'

'તું ઊભી રહે, હું હમણાં આવું છું.' આટલું કહી મેં મારો કોટ પહેર્યો અને ઉતાવળે પગે દોડી. હેન્રી થોડ જ્યાં ઊભા હતા ત્યાં ગઈ.

એ વખતે હું જાણતી ન હતી પણ પાછળથી તેણે મને કહ્યું કે તે તેનું બીજું મહાન પુસ્તક સેન્ટ ફ્રાંસીસનું જીવન લખી રહ્યો હતો. માઇકલેન્જેલોનું જીવનચરિત્ર એ એનું પ્રથમ પુસ્તક હતું. બીજા મહાન કલાકારોની જેમ થોડ પણ કાર્ય કરતી વખતે એ સમયની કલ્પનામાં જ જીવતા હતા. આ પળે એ પોતે જ સેન્ટ ફ્રાંસીસ બની ગયા હતા અને મારી તેણે સાન્ટાક્લોઝ તરીકે કલ્પના કરી.

મેં તેનો હાથ પકડ્યો અને ધીમેથી ઉપર લઈ આવી, પણ સ્વપ્નસૃષ્ટિમાં

વિચરતા માનવી જેવી એની દશા હતી. ભક્તિ અને પ્રકાશથી ભરેલી એની આંખો મારા તરફ વળી અને જેવી ચાર આંખો ભેગી થઈ કે તરત જ મારો આત્મા ઉન્નત બન્યો અને પ્રકાશથી ઝળહળતા પંથ ઉપર કે સ્વર્ગની ભૂમિ ઉપર મેં પગલાં માંડ્યાં હોય એમ મને લાગ્યું. પરમ પ્રેમની આવી પરાકાષ્ઠા મેં કદી પણ અનુભવી નથી. મારો આખો દેહ ઝળહળતા પ્રકાશ જેવો બની રહ્યો. આ સ્થિતિ મેં કેટલો સમય અનુભવી તે હું જાણતી ન હતી, પણ પાછળથી મેં જરા અશક્તિ અને થાક અનુભવ્યાં હતાં. મારી બધી ઇન્દ્રિયો મૂર્છિત બની અને ન વર્ણવી શકાય એવી પૂર્ણ સંતોષની લાગણી અનુભવતી હું તેના હાથમાં બેભાન થઈને પડી. જ્યારે હું જાગી ત્યારે પણ એ અદ્ભુત આંખો મારાં ચક્ષુઓને નિહાળતી હતી.

ફરી મેં સ્વર્ગીય ઉડ્ડયનની પારલૌકિક લાગણી અનુભવી. થોડ નીચે નમ્યા, મારાં ચક્ષુઓ ચૂમ્યાં અને કપાળે પણ ચુંબન કર્યું. પણ દુન્યવી વાસનાથી ભરેલાં આ ચુંબન ન હતાં. સત્ય કબૂલ કરવું જોઈએ કે તે દિવસે મોડી રાત્રે અમે બન્ને છૂટાં પડ્યાં. એ સમયે અને ત્યાર પછી દરરોજ રાત્રે એ આવતા પણ એ સમય દરમ્યાન મેં કદી પણ એની આંખમાં પાર્થિવ પ્રેમનો ઇશારો અનુભવ્યો નથી, જેવી એની દિવ્ય દૃષ્ટિ મારી દૃષ્ટિ સાથે મળતી કે તરત જ મારી આસપાસનું વાતાવરણ મને અદૃશ્ય થતું લાગતું. મારા પ્રાણને પાંખો આવતી અને તેની સાથે ગગનવિહારે ઊપડતો. મેં કદી પણ તેની પાસેથી પાર્થિવ ચેષ્ટાની આશા રાખી ન હતી. મારી ઇન્દ્રિયો બે વર્ષથી ભરનિદ્રામાં પડી હતી તેનું પરમ આનંદમાં રૂપાંતર થઈ ગયું.

રગેરગમાં પ્રસરી ગયેલી આનંદની લાગણી એટલી બધી તીવ્ર બની ગઈ કે તેના હસ્તના સહેજ સ્પર્શથી પણ મારા દેહમાં પરમ આનંદની ધ્રુજારીઓ ઉત્પન્ન થતી એ તે એટલી હદ સુધી કે મધુર, ન જીરવી શકાય અને કોરી ખાય એવા આનંદને લીધે હું માંદી અને મૂર્છિત બની જતી. મારા મસ્તકમાં લાખો દીપકોનાં હજારો પ્રકાશવર્તુળો ઝળહળ ઝળહળ ચકરાવા લેતાં હતાં. ધબક ધબક કરતા આનંદના એ ધબકારા મારા કંઠમાં એટલી હદ સુધી વધી જતા કે મને મોટે સાદેથી રડવાનું મન થઈ જતું. ન દાબી શકાય એવા મારા મૂંગા રુદનને અને ઊંહકારાને શાંત કરવા માટે થોડ મારા હોઠ ઉપર ધીમેથી પોતાને હાથ દાબી રહ્યા છે એવું મને વારંવાર લાગતું. દેહની રગેરગમાં હું પ્રેમની પરાકાષ્ઠા અનુભવી રહી; અલબત્ત આ દશા ક્ષણજીવી જ હોય છે પણ એટલા પ્રબળ જોરથી મારા શરીરના અણુએઅણુમાં એનું ગુંજન થઈ રહ્યું કે હું ભાગ્યે જ જાણી શકી કે એ માત્ર પરમ આનંદ હતો કે મહાદુ:ખની વેદના હતી.

રોજ રાત્રે થોડ મારે ઘેર આવતા એ વાતનું એને ભાન હતું કે મારો દેહ એને ચરણે પડ્યો છે, છતાં તેણે કદી પણ મને પ્રીતમના ભાવથી પંપાળી નથી, નથી મને નગ્ન કરવાનો પ્રયત્ન કર્યો અને નથી એ મારાં સ્તનને કે શરીરને એવી રીતે સ્પર્શ્યા. જે ભાવોનું હું અસ્તિત્વ જ નહોતી જાણતી એ ભાવોને, મેં તેના સ્થિર દૃષ્ટિપટ નીચે જાગ્રત થતા જોયા. મારા આત્મા ઉપર તેણે આટલું પ્રભુત્વ જમાવ્યું હતું, કે એ નયનોમાંથી નીતરતા તેજનું પાન કરતાં કરતાં મૃત્યુ મેળવવાની ઇચ્છા સિવાય બીજું કંઈ જ શક્ય ન હતું. પાર્થિવ પ્રેમમાં મળતા સંતોષ કે આરામને અહીં સ્થાન ન હતું પણ અહીં તો હંમેશાં પ્રેમની પરાકાષ્ઠા પામવાની મીઠી તરસ જ રહેતી હતી અને મને આની જરૂર હતી.

મેં ક્ષુધા ગુમાવી અને નિદ્રા પણ ગુમાવી. 'પારસીફલ'નું સંગીત સાંભળીને હું ખૂબ રડતી અને હૃદય ખાલી કરતી. ફક્ત આ સંગીતે મારી દશા કંઈક સુધારી. આ સંપૂર્ણ અને દુઃખદાયક પ્રેમની સ્થિતિમાં આ સંગીતે મને કંઈ આરામ આપ્યો હોય એમ મને લાગ્યું.

દરરોજ એ પોતાનું લખાણ લઈને મારી પાસે આવતા અને વાંચતા. દાંતેનું 'ડિવાઇન કૉમેડી' પણ એમણે મારી સમક્ષ પહેલેથી છેલ્લે સુધી વાંચ્યું. આ વાચન સવાર સુધી ચાલતું. ઘણી વાર તો એ સૂર્યોદય વખતે જ ઘેર જતા. મદિરામસ્ત બનેલા માનવીના જેવી એની દશા હતી. જોકે એના હોઠ તો વાચન દરમ્યાન લીધેલા ચોખ્ખા પાણીથી જ ભીના રહેતા. એની અપ્રતિમ બુદ્ધિની સુવાસની જ એને મસ્તી ચડતી હતી.

* * *

૧૬

જ્યારે હું લંડનમાં હતી ત્યારે 'બ્રિટિશ મ્યુઝિયમ'માં મેં અરન્સ્ટ હેકલના અનુવાદ થયેલાં પુસ્તકો વાંચ્યાં હતાં. વિશ્વના કોયડાઓ ઉપરના એના સુંદર અને સરળ લખાણે મારા ઉપર છાપ પાડી હતી અને તેથી આભારદર્શક મેં તેને પત્ર લખ્યો. મારા પત્રમાં એને આકર્ષી લે એવું કંઈ લખાણ હશે, કારણ કે પાછળથી જ્યારે મેં બર્લિનમાં નૃત્ય કર્યું ત્યારે તેણે મને જવાબ આપ્યો હતો.

એ સમય કૈસરે, અરન્સ્ટ હેકલને દેશનિકાલ કર્યા હતા, કારણ કે એ બહુ જ સ્પષ્ટવક્તા હતા. પણ અમારો પત્રવ્યવહાર તો ચાલુ જ હતો. જ્યારે હું બેરોથમાં હતી ત્યારે મેં તેને મને મળવા માટે લખ્યું.

વરસતા વરસાદમાં એક દિવસ સવારે ખુલ્લી, બે ઘોડાવાળી એક ગાડી ભાડે કરી, કારણ કે એ સમયે મોટરો તો હતી નહીં અને હેકલનું સ્વાગત કરવા માટે સ્ટેશને ગઈ. એ મહાન પુરુષ ટ્રેનમાંથી નીચે ઊતર્યો. જોકે એની ઉંમર સાઠ વર્ષથી વધારે હશે, છતાં પણ સફેદ વાળ અને સફેદ દાઢીથી શોભતો એનો દેહ ભવ્ય અને ખડતલ હતો. એનો પોશાક વિચિત્ર હતો. શણનાં વસ્ત્રો પહેર્યાં હતાં અને તેની સાથે ઘાસની બનાવેલી એક નાની પેટી હતી. અમે બંને કદી મળ્યાં ન હતાં છતાં પણ અમે એકબીજાને તરત જ ઓળખી શક્યાં.

એના બે વિશાળ બાહુ મારા દેહની આસપાસ વીંટળાયા અને એની દાઢી નીચે તો હું ઢંકાઈ ગઈ! એના દેહમાંથી તંદુરસ્તી, તાકાત અને બુદ્ધિની સુવાસ પમરાતી હતી. જો કોઈ બુદ્ધિની સુવાસની વાત કરે તો એ સુવાસ એમાં હતી. મારા મકાનમાં પુષ્પોથી શણગારેલ એક ઓરડો મેં તેમને ઉતારા માટે આપ્યો. પછી હું તરત જ 'વ્હેનફ્રીડ વિલા'માં ફ્રો કોસીમાને આ મહાન વ્યક્તિના આગમનના

શુભ સમાચાર આપવા દોડી અને કહ્યું કે એ મારા મહેમાન બન્યા છે અને પારસીફલનું સંગીત સાંભળવા આવશે. મને નવાઈ લાગી કે આ સમાચારને તદ્દન ઠંડો આવકાર મળ્યો. હું તો એમ જ ધારતી હતી કે કોસીમાના પલંગ ઉપર શોભતા ક્રોસ અને જપમાળા માત્ર શોભાની જ વસ્તુઓ હશે, પણ ખરી રીતે એમ ન હતું. એ તો ખરેખર નિયમિત દેવળમાં જનારી અને પ્રભુમાં શ્રદ્ધા રાખનારી કૅથલિક માન્યતા ધરાવતી સ્ત્રી નીકળી પડી. શ્રી હેકલે તો 'વિશ્વના કોયડા', ઉપર પુસ્તક લખ્યું હતું અને ચાર્લ્સ ડાર્વિન પછી એ એમના સિદ્ધાંતોને પ્રોત્સાહન આપતા હતા અને મૂર્તિપૂજા કે ઈશ્વરના અવતારમાં માનતા ન હતા. આવી માન્યતા ધરાવતા માનવીને વ્હીનફ્રીડ વિલામાં ઠંડો આવકાર મળે એ સ્વાભાવિક છે. મેં તો સીધી સાદી રીતે હેકલની મહત્તાનાં વખાણ કર્યાં અને તેની પ્રત્યેનું મારું માન પણ વ્યક્ત કર્યું. અનિચ્છાએ પણ ફ્રો કોસીમાએ અમારા સંગીતસ્થળમાં એને માટે સુંદર જગ્યા કાઢી આપી, કારણ કે હું તેની નિકટની મિત્ર હતી અને મને તો ના પાડી શકે નહીં.

તે દિવસે બપોર પછી અમારો કાર્યક્રમ શરૂ થયો. સંગીત વચ્ચેના વિશ્રાંતિ સમયમાં હું મારા ગ્રીક પોશાકમાં, ઉઘાડે માથે અને ઉઘાડે પગે એના હાથમાં હાથ રાખીને ફરતી હતી. લાખો માણસોમાં પણ એનું માથું જુદું જ તરી આવે એવું હતું.

સંગીતની શરૂઆતમાં તો એ તદ્દન શાંત હતા, પણ સંગીતના ત્રીજા ભાગમાં મને સમજાયું કે સંગીત પાછળનો ગૂઢાર્થ એના ઉપર કંઈ અસર કરી શક્યો ન હતો. વૈજ્ઞાનિક દૃષ્ટિથી જ એ સંગીતની અદ્‌ભુતતાનું માપ કાઢતા હતા.

વ્હેનફ્રીડ વિલામાંથી તો હેકલને જમવાનું કે ચાપાણીનું પણ આમંત્રણ ન મળ્યું અને તેથી શ્રી હેકલના માનમાં મેં સમારંભ ગોઠવ્યો અને સારા લોકોને ભેગા કર્યા. બલ્ગેરિયાના રાજા એ વખતે બેરોથમાં હતા તેને બોલાવ્યા, વિશાળ દૃષ્ટિવાળી કૈસરની બહેન સેકસેમેઈનીનજેનને આમંત્રણ આપ્યું. શ્રી હંપરડિન્ક અને હેન્રી થોડ પણ આવ્યાં.

હેકલની મહત્તાની પ્રશંસા કરતું મેં ભાષણ આપ્યું અને પછી તેના માનમાં નૃત્ય કર્યું. હેકલે મારા નૃત્યની પ્રશંસા કરી. પછી પ્રસિદ્ધ ગાયક વૉન બેરીએ સંગીત સંભળાવ્યું. રાત્રે જમ્યા. વૃદ્ધ હેકલનું વર્તન બાળક જેવું જ આનંદદાયક હતું. અમે ખૂબ લહેરથી જમ્યાં. દારૂ લીધો અને સવાર સુધી ગીતો લલકાર્યાં.

રાત્રિનો ઉજાગરો હતો છતાં પણ હેકલ સૂર્યોદય સમયે ઊઠ્યા. સવારમાં ઊઠીને તરત જ એ મારા ઓરડામાં આવતા અને તેની સાથે પર્વતના શિખર

ઉપર ફરવા જવાનું આમંત્રણ આપતા. મારે કબૂલ કરવું જોઈએ કે મને એના જેવી ટેવ તો ન હતી, પણ એની સાથે ફરવામાં અજબ આનંદ મળતો, કારણ કે રસ્તા ઉપરના દરેક પથ્થરની, ઝાડની વગેરેની ભૂસ્તરશાસ્ત્રની દૃષ્ટિએ વાતો કરતા.

છેવટે પર્વતની ટોચ ઉપર એ અર્ધા દેવ જેવા લાગતા અને ત્યાં ઊભા રહીને પૂર્ણ પ્રશંસાત્મક દૃષ્ટિથી નીચે પથરાયેલી કુદરતનું એ અવલોકન કરતા. રેખાચિત્રો દોરવાનાં સાધનો તો એની પાસે હોય જ. ઝાડના અને ટેકરીઓના પથ્થરોની રચનાઓનાં એ રેખાચિત્રો દોરતા. જોકે એ સુંદર ચિત્રકાર હતા પણ સાચા ચિત્રકારની કલ્પના એમનામાં ન હતી. એ ચિત્રો કાઢતા પણ વિજ્ઞાનવેત્તાનાં ચશ્માં ચડાવીને. હું એમ કહેવા નથી માગતી કે કળાને એ સમજી શક્યા ન હતા, પણ એની દૃષ્ટિએ તે કળા માત્ર સ્વાભાવિક ઉત્ક્રાંતિનું સાદું સ્વરૂપ હતું. ગ્રીસના સૌન્દર્યની અને અમારા ઉત્સાહની હું વાત કરતી ત્યારે પ્રશંસા કરવી તો એક બાજુએ રહી, પણ મારી પાસે આરસની જાત કેવી હતી અને પર્વતની કઈ બાજુએથી નીકળ્યો એ જાણવા માટે ખૂબ રસ લેતા હતા.

એક રાત્રે વ્હેનફ્રીડ વિલામાં અમે બેઠા હતા. એવામાં બલ્ગેરિયોના રાજા કિંગ ફર્ડિનેન્ડ આવ્યા. દરેક જણ ઊભું થયું અને કાનમાં મને પણ ઊભા થવાનું કહેવામાં આવ્યું. હું તો સંપૂર્ણ પ્રજાસત્તાકવાદી હતી. ઊભી થવાને બદલે લહેરથી ખુરશીમાં બેઠી રહી. કિંગ ફર્ડિનેન્ડ મારી પાસે આવ્યા; બધાની આંખો કતરાતી હતી. તેણે મારી સાથે ગ્રીસના પ્રાચીનતા ઉપરના પોતાના પ્રેમની ખૂબ રસભરી વાતો કરી. મેં નૃત્યશાળા સ્થાપવાનું મારું સ્વપ્ન તેમને કહ્યું અને જણાવ્યું કે પ્રાચીન સંસ્કૃતિનો પુનરુદ્ધાર આ શાળા જ કરશે. અને બધા સાંભળી શકે એવા અવાજે તેણે કહ્યું: ‘એ ઘણો સુંદર વિચાર છે. તમે આવો અને કાળા સમુદ્રના કિનારે આવેલા મારા મહેલમાં જ તમારી શાળા શરૂ કરો.’

હવે તો વાતની હદ આવી. મેં કહ્યું કે: ‘કોઈ સાંજે આપ મારે ઘેર આવો, રાત્રે ત્યાં ભોજન લો અને નૃત્ય પછી હું મારા વિચારો આપને સમજાવીશ.’ સજ્જનતાથી તેણે મારું આમંત્રણ સ્વીકાર્યું. તેણે વચન પાળ્યું અને મારે ઘેર ઘણો સુંદર સમય ગાળ્યો. આ પ્રસંગ પછી જ હું આ વિચક્ષણ માનવીની બુદ્ધિને ઓળખી શકી. એ કવિ હતા, કલાકાર હતા, સ્વપ્નદ્રષ્ટા હતા અને રાજવંશને શોભે એવા બુદ્ધિશાળી હતા. હું એની પ્રશંસક બની.

કૈસર જેવી મોટી મૂછોવાળો મારો રસોઇયો હતો. રાજાની આ મુલાકાતની એના ઉપર ભારે અસર પડી. જ્યારે એ સેન્ડવિચીઝ અને શેમ્પેન થાળમાં લઈને આવ્યો ત્યારે રાજાએ કહ્યું: ‘ના, ના, હું કદી શેમ્પેનને અડકતો જ નથી.’ પણ

જ્યારે શીશી ઉપર તેણે વાંચ્યું ત્યારે એ બોલ્યાઃ 'ઓહ, ફ્રાંસનો શેમ્પેન છે! હું ખુશીથી સ્વીકારીશ, સત્ય હકીકત એમ છે કે મને અહીં જર્મનીના શેમ્પેનમાં ઝેર આપવામાં આવ્યું હતું.'

રાજા ફર્ડિનેન્ડ મારી મુલાકાતે આવતા, અમે નિર્દોષ ભાવે બેસતાં અને કળા ઉપર ચર્ચાઓ કરતાં, છતાં પણ બેરોથની પ્રજાના હૃદયમાં કબૂતર ફફડવા લાગ્યાં, કારણ એટલું જ કે અમે મધ્ય રાત્રે મળતાં હતાં. હું બીજા લોકોથી તદ્દન જુદી જ તરી આવતી હતી અને તેથી લોકોને આઘાત લાગે એ સ્વાભાવિક છે.

મારું મકાન 'અધર્મનું ધામ' છે, એવી આસપાસ વસતા લોકોની માન્યતા હતી. વૉન બેરી જ્યારે મસ્તીમાં ચઢતો ત્યારે આખી રાત ગાયા કરતો અને હું નૃત્ય કરતી અને પરિણામે લોકો માનતા કે આ તો ડાકણનું ઘર છે.

'તાન હાઉસર'ના નૃત્યના મારા પહેલા પ્રસંગે, મારા પારદર્શક પોશાકે અને મારા શરીરના અવયવોએ, ચપોચપ મોજાંઓ ફરતી બૅલે નર્તિકાઓમાં ભારે ખળભળાટ મચાવ્યો. ફ્રો કોસીમાએ પણ છેવટે હિંમત ખોઈ હતી તેણે પોતાની એક પુત્રી સાથે મારા ઉપર ચિઠ્ઠી મોકલી અને તેમાં વિનંતી કરેલી કે મારા પારદર્શક પોશાક નીચે મારે એક બીજું કપડું પહેરવું, પણ હું તો મક્કમ હતી. મારી મરજી પ્રમાણે જ હું વસ્ત્રો પહેરીશ અને નૃત્ય કરીશ, એમ ન બને તો હું કદી પણ નૃત્ય ન કરી શકું.

'તમે જો જો, થોડાંક વર્ષો પછી નર્તિકાઓ મારા જેવો જ પોશાક પહેરશે.' આ આગાહી સાચી પડી હતી.

પણ એ વખતે મારા ઉઘાડા સુંદર પગોએ ખૂબ અસંતોષ અને ચર્ચાઓ ઉત્પન્ન કરી હતી. હું આથી નીતિમર્યાદાનો ભંગ નથી કરતીને અને જો કરતી હોઉં તો મારે ચપોચપ રેશમી મોજાંઓ પહેરવાં જોઈએ કે કેમ એ વિશે વાતો થવા લાગી. ઘણી વાર હું સાફ સંભળાવી દેતી કે આવાં મોજાંઓથી પગ ઢાંકવા એ ખરેખર ગંદું અને અશિષ્ટ છે; સુંદર વિચારોથી પ્રેરાયેલો આખો નગ્ન દેહ કેવો સુંદર અને નૈસર્ગિક લાગે છે!

ઉનાળો ધીમે ધીમે ઓગળવા લાગ્યો. છેલ્લા દિવસો બાકી રહ્યા. થોડાં ભાષણો આપવા પર્યટને ઊપડ્યાં. મેં પણ જર્મનીની મુસાફરી ગોઠવી. હેડલબર્ગમાં મારો પહેલો મુકામ થયો. અહીં હેન્રી થોડને વિદ્યાર્થીઓ સમક્ષ ભાષણ કરતા મેં સાંભળ્યા. ઘડીક મૃદુ અવાજે તો ઘડીક ધ્રૂજતા અવાજે એ વિદ્યાર્થીઓ સમક્ષ કળા ઉપર બોલતા હતા. ભાષણની વચમાં જ તેણે મારું નામ ઉચ્ચાર્યું અને કહ્યું કે અમેરિકાનું અદ્‌ભુત સૌન્દર્ય યુરોપને આંગણે આવ્યું છે. એની આ પ્રશંસાથી

મેં અભિમાન અને હર્ષની મિશ્રિત લાગણીઓની કંપારી અનુભવી. તે રાત્રે મેં વિદ્યાર્થીઓ સમક્ષ નૃત્ય કર્યું. તેઓએ મારું સરઘસ કાઢ્યું અને હોટેલનાં પગથિયાં ઉપર મૂકી ગયા. થોડ મારી પાસે ઊભા હતા, એના વિજયમાં હું ભાગ પડાવતી ઊભી હતી. હું જેટલી થોડને સન્માનતી એટલા જ ભાવથી હેડલબર્ગના યુવાનો થોડને સત્કારતા હતા. દરેક દુકાનમાં થોડનો ફોટો હોય જ અને દરેક દુકાનમાં મેં લખેલી નાની પુસ્તિકા પણ હોય જ. અમારાં નામો અવિભક્ત બન્યાં હતાં.

થોડની પત્નીએ મારો સત્કાર કર્યો. એ ભલી સ્ત્રી હતી પણ થોડ જે ઉચ્ચ આનંદની સૃષ્ટિમાં વિચરતા હતા એ આનંદ જીરવવાની શક્તિ આ સ્ત્રીમાં ન હતી. એ એટલી બધી વ્યાવહારિક હતી કે થોડની આત્મસંગાથિની એ ન બની શકે. સત્ય હકીકત એવી છે કે પાછલા જીવનમાં થોડે તેનો ત્યાગ કર્યો હતો અને પાઈડ પાઈપર નામની સ્ત્રી જોડે રહેતા હતા. શ્રીમતી થોડની એક આંખ બદામી રંગની અને બીજી ભૂરી હતી. આથી તેનો દેખાવ ઘણો વિચિત્ર લાગતો હતો. ગમે તેમ હોય પણ તેનું વર્તન મારી પ્રત્યે માયાળુ હતું અને જો તેને અદેખાઈ આવી હોય તો તેણે વ્યક્ત નહીં કરી હોય.

થોડને માટે જો કોઈ સ્ત્રી અદેખાઈ કરે તો તો એને રિબાઈ રિબાઈને મરવું પડે, કારણ કે સ્ત્રીઓ અને છોકરીઓ પણ એની પ્રત્યે ભક્તિભાવથી જોતાં હતાં. કોઈ પણ સમારંભમાં મુખ્ય આકર્ષણ થોડનું જ હોય. હવે અદેખાઈ કોને કહેવી એ પ્રશ્ન ખરેખર રસિક થઈ પડશે.

જોકે હેન્રી થોડ સામે મેં ઘણી રાત્રિઓ પસાર કરી પણ અમારા બંને વચ્ચે કોઈ પણ જાતનો જાતીય સંબંધ ન હતો. મારી પ્રત્યેના એના વર્તને મને એટલી બધી ચંચળ બનાવી હતી કે પ્રેમની પ્રબળતા અને તીવ્ર આનંદની લાગણીઓ અનુભવવા માટે તેનો માત્ર સ્પર્શ કે દૃષ્ટિ જ બસ હતી. દાખલા તરીકે, આવો આનંદ માત્ર સ્વપ્નમાં જ મળી શકે. આવી દશા એટલી બધી અસાધારણ છે કે તેને વધારે સમય સુધી જીરવી શકાય નહીં, કારણ કે છેવટે મેં ભૂખ ગુમાવી અને એક જાતની વિચિત્ર માંદગીના સકંજામાં હું સપડાઈ ગઈ અને પરિણામે મારું નૃત્ય વધારે સૂક્ષ્મ બનતું ગયું.

આ મુસાફરીમાં મારી દરકાર માટે મેં એક બાઈ રાખી હતી. હું તો એકલી હતી અને છેવટે એકલતાની એવી ભૂમિકા ઉપર હું આવી પહોંચી કે રાત્રે હેન્રી થોડનો અવાજ મને પોકાર પાડીને બોલાવતો હોય એમ લાગતું અને બીજે દિવસે તેનો પત્ર જરૂર આવ્યો હોય. લોકો મારા દુર્બળ દેહની ચિંતા કરતા. ચક્ષુઓમાં ચેતન ન હતું અને તેથી ચેતનવિહોણી મારી દૃષ્ટિ ઉપર લોકો ટીકા કરતા. ન

નિદ્રા કે ક્ષુધા; આખી રાત આંખો ફાડીને પડી રહેતી. મારા શરીરમાં હજારો રાક્ષસો ભરાઈ બેઠા હોય એમ મને લાગતું; મારા સુકોમળ અને માંદલા હાથ આ લોકોને દબાવી દેવા અથવા તો આ દુઃખોને જવા માટેનો માર્ગ શોધવાનો વ્યર્થ પ્રયત્ન કરતા. આવી રાત્રિઓ દરમ્યાન, નિરાશાની આકરી વેદના સહન કરતી હું ઊભી થઈ જતી અને રાત્રે બે વાગ્યે, ફક્ત થોડના સાન્નિધ્યમાં અરધો કલાક રહેવા માટે, હું ટ્રેન પકડતી અને અર્ધું જર્મની વીંધીને તેને મળતી અને ફરી એકલાં પાછાં ફરતી, મુસાફરીમાં એકલતાની આ આકરી વેદનાઓ વધી જતી. બુરોથમાં આધ્યાત્મિક આનંદની ઉચ્ચ ભૂમિકા ઉપર હેન્રી થોડે મને મૂકી દીધી હતી: ધીમે ધીમે એવો પ્રત્યાઘાત આવ્યો કે ન દાબી શકાય એવી પ્રબળ ઇચ્છાની ઉગ્ર સૃષ્ટિમાં હું ભટકતી થઈ ગઈ.

મારા વ્યવસ્થાપકે રશિયા જવાનો મારો કાર્યક્રમ ગોઠવ્યો, ત્યારે જ આ ભયંકર દશાનો અંત આવ્યો. બર્લિનથી પીટર્સબર્ગ ફક્ત બે દિવસનો જ રસ્તો છે, પણ જે પળે મેં સરહદ વટાવી ત્યારથી જ મને લાગ્યું કે હું નવી દુનિયામાં દાખલ થઈ રહી છું – ખુલ્લા પ્રદેશ પછી બરફથી છવાયેલા વિશાળ પ્રદેશો શરૂ થયા અને ગાઢ જંગલો પણ આવ્યાં. ચમક ચમક થતાં બરફનાં ઠંડાં મેદાનો મારા મગજમાં ધગધગતા અગ્નિને શાંત પાડતાં હોય એમ મને લાગ્યું.

હેન્રી! હેન્રી થોડ! એ તો ફરી હીડલબર્ગમાં આવ્યા હતા. સુંદર છોકરાઓ સમક્ષ સાહિત્યની વાતો કરતા હતા અને અહીં હું એનાથી દૂર દૂર બરફથી છવાયેલા વિશાળ પ્રદેશ ઉપરથી પસાર થતી હતી. ફક્ત ગરીબ ગ્રામ્યજનોનાં પગલાંઓ જ આ બરફની છાતી ઉપર ચોડાયાં હતાં. દૂર દૂર એનાં ઝૂંપડાંઓમાંથી ઝાંખો પ્રકાશ આવતો હતો. થોડને છોડીને હું જતી હતી, છતાં પણ હું એનો અવાજ સાંભળી શકતી હતી; હા, એ અવાજ ઝાંખો પડતો જતો હતો. છેવટે આ વેદનાઓ, લાગણીઓ, બધુંયે ઠરીને બરફના ગોટા જેવું થઈ રહ્યું.

એ રાત્રે ગાડીમાં ઊંઘતા ઊંઘતા મને સ્વપ્ન આવ્યું કે બારીમાંથી હું કૂદી પડી છું, અને આ સફેદ રૂની પૂણી જેવા બરફના પ્રદેશ ઉપર તદ્દન નગ્ન બનીને નૃત્ય કરી રહી છું. એને ભેટું છું, આળોટું છું અને બરફના ઠંડા બાહુમાં હું ઠરી જાઉં છું.

ડૉ. ફ્રોઇડ સ્વપ્નનો શો અર્થ કરે?

* * *

૧૭

સવારમાં કોઈ છાપું ઉઘાડે છે અને વાંચે છે કે વીસ માણસો રેલવે અકસ્માતથી મરી ગયાં; આગલે દિવસે આ લોકોને મોતનો ખ્યાલ જ ન હતો. બીજા સમાચાર વાંચે છે કે જળપ્રલય કે પૂરથી આખું ગામ સાફ થઈ ગયું; જો આમ જ હોય તો પ્રભુ સર્વશક્તિમાન છે અથવા કોઈ વિધાતા છે એ માનવું ખરેખર અશક્ય છે. આપણે શા માટે કલ્પના કરીને એટલા મૂર્ખ અને અભિમાની બનવું જોઈએ કે આપણા જેવા નાના માણસોને પ્રભુ દોરી રહ્યો છે?

છતાં પણ મારા જીવનમાં એવા અજબ પ્રસંગો બન્યા છે કે સહેજે વિધિના સંકેતમાં માનવાનું મન થઈ જાય. દાખલા તરીકે, નિયમ પ્રમાણે બપોરે ચાર વાગ્યે ટ્રેન પીટર્સબર્ગ આવી જાય પણ તેને બદલે તે રાતના ચાર વાગે આવી. બરાબર બાર કલાક ટ્રેન મોડી થઈ. મને મળવા માટે કોઈ સ્ટેશને આવ્યું ન હતું. જ્યારે હું નીચે ઊતરી ત્યારે શૂન્યથી દશ અંશ નીચે પારાશીશીનો પારો આવીને બેઠો હતો. આવી સખત ઠંડી મેં કદી અનુભવી ન હતી. ગોદડાં જેવાં વસ્ત્રો પહેરેલા ગાડીવાળાઓ ગરમી ઉત્પન્ન કરવા માટે હાથ ઘસતા હતા; રક્તને વહેતું રાખવાનો એ પ્રયાસ હતો.

બાઈને સામાનની સંભાળ રાખવા કહ્યું અને એક ઘોડાવાળી ગાડી લઈને હું 'હોટેલ યુરોપા' જવા માટે ઊપડી. ઉષ:કાળ પહેલાંના અંધકારમાં, તદ્દન એકલી હું હોટેલ તરફ જતી હતી એવામાં ભૂત કે પ્રેતોનું કોઈ સરઘસ નીકળ્યું હોય એવો મને ભાસ થયો.

દૂરથી મેં જોયું, એ લાંબું સરઘસ હતું. જાણે શોક, રુદન અને અંધકાર ચાલ્યાં આવતાં હતાં. માણસોએ કંઈ ભાર ઉપાડ્યો હતો અને તેથી નીચા નમી

૧૦૯

ગયાં હતાં–નનામીઓ–એક પછી એક. ગાડીવાળાએ ગતિ, ઘોડો ચાલી શકે એટલી ધીમી કરી, નમ્યો અને 'ક્રોસ' કરીને ભગવાન ઈસુને યાદ કર્યા. હું ભયભીત બની. ઝાંખા ઝાંખા પરોઢમાં મેં જોયું. મેં પૂછ્યું: 'શું છે?' જોકે હું રશિયન ભાષા જાણતી ન હતી તોપણ તેણે મને સમજાવવાનો પ્રયત્ન કર્યો. આ કામદારો, પરમ દિવસે એટલે યાદગાર જાન્યુઆરી ૫મી તારીખે–૧૯૦૫, વિન્ટર પૅલેસ આગળ ઝાર પાસે મદદ માગવા અને તેમનાં બૈરાં-છોકરાંઓને રોટલા મળે એવી વિનંતી કરવા ગયા હતા અને તેમને ગોળીથી વીંધી નાખવામાં આવ્યા. મેં ગાડી ઊભી રખાવી. મારી પાસેથી આ ગમગીન સરઘસ પસાર થયું ત્યારે ગાલ ઉપર અશ્રુબિંદુઓ થીજી ગયાં, શા માટે પરોઢના અંધકારમાં દહનક્રિયા, કારણ કે દિવસના ભાગમાં ક્રાંતિની જ્વાળાઓ વધુ જલી ઊઠે. દિવસના અજવાળામાં શહેર માટે આ દૃશ્ય યોગ્ય ન હતું. આંસુ ગળામાં જ ચોંટી રહ્યાં. શહીદોને પોતાની કાંધ ઉપર લઈ જતા આ ગરીબ દુ:ખી કામદારોને હું જોઈ રહી. મારું મગજ ફાટીને ધુમાડે ગયું હતું.

જો ટ્રેન બાર કલાક મોડી થઈ ન હોત તો મેં કદી આ દૃશ્ય જોયું ન હોત.

અને જો મેં એ ન જોયું હોત તો મારું જીવન તદ્દન જુદું જ હોત. દેખાવમાં અંતવિહોણા આ સરઘસ સમક્ષ, આ કરુણ દૃશ્ય સમક્ષ શપથ લીધા કે હું મારી બધી શક્તિઓ માનવજાત અને કચડાયેલા માનવીઓ માટે ખર્ચીશ. અહા! પ્રણયની મારી અંગત ઇચ્છાઓ આ મહાદુ:ખ આગળ શા હિસાબમાં? જો આ લોકોને મારી કળા કંઈ પણ મદદ ન કરી શકે તો એ કેટલી વ્યર્થ છે! છેવટે સરઘસના છેલ્લા ચાર માણસો પસાર થઈ ગયા. વિસ્મિત બનેલા ગાડીવાને પાછળ જોયું; મારાં આંસુ નિહાળ્યાં. નિ:શ્વાસ સાથે તેણે પ્રભુને યાદ કર્યા અને ગાડી આગળ ચલાવી.

હું હોટેલના મારા બાદશાહી ઓરડામાં દાખલ થઈ અને પથારીમાં પડી, ખૂબ રડી અને સૂઈ ગઈ. પણ એ અંધકારભર્યા પ્રભાતે પ્રગટેલા મારા પુણ્યપ્રકોપનું પરિણામ હવે પછીના મારા જીવનમાં આવવાનું હતું.

હોટેલ યુરોપાનો ઓરડો વિશાળ હતો. બારીઓ સદા બંધ રહેતી; દીવાલ ઉપર ઊંચે આવેલી હવાબારીઓમાંથી હવા આવતી હતી. હું મોડી ઊઠી. મારો વ્યવસ્થાપક હાથમાં પુષ્પો લઈને આવ્યો હતો. તરત જ પુષ્પોથી મારો ઓરડો છવાઈ ગયો.

બે દિવસ પછી રંગભૂમિ ઉપર મારો કાર્યક્રમ રજૂ થયો. 'બૅલે' નૃત્યના ભપકાથી ટેવાયેલા એ લોકોને, જાંબુડિયા પડદાઓની પાશ્ચાત્ ભૂમિકા સમક્ષ,

કરોળિયાની જાળ જેવા ઝભ્ભામાં નૃત્ય કરતી એક છોકરીને જોઈને કેવી નવાઈ લાગી હશે! છતાં પણ મારું નૃત્ય ખૂબ પ્રશંસાપાત્ર બન્યું. શહીદોની સ્મશાનયાત્રા નીરખીને, પુણ્યપ્રકોપથી રડી ઊઠેલો મારો આત્મા આ પ્રશંસાથી પ્રફુલ્લિત બન્યો, એ આત્મા, આવા ઠાઠમાઠથી ભરેલા બગડેલા, વાતાવરણમાં, ધનવાન લોકોની સમક્ષ નાચી ઊઠ્યો. કેટલું વિચિત્ર!

બીજે દિવસે, કાળાં રૂંવાટીવાળાં વસ્ત્રોમાં સજ્જ થયેલી, કાનમાં હીરા અને ગળામાં મોતીની માળા ધારણ કરેલી એક સુંદર નાની સ્ત્રી મને મળવા આવી. મારી અજાયબી વચ્ચે તેણે કહ્યું કે: 'હું પ્રખ્યાત નર્તકી શિમ્સ્કી છું અને 'રશિયન બૅલે' તરફથી તમારું સ્વાગત કરું છું અને આજે રાત્રે અમારું નૃત્ય જોવા માટે તમને આમંત્રણ આપું છું.' બેરોથમાં બૅલે નૃત્યકારો મારી પ્રત્યે તિરસ્કાર અને દુશ્મનાવટ દેખાડતા હતા. એ લોકો એટલી હદ સુધી પહોંચ્યા હતા કે મારા પગ ચિરાઈ જાય એટલા માટે નૃત્ય કરતી વખતે શેતરંજી ઉપર નાની નાની ખીલીઓ નાખી દેતા. અહીં આ જાતનું વલણ ન હતું અને આ ફેરફાર જોઈને મને સંતોષ તેમ જ નવાઈ લાગી.

તે દિવસે સાંજે, ભપકાદાર ગાડીમાં મને લઈ જવામાં આવી. અહીં સુશોભિત ખુરશીઓમાં પીટર્સબર્ગની અમીરાત ઝળહળતી હતી. આ બધા લોકોની વચ્ચે, તદ્દન સાદા પોશાકમાં અને ચંપલમાં હું કેવી વિચિત્ર લાગતી હોઈશ.

બૅલે નૃત્યની હું દુશ્મન છું. એ સાચી કળા નથી; એ નરી બેવકૂફી છે. પણ પરી જેવી શિમ્સ્કીએ રંગભૂમિ ઉપર જ્યારે પક્ષીની પાંખોની અથવા પતંગિયાની જેમ એના હાથ ઊંચા કર્યા ત્યારે મારા મુખમાંથી પ્રશંસાના શબ્દો નીકળી પડ્યા.

વચલા વિશ્રાંતિ સમયમાં મેં મારી આસપાસ જોયું તો જગતની રૂપસુંદરીઓ અહીં બેઠી હતી. હીરામોતી અને અમૂલ્ય વસ્ત્રો એમના કોમળ અંગ ઉપર શોભતાં હતાં. તે દિવસે પ્રભાતે જોયેલી શહીદોની સ્મશાનયાત્રાના દૃશ્યની સાથે દૃશ્ય સરખાવતાં મગજ બહેર મારી જતું હતું. સ્મિત કરતા અને ભાગ્યના ચાર હાથથી રક્ષાયેલા આ લોકોને બીજા લોકો સાથે શો સંબંધ?

નૃત્ય પછી રાત્રે ભોજન માટે મને શિમ્સ્કીના પ્રસાદે જવાનું આમંત્રણ મળ્યું. અહીં ગ્રાન્ડડ્યૂક માઈકલની સાથે મુલાકાત થઈ. નાનાં બાળકો માટે નૃત્યશાળા વિશેના મેં તેને મારા વિચારો જણાવ્યા અને ખૂબ આશ્ચર્ય સાથે તેણે એ વિચારો સાંભળ્યા. આ બધા લોકોની વચ્ચે હું ખરેખર એક કોયડા જેવી લાગતી હોઈશ, પણ મારું ખૂબ આદરભાવથી અને સારી મહેમાનગીરીથી એ લોકોએ સ્વાગત કર્યું.

થોડા દિવસ પછી સ્વરૂપવાન પાવલોવાએ મારી મુલાકાત લીધી અને તેનું નૃત્ય જોવાનું આમંત્રણ મળ્યું. અલબત્ત, એ નૃત્યના હલનચલન, કળાના અને માનવલાગણીના દુશ્મનો હતા છતાં પણ રંગભૂમિ ઉપર પાવલોવાને તરતી જોઈને હું એની પ્રશંસા કર્યા વિના રહી ન શકી.

સાંજે પાવલોવાને બંગલે ભોજન લીધું. શિમ્સ્કીના મહેલ જેવો એનો બંગલો ન હતો છતાં પણ એટલો જ સુંદર હતો. અહીં હું પ્રથમ વાર ચિત્રકાર બાસ્કે અને બીનોઈસ્ટને મળી. બૅલે નૃત્યની સામે મારા નૃત્ય વિશેનાં મંતવ્યો ઉપર અમારે તીવ્ર ચર્ચા થઈ.

ચિત્રકાર બાસ્કેએ તે સાંજે મારું રેખાચિત્ર દોર્યું. એક બાજુ મારા ગૂંચળિયા વાળ એની મરજી પ્રમાણે ઢળી પડ્યા છે અને મારો ચહેરો ખૂબ જ ગંભીર છે એવું એ ચિત્ર છે. પણ એક વાત વિચિત્ર બની.

સ્વયંસ્ફુરિત પ્રેરણાદાયી હૃદય ધરાવતા ચિત્રકાર બાસ્કેએ મારા હાથની રેખાઓ રાત્રે જોઈ. હાથમાં આવેલી બે ચોકડીઓ જોઈને એ બોલ્યા: 'તમે અદ્‌ભુત કીર્તિ મેળવશો પણ આ પૃથ્વી ઉપર તમે જે બે આત્માઓને ખૂબ જ ચાહો છો તેમને ગુમાવશો.' એ સમયે તો આ ભવિષ્યવાણી મારે માટે તો એક કોયડો જ હતી.

ભોજન પછી, મિત્રોને પ્રસન્ન કરવા, કદી થાકે નહીં એવી પાવલોવાએ નૃત્ય કર્યું. અમે જ્યારે છૂટાં પડ્યાં ત્યારે સવારના પાંચ વાગ્યા હતા અને જતાં જતાં પાવલોવાએ કહ્યું કે મારું નૃત્ય જોવું હોય તો સાડા આઠ વાગ્યે આવી પહોંચજો. હું તો ઠીક ઠીક થાકી ગઈ હતી છતાં પણ ત્રણ કલાક પછી આવી. પાવલોવા અંગકસરતના પ્રયોગોની જેમ નૃત્ય કરતી હતી. તાલ આપવા માટે વાયોલિન વાગતું હતું અને વાયોલિન બજાવનાર લય વધારતો હતો અને તેને એ પ્રમાણે નૃત્ય કરવાની સલાહ આપતો હતો. આ પ્રખ્યાત વાયોલિન સ્વામીનું નામ પેરીપંસ.

ત્રણ કલાક સુધી અકળામણ અનુભવતી હું પાવલોવાના અદ્‌ભુત અંગમરોડના પ્રયોગો જોતી બેઠી. મને લાગ્યું કે એનું શરીર રબરનું બનેલું હશે, એવા સુંદર ચહેરા ઉપર શહીદના ચહેરાની કઠોર રેખાઓ અંકિત થઈ જતી હતી, એક ક્ષણ પણ એ અટકી નહીં. આ જાતની તૈયારી શરીરના અંગમરોડને મનથી તદ્દન વિમુખ કરે છે. મારી નૃત્યશાળા આથી ઊલટા જ સિદ્ધાંત ઉપર રચાઈ હતી. એ સિદ્ધાંતને પરિણામે દેહ પારદર્શક બને છે અને મન તથા પ્રાણનું એ સાધન બને છે.

ઘડિયાળમાં બંને કાંટાઓ ભેગા થયા અને જમવાની તૈયારીઓ થઈ. પાવલોવાના ચહેરા ઉપર થાક હતો. અમે ભોજન લેવા બેઠાં. પાવલોવાએ તો

નામનું ખાધું, પણ મારે કબૂલ કરવું જોઈએ કે મને તો બરાબર કકડીને ભૂખ લાગી હતી અને સારી પેઠે ખાધું, પછી પાવલોવા મને મારી હોટેલે મૂકી ગઈ અને તે ફરી રૉયલ થિયેટરમાં નૃત્યની પૂર્વતૈયારી માટે ગઈ. હું દાખલ થતાંની સાથે જ પલંગમાં પડી અને ઘસઘસાટ ઊંઘી ગઈ. મારા ભાગ્યનો મેં આભાર માન્યો કે મારે બૅલે નર્તિકાની કારકિર્દી નથી લખાઈ!

બીજે દિવસે હું આઠ વાગ્યે ઊઠી. આઠ ક્યારે વાગ્યા તે ખબર પણ ન પડી અને હું 'ઇમ્પીરિયલ બૅલે સ્કૂલ'ની મુલાકાતે ગઈ. નાનાં બાળકો હારમાં ઊભાં હતાં અને બૅલે નૃત્યની વેદનાદાયક ક્રિયાઓમાંથી પસાર થતાં હતાં. જાણે નરકની યાત્રાઓનો ભોગ બનીને કલાકો સુધી આ બાળકો પગના તળિયાની ટોચ ઉપર ઊભાં હતાં. વિશાળ, ખાલી ઓરડાઓમાં સૌન્દર્યભર્યું કે પ્રેરણાત્મક વાતાવરણ ન હતું; શોભાની ખાતર કે સંતોષ ખાતર ઝારનો એક ફોટો ભીંત ઉપર લટકતો હતો. આ ઓરડાઓ એટલે અસહ્ય યાતનાઓનું ધામ. ફરી મને ખાતરી થઈ કે બૅલે નૃત્ય એ સાચી કળા અને કુદરતનું દુશ્મન છે.

એક અઠવાડિયા પછી હું મૉસ્કો ગઈ. શરૂઆતમાં પીટર્સબર્ગ જેટલો ઉત્સાહ અહીં મૉસ્કોમાં ન હતો, પણ મહાન સ્ટેનીસ્લેવકીએ મારા નૃત્ય ઉપર જે કાંઈ લખ્યું છે તેમાંનો થોડો ભાગ નીચે આપું છું:

મને બરાબર તારીખ તો યાદ નથી, પણ લગભગ ૧૯૦૮ કે ૧૯૦૯માં હું બે મહાન બુદ્ધિશાળી વ્યક્તિઓને ઓળખી શક્યો; આ વ્યક્તિઓએ મારા ઉપર પ્રબળ છાપ પાડી છે. એમનાં નામ ઈસાડોરા ડંકન અને ગૉર્ડન ક્રેગ. ઈસાડોરાનું નૃત્ય જોવા હું ઓચિંતો જઈ ચડ્યો; તે પહેલાં મેં તેનું નામ પણ સાંભળ્યું ન હતું અને શહેરમાં એના પૂર્વાગમન વિશેની જાહેરાતો પણ વાંચી ન હતી. તથા ફક્ત થોડાક જ પ્રેક્ષકો જોઈને મને બહુ નવાઈ લાગી, પણ એ થોડા માણસોમાં વધારે માણસો તો કળાકારો, શિલ્પકાર, મોનોટોવ અને બીજા શિલ્પીઓ. બૅલે નૃત્યકારો પ્રથમ રાત્રિએ આવનાર શોખીનો અને રંગભૂમિના તદ્દન નવા કાર્યક્રમને ચાહનાર પ્રેમીઓ હતા. ઈસાડોરાએ પ્રથમ દશ્યે કંઈ એવી સારી છાપ પાડી નહીં. હું તો ભાગ્યે જ એ કલાદેવીના નૃત્યને સમજી શક્યો. શરૂઆતમાં થોડાં દશ્યોએ કંઈ ઉત્સાહ પૂર્યો નહીં અને લોકો ધીમી સીટીઓ વગાડતા હતા પણ ત્યાર પછીનાં દશ્યો ઘણાં જ આકર્ષક હતાં. સામાન્ય પ્રજાના ગણગણાટ પ્રત્યે હું બેપરવા રહી ન શક્યો અને મેં ધ્યાન ખેંચાય એવી રીતે પ્રશંસા શરૂ કરી.

આ મહાન કલાકારનો હું મનથી નવો શિષ્ય બની ગયો; વિશ્રાંતિ સમયે, હું ધન્યવાદ આપતો છેક રંગભૂમિની પગબત્તીઓ આગળ દોડી ગયો. હું જે કરતો હતો

એ જ મોનોટોવ કરતા હતા. જ્યારે પ્રેક્ષકવર્ગે આ જોયું કે નૃત્યની પ્રશંસા મહાન કળાકારો, શિલ્પકારો અને લેખકો કરી રહ્યા છે ત્યારે તેઓ ગૂંચવાડામાં પડ્યા. અણગમાનો ઝીણો ગણગણાટ બંધ થયો અને પ્રજાને લાગ્યું કે આની પ્રશંસા થઈ શકે છે, એટલે પ્રશંસામય વાતાવરણ થઈ રહ્યું. નૃત્યને છેવટે સારો આવકાર મળ્યો.

ત્યાર પછી ઈસાડોરાનો મેં કોઈ પણ કાર્યક્રમ ગુમાવ્યો નથી. કળા વિશેની મારી ભાવના એની કળાની ભાવના જેવી જ હતી. મારા હૃદયની આ ભાવનાના જોરે જ હું તેનું નૃત્ય વારંવાર જોવા જતો. પછી તો હું એની પદ્ધતિથી પરિચિત થયો અને ઈસાડોરાના મિત્ર ક્રેગના વિચારોને પણ સમજી શક્યો. આ ઉપરથી હું જાણી શક્યો કે જગતના જુદા જુદા ખૂણાઓમાં, ઘણી જાતના લોકો, જુદાં જુદાં ક્ષેત્રોમાં, એક જ જાતના કુદરતી ઉત્પાદક સિદ્ધાંતો માટે, કળાની ભૂમિ ખેડી રહ્યા છે. પછી જ્યારે તેઓ ભેગા થાય છે ત્યારે એકબીજાને મળતા આવતા વિચારો જોઈને તેમને ભારે અચંબો થાય છે. અમારી બાબતમાં પણ આવું જ બન્યું. અમે એક પણ શબ્દ ઉચ્ચારીએ એ પહેલાં તો અમે એકબીજાને સમજી શક્યાં હતાં. ઈસાડોરા ડંકન જ્યારે પહેલી વાર મૉસ્કો આવેલા ત્યારે અમારી મુલાકાત થઈ ન હતી, પણ બીજી વાર જ્યારે તે રશિયા આવ્યા ત્યારે અમારી રંગભૂમિની મુલાકાતે આવ્યા હતા. મેં તેમનું સન્માનિત મહેમાન તરીકે સ્વાગત કર્યું હતું.

ઈસાડોરાને પોતાની કળા વિશે ન્યાયપૂર્વક અને પદ્ધતિસર બોલતાં આવડતું નથી. જીવનના સામાન્ય પ્રસંગોમાંથી તદ્દન ઓચિંતા તેને વિચારો આવે છે. દાખલા તરીકે, જ્યારે તેને પૂછ્યું કે તમને નૃત્ય કોણે શીખવ્યું? ત્યારે તેણે જવાબ આપ્યો:

કલાદેવીએ, જ્યારથી હું પગ ઉપર ઊભી રહેતાં શીખી ત્યારથી મેં નૃત્ય શરૂ કર્યું. જીવનભર મેં નૃત્ય જ કર્યા કર્યું છે. માનવીએ, સારી માનવજાતને, અરે, આખી દુનિયાએ નૃત્ય કરવું જોઈએ. આ હતું અને એ હંમેશાં રહેશે. લોકો નકામાં માથાં મારે છે અને જરા પણ સમજતા નથી કે નૃત્ય એ તો કુદરતે ઉત્પન્ન કરેલી જરૂરિયાત છે.

એક વાર નૃત્ય પૂરું થયા પછી લોકો તેને તરત જ મળ્યા; એ નેપથ્યમાં હતી અને લોકોએ એના કામમાં જરા દખલ તો કરી એ નૃત્ય વિશે પૂછ્યું. તેણે સમજાવ્યું:

હું એમ નૃત્ય ન કરી શકું. મારે તો રંગભૂમિ ઉપર ગયા પહેલાં મારા આત્માને જાગ્રત કરવો પડે છે. જ્યારે એ આત્મા ગતિમાન થાય છે ત્યારે મારા હાથપગ અને આખું શરીર તદ્દન સ્વતંત્ર રીતે ફરે છે. મારા આત્માને જાગ્રત કરવાનો જો મને સમય ન મળે તો હું નૃત્ય ન કરી શકું.

એ સમયે હું પણ આ સ્વયંપ્રેરિત શક્તિની શોધમાં હતો. રંગભૂમિ ઉપર

જતાં પહેલાં દરેક કળાકારે તેના આત્માને દીપકમાં આ શક્તિના તેલનું સિંચન કરવું જોઈએ, દેખીતી રીતે, જરૂર મેં ઈસાડોરાને પ્રશ્નો પૂછીને કંટાળો આપ્યો હશે. મેં તેમના નૃત્યનું બરાબર અવલોકન કર્યું છે. ધીમે ધીમે વિકસતો તેનો આવેગ પહેલાં તો મુખની રેખાઓને બદલી નાંખે છે અને પછી એ આત્મામાંથી જન્મ પામતી નૃત્યક્રિયાઓનું દર્શન કરાવે છે; આ સમયે એનાં ચક્ષુઓમાં અપૂર્વ તેજ ભર્યું હોય છે. એની સાથે કળા ઉપર, અકસ્માત રીતે કરેલી વાતો ઉપર, વિચારતાં અને મારા પ્રયત્નની સાથે તેની કળાને સરખાવતાં મને સ્પષ્ટ લાગ્યું કે કળાની જુદી જુદી શાખાઓમાં અમે ફક્ત એક જ વસ્તુની શોધ કરી રહ્યાં હતાં.

કળા ઉપર વિવેચનો કરતાં ઈસાડોરાએ ગૉર્ડન ક્રેગના નામનો વારંવાર નિર્દેશ કર્યો હતો, કારણ કે તેનું એવું માનવું છે કે ક્રેગ મહાબુદ્ધિશાળી અને સમકાલીન રંગભૂમિના એ મહાન માણસોમાંનો એક છે. એ કહે છે કે ક્રેગ ઉપર માત્ર તેના દેશનો જ અધિકાર નથી પણ સારી દુનિયાનો છે. તેણે તો તેની બુદ્ધિનો ઉપયોગ કરવાની જ્યાં તક મળે ત્યાં રહેવું જોઈએ.

હું જાણું છું કે ઈસાડોરાએ મારા વિશે અને અમારી રંગભૂમિ વિશે ક્રેગને ઘણા પત્રો લખ્યા હતા અને તેને રશિયા આવવા માટે સમજાવ્યો હતો; મેં પણ અમારા સંચાલકોને સમજાવ્યા કે આપણી રંગભૂમિને પ્રગતિમાન બનાવે એવા કળાકારની જરૂર છે. મારે પણ મારા સહાધ્યાયીઓને ન્યાય આપવો જોઈએ. તેમણે પણ સાચા કળાકાર તરીકે આ વાત ઉપર વિચાર કર્યો અને છેવટે અમારી કળાની પ્રગતિ માટે મોટી રકમ ખરચવાનું નક્કી કર્યું.

જેટલા બૅલે નૃત્યે મને કંટાળો આપ્યો હતો એટલો જ આનંદ મને સ્ટેનીસ્લેવકીની રંગભૂમિએ આપ્યો. જોકે હું નૃત્ય કરતી ન હતી છતાં પણ એના માણસો મારો ખૂબ પ્રેમથી સત્કાર કરતા હતા. સ્ટેનીસ્લેવકી મને વારંવાર મળવા આવતો અને મારા વિચારો સમજીને એ નવી નૃત્યશૈલી સર્જી શકે એવો તેનો આશય હતો, પણ મેં તેને જણાવ્યું કે બાળકોથી જ વસ્તુની શરૂઆત કરી શકાય. બીજી વખત હું મૉસ્કો આવી ત્યારે મેં એની મંડળીમાં સુંદર છોકરીઓને મારા વિચારો પ્રમાણે નૃત્ય કરવાનો પ્રયત્ન કરતી જોઈ પણ પરિણામ શોચનીય હતું.

દિવસ દરમ્યાન તો સ્ટેનીસ્લેવકી ખૂબ કામમાં રહેતો હતો, એટલે મારા નૃત્ય પછી એને મને મળવાની ટેવ હતી. અમારી વચ્ચે થયેલી વાતચીતો તેણે પોતાના પુસ્તકમાં લખી છે. તેમાં લખ્યું છે કે 'હું ધારું છું કે પ્રશ્નો પૂછીને મેં ઈસાડોરાને ખૂબ કંટાળો આપ્યો હશે.' પણ ના, તેણે મને કદી કંટાળો આપ્યો નથી, હું ખૂબ ઉત્સાહ સાથે મારા વિચારો વ્યક્ત કરતી હતી.

થોડની સાથેના આધ્યાત્મિક પ્રેમના પરિણામે હું જે માંદગી ભોગવતી હતી તેનો અંત આવ્યો હતો. ઠંડી હવા, રશિયન ખોરાક વગેરે એનાં મારણ હતાં. હવે તો કોઈ અજબ શક્તિશાળી વ્યક્તિના સંપર્કમાં રહેવાની તીવ્ર ઇચ્છા મારા રોમેરોમે પ્રગટ થઈ. સ્ટેનીસ્લેવકી મારી સમક્ષ ઊભો રહેતો ત્યારે મને થતું કે જે માણસ હું ઇચ્છું છું તે આ છે.

સુંદર શરીર, પહોળા ખભા, લમણા ઉપર જરા સફેદ થતા એના કાળા વાળ, આવા સ્ટેનીસ્લેવકીની સામે એક રાત્રે મેં જોયું અને મારા હૃદયમાં ખળભળાટ મચ્યો. જેવો એ જવા તૈયાર થયો કે તરત જ મેં તેના ખભા ઉપર હાથ મૂક્યા અને તેની મજબૂત ગરદનની આસપાસ કરમાળા રચીને મેં તેના મસ્તકને મારા મસ્તક તરફ નમાવીને ચુંબન કર્યું. તેણે પણ મૃદુતાથી એ ચુંબનનો જવાબ ચુંબનથી આપ્યો. પણ તેના ચહેરા ઉપર અજાયબી રમતી હતી, કારણ કે તેણે આવું બનશે એમ કદી ધાર્યું ન હતું. પછી જ્યારે મેં તેને એકદમ પાસે ખેંચવાનો પ્રયત્ન કર્યો ત્યારે એ ચમકીને જરા પાછળ ઊભો રહ્યો. ભયભીત ચહેરે એ મને જોઈ રહ્યો અને બોલી ઊઠ્યો: 'આપણે બાળકનું શું કરીશું?', 'કયું બાળક?' મેં પૂછ્યું, 'કેમ, અલબત્ત, આપણું બાળક! આપણે તેનું શું કરીશું?' વિચારમિશ્રિત મને તેણે બોલવાનું ચાલુ રાખ્યું. 'મારા અધિકારની મર્યાદા તોડીને આવેલા કોઈ પણ બાળકને હું ન સ્વીકારું અને અત્યારના મારા ગૃહસંસારમાં બનવું એ મુશ્કેલ છે.'

બાળક વિશે એની અજબ ગંભીરતા હતી. હું તો ખડખડાટ હસી પડી. એ દુ:ખ અનુભવતો મને છોડીને ચાલ્યો અને સડસડાટ હોટેલની સીડી ઊતરી ગયો. આખી રાત થોડી થોડી વારે હું હસતી રહી. હસવું આવતું હતું છતાં પણ હું ચિડાયેલી હતી, એટલું જ નહીં પણ ખૂબ ગુસ્સે થઈ હતી. પથારીમાં આમતેમ પડખાં ફરીને બાકીની રાત પસાર કરી.

ઘણાં વર્ષ પછી સ્ટેનીસ્લેવકીની પત્નીને મેં આ વાત કરી ત્યારે તે હસી પડી અને કહ્યું: 'ઓહ એ તો એવા જ છે, જીવનને એ એટલું ગંભીર ગણે છે.'

સ્ટેનીસ્લેવકીની સાથે શરૂઆત તો મેં કરી. મીઠાં ચુંબનો મળ્યાં પણ પછી મને પથ્થર જેવો પ્રતિકાર મળ્યો. નૃત્યના અંત પછી તેણે ફરીને આવવાનું સાહસ કર્યું નહીં, પણ એક દિવસે તેણે મને ખૂબ લહેર કરાવી, ઉઘાડી ગાડીમાં મને ફરવા લઈ ગયો અને હોટેલમાં એકાંત ઓરડામાં જમ્યા, દારૂ પીધો અને કલા ઉપર ચર્ચા કરી. મને છેવટે ખાતરી થઈ ગઈ કે તેની નીતિનો કિલ્લો સર કરવો હોય તો આકાશમાંથી મેનકાએ જ નીચે ઊતરવું જોઈએ.

મેં અવારનવાર સાંભળ્યું હતું કે રંગભૂમિના જીવનમાં યુવાન છોકરીઓને ભયંકર ભયસ્થાનોનું સાહસ ખેડવું પડે છે, પણ મારા વાચકો મારી કારકિર્દી ઉપરથી જોઈ શકશે કે મારી બાબતમાં એથી વિરુદ્ધ જ પરિસ્થિતિ હતી. મને જોઈને મારા પ્રશંસકોમાં આદરયુક્ત ભય, અને માનવીપ્રેરણાઓ ઉદ્‌ભવતી અને પરિણામે મારે ઘણું સહન કરવું પડ્યું છે.

મૉસ્કો પછી મેં કીફની ટૂંકી મુલાકાત લીધી. અહીં છોકરાઓનાં ટોળેટોળાં રંગભૂમિની બહાર ઊભાં રહેતાં હતાં. નૃત્ય તો જોઈ શકે એમ ન હતું, કારણ કે ટિકિટની કિંમત ઘણી જ વધારે હતી અને તેથી તેઓ મને પસાર થવા દેતા નહીં. છેવટે એ લોકો હાજર રહી શકે એવી જગ્યાએ હું નૃત્ય કરવાનું વચન આપતી, ત્યારે જ મને જવા દેતા. નૃત્ય કર્યા પછી રંગભૂમિને છોડીને બહાર આવું ત્યારે પણ એ લોકો વ્યવસ્થાપકની સામે રોષ પ્રદર્શિત કરતા ઊભા જ હોય. ગાડીમાં ઊભા રહીને એ લોકો સાથે હું વાતો કરતી અને કહેતી કે રશિયાના બુદ્ધિપ્રધાન યુવાનોને મારી કલા પ્રેરી શકે છે એ જોઈને હું અભિમાન અને સુખ અનુભવું છું, કારણ કે કલા અને આદર્શની પરવા રશિયાના યુવાનો સિવાય જગતમાં બીજું કોઈ કરતું નથી.

અગાઉથી નક્કી કરેલી શરતો પ્રમાણે મારે રશિયાની વધુ મુસાફરી પડતી મૂકવી પડી અને બર્લિન જવું પડ્યું. રશિયા છોડ્યા પહેલાં ફરી વસંતમાં ત્યાં આવવાની મેં શરત કરી. મારી મુલાકાત બહુ ટૂંકી હતી છતાં પણ રશિયાએ મારી ઉપર ઠીક છાપ પાડી. નૃત્ય વિશેના મારા વિચારો માટે, ઘણા કજિયા થયા હતા. કોઈ પ્રશંસા કરે તો કોઈ વાતને કાપી જ નાખે અને એક તો દ્વંદ્વયુદ્ધ ખેલાયું, ઈસાડોરાના પ્રશંસક અને બૅલેનૃત્યના પ્રેમી વચ્ચે, એ સમયથી રશિયાના બૅલેનૃત્યમાં શોખીન અને સુમનના સંગીતનો ઉપયોગ શરૂ થયો અને ગ્રીક પોશાક પણ વપરાવા લાગ્યા.

કેટલાક બૅલેનૃત્યકારોએ તો મોજાં અને બૂટને પણ તિલાંજલિ આપી.

* * *

૧૮

જરા પણ વિલંબ કર્યા વિના નૃત્યશાળા સ્થાપવી એ વિચાર સાથે હું બર્લિન આવી. મારી બાને તથા બહેનને મારી યોજના કહી અને તેઓ પણ એટલા જ ઉત્સાહી હતાં. નૃત્યશાળા માટે મકાન શોધી કાઢવાની ઉતાવળ કરી. અઠવાડિયામાં તો મકાન ખરીદી લીધું. 'ગ્રીમ્સની પરીકથાઓ'નાં અમે જાણે પાત્રો હોઈએ એવી રીતે કામ શરૂ કર્યું. તરત જ ચાળીસ નાના પલંગો લીધા, મલમલના ભૂરા પટ્ટાવાળા પડદાઓ પણ તૈયાર થયા. અમે અમારા મકાનને 'બાળકોનું સ્વર્ગ' બનાવવા તૈયાર થયાં. મધ્ય ઓરડામાં 'એમેઝોન'નું વીરતાભર્યું, માણસની સામાન્ય ઊંચાઈથી બમણી ઊંચાઈનું પૂતળું ગોઠવી દીધું. નૃત્યના વિશાળ ઓરડામાં નૃત્યની સ્થિતિમાં ઊભેલાં બીજાં નાનાં પૂતળાંઓ પણ ગોઠવ્યાં. ગ્રીસના પોશાકમાં નૃત્ય કરતાં નાનાં બાળકોની પ્રતિમાઓ પણ ચારે બાજુ ગોઠવાઈ ગઈ. એનું સૈકાઓનું અંતર વીંધીને જાણે હાથમાં હાથ મિલાવીને બાળકો નૃત્ય કરતાં હોય એવું વાતાવરણ આ નાની પ્રતિમાઓની ગોઠવણીમાં ઉત્પન્ન થયું. આવા વાતાવરણની અસર જરૂર બાળકો ઉપર થાય. એ લોકો પણ આ નૃત્ય કરતી બાળકોની પ્રતિમાઓમાંથી પ્રેરણા મેળવે, આનંદ ઉપજાવી શકે અને અપરોક્ષ રીતે પણ તેઓ બાળકને સુલભ એવો ભાવ અને એવી ક્રિયાઓ કરી શકે. તેમને માટે સૌન્દર્ય પામવાનું આ પ્રથમ પગથિયું છે; નૂતન નૃત્યકલાનો આ પ્રથમ પાઠ છે.

દોડતી, કૂદકા મારતી, નૃત્ય કરતી યુવાન છોકરીઓની આકૃતિઓ પણ મારી શાળામાં મેં ગોઠવી. મારી શાળાનાં બાળકો ધીમે ધીમે આ તનમનાટ પ્રાપ્ત કરે અને એના જેવા થવાનો પ્રયત્ન કરે એ આ વસ્તુની પાછળ ભાવના

હતી, કારણ કે હું માનતી આવી છું કે સૌન્દર્ય માટેની જાગૃતિ જ માનવીને સૌન્દર્યવાન બનવા પ્રેરે છે.

મારી એવી ઇચ્છા હતી કે જીવનમાં એક પ્રકારનું સંવાદીપણું હોવું જોઈએ અને તેને માટે એ હેતુને લક્ષમાં રાખીને દરરોજ બાળકોએ કસરત કરવી જોઈએ. એ કસરતનો એમના મનની સાથે મેળ હોવો જોઈએ, કારણ કે તેથી બાળકો હોંશે-હોંશે એ ક્રિયાઓ કરી શકે.

અંગકસરત એ શારીરિક કેળવણીની મૂળ ભૂમિકા છે; પુષ્કળ પ્રકાશ અને હવા શરીર માટે જરૂરી છે; વ્યવસ્થિત રીતે એનો વિકાસ થવો જોઈએ. શરીરના સંપૂર્ણ વિકાસ માટે એની પ્રાણભૂત શક્તિઓને ખીલવવી એ ઘણું જ જરૂરી છે. અંગકસરતના નિષ્ણાતની આ ફરજ છે અને પછી આવે છે નૃત્ય. સર્વાંગ સુંદર શક્તિશાળી શરીરમાં પછી નૃત્યનો પ્રાણ દાખલ થાય છે. કસરતબાજને માટે, શારીરિક તાલીમ એ જ એનો હેતુ બની રહે છે, પણ નૃત્ય માટે તો આ વસ્તુ માત્ર હેતુસિદ્ધિનું સાધન છે, નૃત્ય સમયે શરીરને ભૂલી જવું જોઈએ, એ તો માત્ર સંવાદી સાધન છે. શરીરની એ ક્રિયાઓ અંગકસરત રજૂ નથી કરતી પણ એ ક્રિયાઓમાં આત્મજન્ય વિચારો અને ભાવોનું દર્શન થાય છે.

સીધી અને સરળ અંગકસરતમાંથી સ્નાયુઓ નરમ અને મજબૂત બને છે; આટલી તૈયારી પછી જ નૃત્યનું પ્રથમ પગથિયું શરૂ થાય છે. શરૂઆતમાં તો તાલબદ્ધ ચાલતાં અને હલનચલન કરતાં આવડવું જોઈએ અને પછી વધારે જલદ અને અટપટા તાલ સાથે ચાલતાં કે કૂચકદમ કરતાં શીખવું જોઈએ. પછી શરૂઆતમાં ધીમેથી દોડતાં અને ધીમેથી કૂદતાં આવડવું જોઈએ અને તે પણ તાલની અમુક ક્રિયાઓ સાથે જ. આવી કસરતોમાંથી ધ્વનિના પ્રમાણની ખબર પડે છે અને આવી રીતે જ મારા શિષ્યો ગતિના પ્રમાણનું જ્ઞાન મેળવી શક્યા હતા. આવી કસરતો તો એમના અભ્યાસનો એક ભાગ છે.

જેમ બીજાઓ ભાષણ કરતાં કે ગીત ગાતાં ભાવો વ્યક્ત કરી શકે છે, તેમ આ બાળકો રમતાં, નાચતાં, જંગલમાં ફરતાં અને સ્વાભાવિક રીતે દોડતાં પોતાના ભાવો વ્યક્ત કરતાં શીખે ત્યાં સુધી તેમને છૂટાં અને સુંદર ઝભ્ભાઓ પહેરાવવામાં આવતા.

કળાની આકૃતિઓના અવલોકનથી તેમના અભ્યાસની અને અવલોકનની મર્યાદા અંકાતી નથી, પણ કુદરતની ક્રિયાઓમાંથી તેમને જાણવાનું મળતું. હવામાં પસાર થતાં વાદળાંઓ, ડોલતાં વૃક્ષો, ઊડતાં પક્ષીઓ અને ફરફર થતાં પાંદડાંઓ એ દરેક વસ્તુની પાછળ એમને માટે કંઈ હેતુ તો હોય જ. દરેક હલનચલનની

લાક્ષણિકતાનું અવલોકન કરતાં તેઓ શીખતાં. બીજા નથી જાણી શકતા એવા કુદરતનાં છૂપાં રહસ્યો તરફ એમના આત્માઓ ગુપ્ત આકર્ષણ અનુભવી રહ્યા છે એવું એમને લાગતું. જાગ્રત થતા ભાવોને વ્યક્ત કરવા પ્રેરે એવા આ સંસ્કારો હતા. કુદરતના સંગીત સાથે એમના શરીરનો એકેએક ભાગ એકતાન થઈ જતો.

નૃત્યશાળા માટે બાળકો તો જોઈએ અને તેથી મેં અગ્રગણ્ય વર્તમાનપત્રોમાં જાહેરખબર આપી કે 'ઈસાડોરા ડંકન નૃત્યશાળા માટે તેજસ્વી બાળકો જોઈએ છીએ.' સાચ્ચે જ, કોઈ પણ જાતની વ્યવસ્થા અને પૈસાનો અગાઉથી વિચાર કર્યા સિવાય નૃત્યશાળાની આ ઉતાવળી શરૂઆત એ આંધળી જવાબદારી હતી. મારો વ્યવસ્થાપક તો ધૂંવાંપૂંવાં થઈ ગયો. દુનિયાની મુસાફરીઓની યોજનાઓ જ એ હંમેશાં મારે માટે કર્યા કરતો અને વારંવાર કહેતો.

'ઈસાડોરા, ગ્રીસમાં તો એક વર્ષ તદ્દન નકામું ગુમાવ્યું છે અને હવે આ નકામાં બાળકોને કેળવણી આપવામાં તમે તમારી પ્રગતિ રૂંધી રહ્યાં છો.'

માત્ર આવેગમાંથી જન્મ પામેલા અમારા અવ્યાવહારિક અને કવખતનાં કાર્યોમાંનું એ એક હતું. ગ્રીસમાંથી રેમન્ડ વધુ ને વધુ ભય પમાડે એવા સમાચાર મોકલતો હતો. કૂવા પાછળ તો બેસુમાર ખર્ચ થઈ ગયું હતું. આજે પાણી આવશે, કાલે પાણી આવશે એમ કરતાં કરતાં પાણી તો કંઈ આવ્યું નહીં! મકાનની પાછળ પણ એટલો બધો ખર્ચ થઈ ગયો કે મારે તેનું ચણતરકામ બંધ કરાવવું પડ્યું. ખંડિયેર જેવું લાગતું એ મકાન હજી પણ ત્યાં ઊભું છે અને ગ્રીસના ક્રાંતિકારો માટે કિલ્લાની ગરજ સારે છે. ભવિષ્યમાં પૂરું થાય તો કોને ખબર!

મેં તો નક્કી કર્યું હતું કે જગતના યુવાન–છોકરા-છોકરીઓ માટે નૃત્યશાળા સ્થાપવી અને તેની પાછળ બધી શક્તિ અને પૈસા વાપરવા. એ વખતે હું માનતી કે જર્મની એ સંસ્કૃતિ અને ફિલસૂફીનું ધામ છે અને તેથી જ નૃત્યશાળાની સ્થાપના માટે મેં એને પસંદ કર્યું.

છાપાંમાં જાહેરખબર આવી અને ટોળાબંધ બાળકો મારી નૃત્યશાળા માટે તૈયાર થયાં. એક વાર હું ઘેર આવતી હતી ત્યારે શેરીમાં બાળકોને લઈને તેનાં માબાપો ઊભાં હતાં. હું તો આનંદમાં આવી ગઈ અને એ આનંદના તોરમાં મેં કેવી રીતે બાળકોને પસંદ કર્યાં એ તો હું પણ જાણતી નથી. મારે તો મારી નૃત્યશાળા માટે ચાળીસ બાળકોની ભરતી કરવી હતી, કારણ કે એમને માટે મેં ચાળીસ નાના પલંગો વસાવ્યા હતા અને તેથી કોઈ પણ જાતના ડહાપણનો ઉપયોગ કર્યા વિના, ફક્ત એમની સુંદર આંખો અને એમના ચહેરા ઉપરનું ફરકતું સ્મિત જોઈને મેં પસંદગી કરવી શરૂ કરી. મેં એટલું પણ મારી જાતને

પૂછ્યું નહીં કે ભવિષ્યમાં, આ બાળકોમાં નૃત્યકાર થવાની શક્તિ છે કે નહીં!

દાખલા તરીકે, એક દિવસે હેમ્બર્ગમાં ઊંચો ટોપો અને લાંબો કોટ પહેરીને, હાથમાં એક બંડલ લઈને એક માણસ મારા દીવાનખાનામાં દાખલ થયો. શાલથી વીંટેલું બંડલ તેણે મારા ટેબલ ઉપર મૂક્યું અને મેં ઉઘાડ્યું. જોયું તો બે મોટી આંખો મારી સામે તગતગી રહી હતી; ચાર વર્ષની એ છોકરી હતી. આવું શાંત બાળક મેં મારી જિંદગીમાંયે જોયું નથી. ન કંઈ અવાજ કરે કે ન એક શબ્દ બોલે. સદ્‌ગૃહસ્થ તો ભારે ઉતાવળમાં હતા. તેણે મને પૂછ્યું; 'તમે આ બાળકને સ્વીકારશો?' હા પાડું ના પાડું ત્યાં તો એ ચાલ્યો ગયો. મને લાગ્યું કે બાળકનો ચહેરો એના ચહેરાને મળતો આવતો હતો અને તે બાળકને કદાચ છુપાવવા ઇચ્છતો હોય. દીર્ઘદૃષ્ટિ તો મારામાં હતી નહીં, મેં તો હા પાડી દીધી. ફરી એ સદ્‌ગૃહસ્થને મેં કદી પણ જોયા નહીં.

મારા હાથમાં આવી રીતે બાળકને મૂકી જવાની આ ખરેખર વિચિત્ર રીત હતી. કેમ જાણે એ એક રમવાની ઢીંગલી હોય! હેમ્બર્ગથી બર્લિન ટ્રેનમાં પાછાં ફરતાં મને ખબર પડી કે આ નાની છોકરીને સખત તાવ ચડ્યો હતો અને ગળામાં કાકડાનું ખરાબ દર્દ હતું. બે નર્સ અને પ્રખ્યાત ડૉક્ટર હોફાની મદદથી ત્રણ અઠવાડિયાં સુધી અમે એ છોકરીના મોતની સામે લડ્યાં. ડૉક્ટર, નૃત્યશાળાનો મારો વિચાર જોઈને ભારે ઉત્સાહમાં આવી ગયા હતા અને ફક્ત સેવાભાવે જ કામ કરતા.

ડૉ. હોફા મને વારંવાર કહેતાઃ 'ઈસાડોરા, આ શાળા નથી પણ દવાખાનું છે. બધાં બાળકોમાં વંશપરંપરાનાં દર્દોની છાપ છે અને બધાને જીવતાં રાખવામાં ખૂબ જ સંભાળ લેવી પડશે. આટલી સંભાળ તો નૃત્ય શીખવતાં પણ નહીં રાખવી પડે.' માનવજાતનું કલ્યાણ કરનાર મહાન આત્માઓમાંના એક ડૉક્ટર હોફા હતા. બર્લિનની બહાર ગરીબ બાળકો માટે ખાસ દવાખાનું ખોલ્યું હતું અને તેની પાછળ ખૂબ જ પૈસા એ ખરચતા હતા. બાળકોની તંદુરસ્તી અને શાળાની સ્વચ્છતા માટે એ શરૂઆતથી જ સ્વેચ્છાએ અમારા ડૉક્ટર બન્યા હતા. પાછળથી આ બાળકો તંદુરસ્ત અને ગલગોટા જેવાં બની ગયાં પણ સત્ય કહીએ તો ડૉક્ટરની સેવા વિના આ મારાથી ન બની શકત. ડૉક્ટર એટલે ખડતલ શરીર અને સુંદર દેખાવ.

એમના ગાલ ગુલાબી હતા અને એમના ચહેરા ઉપર એવું આકર્ષક સ્મિત ફરકતું હતું કે બાળકો મને જેટલાં ચાહતાં એટલાં જ એને ચાહતા.

બાળકોની પસંદગી, શાળાની વ્યવસ્થા, પાઠોની શરૂઆત વગેરે કાર્યોમાં અમારો વખત પસાર થઈ જતો, મારો વ્યવસ્થાપક મને વારંવાર ચેતવણી આપતો.

'ઈસાડોરા, તમારા નૃત્યનું અનુકરણ કરીને લંડનમાં અને બીજી જગ્યાઓએ માણસો ખૂબ પૈસા કમાય છે હો!'

પણ આથી મારા પેટનું પાણી પણ હલતું નહીં. હું તો રોજ પાંચથી સાત સુધી બાળકોને નૃત્ય શીખવતી. બાળકોએ અદ્ભુત પ્રગતિ કરી. એમને શાકાહારી રાખવા જોઈએ એ ડૉક્ટરની સલાહ હતી. આ પ્રગતિ આ સલાહને આભારી હતી. ડૉક્ટરનો એવો મત હતો કે બાળકોની કેળવણીમાં તેમને કોઈ પણ હિસાબે શાકાહારી જ રાખવાં જોઈએ. ખૂબ ફળફૂલ આપવાં જોઈએ. માંસ તો ન જ આપવું.

*

ન માની શકાય એવી મારી લોકપ્રિયતા એ સમયે બર્લિનમાં હતી. લોકોમાં એવી પણ અફવા ઊડી હતી કે જો માંદા માણસોને મારી રંગભૂમિમાં લાવવામાં આવે તો તે સાજા થઈ જાય અને દરેક નૃત્યના પ્રસંગે માંદા માણસોને હાજર કરવામાં આવતા હતા. સફેદ નાનો મારો ઝભ્ભો, અને ચંપલ સિવાય મેં કદી કંઈ પહેર્યું નથી. પગ તો ઉઘાડા જ રહેતા અને ધાર્મિક આનંદની મસ્તીની ભાવના હૃદયમાં ભરીને જ પ્રેક્ષકો મારું નૃત્ય જોવા આવતા હતા.

એક દિવસ રાત્રે, નૃત્ય કરીને હું પાછી ફરતી હતી ત્યારે વિદ્યાર્થીઓએ મારી ગાડીના ઘોડા છોડી નાખ્યા અને તે જગ્યાએ તેઓ ગોઠવાયા. મને રસ્તામાં ફેરવી. વચમાં મને તેમણે ભાષણ આપવાનું કહ્યું. એ વખતે કંઈ મોટરો ન હતી. હું તો ગાડીમાં ઊભી થઈ અને વિદ્યાર્થીઓને ઉદ્દેશીને કહ્યું:

'શિલ્પકારની કળા કરતાં બીજી કોઈ પણ કળા ચડિયાતી નથી. પણ કળાના ઓ ઉપાસકો! પ્રેમીઓ! તમારા શહેરની વચ્ચે તમે કળાની આ ક્રૂર મશ્કરી, કળાનું ખૂન શા માટે સહન કરી રહ્યા છો? જુઓ આ પ્રતિમાઓ! તમે કળાના પૂજકો છો, અને જો તમે ખરેખરા પૂજારીઓ હો તો રાત્રે પથ્થરો લઈને આ પૂતળાંઓને તોડી નાખો. કળા! એ પૂતળાંઓમાં શું કળા છે! ના. ના; એ તો માત્ર કૈસરની છાયાઓ છે.'

વિદ્યાર્થીઓ મારા મતના થઈ ગયા અને હર્ષના પોકારો કર્યા. જો પોલીસ ન આવી પહોંચી હોત તો મારી ઇચ્છાનો અમલ થાત અને બર્લિન શહેરનાં ભયંકર પૂતળાંઓના ભુક્કા થઈ જાત.

* * *

૧૯

૧૯૦૫ની એક રાતે હું બર્લિનમાં નૃત્ય કરતી હતી. જોકે નિયમ પ્રમાણે નૃત્ય કરતાં હું કદી પણ પ્રેક્ષકવર્ગને જોતી નહીં. મને તો હંમેશાં એમ જ લાગતું કે માનવજાતિના પ્રતિનિધિઓ બનીને મહાન દેવતાઓ મારું નૃત્ય જોઈ રહ્યા છે. પણ આજે મને ખ્યાલ આવ્યો કે આગલી હરોળમાં કોઈ પ્રતિભાશાળી વ્યક્તિ બેઠી છે. મેં નજર પણ કરી ન હતી અને જોયું પણ ન હતું. છતાં પણ મનથી મને ખબર પડી ગઈ કે કોઈ ત્યાં બેઠું છે. નૃત્ય પૂરું થયું અને ખૂબસૂરત એક વ્યક્તિ આવી. એ ખૂબ ગુસ્સામાં હતો.

તેણે કહ્યુંઃ 'તમે અદ્‌ભુત છો, તમે ચમત્કારિક છો! પણ મારા વિચારોની ચોરી શા માટે કરી છે? નૃત્ય માટે પશ્ચાદ્‌ભૂમિકાના આ પડદાઓ ક્યાંથી મેળવ્યા?'

'તમે શેના વિશે વાત કરો છો? આ જાંબુડિયા રંગના પડદા મારા પોતાના છે. હું પાંચ વર્ષની હતી ત્યારે મેં આ શોધ કરી છે અને ત્યારથી હું તેની સમક્ષ નૃત્ય કરતી આવી છું.'

'ના! એ મારાં સુશોભનો છે, મારા વિચારો છે! એ સુશોભનોમાં મેં જે વ્યક્તિની કલ્પના કરી હતી તે તમે જ છો, મારાં બધાં સ્વપ્નોનું તમે મૂર્તસ્વરૂપ છો.'

'પણ તમે કોણ છો?'

પછી તેના મુખમાંથી નીચેના અદ્‌ભુત શબ્દો નીકળ્યા.

'હું એલન ટેરીનો દીકરો છું.'

એલન ટેરી, મારી દૃષ્ટિએ મારી સંપૂર્ણ આદર્શ સ્ત્રી! એલન ટેરી!

'અરે તમારે તો ઘેર આવવું જ જોઈએ અને અમારી સાથે જમવું પણ

જોઈએ.' મારી બાએ કહ્યું: 'જ્યારે તમે ઈસાડોરાની કળામાં આટલો બધો રસ લ્યો છો ત્યારે તમારે અમારે ઘેર જમવા આવવું જ જોઈએ.'

અને ક્રેગ જમવા માટે ઘેર આવ્યો.

એ તો ખૂબ ઉશ્કેરાટમાં હતો. કળા વિશેના એના બધા વિચારો અને મહત્ત્વાકાંક્ષાઓ એ મને સમજાવવા ઇચ્છતો હતો.

અને મને પણ ખૂબ રસ હતો.

પણ, એક પછી એક મારી બા અને બીજાઓને ઝોલાં આવવા લાગ્યાં અને જુદાં જુદાં બહાનાં બતાવીને સૌ ચાલ્યાં ગયાં. અમે બંને એકલાં રહ્યાં. હાવભાવથી એ પોતાની કળા રજૂ કરતો હતો.

અચાનક તે વચમાં બોલી ઊઠ્યો,

'પણ તમે અહીં શું કરો છો? તમે આવા મહાન કળાકાર થઈને આ કૌટુંબિક જીવન ગાળો છો? અરે કેટલું વિચિત્ર! હું તમને ઓળખી શક્યો છું; તમને મેં શોધી કાઢ્યાં છે. મારાં સુશોભનો માટે તમે જ લાયક છો.'

ક્રેગ ઊંચો, પાતળો અને એની અદ્ભુત માતાનું સ્મરણ કરાવે એવો એનો ચહેરો હતો, પણ જરા વધારે કોમળ હતો. લંડનના પ્રેક્ષકવર્ગમાં સોનેરી અને ગૂંચળિયા વાળવાળો આ છોકરો ઘણો જ જાણીતો હતો, પણ અત્યારે એ વાળ જરા કાળાશ પડતા થઈ ગયા હતા; એની આંખો જરા નબળી હતી; એનાં ચશ્માંઓ પાછળ ચમકતાં એ ચક્ષુઓમાં તપેલા લોખંડના અગ્નિના ચમકારા હતા. સ્ત્રીસુલભ કોમળતાની છાપ એને જોઈને પડે. પહોળા નખવાળાં એનાં આંગળાં અને એના વાનરના અંગૂઠા જેવા અંગૂઠા સાબિત કરી બતાવતા હતા કે ક્રેગમાં તાકાત છે. એ અંગૂઠા વિશે હંમેશાં હસતો અને કહેતો: 'એ ખૂનની નિશાની છે. દોસ્ત, તને ગૂંગળાવીને મારી નાખવા માટે છે!'

હું તો મંત્રમુગ્ધ બની હતી અને તેણે મારા સફેદ પોશાક ઉપર મને ઝભ્ભો પહેરાવ્યો. મારો હાથ પકડ્યો; અમે સડસડાટ સીડી ઊતરીને શેરીમાં આવ્યાં. ભાડૂતી ઘોડાગાડીવાળાને બોલાવ્યો અને પોસ્ટડેમ જવા કહ્યું. થોડાક વાહનવાળાઓએ તો ના જ પાડી પણ છેવટે એક અમને લઈ જવા તૈયાર થયો અને પોસ્ટડેમ ઊપડ્યાં. પરોઢિયે અમે આવી પહોંચ્યાં. એક નાના હોટેલના દરવાજા ઊઘડતા હતા, અમે ત્યાં અટક્યાં, કૉફી લીધી. પછી જ્યારે સૂર્ય આકાશમાં ઊંચે ચડતો હતો ત્યારે અમે પાછાં બર્લિન પહોંચ્યાં.

બર્લિન પહોંચ્યાં ત્યારે લગભગ નવ વાગ્યા હશે અને પછી અમે વિચાર કર્યો: 'શું કરવું?' અમે મારી બા પાસે તો જઈ ન શક્યાં, અને તેથી એલ્ઝીને

મળવા ગયા. એ કળાકાર-બોહેમિયન હતી. તેણે અમને લાગણીભર્યો આવકાર આપ્યો. નાસ્તો પણ મળ્યો. એલ્ઝીએ મને તેના શયનગૃહમાં સૂવાની જગ્યા આપી, હું ઊંઘી ગઈ અને છેક સાંજે જાગી.

પછી ક્રેગ એક મકાનના છેક ઉપલા ભાગમાં તેના સ્ટુડિયોમાં મને લઈ ગયો. ગુલાબનાં કૃત્રિમ પાંદડાંઓની ભાતવાળી છો હતી.

અહીં મારી સમક્ષ તેજસ્વી યુવાન ઊભો હતો. સૌન્દર્ય, બુદ્ધિપ્રતિભા; અચાનક પ્રણય પ્રગટ થયો અને હું તેના હાથમાં ઊડીને પડી. બે વર્ષ સુધી શાંત રહેલી વૃત્તિઓ જાગી ઊઠી. લોખંડને લોહચુંબક આકર્ષે એવી રીતે હું સ્વેચ્છાએ ખેંચાઈ હતી. મને જવાબ આપે એવો માનવી મને અહીં મળ્યો. મને થયું કે મારાં માંસ અને રુધિર ક્રેગના દેહમાં છે. વારંવાર તે બૂમો પાડતોઃ 'ઓહ, તમે તો મારાં બહેન છો.'

બીજી સ્ત્રીઓ એમના પ્રેમીઓને કેવી રીતે યાદ કરે છે તે હું નથી જાણતી. હું ધારું છું કે એના ખભા, માથું અને હાથથી જ વાત અટકે છે અને પછી તેનાં કપડાંનું વર્ણન થાય છે, પણ મારી સમક્ષ તો હંમેશાં જુદું જ દશ્ય તરી આવે છે. પ્રથમ રાત્રે નીરખેલો એનો સર્વાંગ સુંદર વસ્ત્રવિહોણો તેજસ્વી દેહ મારી આંખો સમક્ષ તરી આવે છે.

એ દેવદૂત જેવો લાગતો હતો. આ સૌન્દર્યનું મારી આંખો દર્શન કરે ન કરે ત્યાં તો હું તેના તરફ ખેંચાઈ. એના દેહમાં મારો દેહ ગૂંથાઈ ગયો. હું એકરસ જેવી બની ગઈ. અહીં આખરે મને મારો સાથી મળ્યો; મારો પ્રેમ મારી જાત, કારણ કે અમે બંને જુદાં ન હતાં અને એક હતાં. જ્યોતિને જ્યોતિ મળે અને એક પ્રકાશ ઝળહળી રહે એમ અમે ઝળહળી રહ્યાં. પ્લેટોના શબ્દોમાં કહું તો 'એક જ આત્માના બે અર્ધ ભાગ ભેગા મળ્યા.'

કોઈ જુવાન એક છોકરીને પ્રેમ કરતો હતો એવું ન હતું; આ તો બે આત્માઓનું મિલન હતું. દેહના રૂંવાડે રૂંવાડે એવો અદ્ભુત આનંદ પ્રગટ્યો હતો કે પાર્થિવ આવેશ પવિત્ર જ્યોતમાં ફેરવાઈ ગયો.

કેટલાક આનંદ એટલા સંપૂર્ણ હોય કે તેમના ગયા પછી જીવવું ન જોઈએ. આહ! તે રાત્રે મારો પ્રજ્જ્વળી રહેલો આત્મા આ દુનિયાનાં વાદળો વીંધીને શા માટે કોઈ જુદા ક્ષેત્રમાં ન ચાલ્યો ગયો?

એના પ્રેમમાં યૌવન હતું. ઉલ્લાસ હતો અને શક્તિ હતી. વાસનાને એમાં સ્થાન ન હતું; પ્રણયની તીવ્રતા, લાલસા પ્રગટે તે પહેલાં તેના યૌવનની એ તેજસ્વી શક્તિને કલામાં મૂર્તિમંત કરવાનું એ વધારે પસંદ કરતો.

એના સ્ટુડિયોમાં 'કોચ' કે આરામખુરશી જેવું કંઈ ન હતું. ખાવાનું પણ હતું નહીં. તે રાત્રે અમે જમીન ઉપર સૂતાં. એની પાસે તો એક પાઈ પણ ન હતી અને ઘેર જઈને પૈસા લાવવાની મારી હિંમત ન ચાલી. બે અઠવાડિયાં હું જમીન ઉપર સૂતી. જ્યારે ખાવાનું જોઈતું ત્યારે તે ઉધાર મંગાવતો અને હું બહાર વરંડામાં ખાવાનું આવે ત્યાં સુધી છુપાઈ રહેતી. ખાવાનું આવતું અને હું બહાર આવતી. પછી અમે ખાતાં.

મારી બાએ તો દોડાદોડ કરી મૂકી; પોલીસસ્ટેશને અને એલચી ખાતામાં જાહેર કરી દીધું કે કોઈ લુચ્ચો માણસ ઈસાડોરાનું હરણ કરી ગયો છે. મારા અદૃશ્ય થવાથી મારો વ્યવસ્થાપક તો આતુરતામાં અડધો થઈ ગયો હતો અને કોઈ જાણતું પણ ન હતું કે મારું શું થયું. તેમ છતાં પણ છાપાંઓમાં ડહાપણ કરીને, જાહેરાત કરવામાં આવી કે ઈસાડોરા ગળામાં કાંકડાના દર્દને લીધે માંદી પડી છે.

બે અઠવાડિયાં પસાર થઈ ગયાં અને અમે ઘેર પાછાં આવ્યાં. સાચું કહું તો કઠણ ભૂમિ ઉપર સૂઈને હું જરા થાકી ગઈ હતી; પાસેની સામાન્ય હોટેલમાંથી જે ખાવાનું એ મંગાવતો એ જ ખાવું પડતું. એ સિવાય મેં બીજું કંઈ ખાધું ન હતું.

જ્યારે મારી બાએ ગૉર્ડન ક્રેગને જોયો ત્યારે તેણે મગજ ઉપરનો કાબૂ ગુમાવ્યો અને કહ્યું: 'લુચ્ચા, મારી છોકરીનું હરણ કરનાર, નીકળ મારા ઘરમાંથી.'

મારી બાને ક્રેગની ખૂબ અદેખાઈ આવતી હતી.

અમારા સમયમાં ક્રેગ અસામાન્ય બુદ્ધિશાળી માણસોમાંનો એક હતો. મહાકવિ શેલી જેવો. વીજળી અને અગ્નિનો એ બનેલો હતો. આધુનિક રંગભૂમિને જુદો જ ઝોક આપનાર એ પ્રેરણાદાતા હતો. એ વાત સાચી છે કે તેણે રંગભૂમિના વ્યાવહારિક જીવનમાં જાતે ભાગ લીધો નથી. એ તો એક બાજુ રહેતો અને સ્વપ્નસૃષ્ટિ રચતો. એની સ્વપ્નસૃષ્ટિમાંથી આજની આધુનિક રંગભૂમિએ સૌન્દર્ય પ્રાપ્ત કર્યું છે. એના વિના રંગભૂમિની પ્રગતિ થઈ ન શકત.

ક્રેગ મારો તેજસ્વી સાથીદાર હતો. પ્રભાતથી માંડીને છેક રાત સુધી આનંદની મસ્તી અનુભવતાં મેં બહુ જ થોડા માણસો જોયા છે. ક્રેગ એમાંનો એક હતો. આખો દિવસ મસ્ત! કૉફીનો એક કપ અને એની કલ્પનાને પાંખો આવતી; કૉફીનો એક કપ અને એની કલ્પના સળગી ઊઠતી અને ચમકતી.

રસ્તામાં ઝાડ, પક્ષી કે બાળકો જોઈને એ અદ્‌ભુત મસ્તીમાં આવી જતો. કોઈને એમ ન લાગે કે કંટાળાભરેલી એક પળ પણ એની સાથે ગાળી છે. એને માટે મધ્યમમાર્ગ હતો જ નહીં. ના, એ હંમેશાં પૂર્ણ મસ્તીમાં પડ્યો રહેતો, પણ

જ્યારે આકાશ કાળું થઈ જાય ત્યારે એ મસ્તીના પગલે પગલે ગંભીરતા આવતી. એ ઊંડા વિચારોમાં પડી જતો. આવી દશા અનુભવતાં માનવીનો શ્વાસ ધીમે ધીમે ચાલે છે અને ચારે બાજુ દુઃખની કાળી છાયા સિવાય તે બીજું જોઈ શકતો નથી.

કમભાગ્યે જેમ જેમ સમય પસાર થતો ગયો તેમ તેમ વારંવાર એ ગંભીર બની જતો હતો. શા માટે? એ જવાબ આપતો: 'મારું કામ, મારું કામ.' વારંવાર એ આવો જ જવાબ આપતો. હું મૃદુતાથી જવાબ આપતી,

'હા, તારું કામ કેવું અદ્ભુત. તું તો મહાબુદ્ધિશાળી છો, પણ તું જાણે છે કે મારી સાથે પણ મારી શાળાની જવાબદારી છે.'

અને તરત જ ટેબલ ઉપર હાથ પછાડતો: 'હા, હા, એ તો બધું ઠીક, પણ મારું કામ!'

હું જવાબ આપતી; 'ચોક્કસ, તારું કામ ઘણું અગત્યનું રંગભૂમિના પડદાઓ કેમ ગોઠવવા એ તારું કામ પણ મારે તો જીવતાજાગતા આત્માઓ સાથે કામ પડવાનું છે, કારણ કે એમના આત્મામાંથી દરેક વસ્તુ જન્મે છે, પહેલાં મારું કામ અને પછી તારું. પહેલાં મારી શાળા, કારણ કે સંપૂર્ણ સૌન્દર્ય માણતાં ગુલાબી બાળકો ત્યાં રમે છે અને પછી તારું કામ શરૂ થાય. આ નૃત્યકારો માટે પશ્ચાદ્ભૂમિકા તારે ગોઠવવાની હોય છે.'

આવા વાદવિવાદને પરિણામે અમારા બંને વચ્ચે વારંવાર ભયંકર મૌન છવાઈ રહેતું, પણ મારું સ્ત્રીત્વ ભય પામીને જાગી ઊઠતું અને કહેતું. 'ઓહ પ્યારા ક્રેગ, મેં તને ગુસ્સો કર્યો!' અને તે બોલી ઊઠતો:

'ગુસ્સે! ના રે ના, બધી સ્ત્રીઓ લપ છે અને તું પણ એક લપ છે, મારા કામની વચ્ચે આવે છે. મારું કામ! મારું કામ!'

બારણાં પછાડીને એ બહાર ચાલ્યો જતો. બારણાંનો એ પછડાટ મારા હૃદયમાં ભયંકર આફત ઉત્પન્ન કરતો. હું તો તેના આવવાની રાહ જોતી બેસી રહેતી અને જ્યારે તે પાછો આવતો નહીં ત્યારે આખી રાત કલ્પાંત કરતી પડી રહેતી.

આવી આ કરુણ દશા હતી. વારંવાર આવું બનતું અને મારા જીવનના સૂરો બેસૂરા બની જતા અને જીવન જીવવું જ અશક્ય લાગતું.

આ બુદ્ધિપ્રતિભા પ્રત્યે પ્રણયની પ્રેરણા જગાડનાર મારું નસીબ જ હતું. એના પ્રેમની અને મારી કારકિર્દી વચ્ચે હું સુમેળ સાધવા પ્રયત્ન કરતી, પણ એ સુમેળ અશક્ય હતો. પ્રણયની ભયંકર તીવ્રતામાં થોડાં અઠવાડિયાં પસાર થયાં અને કદી નહીં અનુભવેલું એવું તુમૂલ યુદ્ધ મારા મનમાં શરૂ થયું. કળાની મારી પ્રેરણાઓ અને ક્રેગની બુદ્ધિપ્રતિભા, એ બંને વચ્ચે દારુણ સંગ્રામ શરૂ થયો.

ક્રેગ વારંવાર કહેતોઃ 'તું શા માટે આ ચાલુ રાખે છે? રંગભૂમિ ઉપર આવીને તું શા માટે તારા હાથ-પગ આમતેમ ઉલાળ્યા કરે છે? ઘેર રહીને શા માટે પેન્સિલો છોલતી નથી?'

અને છતાં પણ ગૉર્ડન ક્રેગ મારી કળાની કદર કરે છે, એવી કદર કોઈએ નથી કરી. પોતે કળાકાર હતો અને એ કળા પાછળ રહેલી અદેખાઈ એને વારંવાર કહેતી કે કંઈ સ્ત્રી તે ખરેખરી કળાકાર બની શકે ખરી?

*

મારી બહેન એલિઝાબેથે શાળા માટે બર્લિનની આગળ પડતી ધનવાન વ્યક્તિઓની એક કમિટી નીમી હતી. ક્રેગ અને મારી વચ્ચેનો સંબંધ તેમના જાણવામાં આવ્યો. તેમણે મને સુંદર શબ્દોમાં ઠપકો આપતો લાંબો પત્ર લખ્યો કે:

ધનવાન સમાજના સભ્યો તમારી નૃત્યશાળાના આશ્રયદાતા ન બની શકે, કારણ કે સંસ્થાના મુખ્ય સંચાલકના નીતિનાં બંધનો – વિચારો ઘણાં જ હલકાં છે!

આ પત્ર મને પહોંચાડવા માટે, આ સ્ત્રીઓએ ફ્રો મેન્ડેલસોહનને પસંદ કરી. એ એક બૅન્કર શરાફીની પત્ની હતી. આ મહાભારત કામ લઈને ફ્રો મેન્ડેલસોહન મારી પાસે આવી, પણ મને જોઈને તેની દૃષ્ટિ સ્થિર ન રહી શકી. અચાનક તેની આંખોમાંથી દડદડ આંસુડાં ચાલ્યાં. જમીન ઉપર કાગળ ફેંકી દીધો અને મને બાથમાં લઈ રડવા લાગી.

'ઈસાડોરા! તું એમ નહીં માનતી કે આવા દુષ્ટ પત્રમાં હું કદી પણ સહી કરું, બીજી સ્ત્રીઓને શું કહી શકાય? હવે એ લોકો નૃત્યશાળાના આશ્રયદાતા નહીં રહે. હજી ફક્ત તેમને તમારી બહેન એલિઝાબેથમાં વિશ્વાસ છે.'

હવે એલિઝાબેથની વિચારસૃષ્ટિ એની પોતાની જ હતી, પણ તે પોતાના વિચારોને પ્રગટ કરતી નહીં; તેથી મેં જોયું કે જો મૂંગા રહીએ તો સ્ત્રીઓને કંઈ વાંધો નથી. મૌનની પાછળ સત્ય જ છે. આવી એમની માન્યતા હતી. આ સ્ત્રીઓએ મને એટલી ગુસ્સે કરી કે મેં કળા ઉપર એક જગ્યાએ ખાસ ભાષણ ગોઠવ્યું અને જાહેર કર્યું કે 'નૃત્ય એ તો મુક્તિ પામવાની કળા છે અને સ્ત્રીઓ એમની મરજી પ્રમાણે પ્રેમ કરી શકે છે અને બાળકોને ધારણ કરી શકે છે. આ એમનો હક્ક છે.'

અલબત્ત, લોકો પૂછશેઃ 'પણ બાળકોનું શું?'

હા, મારો એ જવાબ છે કે 'લગ્નના બંધન વિના જન્મેલાં ઘણાં આગળ પડતા માણસોનાં હું નામ બતાવી શકું છું. આવી રીતે જન્મ્યા એટલે શું તેઓ

કીર્તિ અને લક્ષ્મી નથી મેળવી શક્યાં?' જવા દો એ વાત. મેં મારી જાતને પૂછ્યું: 'જ્યારે એક સ્ત્રી એમ માને છે કે ધણી સાથે કજિયો થતાં એ બાળકોને પોષણ નહીં આપે. જો ધણી આટલો નીચ નીકળશે એમ લાગતું હોય તો તે શા માટે તેની સાથે લગ્નબંધનથી જોડાય છે?' હું માનું છું કે સત્ય અને શ્રદ્ધાની ભૂમિકા ઉપર સાચા પ્રેમનો ફાલ ઊતરે છે. હું પણ કમાણી કરતી સ્ત્રી તરીકે માનું છું કે જો તંદુરસ્તી અને શક્તિના ભોગે, અરે જીવનનું જોખમ ખેડીને સ્ત્રી બાળકને જન્મ આપે છે. અને ભવિષ્યમાં ધણી એમ કહે છે કે કાયદાની દૃષ્ટિએ બાળક તેનું છે, અને તેને તો માત્ર વરસમાં ત્રણ જ વખત બાળકને મળવાનો અધિકાર છે તો હું એ વાત સ્વીકારવા તૈયાર નથી. હું એ પ્રમાણે કરું પણ નહીં!

એક હાજરજવાબી અમેરિકન લેખકને તેની પ્રિયાએ પૂછ્યું: 'જો આપણે પરણ્યાં ન હોત તો બાળક ભવિષ્યમાં આપણા માટે શું ધારત?' લેખકે જવાબ આપ્યો: 'જો તારું અને મારું બાળક એવી જાતનું હોત તો, આપણે તે શું કહેશે તેની પરવા પણ ન કરત.'

લગ્નબંધનો જો કોઈ બુદ્ધિશાળી સ્ત્રી વાંચે અને સ્વીકારે તો પછી તે બધાં પરિણામો ભોગવવાને લાયક છે!

આ ભાષણથી ભારે ચકચાર જાગી. પ્રેક્ષકોમાંથી અર્ધા લોકોએ મારી પ્રત્યે સહાનુભૂતિ દાખવી અને બાકીના અર્ધા લોકોએ તો સીટીઓ વગાડવી શરૂ કરી. ચિત્રવિચિત્ર અવાજો કર્યા અને જે હાથમાં આવ્યું તે ફેંકવા માંડ્યું. છેવટે જે લોકોને ન ગમ્યું તે લોકો ચાલ્યા ગયા અને બાકીના જે લોકો વધ્યા તેમની સાથે મારે ખૂબ રસિક વાર્તાલાપ સ્ત્રીઓનાં સુખદુ:ખ અને હક્કો વિશે થયો. આજની 'સ્ત્રીઓની હિલચાલ' જોતાં એ વિચારો એ સમયે ઠીક ઠીક આગળ પડતા હતા.

મેં તો વિક્ટોરિયા સ્ટ્રાસેમાં આવેલા ઓરડામાં રહેવાનું ચાલુ રાખ્યું અને એલિઝાબેથ નૃત્યશાળામાં રહેવા ગઈ. મારી બા બંને ઘર વચ્ચે રહેતી હતી. મારી બાએ દુ:ખ, બેકારી અને આફતોમાં અજબ હિંમત દાખવી હતી. પણ હવે પછી તેને જીવન રસવિહોણું લાગ્યું. એના સ્વભાવમાં પણ કંઈ ઠેકાણું રહ્યું નહીં. કેટલીક વાર તો એના મનમાં એવા ઓળા આવતા હતા કે કોઈ પણ વાત તેને પ્રસન્ન કરી શકતી નહીં. અમે બહાર નીકળ્યાં પછી પહેલી જ વાર તેણે તેની અમેરિકા જવાની ઇચ્છા વ્યક્ત કરી. અને કહ્યું કે ત્યાં હવાપાણી, ખોરાક વગેરે બધું વધારે સારું છે.

મારી બાને પ્રસન્ન રાખવા ખાતર અમે તેને બર્લિનની સારામાં સારી હોટેલમાં લઈ જતાં અને પૂછતાં: 'બા, તને શું ભાવશે?' એ જવાબ દેતી: 'શિમ્પ્સ' હવે

જો એ ન મળે તો એ બળાપા કાઢતી કે આ દેશ કેવો વિચિત્ર છે, આ ભૂમિ કેવી ભિખારી જેવી છે કે અહીં શિમ્પ્સ પણ મળતાં નથી. મારે બીજું કંઈ નથી ખાવું. અને જો 'શિમ્પ્સ' મળે તો એ ફરિયાદ કરતી કે અહીંના કરતાં તો અમેરિકાનાં સાન-ફ્રાન્સિસ્કોના વધારે સારાં છે.

મારી બાનો આવો સ્વભાવ કેમ થયો તે માટે મારી માન્યતા એવી છે કે બાળકોની પાછળ તેણે ઘણાં વર્ષો ગાળ્યાં અને શુદ્ધ જીવન જીવી, પણ હવે તો અમારા જીવનમાં ઘણા રસ ઉત્પન્ન થયા હતા અને એમાં જ મશગૂલ બન્યાં. પરિણામે અમે તેનાથી દૂર દૂર જવા લાગ્યાં. બાને થયું કે તેણે પોતાના જીવનનાં સારામાં સારાં વર્ષો વ્યર્થ ગુમાવ્યાં છે. હું માનું છું કે ઘણીયે માતાઓ આવા વિચાર કરે છે. ખાસ કરીને અમેરિકામાં તો ખરું જ.

એના મનમાં વારંવાર વિચિત્ર તરંગો ઊઠવા લાગ્યા અને સ્વદેશ જવું છે એ વિચાર વારંવાર રજૂ કરતી. છેવટે થોડા વખત પછી તે અમેરિકા ઊપડી.

મારું ચિત્ત હંમેશાં નૃત્યશાળાની ચાળીસ શય્યાઓમાં ચોંટી રહેતું. વિધિની ગતિ કેટલી અકલિત છે, જો થોડા મહિના પહેલાં ક્રેગને મળી હોત તો નૃત્યશાળાની સ્થાપના ન થઈ શકી હોત. મેં એનામાં એવું સંપૂર્ણ તત્ત્વ, એટલી પૂર્ણતા જોઈ હતી કે શાળા સ્થાપવાની મને જરૂરત ન લાગત, પણ હવે તો બાળપણમાં સેવેલું સ્વપ્ન ફળીભૂત થયું હતું. શાળા થઈ ગઈ એ વાત તો ચોક્કસ.

થોડા વખતમાં મને ખબર પડી કે મારા પેટમાં બાળક છે. આંગળિયે સુંદર બાળક વળગાડીને એલન ટેરી મારી કલ્પનામાં આવીને ઊભી રહી, અને કહ્યું: 'ઈસાડોરા! પ્રેમ, પ્રેમ... પ્રેમ,' એ ક્ષણની પછી હું જાણી શકી કે પ્રસવ પહેલાંની અંધકારમય દુનિયામાંથી મારી પાસે શું આવવાનું હતું? બાળક! શું લઈને એ આવશે? આનંદ અને શોક! જીવન અને મૃત્યુ! જીવનનૃત્યની તાલબદ્ધતા!

બિચારો ક્રેગ તો અશાંત, અધીરો અને દુઃખી બની ગયો હતો. નખ કરડતાં કરડતાં તે કહેતો: 'મારું કામ, મારું કામ, મારું કામ.'

વસંતમાં હું ડેનમાર્ક અને સ્વિડન જઈ આવી. પછી જર્મનીમાં આવી. સ્ટીમરમાં જ હું માંદી પડી ગઈ હતી અને થોડા વખત મુસાફરી બંધ કરવી એ જ વધારે સારું છે એમ મને લાગ્યું.

જૂન મહિનામાં મેં મારી શાળાની મુલાકાત લીધી અને પછી મને લાગ્યું કે મારે સાગરના સંસર્ગમાં રહેવું જોઈએ. ઉત્તર સમુદ્રના કિનારે નોર્વીક નામનું નાનકડું ગામ છે. ત્યાં મેં નાનું મકાન ભાડે રાખ્યું. રેતીના નાના ઢગલાઓ વચ્ચે આવેલા એ સફેદ મકાનનું નામ વિલા મેરિયા હતું.

માતા થવું એ કુદરતનો કાનૂન છે. એવો મેં કદી પણ વિચાર કર્યો ન હતો. મારી અજ્ઞાનતાને લીધે, ખેડૂતોની સ્ત્રીઓમાં કાર્ય કરતો એક અડબૂથ ડૉક્ટર મેં મારે માટે રાખ્યો. મારી આસપાસના પ્રદેશમાં માઇલો સુધી રેતીનો ગાલીચો બિછાવેલો હતો અને સાગર ઘૂઘવતો હતો. એકલીઅટૂલી હું મારા મકાનમાં પડી રહેતી અને સાગરના આકર્ષણને લીધે હું માઇલો સુધી કિનારે ફરવા જતી. આ સ્થળે મેં ત્રણ મહિના ગાળ્યા; જૂન, જુલાઈ અને ઑગસ્ટ.

આ સમય દરમ્યાન, મારી ગેરહાજરીમાં મારી શાળાનું કામ મારી બહેન એલિઝાબેથ કરતી. હું તેને નિયમિત પત્રો લખતી. બીજા મહિના દરમ્યાન તો મેં મારી શાળાનાં બાળકો માટે નૃત્યના હાવભાવ અને હલનચલનના લગભગ પાંચસો પાઠ તૈયાર કર્યા. સાદામાં સાદા નૃત્યથી માંડીને અઘરામાં અઘરું નૃત્ય થઈ શકે એવી રચના મેં આ નાના લખાણમાં કરી હતી.

ક્રેગને તો જરા પણ ફુરસદ ન હતી, એ કોઈ વાર આવતો અને ચાલ્યો જતો. મારી શાળામાં નૃત્ય શીખતી મારી નાની ભાણેજ ત્રણ અઠવાડિયાં મારી સાથે રહી ગઈ. એ દરિયાકિનારે નાચતી અને હું નિહાળતી. એ પણ ગઈ. હવે મને લાગ્યું કે હું એકલી નથી. મારા શરીરમાં બીજો આત્મા તૈયાર થઈ રહ્યો છે એની મને ખાતરી થવા લાગી.

આરસની મૂર્તિ સમું મારું શરીર ભાંગી ગયું અને હું બેડોળ બની. મારા આ સ્વરૂપને નીરખવું એ ખરેખર નવાઈ જેવું હતું. કુદરત પણ વેર વાળ્યા વગર રહેતી નથી. જેમ વધારે સુંદર સ્નાયુબદ્ધ શરીર, જેમ વધારે લાગણીપ્રધાન હૃદય, તેમ વધારે દુઃખ? નિદ્રાવિહોણી રાત્રિઓ અને દુઃખભર્યા કલાકો! પણ આ બધાની પાછળ એક આનંદ તો છુપાયેલો જ હતો.

આ સાગરના કિનારે હંમેશાં પવન ફૂંકાય છે. કોઈ વાર વાયુની લહરીઓ આવે છે અને કેટલીક વાર તો પવન એવો સુસવાટા મારે છે કે આગળ વધવામાં મને ઘણી મુશ્કેલી પડતી. જ્યારે પહાડ જેવાં મોજાંઓ કિનારે આવીને ભાંગી પડતાં હોય અને રેતીની ઢગલીઓ પથરાતી હોય ત્યારે મારા હૃદયમાં અમાપ અને અદ્ભુત આનંદ પ્રગટતો. ઘણી વાર તો એવું તોફાન જામતું કે મારો નાનકડો બંગલો રાત્રે દરિયાના તોફાનમાં અટવાયેલા વહાણ જેવો લાગતો.

કોઈ પણ માનવીના સહવાસ પ્રત્યે મને અણગમો પેદા થયો. લોકો પણ એવી ગંદી જ વાતો કરતા હતા. ગર્ભવતી સ્ત્રીની પવિત્રતાની કદર જ ક્યાં કોઈને છે! એક વખત શેરીમાંથી પસાર થતી આવી એક સ્ત્રીને જોઈ; રસ્તે ચાલ્યા જતા માણસો તેની પ્રત્યે માનથી જોવાને બદલે હસ્યા, એ લુચ્ચાઈ ભરેલું હાસ્ય કહેતું

હતું કે બાળકનો ભાર વહન કરવો એ એમને મન સુંદર મશ્કરી છે.

મેં તો મારા દરવાજા બંધ રાખ્યા હતા. હા, મારા એક ભલા અને વફાદાર મિત્ર માટે એ બારણાં ખુલ્લાં હતાં, ગેહથી એ સાઇકલ ઉપર આવતો અને મારા માટે પુસ્તકો અને માસિકો લાવતો. આધુનિક કળા, સંગીત અને સાહિત્ય ઉપર એની સાથે ચર્ચા થતી અને મને આનંદ મળતો. એ મારી પાસે પોતાની પત્નીની વાતો ખૂબ જ લાગણી અને પ્રેમભર્યા હૃદયે કરતો. બંનેનું લગ્ન હમણાં જ થયું હતું. એની પત્ની સુંદર કાવ્યો લખનાર તરીકે મશહૂર છે. મારો એ મિત્ર વ્યવસ્થાપ્રિય માનવી હતો અને ગમે તેવા તોફાનમાં પણ મને મળવા માટે એ નક્કી કરેલા દિવસોમાં આવતો. આવવામાં તો એ એક જ હતો. પછી તો સાગર અને રેતી વચ્ચે હું અને પેટમાં પોઢેલું મારું બાળક! એ બાળક આ જગતમાં દાખલ થવા માટે કૂદી રહ્યું હોય એમ મને લાગતું.

દરિયાકિનારે ફરતાં કેટલીક વાર તો મને એમ થતું કે મારામાં અજબ તાકાત અને વીરતા ભરી છે અને હું વિચાર કરતી કે આ બાળક મારું પોતાનું જ છે! પણ બીજે દિવસે ઠંડા સાગર ઉપરથી ગુસ્સે થતાં મોજાંઓ આવતાં હોય અને આકાશ ભૂરા રંગે રંગાયેલું હોય ત્યારે એકદમ બેચેન બની જતી અને મને લાગતું કે કોઈ મોટા પાંજરામાં પુરાયેલું હું પ્રાણી છું; એમાંથી છટકી જવાની અદમ્ય ઇચ્છા પ્રગટ થતી. પણ ક્યાં? એમ પણ થતું કે કોઈ ક્રોધે ભરાયેલાં આ ભવ્ય મોજાંઓમાં હું સમાઈ જાઉં! મનની આ સ્થિતિ સામે હું લડતી અને વિજય મેળવતી. મારા મનમાં ઊઠતાં આ તોફાનોની મેં કોઈને પણ શંકા આવવા દીધી નહીં, પણ કોઈ વિચિત્ર વખતે મારા મનમાં આવા ભયંકર અને ન દાબી શકાય એવા તરંગો ઊઠતા તો ખરા જ. જ્યારે હું વિચારે ચડી જતી કે લોકો તો મને છોડીને ચાલ્યા જાય છે, ત્યારે મારી મા મને હજારો માઇલ દૂર લાગતી અને ક્રેગ તો દૂર દૂર એની કળામાં દટાઈ ગયેલો દેખાતો.

સમયના તો જાણે પગ જ ભાંગી ગયા હતા. મરતાં મરતાં પસાર થતા કલાકો મારે માટે દુઃખભર્યા હતા. અઠવાડિયાંઓ અને મહિનાઓ કેવા ધીમે ધીમે પસાર થતાં હતાં! આશા અને નિરાશામાં અટવાતી હું, બાળપણનાં સંસ્મરણો, યૌવન અને દૂર પ્રદેશોમાં કરેલી રખડપટ્ટી અને કળામાં કરેલી શોધોથી માંડીને બાળકના જન્મ પહેલાંની મારી સ્થિતિ વિશે વિચારો કરતી. મારી મહત્ત્વાકાંક્ષાની આ ટોચ હતી!

પણ મારી બા મારી સાથે શા માટે ન હતી? એની એવી વિચિત્ર માન્યતા હતી કે મારે પરણવું જોઈએ. એણે પણ સંસાર માંડ્યો હતો, પણ લાંબું ન ચાલ્યું

અને છૂટાછેડા લીધા. લગ્નના પાંજરામાં એણે અજબ દુઃખ સહન કર્યું હતું અને છતાં એ મને શા માટે તેમાં ધકેલવા માગતી હતી? અને હજી પણ એમ માનું છું કે લગ્નસંસ્થા એ સત્યની વિરુદ્ધ, ગુલામો પેદા કરનારી સંસ્થા છે અને ખાસ કરીને કળાકારો માટે કે જે લોકોના લગ્ન પછી કોર્ટમાં છૂટાછેડા માટે ભવાડા થાય છે. મારાં વચનોમાં જેમને શંકા હોય તેમને પૂછવા દો કે છેલ્લાં દશ વર્ષમાં અમેરિકાનાં વર્તમાનપત્રોમાં કલાકારોના છૂટાછેડાના અને એમના ભવાડાઓનાં કેટલાંક વર્ણનો આવ્યાં છે! આમ છતાં પણ મજા તો એ છે કે પ્રજા એના કળાકારોને ચાહે છે અને એમના વિના ચાલતું નથી.

ઑગસ્ટમાં મારી સાથે એક નર્સ રહેવા આવી અને પાછળથી તો એ મારી મિત્ર બની. એનું નામ મેરી કીસ્ટ. એના જેવું મધુર, મમતાભર્યું અને ધીરજવાળું હૃદય મેં કોઈનું જોયું નથી. ખરેખર, મારા માટે એ આશ્વાસનરૂપ હતી. હવે પછી તો મારા ઉપર દરેક પ્રકારના ભયના હુમલાઓ શરૂ થયા. મારી જાતને હું કહેતી કે ઈસાડોરા, ગભરાય છે શા માટે? દરેક સ્ત્રીને બાળકો હોય છે. તારી દાદીને પણ આઠ હતાં અને તારી માને પણ ચાર છે; જીવનમાં આ વસ્તુ તો તદ્દન સ્વાભાવિક છે. મને એક પ્રકારનો ભય તો લાગ્યા જ કરતો; મૃત્યુનો નહીં, દુઃખનો પણ નહીં, હું જાણતી પણ ન હતી કે ભય શેનો હતો!

ઑગસ્ટ ઊતર્યો અને સપ્ટેમ્બર આવ્યો. મારો ભાર વધ્યો. ઘણી વાર મારા નૃત્યના વિચાર કરી અને પશ્ચાત્તાપથી ઘેરાઈ જતી; પછી તો તરત જ કોઈએ ત્રણ સખત લાતો મારી હોય એમ મને લાગતું, અને મારી અંદર કોઈ આકૃતિ ફરી રહી છે એમ થતું. થોડી વાર પછી મલકાતી અને વિચાર કરતી કે કળા તો છેવટે પરમ આનંદની ઝાંખી આરસી અને જીવનનો મહાન ચમત્કાર છે!

આશ્ચર્ય સાથે મારું શરીર વધારે ને વધારે ફૂલતું જ ગયું: મારાં નાનાં કઠણ સ્તનો વધારે મોટાં અને નરમ બન્યાં. ગતિ ધીમી પડી. પગની પિંડીઓ ફૂલી અને નિતંબમાં પીડા વધી. જળસુંદરી જેવું મારું સુંદર સ્વરૂપ ક્યાં ગયું? ક્યાં ગઈ મારી મહત્ત્વાકાંક્ષા અને ક્યાં ગઈ મારી કીર્તિ? મને લાગ્યું કે હું દુઃખી અને પરાજય પામેલી છું. વિરાટ જીવન સાથે હું આકરી રમત ખેલી રહી હતી, પણ તરત જ હું બાળકના આગમનનો વિચાર કરતી અને આ દુઃખ આપતા મારા મનના વિચારો અટકી જતા.

દુઃખી અને ગૂંગળાઈ ગયેલ હૃદયે હું ડાબે પડખે પડી રહેતી અને ક્રૂર કલાકો પસાર કરતી; જમણી બાજું ફરું છતાં પણ શાંતિ નહીં અને છેવટે બાળકની શક્તિનો શિકાર બનીને પથારીમાં પડી રહેતી. છુટકારાના દમ માટે ગાળેલો આ

ક્રૂર સમય! જાણે અસંખ્ય રાત્રિઓ આમ ગાળી હોય એમ લાગે છે. માતૃત્વનું ગૌરવ મેળવવા માટે સ્ત્રીને કેટલી આકરી કિંમત ભરવી પડે છે?

એક વખત બપોરે અમે ચા પીવાં બેઠાં હતાં ત્યારે એવો સબાકો આવ્યો કે જાણે કોઈ મારો વાંસો મસળી નાખતું હોય અને પછી તો એવું દુઃખ થયું કે જાણે કોઈ મારી કરોડરજ્જુ ઉપર શારડી મૂકીને વાંસો ઉઘાડી નાખવા માંગતું હોય! એ ક્ષણ પછી મારી વેદના શરૂ થઈ. મને થયું કે હું એક દયાહીન અને રાક્ષસી જલ્લાદના પંજાનો ભોગ બની ચૂકી છું. જેવી એક હુમલામાંથી પસાર થઈ ત્યાં મારા ઉપર બીજો હલ્લો શરૂ થયો. કઠોર, ક્રૂર, જડ અને દયાહીન કોઈ અદશ્ય ભૂતના પંજામાં સપડાઈ ગઈ. એ મારાં હાડકાંના ચૂરેચૂરા કરી નાખતું હતું અને શરીરની નસોને વીંખી નાખી–નાખતું હોય એમ મને લાગ્યું. મારી આ વેદના હતી. સ્ત્રી કહે છે કે આ વેદના તો તરત જ ભૂલી જવાય છે પણ મારો તો એ જવાબ છે કે હજી પણ જ્યારે આંખો બંધ કરીને હું એ સમય વિચારું છું ત્યારે ચીસો, અને ચિચિયારીઓ કરતું કોઈ મને ઘેરી વળતું હોય એમ લાગે છે.

આ જમાનામાં પણ પ્રસૂતિ સમયે એક સ્ત્રીને આટલી ભયંકર વેદના સહન કરવી પડે છે. એ સહન થઈ ન શકે એવી વાત છે. એ બેશરમ બર્બરતા છે. એનું નિવારણ થવું જ જોઈએ. કોઈ પણ હિસાબે એ દુઃખ અટકાવવું જોઈએ. આટલા આગળ વધેલા વિજ્ઞાનના સમયમાં પણ પીડારહિત પ્રસૂતિ ન થઈ શકે તો ધૂળ પડો આ વિજ્ઞાનમાં! હજી પણ સ્ત્રીઓ એક ક્ષણ માટે પોતાની જાતને આ દુઃખના દાવાનળમાં ફેંકી દે છે એ શું બતાવે છે? બુદ્ધિની જરા ખોટ અને અસહ્ય ધીરજ. આવી ધીરજ એ પાપ છે. બે દિવસ અને બે રાત્રિ સુધી કહી ન શકાય એવું ભયંકર દુઃખ મેં સહન કર્યું. ત્રીજે દિવસે તો પેલો જંગલી ડૉક્ટર ચીપિયા વગેરે પોતાનાં સાધનો સાથે આવ્યો; પણ એની પાસે ચામડીને બહેરી કરી નાખવા માટે કંઈ દવા જ ન હતી તેણે તો મારી કતલ જ ચલાવી. એ કતલને, એ દુઃખને મારે કોની સાથે સરખાવવું? રેલવેના પાટા ઉપર માનવીના ભુક્કા થઈ જાય અને જે દુઃખ થાય એની સાથે જ મારા એ દુઃખને સરખાવી શકાય.

જ્યાં સુધી સ્ત્રીઓ આ વાતનો અંત ન લાવે ત્યાં સુધી એમના હક્ક માટેની ચળવળો માટે હું કંઈ પણ સાંભળવા ઇચ્છતી નથી, અને હું તો માનું છું કે બીજાં ઑપરેશનોની જેમ બાળકનો જન્મ પણ કોઈ પણ જાતની પીડા વિનાનો થવો જોઈએ. શા માટે આ નકામું દર્દ? આવી જાતના પ્રયત્નો કરવામાં એવો તે કયો જંગલી વહેમ આડે આવે છે? આ વાત પ્રત્યે આટલી ભયંકર બેદરકારી શું સજાને પાત્ર નથી? અલબત્ત, કોઈ એમ જવાબ આપે કે બધી સ્ત્રીઓને આટલી

હદ સુધી દુઃખ સહન કરવું પડતું નથી; બરાબર રેડ ઇન્ડિયન, ખેડૂતની સ્ત્રીઓ અને આફ્રિકાની હબસી સ્ત્રીઓને દુઃખ નહીં થતું હોય. પણ જેમ વધારે સંસ્કૃત સ્ત્રી તેમ વધારે પીડા અને તે પણ નકામી. વિજ્ઞાનમાં આગળ વધેલા જમાનામાં સંસ્કારી સ્ત્રીનાં દર્દ માટે, એવા જ સુધરેલા ઉપાયો આ ભય સામે લેવા જોઈએ.

ઠીક ત્યારે, હું આ કારણથી મૃત્યુ તો ન પામી અને પછી તમે કહેશો કે બાળકના જન્મ પછી મને મારા દુઃખનો બદલો મળી ગયો હશે. હા વાત તદ્દન સાચી છે. હું પૂર્ણ આનંદ માણી શકી હતી, પણ તેમ છતાંયે જે મેં સહન કર્યું છે તેની આજે સહેજ કલ્પના કરતાં પણ મારું અંગ ગુસ્સાથી ધ્રૂજી ઊઠે છે: વિજ્ઞાનના પૂજારીઓ એ વસ્તુ ચાલવા દે છે પણ જો ધારે તો આ વેદનાનો અંત તેઓ લાવી શકે, પણ આજે તો તેઓ અભિમાની અને જ્ઞાનથી આંધળા બન્યા છે અને ઘણીયે સ્ત્રીઓ એમના આ બે દુર્ગુણોના ખપ્પરમાં હોમાઈ રહી છે, એ જોઈને મારા હૃદયમાં આગ પ્રગટે છે.

અરે, પણ બાળક! એની તો વાત જ છોડો: બાળક તો અફલાતૂન હતું. લાંબી આસમાની આંખો, વખત જતાં ગૂંચળિયા બનેલા એના સોનેરી વાળ; જાણે કામદેવ જ જોઈ લ્યો. પણ જ્યારે એ બાળકના દાંતવિહોણા સુંવાળા રેશમ જેવાં પેઢાંએ ધાવણના ફુવારા છૂટતા મારા સ્તનનો સ્પર્શ કર્યો અને ખેંચીને બચબચ ધાવવા લાગ્યું ત્યારે મને થયું કે આ તો બધા ચમત્કારોને વટી જાય એવો ચમત્કાર છે. ધાવણની શેરો છૂટતી હોય અને સ્તનની ડીંટડીને મીઠાં બચકાં ભરતું બાળક ધાવતું હોય ત્યારે જે લાગણીઓ ઉદ્ભવે છે, એનું વર્ણન કોઈ માતાએ કર્યું છે? બચકાં ભરતું ક્રૂર મોઢું તો ભારે! જાણે પ્રિયતમના મુખનો સ્પર્શ, અને પ્રિયતમના મુખનો સ્પર્શ પણ ઘણી વાર બાળકને યાદ કરાવી દે છે.

ઓ સ્ત્રીઓ! જ્યારે આપણે માટે ચમત્કારિક માતૃત્વપદ સર્જાયેલું છે ત્યારે વકીલો, ડૉક્ટરો અને શિલ્પીઓ બનીને આપણે શો ફાયદો મેળવવાના છીએ? હવે હું અદ્ભુત અને અજબ પ્રેમને ઓળખી શકી. માનવીનો પ્રેમ તો એની પાસે કંઈ હિસાબમાં જ નહીં. હું તો ચૂંથાઈ ગઈ હતી અને રક્ત ચાલ્યું જતું હતું. તદ્દન લાચાર બનીને પડી હતી અને પેલો નાનકડો દેહ મનમાં કઈ ગોટા વાળતો વાળતો મને ધાવી રહ્યો હતો. જીવન! જીવન! જીવન! મને જીવન આપો! ઓહ, મારી કળા ક્યાં ગઈ! મારી કળા? પણ અરે, મારે કળાની શી પરવા! કોઈ પણ કળાકારથી ઉચ્ચ એવી હું કોઈ દેવી છું એમ મને લાગ્યું.

શરૂઆતના થોડા અઠવાડિયા તો હું પડખામાં બાળકને રાખીને કલાકો સુધી પડી રહેતી અને તેની નિદ્રાવસ્થા નિહાળતી. અને કેટલીક વાર તો એની

આંખોનાં કિરણો મારી આંખોમાં ઝીલતી અને મને લાગતું કે અગમ્ય જીવનજ્ઞાનના કિનારાની નજદીક જ હું પડી છું. નૂતન દેહમાં આવીને વસેલો આ આત્મા મારી દૃષ્ટિને દૃષ્ટિથી જવાબ આપતો હતો. એનાં ચક્ષુઓ એટલે અનંત કાળની આંખો! એ આંખો મને અનંત પ્રેમથી નિહાળતી હતી. આ આનંદનું વર્ણન કયા શબ્દોથી કરી શકું? મને આ વર્ણન માટે સુંદર શબ્દો ન મળે એમાં શી નવાઈ? હું ક્યાં લેખક છું!

મારી પ્રિય બહેનપણી મેરી કીસ્ટ અને હું, બાળક સાથે અમારી નૃત્યશાળામાં ગયાં. આ નાના મહેમાનને જોઈને બધાં છોકરાંઓ આનંદમાં આવી ગયાં. મેં એલિઝાબેથને કહ્યું, 'આ આપણી નાનામાં નાની શિષ્યા છે.' દરેક જણાએ પૂછ્યું? 'એનું નામ આપણે શું પાડશું?' ક્રેગે એનું નામ શોધી કાઢ્યું. એનું નામ ડિયરડ્રે–આયર્લૅન્ડની પ્રિયતમા. પછી તો અમે તેને ડિયરડ્રેના નામથી બોલવતાં.

અને પછી તો ધીમે ધીમે મારામાં શક્તિ આવવા લાગી.

* * *

૨૦

જુલિયેટ મેન્ડેલસોહન એના પતિ સાથે અમારી બાજુમાં જ રહેતી હતી. તેના પૈસાદાર ધર્મના થાંભલા જેવા મિત્રોએ તેનો ત્યાગ કર્યો હતો, છતાં પણ એ મારી શાળામાં રસ લેતી હતી. એક દિવસ તેણે અમને મારી આદર્શ સ્ત્રી–ઈલીનોરા ડ્યૂસ સમક્ષ નૃત્ય કરવાનું આમંત્રણ આપ્યું.

ગૉર્ડન ક્રેગને મેં તેમની સમક્ષ રજૂ કર્યો. રંગભૂમિ વિશેના તેના વિચારો જોઈને ઈલીનોરા પ્રસન્ન થઈ અને તેને એમાં ખૂબ રસ પડ્યો. ખૂબ ઉત્સાહ સાથે અમે પછી તો મળતાં અને તેણે ફ્લોરેન્સ આવવાનું આમંત્રણ આપ્યું. તેની એવી ઇચ્છા હતી ક્રેગ પણ આવે અને રંગભૂમિને શણગારે. ઈલીનોરા ત્યાં ઊતરવાની હતી. અમે બધાં ઊપડ્યાં. ફ્લોરેન્સ–ઈલીનોરા ડ્યૂસ, ક્રેગ, મેરી કીસ્ટ, નાની બેબી અને હું.

બેબીને હું રસ્તામાં ધવરાવતી પણ મારું ધાવણ જરા પાણી જેવું થઈ ગયું હતું તેથી મારે શીશીમાં થોડો કંઈ ખોરાક મિશ્ર કરીને એને દૂધ આપવું પડતું. તેમ છતાંયે હું ખૂબ સુખી હતી. આ દુનિયામાં હું જે વ્યક્તિઓની પ્રશંસક હતી તે બંને આજે મળી હતી; ક્રેગના કાર્યને લાયક ડ્યૂસ હતી અને ડ્યૂસને લાયક ક્રેગનું કાર્ય હતું.

ફ્લોરેન્સ આવી પહોંચ્યાં અને એક નાની હોટેલમાં ઊતર્યાં. વાતો શરૂ થઈ પણ મારું કામ દુભાષિયા તરીકેનું હતું. ક્રેગ ફ્રેન્ચ કે ઇટાલિયન ભાષા જાણતો નહીં અને ડ્યૂસ અંગ્રેજી ભાષાનો એક શબ્દ પણ જાણતી નહીં. શરૂઆતમાં જ બંનેના વિચારોમાં ઘર્ષણ મેં જોયું. આ બે મહાન બુદ્ધિશાળી આત્માઓની વચ્ચે, આ બે શક્તિઓની વચ્ચે હું ઊભી હતી. મેં તો બંનેને ખુશ રાખવાની આશા

સેવી અને મેં બંનેના શબ્દોના થોડા ખોટા અર્થ કરીને આ કાર્ય પાર પાડ્યું હતું. દુભાષિયા તરીકે મારે જૂઠું બોલવું પડ્યું હતું પણ હું આશા રાખું છું કે આ અસત્યો ઉચ્ચારવા માટે મને ક્ષમા મળવી જોઈએ, કારણ કે એની પાછળનો હેતુ પવિત્ર હતો. હું તો આ બંને વચ્ચે સુમેળ સાધીને કાર્ય પાર પાડવા ઇચ્છતી હતી અને ક્રેગે ડ્યૂસને શું કહ્યું અથવા ડ્યૂસે ક્રેગને કેવા હુકમો કર્યા એ જો મેં સ્પષ્ટ કર્યું હોત તો કામ પાર ન પડત.

ઇબ્સનનું નાટક Rosmersholni ભજવવાનું હતું. પ્રથમ પ્રવેશમાં દીવાનખાનું જૂની ઢબે શણગારવું જોઈએ એવી સૂચના ઇબ્સને કરેલી છે. ક્રેગે તો જુદી જ રીતે શણગાર્યું. ઈલીનોરાએ આ જોયું અને તેને અસંતોષ થયો.

તેણે કહ્યુંઃ 'નાટ્યકારે તો અહીં નાની બારી રાખવાનું કહ્યું છે; આવડી મોટી બારી કદી પણ ન હોય.' ક્રેગે અંગ્રેજી ભાષામાં ગર્જના કરી.

'ઈસાડોરા, કહી દે એને કે મારા કાર્યમાં કોઈ પણ સ્ત્રી ટકટક કરે એ મારે ન જોઈએ.'

ક્રેગના શબ્દોનું સુંદર ભાષાંતર કરીને મેં ઈલીનોરાને કહ્યુંઃ 'ઈલીનોરા, ક્રેગ એમ કહે છે હું તમારા અભિપ્રાયો પસંદ કરું છું અને તમે પ્રસન્ન થાઓ એવી રીતે જ હું કાર્ય કરીશ.'

પછી ક્રેગ તરફ ફરીને મુત્સદ્દીગીરીનો ભાવ ધારણ કરીને કહ્યુંઃ 'ક્રેગ, ઈલીનોરા એમ કહે છે કે તમે તો મહાન બુદ્ધિશાળી વ્યક્તિ છો. તમારા કાર્યમાં એ જરા પણ માથું નહીં મારે પણ તમે જે કરશો તે તેને પસંદ પડશે.'

આવી જાતની વાતચીતો કેટલીક વાર તો કલાકો સુધી ચાલતી. બેબીને ખવડાવવું હોય એ સમયે જ આવી વાતો ઘણી વાર ઊભી થતી; હું તો બંને પક્ષોને શાંતિમાં રાખનાર દુભાષિયા તરીકે જ પાઠ ભજવતી હતી. બેબીને ધવડાવવાનો વખત થઈ જતો અને મારે દુઃખ સહન કરવું પડતું. આવે સમયે હું આ બંને કલાકારના શબ્દોના જુદા જ અર્થો ઉપજાવી કાઢવામાં પડી હતી. જે એકે બીજાને નહોતું કહ્યું તે મારે કહેવું પડતું! આ સમયે મારા શરીરમાં ખૂબ થાક વર્તાતો હતો. મારી તંદુરસ્તી ભાંગી પડી હતી. માંદગીમાંથી–સુવાવડમાંથી ઊઠ્યા પછી સાજા થવાનો મારો વખત આવી જાતના વાર્તાલાપોમાં જ ગયો. દુઃખદાયક એ સમય હતો. ક્રેગ અને ઈલીનોરા ભેગાં થાય અને ઇબ્સનનું નાટક ભજવાય એ જોવા હું આતુર હતી અને તેથી મારો આ ભોગ મને કંઈ વધારે લાગ્યો નહીં.

ક્રેગ તો રંગનાં કૂંડાં અને ડઝનેક બ્રશ લઈને આખો દિવસ રંગભૂમિમાં ગોંધાઈ રહેતો અને પોતે જાતે દશ્યનું ચિત્રકામ કરતો, કારણ કે એના વિચારોને સમજી

શકે એવા કારીગરો ઇટાલીમાં હતા નહીં. ચિત્રકામને લાયક એવું એને 'કૅન્વાસ' ન મળ્યું એટલે તેણે ગૂણપાટ સાંધીને વાપર્યું. દિવસો સુધી ઇટાલિયન સ્ત્રીઓને આ ગૂણપાટના કટકાઓ સાંધવા માટે બેસાડી, ક્રેગ તો પોતાની પીંછીઓ રંગમાં બોળતો જાય, ઇટાલીના યુવાન ચિત્રકારો એના હુકમો માથે ચડાવવા દોડાદોડ કરતા હોય અને ભાઈસા'બ ખૂબ ઊંચાઈએ સીડી ઉપર ચડીને પોતાનું કામ કરતા હોય. માથાના વાળનું તો કંઈ ઠેકાણું જ ન હોય. આખો દિવસ અને આખી રાત રંગભૂમિમાં થિયેટરમાં જ પડ્યો રહેતો. ખાવા પણ આવતો નહીં. બપોરે જો હું કંઈ થોડું ખાવાનું લઈ ન જાઉં તો એ નામદાર જરૂર આખો દિવસ ભૂખ્યા રહે.

તેણે મને હુકમ કર્યો: 'ઈલીનોરા ડ્યૂસને આ થિયેટરમાં પેસવા ન દઈશ. એને બહાર જ રાખજે. જો એ અંદર આવશે તો હું ટ્રેન પકડીશ અને ચાલ્યો જઈશ.'

જ્યારે ઈલીનોરા અંદર કેવુંક કામ ચાલી રહ્યું છે એ જોવા કૂદી રહી હતી. તેને જરા પણ માઠું ન લાગે એવી રીતે સમજાવીને થિયેટરની બહાર રાખવી એ મારું કામ હતું. બગીચાઓમાં હું તેને ફરવા લઈ જતી અને સુંદર પ્રતિમાઓ અને પુષ્પો જોઈને એને શાંતિ મળતી.

બગીચાઓમાં ફરતી ઈલીનોરા ડ્યૂસનું દશ્ય હું કદી પણ નહીં ભૂલું. એ આ દુનિયાની સ્ત્રી જ નથી એમ લાગતું. પણ ભૂલેચૂકે સ્વર્ગમાંથી ઊતરી આવી છે આવું લાગતું. રસ્તે જતાં માણસો તેને માટે રસ્તો કરી આપતા અને અમને માન તથા નવાઈભરી દૃષ્ટિએ જોઈ રહેતા. લોકોની દૃષ્ટિમાંથી દૂર રહેવા માટે નાના નાના બાજુના રસ્તાઓ પકડતી. ગરીબ માનવજાત પ્રત્યે મને પ્રેમ હતો તે એનામાં ન હતો. એને તો આ લોકો તદ્દન નકામા લાગતા અને એવી રીતે જ એ વાતો કરતી.

બીજી કોઈ પણ વસ્તુ કરતાં તેના વધારે પડતા લાગણીપ્રધાન સ્વભાવને જ આ આભારી હતું. તેને એમ લાગ્યા કરતું કે એ લોકો એની ટીકા કરે છે, પણ જ્યારે ઈલીનોરા ડ્યૂસ લોકોના અંગત સંસર્ગમાં આવી ત્યારે તેને ભાન થયું કે એ લોકો વધારે સહાનુભૂતિવાળા અને માયાળુ હતા.

બગીચાઓમાં ગાળેલો એ સમય હું કદી પણ ભૂલીશ નહીં. ઊંચાં વૃક્ષો વચ્ચે ઈલીનોરાનું ભવ્ય મસ્તક! જેવાં અમે એકલાં પડતાં કે તરત જ ઈલીનોરા માથા ઉપરથી ટોપી ઉતારી લેતી અને એનાં સુંવાળા ગૂંચળિયા વાળ સાથે વાયુ ગેલ કરતો. અદ્ભુત બુદ્ધિના ચમકારા દાખવતું એનું કપાળ અને એની અજબ આંખો હું કદી પણ ભૂલીશ નહીં.

શોકમગ્ન એનાં ચક્ષુઓ જણાતાં, પણ જ્યારે ઉત્સાહનો પ્રકાશ એના મુખ

ઉપર પથરાતો ત્યારે ઈલીનોરા અજબ લાગતી. માનવીના કોઈ પણ મુખ ઉપર આનંદનો આવો સૌન્દર્યભર્યો ભાવ મેં ક્યાંય જોયો નથી; કળાની કોઈ કૃતિમાં મેં આ ભાવ જોયો નથી.

નાટકમાં શણગારનું કામ આગળ ધપતું હતું. ખાવાનું આપવા કે જમવા તેડી જવા હું રોજ ક્રેગ પાસે જતી; એ કાં તો ગાંડોતૂર બનીને આનંદ માણતો હોય અથવા તો ભારે ગુસ્સામાં હોય. આ બે દશામાં હું તેને જોતી. એક વાર એમ બોલે કે 'કળાની દુનિયામાં આ કાર્ય મહાન ગણાશે' ત્યારે બીજી વાર બૂમો પાડે કે 'આ દેશમાં કંઈ મળતું જ નથી. નથી રંગ કે નથી સારા કારીગરો; મારે જાતે જ બધું કરવું પડે છે.'

છેવટે સંપૂર્ણ દશ્ય જોવાનો ઈલીનોરાનો સમય આવ્યો. અત્યાર સુધી તો મેં જે જાતની યુક્તિઓ શોધી શકું એવી યુક્તિઓ અજમાવીને તેને દૂર રાખી હતી.

આખરે એ દિવસ આવ્યો. અગાઉથી નક્કી કરેલા સમયે હું તેને હોટેલમાં મળી. તે ખૂબ ઉશ્કેરાટમાં હતી. મને ભય લાગ્યો કે તોફાની દિવસમાં વાવાઝોડું ઝબકી ઊઠે એમ આ બાઈનું મગજ હાથમાંથી જશે. એ સુંદર પોશાકમાં સજ્જ હતી. આંખ ઉપર જરા વાંકી એવી ટોપી પહેરી હતી. એના મિત્રોની સલાહથી એ કીમતી વસ્ત્રો બનાવનારાઓ ઉપર દયા જ કરતી. ગમે તેવો કીમતી પોશાક હોય છતાં પણ એમ ન લાગે કે તેણે પોશાક પહેર્યો છે, પણ કપડાં ઉપર એણે કૃપા કરી છે એમ લાગે.

અમે થિયેટર ઉપર જવા નીકળ્યાં. રસ્તામાં હું એવી શાંત બની ગઈ હતી કે કંઈ બોલી ન શકી. ફરી મુત્સદ્દીગીરી વાપરીને મેં તેને રંગભૂમિ ઉપર દોડી જતાં અટકાવી અને આગલે દરવાજેથી તેને અંદર લઈ ગઈ અને પ્રથમ આરામખુરશીમાં બેસાડી. બહાર તો પડદો દેખાતો હતો. પાછળ કામ ચાલતું હતું. અમારે ઘણી રાહ જોવી પડી અને એ દરમ્યાન મારા હૃદયમાં અકથ્ય દુઃખ થતું, કારણ કે તે પૂછતી હતી,

'મેં જે રીતે બારી જોઈ છે એવી જ રીતે શું એ રહેવાની છે? એ દેખાવ ક્યાં છે?'

મેં તેનો હાથ મજબૂત પકડી રાખ્યો હતો અને પંપાળતાં કહ્યું: 'થોડા વખતમાં તમે બધું જોશો. ધીરજ રાખો.' પણ બારીના વિચારે હું ભય પામી હતી. એની ઇચ્છા તો એવી હતી કે બારી નાની હોવી જોઈએ પણ હું જાણતી હતી કે એની કલ્પના કરતાં બારીની લંબાઈ–પહોળાઈ ઘણી જ ભયંકર કરવામાં આવી હતી.

વારંવાર આગળના પડદા પાછળથી ક્રેગનો અવાજ સંભળાતો હતો. હવે તો એ ઇટાલિયન ભાષામાં બોલવા પ્રયત્ન કરતો હતો; એ કહેતોઃ 'ઘણું ખરાબ!

તદ્દન જંગલી! આ વસ્તુ તમે અહીં શા માટે મૂકતા નથી? હું કહું છું એ પ્રમાણે શા માટે નથી કરતા?' અને પછી શાંતિ!

જાણે કલાકો સુધી રાહ જોઈ હોય એમ લાગ્યું. કઈ ઘડીએ ઈલીનોરા ડ્યૂસના મગજમાં ધરતીકંપ થશે એ કહી શકાય એમ ન હતું; છેવટે પડદો ઊપડ્યો.

ઓહ, દશ્ય જોઈને અમે વિસ્મિત બન્યાં. આંખોમાં આનંદનાં કિરણો વસી રહ્યાં. હું આ દશ્યનું કેવી રીતે વર્ણન કરું? શું કોઈ ઇજિપ્શિયન મંદિર વિશે બોલું? ના, ના, એ મંદિરમાં પણ આવું અદ્ભુત સૌન્દર્યથી નીતરતું–આવું દશ્ય મેં કદી પણ જોયું નથી. ભવ્ય, વિશાળ દશ્યની વચ્ચે જાંબુડિયા રંગે અદ્ભુત વાતાવરણ ખડું કર્યું હતું. એ વાતાવરણમાં માનવીનું ચિંતન, વિચાર અને પાર્થિવ શોકનું ભાન થતું હતું. પેલી વિશાળ બારીની પેલે પાર પૂર્ણ આનંદ હતો. ક્રેગની કલ્પનાનો ચમત્કાર હતો. આ દશ્ય જોઈને નાટ્યકાર ઇબ્સન શું ધારત તે હું કહી શકતી નથી. એ પણ અમારી જેમ સ્તબ્ધ બનીને મસ્તી અનુભવત.

ઈલીનોરાએ મારો હાથ પકડ્યો. મને લાગ્યું કે તેના હાથ મારા શરીરની આસપાસ વીંટળાયા છે. એ મને ભેટી પડી હતી. એના લાવણ્યમય મુખ ઉપરથી હર્ષનાં અશ્રુઓ ટપકતા હતા. થોડો વખત તો એકબીજાના હાથમાં અમે શાંત બેઠાં રહ્યાં. ઈલીનોરા પ્રસન્નતા અને કળાનો આનંદ અનુભવતી હતી. મને થયું કે મેં ખોટેખોટી વાતો કરી છે, છતાં પણ પરિણામ ઘણું સુંદર આવ્યું છે. એ વિચારીને હું આનંદમાં મશગૂલ બની હતી. આવી રીતે અમે થોડી વાર રહ્યાં. તેણે મારો હાથ પકડ્યો અને ખુરશીમાંથી ખેંચી, અમે રંગભૂમિ ઉપર ગયાં. રંગભૂમિ ઉપર ઊભાં રહીને તેણે બૂમ પાડીઃ

'ક્રેગ! ગૉર્ડન ક્રેગ!'

બાજુની 'વિંગ'માંથી ક્રેગ આવ્યો. કોઈ શરમાળ છોકરા જેવો એ દેખાતો હતો. ઈલીનોરા તેને હર્ષમાં ભેટી પડી અને તેના મુખમાંથી ઇટાલિયન ભાષામાં પ્રશંસાના એટલા બધા શબ્દો એકદમ ઝડપથી નીકળી પડ્યા કે ક્રેગને સમજાવવા માટે હું ભાષાંતર પણ ન કરી શકી. ફુવારામાંથી પાણીની ધારો છૂટે એવી રીતે શબ્દો એના મુખમાંથી નીકળતા હતા.

આવેશ કે લાગણીથી જેમ અમે રડી પડ્યાં તેમ ક્રેગ ન રડી પડ્યો પણ લાંબા સમય સુધી શાંત ઊભો રહ્યો. આ શાંતિમાં જ એની લાગણી ભરી હતી. આ શાંતિમાં જ એ હૃદયના આનંદનો ઊભરો અનુભવી રહ્યો હતો.

ઈલીનોરાએ બધા માણસોને બોલાવ્યા. એ લોકો તો અલિપ્ત ઊભા હતા. તેણે જુસ્સાદાર વાણીમાં કહ્યુંઃ

'વિધિના બળે જ હું આ મહાન બુદ્ધિશાળી ગૉર્ડન ક્રેગને મળી શકી છું. હવે તો હું જગત સમક્ષ એની કળા પ્રદર્શિત કરવા માટે મારી હવે પછીની કારકિર્દીનો ઉપયોગ કરીશ.'

તેણે આધુનિક રંગભૂમિની કળા વિરુદ્ધ બોલ્યે જ રાખ્યું. ક્રેગનો હાથ પકડીને તેની સામે જઈને એ બોલતી જ હતીઃ 'તમે જ રંગભૂમિની કળાના પુનરુદ્ધારક છો. ક્રેગને લીધે જ બિચારા અત્યારના રંગભૂમિ ઉપર જીવન ગુજારતા માનવીઓને પ્રેરણા મળશે. જૂની પદ્ધતિની આકરી ઘરેડમાંથી તેઓ મુક્ત બનશે. આ જ આધુનિક રંગભૂમિ છે.'

મને આ સમયે કેટલો આનંદ થયો હશે તેની કલ્પના કરો. હું તો એ સમયે યુવાન અને બિનઅનુભવી હતી. પણ ઓહ, હું તો એમ જ માનતી હતી કે ઉત્સાહની પળોમાં જે વાચા નીકળે છે તેનો જરૂર અમલ થતો હશે. મારી સમક્ષ આખું દશ્ય ખડું થઈ ગયું. ઈલીનોરા ક્રેગને ચરણે પોતાની સેવા ધરે છે. ક્રેગ મહાન વિજય પામ્યો છે. ક્રેગની કીર્તિ ફેલાઈ છે. પણ અરે, મેં માનવીના ક્ષણભંગુર ઉત્સાહ ઉપર ખોટી જ ગણતરી કરી. ખાસ કરીને સ્ત્રીના ક્ષણભંગુર ઉત્સાહ ઉપર મેં ખોટો જ મદાર બાંધ્યો. અને ઈલીનોરા આખરે તો સ્ત્રી હતીને, ભલેને બુદ્ધિશાળી હોય પણ જે શબ્દો ઉચ્ચાર્યા હતા તે તો માત્ર હવામાં જ રહી ગયા.

પ્રથમ રાત્રે ફ્લોરેન્સના લોકો નાટક જોવા આવ્યા. થિયેટર ચિક્કાર ભરાઈ ગયું હતું. અને જ્યારે પડદો ઊપડ્યો ત્યારે પ્રશંસાના અદ્‌ભુત ભાવથી બધાં મોઢું ફાડીને જોઈ રહ્યાં. આ જ પરિણામ આવે ને! આજે પણ એ નાટકને કલાપ્રેમીઓ યાદ કરે છે.

પુલકિત હૃદયે અમે પાછાં ફર્યાં. ક્રેગ તો આનંદમા મસ્ત હતો, એ નામદાર તો કલ્પનાસૃષ્ટિમાં રમતા હતા. પોતાની બધી કળા ઈલીનોરા ડ્યૂસને ચરણે રજૂ કરવાનાં એ સ્વપ્નાં સેવતો હતો અને જેટલા ગુસ્સાથી એ પહેલાં એને માટે વાત કરતો હતો, એટલા આનંદથી જ અત્યારે તેની પ્રશંસા કરતો હતો. પણ ઓ માનુષી અસ્થિરતા! આ તો ફક્ત એક જ રાત માટે હતું. ઈલીનોરા તો જુદા જુદા પાઠ ભજવતી. દરરોજ નવું નાટક હોય.

આ ઉત્સાહ શમી ગયો અને હું એક બૅન્કમાં ગઈ, જોયું તો નાણાં સાફ થઈ ગયાં હતાં. બાળકનું આગમન, શાળા પાછળ કરેલો ખર્ચ અને ફ્લોરેન્સની મુસાફરી, આ બધાની પાછળ મારા પૈસા બૅન્કમાં પડ્યા હતા તે વપરાઈ ગયા અને પૈસા મેળવવાનો રસ્તો શોધી કાઢવો જોઈએ. એવામાં બરાબર વખતસર

પીટર્સબર્ગમાંથી નૃત્યનો કાર્યક્રમ રજૂ કરવાની માગણી આવી અને રશિયામાં મુસાફરી કરવી એ શરત મારી સમક્ષ રજૂ થઈ.

મેં ફ્લોરેન્સ છોડ્યું. બેબીને મેરી કીસ્ટની સંભાળ નીચે રાખ્યું અને ઈલીનોરા ડ્યૂસને ક્રેગ સોંપ્યો. તમે કલ્પના કરી શકશો કે મારી આ મુસાફરી દુ:ખદાયક હતી. બેબીથી વિખૂટા પડવું; ક્રેગ અને ઈલીનોરાનો વિયોગ; આ દુ:ખદાયક વાત હતી. મારી તબિયત પણ નાજુક હતી; બાળક તો નાનું હતું, એટલે તેને માતાનું ધાવણ પણ જોઈએ. મારે માટે આ કપરો અનુભવ હતો, પરિણામે મારી આંખોમાંથી આંસુડાં ચાલ્યાં.

સ્વિટ્ઝર્લૅન્ડ અને બર્લિન વીંધીને ટ્રેન ઉત્તર તરફ દોડી રહી હતી. ફરી પેલા બરફથી છવાયેલાં જંગલો અને પ્રદેશો આવ્યા પણ આ વખતે તો મને તે તદ્દન ઉજ્જડ લાગ્યાં. ક્રેગ અને ઈલીનોરાના સંસર્ગને લીધે મેં મારી કળા ઉપર વિચાર જ કર્યો ન હતો. મુસાફરીની આ આકરી પરીક્ષા માટે હું જરા પણ તૈયાર ન હતી. રશિયન પ્રેક્ષકોએ મને ઉત્સાહથી વધાવી લીધી. અને નૃત્યમાં મારી ખામીઓ ઉપર બહુ લક્ષ પણ આપ્યું નહીં; તેમણે એ ભૂલો જતી કરી. મને તો એટલું યાદ છે કે જ્યારે હું નૃત્ય કરતી ત્યારે મારાં સ્તનમાંથી ધાવણની ધારાઓ વછૂટતી અને હું ગભરાઈ જતી. સ્ત્રી માટે કારકિર્દી કેટલી અઘરી વસ્તુ છે!

રશિયાની આ મુસાફરી વિશે મને બહુ કંઈ યાદ નથી. એ કહેવાની જરૂર નથી કે મારા હૃદયના તાર મને ફ્લોરેન્સ તરફ ખેંચી જતા હતા. તેથી જેમ બને તેમ મેં આ મુસાફરી ટૂંકાવી અને હૉલૅન્ડમાં નૃત્ય કરવાની શરત સ્વીકારી. મને લાગ્યું કે હું મારી બેબી અને નૃત્યશાળાની નજીક આવી રહી છું.

પહેલી રાત્રે હૉલૅન્ડના પાટનગર આમ્સ્ટરડેમમાં મેં નૃત્ય કર્યું અને એક વિચિત્ર માંદગીએ મારા ઉપર હલ્લો કર્યો. ધાવણ ભરાઈ ગયું હતું એની માંદગી હતી. નૃત્ય પછી હું રંગભૂમિ ઉપર બેભાન થઈને ઊંધી પડી અને મને હોટેલમાં લઈ જવામાં આવી. દિવસો અને અઠવાડિયાંઓ સુધી હું એ અંધારિયા ઓરડામાં પડી રહી. બરફની કોથળીઓ ચાલુ હતી. લોકો કહેતા કે કોઈ પણ ડૉક્ટર પાસે આ દર્દનો ઇલાજ નથી. અઠવાડિયાંઓ સુધી મેં કંઈ ખોરાક લીધો નહીં; ફક્ત થોડા દૂધ સાથે મને થોડું અફીણ આપવામાં આવતું; મગજની અસ્થિર હાલત વારંવાર અનુભવતી અને છેવટે મૂર્છિત અવસ્થામાં ગાઢ નિદ્રામાં પડી રહેતી.

ફ્લોરેન્સથી ક્રેગ દોડી આવ્યો: સેવાનો જાણે અવતાર આવ્યો. ત્રણ-ચાર અઠવાડિયાં એ મારી સાથે રહ્યો અને મારી સેવા કરી; એવામાં ઈલીનોરા ડ્યૂસનો ક્રેગ ઉપર તાર આવ્યો:

'હું નીસમાં Rosmserholni ભજવું છું. દશ્યો બધાં અસંતોષકારક છે. જલદી આવો.'

મારી તબિયત જરા સુધરતી હતી, ત્યાં એ ઊપડી ગયો. તાર આવ્યો ત્યારે જ મને થયું કે હું જ્યારે આ બંને વચ્ચે દુભાષિયા તરીકે નથી, ત્યારે શી હાલત થશે? બંને વચ્ચેના મતભેદ કોણ સાંધશે?

ક્રેગ તો નીસ પહોંચ્યો અને જોયું તો એના દશ્ય–સોનેરીના ઈલીનોરાને પૂછ્યા વિના એ લોકોએ બે ભાગ કરી નાખ્યાં હતાં. ક્રેગે પોતાની કલાના અપ્રતિમ નમૂનાની આ કતલ જોઈ. એ એનું બાળક હતું. અને તેને માટે તેણે અખૂટ મહેનત કરી હતી. એનું આ કળા-બાળક કપાઈ ગયેલું તેણે તેની આંખો સમક્ષ જોયું અને એના મગજમાં ધરતીકંપ થયો અને ઈલીનોરાને ધમકાવી કાઢી. એ તો બહુ ખરાબ કર્યું. એ આ વખતે ત્યાં રંગભૂમિ ઉપર ઊભી હતી; એ તાડૂક્યો:

'આ શું કર્યું? તમે મારા કાર્યનું ખૂન કર્યું છે; તમે મારી કળાનો વિનાશ કર્યો છે! શું હું તમારી પાસેથી આવી આશા રાખતો હતો?'

ઈલીનોરા આવું સાંભળવાને ટેવાયેલી ન હતી. એ તો બોલ્યે જ ગયો. ક્રૂર હૃદયે એનો ગુસ્સો વ્યક્ત થતો જ ગયો અને છેવટે ઈલીનોરા પણ ઉશ્કેરાઈ ગઈ હતી. પાછળથી ઈલીનોરાએ મને કહ્યું:

'મેં આવો માણસ મારી જિંદગીમાંયે જોયો નથી. આવી રીતે મારી સાથે કોઈએ પણ વાત નથી કરી. હાથ લાંબા કરી કરીને એ મને ભયંકર શબ્દો સુણાવતો હતો. ના, કોઈએ પણ મારી સાથે આવી વર્તણૂક ચલાવી નથી. ઈસાડોરા, સ્વાભાવિક રીતે હું ગુસ્સે થઈ ગઈ અને મેં તેને દરવાજો બતાવીને કહ્યું: "ચાલ્યા જાઓ, હું તમને ફરી કદી પણ મળવા ઇચ્છતી નથી." '

ઈલીનોરા ક્રેગને ચરણે પોતાની બાકીની કારકિર્દી અર્પણ કરવા ઇચ્છતી હતી, તેનો અહીંથી અંત આવ્યો.

*

હું નીસ આવી પહોંચી ત્યારે એટલી નબળી હતી કે મને ટ્રેનમાંથી ઊંચકીને લઈ જવી પડી હતી. મારી હોટેલની બાજુમાં જ ઈલીનોરા પણ માંદી થઈને પડી હતી. તે મને પ્રેમભર્યા ઘણા સંદેશાઓ મોકલતી હતી. તેણે તેનો ડૉક્ટર પણ મારી પાસે મોકલ્યો હતો. ડૉક્ટરે મારી ખૂબ કાળજીથી સેવા કરી, એટલું જ નહીં પણ ત્યારથી તો એ મારો જીવનમાં મિત્ર થઈ રહ્યો. સાજા થતાં મને ઘણી વાર લાગી અને હું તો દુઃખની જાળમાં અટવાઈ હતી.

મારી બા આવી પહોંચી; મારી વફાદાર બહેનપણી મેરી કીસ્ટ પણ મારી બેબી સાથે આવી પહોંચી. છોકરી તો રૂપાળી અને મજબૂત હતી અને દિવસો જતાં તે વધારે ને વધારે રૂપાળી થતી જતી હતી. ધીમે ધીમે મારામાં જીવન આવ્યું પણ એ જીવનમાં પૈસાની તંગીની ભારે મુશ્કેલીઓ ભરી હતી. જેમ બને તેમ હૉલૅન્ડ જવું અને મુશ્કેલીઓ ટાળવી એવી મારી ઇચ્છા હતી, પણ હજી હું અશક્ત અને નિરાશ હતી.

ક્રેગની હું પૂજારિણી છું. એક કળાકારના હૃદયથી હું તેને ચાહતી હતી, પણ પછી મને ભાન થયું કે એની સાથે કાયમ તો રહી જ નહીં શકાય. વિયોગ જરૂર આવશે. મારી દશા એવી થઈ ગઈ હતી કે એની સાથે કે એના વિના મને જીવવું ગમતું નહીં. એની સાથે રહેવું એટલે મારી કળાને, મારા વ્યક્તિત્વને, ના, કદાચ મારા જીવનને પણ તિલાંજલિ આપવી અને એના વિના જીવન ગાળવું એટલે મનની દુઃખદ દશા કાયમ અનુભવવી અને અદેખાઈથી રિબાવું. અરે, અદેખાઈ આવવાનું કારણ છે. રાત્રે મારી સામે દશ્યો ખડાં થતાં કે બીજી સ્ત્રીઓના હાથમાં ક્રેગનું સૌન્દર્ય રમી રહ્યું છે અને જ્યાં સુધી ઊંઘ ન આવે ત્યાં સુધી આ વિચારો મારી સમક્ષ રજૂ થતા. ક્રેગ બીજી સ્ત્રીઓને પોતાની કળા સમજાવી રહ્યો છે, સ્ત્રીઓ એની સામે એકદષ્ટિએ જોઈ રહી છે, ક્રેગ આ સ્ત્રીઓના સંસર્ગથી પ્રસન્ન થયો છે, એના મુખ ઉપર એની માતાનું સ્મિત ફરફરે છે. ક્રેગ એનામાં રસ લે છે અને પોતાની જાતને કહે છે: 'આ સ્ત્રી મને બહુ ગમે છે પણ ઈસાડોરા તો થવી જ નથી. આવાં દશ્યો હું નીરખતી.'

આવા વિચારોને પરિણામે હું મનમાં વારંવાર નિરાશ અને ગુસ્સે થતી. મારાથી કામ થઈ શકતું નહીં; હું નૃત્ય કરી શકતી નહીં. મેં એ પણ પરવા ન રાખી કે લોકોને મારું નૃત્ય ગમશે કે કેમ?

હું સમજી ગઈ કે આ દશાનો અંત આવવો જોઈએ. કાં તો ક્રેગની કળા અથવા તો મારી કળાનો–અને હું કળાને તજી દઉં એ તો અશક્ય હતું. આ દુઃખથી મારો દેહ ગળી જશે. અથવા તો હું બળતરાઓ કરીને મરી જઈશ. મારે કંઈ ઉપાય તો શોધી જ કાઢવો જોઈએ. વિચાર કરતાં આપણને ઉપાય જરૂર મળે છે. મને પણ ઇલાજ મળી ગયો.

એક દિવસ બપોર પછી સુંદર કપડાં પહેરીને, ફૂટડા જુવાન જેવો લાગતો એ આવ્યો અને કહ્યું:

'ઈસાડોરા, મારા મિત્રો મને "પીમ" કહે છે.'

મેં કહ્યું: 'પીમ! વાહ કેવું મજાનું નામ છે. તું કળાકાર છે?'

તે બોલ્યો: 'અરે, ના રે ના' કેમ જાણે કળાકાર હોવું એ ગુનો હોય એવો મેં તેના ઉપર આરોપ મૂક્યો.

'ત્યારે તું શું છે? કોઈ મહાન વિચારક?'

'ના દોસ્ત, ના. મારી પાસે વિચારો જ ક્યાં છે?'

'પણ જીવનમાં કંઈ હેતુ હશે ને?'

'ના, કંઈ જ નહીં.'

'પણ ત્યારે તું શું કરે છે?'

'કંઈ નહીં.'

'તો તારે કંઈ કરવું જોઈએ.'

તેણે વિચાર કરીને જવાબ આપ્યો: 'કેમ, અઢારમી સદીમાં છીંકણી રાખવા માટે જે ડબીઓ વાપરવામાં આવતી તેનો મારી પાસે સુંદર સંગ્રહ છે.'

અહીં મારો ઇલાજ હતો. મેં સારાયે રશિયામાં મુસાફરી કરવાની શરત મંજૂર કરી. આવી લાંબી મુસાફરી એકલાં કરતાં મને જરા ભય લાગ્યો. મેં તેને પૂછ્યું.

'પીમ, મારી સાથે તું રશિયા આવીશ?'

તેણે તરત જ જવાબ આપ્યો: 'ઓહ, એ તો મને બહુ ગમે, પણ મારી બાને શું કહેવું? એને હું સમજાવીશ, પણ હજી એક જણ છે!' તે મલકાયો, એના ચહેરા ઉપર શરમના શેરડા ફૂટ્યા: તે બોલ્યો: 'એક જણ મને ખૂબ ચાહે છે, એ કદાચ મને જવાની હા ન પાડે.'

'તો આપણે છૂપી રીતે જઈશું.'

અને એ પ્રમાણે યોજના કરવામાં આવી કે મારું નૃત્ય પૂરું થાય એટલે એક ગાડી મને દરવાજા આગળ મળે અને અમને દૂર દૂર લઈ જાય. બધો—સામાન લઈને નોકર એમ્સ્ટર એમના સ્ટેશનેથી ચડે અને અમારે બીજા સ્ટેશનેથી ટ્રેન પકડવી.

છેવટે અમે રાત્રે બે વાગ્યે સ્ટેશન ઉપર પહોંચ્યાં. હોટેલ પાસે ગયાં. પટાવાળાએ અમારા ચહેરા આગળ ફાનસ ધર્યું. અમે હોટેલમાં ઊતર્યાં પણ અમને જુદા જુદા રાખવામાં આવ્યાં. અમે તો વાંધો ઉઠાવ્યો હતો, પણ કંઈ કામ ન લાગ્યો. હું અને પીમ રવેશમાં બંને છેડા ઉપર સૂતાં હતાં. વચમાં ગોઠણ ઉપર ફાનસ રાખીને પેલો બુઢ્ઢો બેઠો હતો. અમને વિખૂટા પાડવામાં એને ગંદો આનંદ મળતો હતો. જ્યારે જ્યારે હું કે પીમ માથું બહાર કાઢીને જોતાં ત્યારે એ બરાડા પાડતો હતો.

સંતાકૂકડીની આ રમત રમતાં અમે થાકી ગયાં અને સવારે ટ્રેન પકડી. આ મુસાફરી જેવી આનંદદાયક મુસાફરી બીજી મેં એકેય કરી નથી.

પીટર્સબર્ગ આવી પહોંચ્યાં અને મજૂરે અઢાર ટ્રંકો ઉતારવાની મજૂરી માંગી. દરેક ટ્રક ઉપર પીમનું નામ હતું. હું તો આ સાંભળીને મૂંઝાઈ ગઈ. પીમ પાસે ઊભો હતો. મેં કહ્યું,

'આ શું?'

પીમે જવાબ આપ્યો: 'અરે એ તો મારો સામાન છે; જો આ પેટીમાં નેકટાઈ છે, આમાં પાટલૂન છે, પેલી પેટીમાં મારા જોડા છે, આ પેટીઓમાં મારા રૂંવાડાવાળા બેઇસ્ટ કોટ છે, રશિયામાં કામ લાગે એટલા માટે.'

'હોટેલ ડી યુરોપા'માં અમે ઊતર્યાં હતાં. દાદરો વિશાળ હતો. દર કલાકે જુદાં જુદાં કપડાં પહેરીને પીમ ઉપર દોડ્યો આવતો અને લોકો જોઈ રહેતા. અને જ્યારે એ મને ભેટતો ત્યારે મને લાગતું કે હું હૉલૅન્ડની વસંતઋતુના હજારો ગુલાબની શય્યામાં તરી રહી છું.

પીમ રૂપાળો હતો; ચહેરામાં સૌન્દર્ય હતું. એનો પ્રેમ મને ઑસ્કાર વાઇલ્ડના શબ્દો યાદ કરાવતો હતો. એ શબ્દો આ રહ્યા:

'શાશ્વત દુઃખ કરતાં આનંદની એક પળ વધારે સારી છે.'

એક ક્ષણનો આનંદ મને પીમ આપતો હતો, પીમ મને આનંદ આપતો, જ્યારે જરૂર પડતી ત્યારે મને એનામાંથી આનંદ મળતો; એ ન હોત તો હું માનસિક વેદનાનો ભોગ થઈ પડત. પીમની હાજરી એટલે નૂતન જીવન અને નૂતન શક્તિ. પહેલી જ વાર મને ખબર પડી કે નિર્બંધ યૌવનમાંથી કેવો આનંદ મળે છે. એ તો દરેક વસ્તુને હસી કાઢતો. કૂદકા મારતો અને આમતેમ નૃત્ય કરતો. ખોટી અદેખાઈના આભાસથી ઘવાયેલું મારું મન પ્રફુલ્લિત બન્યું. એ દુઃખને હું ભૂલી જ ગઈ. હું તો તદ્દન મસ્ત અને સ્વતંત્ર પળો અનુભવી રહી; પરિણામે મારા નૃત્યમાં નૂતન શક્તિ અને આનંદ ડોકિયાં કરવા લાગ્યાં.

આ સમયે મેં 'મોમેન્ટ મ્યુઝિકલ' નામનું નૃત્ય બેસાડ્યું. આ નૃત્ય એટલું પ્રશંસાપાત્ર બન્યું કે રશિયનો સમક્ષ મારે રોજ રાત્રે પાંચ કે છ વાર ભજવવું પડતું. આ નૃત્ય પીમનું નૃત્ય હતું; 'પળનો આનંદ' મને પીમે જ આપ્યો હતો–શીખવ્યો હતો. એક ક્ષણનો આનંદ! મ્યુઝિકલ 'મોમેન્ટ.'

* * *

૨૧

જો મેં એકલા જ નૃત્ય કરવાનું રાખ્યું હોત તો મારો માર્ગ સફળ બનત; પ્રખ્યાત તો હું થઈ ગઈ હતી. મારે દરેક દેશમાં વિજય મેળવતાં મેળવતાં ફરવાનું જ રહેત, પણ અરે, મારા મગજમાં તો નૃત્યશાળાનું ભૂત ભરાયું હતું. રાત્રે હું આંખો બંધ કરતી કે તરત જ મારા મગજમાં એ બાળકો હાજર થતાં. હારબંધ અને મને કહેતાં: 'અમે આ રહ્યાં. તમે સ્પર્શ કરશો અને અમારા જીવનમાં નવો પ્રાણ આવશે.'

મારું તો સ્વપ્ન હતું કે મારા પોકારથી પૃથ્વીમાંથી, સ્વર્ગમાંથી હજારો બાળકો ઊતરી આવે અને જગતે ન જોયેલું એવું નૃત્ય શરૂ કરે. ઓહ, આ અભિમાની અને આકર્ષક સ્વપ્ને જીવનમાં મારા ઉપર એક પછી એક આફતો ઉતારી. આશા અને નિરાશાના દુઃખમાં મને આવતું ઓ સ્વપ્ન! તું શા માટે મારામાં ઘર કરીને બેઠું છે? પણ ના! અંધકારમાં ટગમગતા પ્રકાશના જેવું એ સ્વપ્ન મને જરૂર ભવ્ય દર્શનનો માર્ગ બતાવશે. અંધકારમાં પડતાં મારાં પગલાંઓની આગળ એ ટગમગતા પ્રકાશનાં કિરણો પડે છે. હું તારે પગલે પગલે આવું છું, દૈવી પ્રાણીઓની હું શોધમાં છું, એ લોકો મને મળશે અને જગત જે દશ્યની રાહ જોઈ રહ્યું છે એ ભવ્ય સૌન્દર્યનું દર્શન કરાવશે.

આવાં સ્વપ્નો સેવતી હું મારી નૃત્યશાળામાં આવી પહોંચી. થોડું થોડું નૃત્ય કરતાં એ લોકો શીખી ગયા હતા. એમના નૃત્યમાં મેં માર્દવતા નિહાળી અને મારી શ્રદ્ધા મજબૂત બની. સંગીતના રણકાર સાથે આ બાળકો સમૂહનૃત્ય કરી ઊઠશે એવી મને ખાતરી થઈ. નૃત્યમાં કેમ ભેગા થવું, કેવી રીતે જુદા થવું એ બધી ક્રિયાઓ મેં તેમને સતત કરાવી.

દિવસે દિવસે પરિણામ સુંદર આવતું ગયું, પ્રેરણાનો પ્રકાશ અને સંગીત

એમના દિવ્ય દેહમાં અને ચહેરાઓ ઉપર ઝબકી રહ્યાં. નૃત્ય કરતાં આ બાળકોનું દશ્ય એટલું સરસ હતું કે કવિઓ અને કળાકારોમાં પ્રશંસાના ભાવો જાગ્રત થયા.

અને શાળાનો ખર્ચ પૂરો કરવાનું દિવસે દિવસે ખૂબ મુશ્કેલ થઈ પડ્યું અને મારી સાથે જુદા જુદા દેશોમાં આ બાળકોને લઈ જવાનું નક્કી કર્યું. આની પાછળ એ આશય હતો કે આ કેળવણીની કોઈ રાજ્ય કદર કરે અને મોટા પાયા ઉપર મને આ કેળવણીનો અખતરો કરવાની તક આપે.

નૃત્યના અંતે હું દર વખતે પ્રજા સમક્ષ વાત મૂકતી કે જે મેં શોધ કરી છે, મારા જીવનમાંથી જે મેં મેળવ્યું છે તે મારે બીજાઓને કેવી રીતે આપવું તેનો રસ્તો મને બતાવે; હજારો જીવનો આથી મુક્ત અને પ્રકાશિત બનશે.

નૃત્યશાળાને જે ટેકો જોઈએ તે જર્મનીમાંથી નહીં મળે એ વાત વધારે સ્પષ્ટ બની. કૈઝરીન તો તદ્દન વેદિયા વિચારો ધરાવતી હતી. એક શિલ્પકારની તેણે મુલાકાત લીધી ત્યારે આગળથી કહેવરાવ્યું કે જેટલી નગ્ન પ્રતિમાઓ હોય તેના ઉપર વસ્ત્રો ઢાંકી દેજો. જર્મની મારી કર્મભૂમિ બનશે એ સ્વપ્ન ભાંગી પડ્યું. મારી નજર સામે રશિયા ઊભું રહ્યું. રશિયામાં મારા ઉત્સાહનો પડઘો પડ્યો હતો અને મેં ત્યાં પૈસા મેળવ્યા હતા. પીટર્સબર્ગમાં નૃત્યશાળા સ્થાપવી એ વિચારે હું ૧૯૦૭માં ત્યાં ઊપડી. મારી સાથે એલિઝાબેથ અને શાળાના વીસ નાના શિષ્યો હતા. આ અખતરો પણ સફળ ન થયો; હા, કલાના પુનરુદ્ધારની મારી ભાવનાને લોકોએ ઉત્સાહથી વધાવી લીધી. પણ 'ઇમ્પીરિયલ બૅલે–નૃત્ય' પદ્ધતિના પાયા રશિયામાં એટલા ઊંડા હતા કે કંઈ ફેરફાર કરવો એ અશક્ય હતું. રશિયામાં હજી સ્વતંત્ર નૃત્યની શાળા સ્થાપવાનો દિવસ આવ્યો ન હતો.

રશિયા અને જર્મનીમાં મારા પ્રયત્નો નિષ્ફળ નીવડ્યા; મેં ઇંગ્લાંડને અજમાવી જોવાનું નક્કી કર્યું. બાળકો સાથે ૧૯૦૮માં હું લંડન ગઈ. થોડાં અઠવાડિયાં સુધી ડ્યુક ઑફ યૉર્ક થિયેટરમાં નૃત્યના કાર્યક્રમો રજૂ કર્યા. લંડનના પ્રેક્ષકો અમારા નૃત્યને અને મારી શાળાને માત્ર આનંદનું જ સાધન સમજતા હતા, પણ ભવિષ્યમાં નૃત્યશાળા સ્થાપી શકાય તેવી કોઈએ પણ મદદ ન કરી.

સાત વર્ષ પછી મેં 'ન્યૂ ગૅલેરી'માં નૃત્ય કર્યું. ચાર્લ્સ હેલી અને ડગ્લાસ એઇન્સ્લી એ મારા જૂના મિત્રો હતા. મિત્રતા તાજી કરવામાં મને આનંદ થયો. મહાન અને સૌન્દર્યવાન એલન ટેરી વારંવાર અમારા થિયેટર ઉપર આવતી હતી. તે બાળકોને ચાહતી. ક્વીન ઍલેક્ઝાન્ડ્રાએ પણ અમારું નૃત્ય બે-ત્રણ વાર જોયું. ઉમરાવ કુટુંબની સ્ત્રીઓએ પણ હાજરી આપી અને લેડી ડી ગ્રે જે પાછળથી લેડી રિપન બની તેણે પણ મને સારો આવકાર આપ્યો અને રંગભૂમિ ઉપર પડદા પાછળ એ મને મળી.

ડચેસ ઑફ માન્ચેસ્ટરે કહ્યું કે તમારો નૃત્યશાળાનો વિચાર લંડનમાં ફળીભૂત થઈ શકે અને તમે તેને માટે ટેકો પણ મેળવી શકો, એ હેતુથી તેણે અમને ટેમ્સ ઉપર આવેલા તેના મકાનમાં નૃત્ય માટે આમંત્રણ આપ્યું. ક્વીન ઍલેક્ઝેન્ડ્રા અને કિંગ એડવર્ડની સમક્ષ નૃત્ય કર્યું. થોડા વખત સુધી લંડનમાં તો મારા હૃદયમાં આશાનાં ઝરણાં વહેતાં હતાં, પણ છેવટે એ સુકાઈ ગયાં! ફરી નિરાશા! મોટા પાયા ઉપર નૃત્યશાળા સ્થાપવા માટે ક્યાં જમીન કે પૂરતા પૈસા હતા?

બાળકોને સાથે લઈને ફરવામાં ખર્ચ તો બેસુમાર થતો. ફરી જોયું તો બૅન્કમાં રાખેલાં મારાં નાણાં સાફ થઈ ગયાં. બાળકોને જર્મનીમાં આવેલી મારી નાની નૃત્યશાળામાં મોકલી દેવાની ફરજ પડી અને ચાર્લ્સ ફ્રોહમૅન સાથે નૃત્ય માટે અમેરિકા જવાની શરત કરી.

એલિઝાબેથ, ક્રેગ અને બાળકોથી વિખૂટાં પડતાં મારું હૃદય વલોવાઈ જતું હતું. મારી બેબી ડિયરડ્રે એક વર્ષની થઈ ગઈ હતી. એના મુખ ઉપર સૌન્દર્ય ઊઘડતું હતું. ગાલ ગુલાબી બન્યા હતા અને આંખો ભૂરી હતી. આ છોકરીને છોડીને જવું એ ઘણું જ આકરું હતું.

અને એક દિવસ એવું પણ બન્યું કે એક વિશાળ જહાજ ઉપર હું બધાંને છોડીને ઊભી હતી. જહાજ અમેરિકા જતું હતું. પશુઓ ભરવાની સ્ટીમરમાં હું આઠ વર્ષ પહેલાં લંડનમાં આવી હતી એ વાત મને યાદ આવી. યુરોપમાં મને પ્રસિદ્ધિ ક્યારનીયે મળી હતી. મેં નૂતન નૃત્યનું સર્જન કર્યું હતું, શાળા સ્થાપી હતી અને બેબી પણ મળી હતી. બધુંય મળ્યું પણ નાણાંની બાબતમાં હું પહેલાં જેવી રહી ન હતી.

ચાર્લ્સ ફ્રોહમૅન જબ્બરો વ્યવસ્થાપક હતો, પણ મારું નૃત્ય નાટકી નથી એ સમજાવવામાં તેણે ભૂલ ખાધી. અમુક કક્ષાના માણસોને જ પસંદ પડે એવું હતું. ઑગસ્ટ મહિનાની ગરમી હતી. તેણે બ્રૉડવે થિયેટરમાં મારો કાર્યક્રમ ગોઠવ્યો. સંગીતની પૂરતી વ્યવસ્થા ન હતી. પરિણામ ધાર્યા પ્રમાણે જ આવ્યું. ચોખ્ખો પરાજય, થિયેટરમાં થોડાક જ માણસો આંટા મારતા હતા અને જ્યારે 'ટેમ્પરેચર' નેવુ અંશ સુધી પહોંચતું ત્યારે તેઓ ગરમીમાં અકળાઈ જતા અને ચાલ્યા જતા. કેટલાકને નૃત્ય પસંદ ન પડ્યું અને ચાલ્યા ગયા. ટૂંકમાં મને લાગ્યું કે મેં સ્વદેશ આવીને ભારે ભૂલ કરી છે.

એક દિવસ સાંજે હું નેપથ્યમાં બેઠી હતી અને નિરાશા અનુભવતી હતી. ત્યાં મેં કોઈનો અવાજ સાંભળ્યો: એ અવાજમાં મીઠાશ હતી; આવકાર હતો. બારણાંમાં બહુ ઊંચો નહીં પણ સુંદર બાંધાનો મેં એક માનવી જોયો; ભૂરા ગૂંચળિયા વાળ હતા અને સામા માણસને જીતી લે એવું એના ચહેરા ઉપર સ્મિત હતું. સ્વાભાવિક રીતે તેણે પોતાના બે હાથ મારી પ્રત્યે લંબાવ્યા અને મારા નૃત્યે

એના ઉપર કેવી છાપ પાડી છે તે કહ્યું. મને થયું કે ન્યૂયૉર્કમાં આવીને જે દુ:ખ થયું તે તેનો બદલો મળી ગયો છે. એનું નામ જ્યૉર્જ ગ્રે બર્નાર્ડ. અમેરિકાનો શિલ્પી, ત્યાર પછી તો એ રોજ કળાકારો, કવિઓ તેના બીજા મિત્રોને લઈને એ મારું નૃત્ય જોવા માટે આવતો.

આ કલાકારો, કવિઓ અને બીજા મિત્રોના સંસર્ગ અને ઉત્સાહ મારે માટે ખૂબ આનંદદાયક નીવડ્યો. પ્રેક્ષકો તરફથી મળેલી નિરાશા અને ઠંડા આવકારનું દુ:ખ આ મિત્રોની મિત્રતાએ ટાળ્યું.

શિલ્પકાર જ્યૉર્જ ગ્રે બર્નાર્ડે નૃત્ય કરતી ઈસાડોરાની પ્રતિમા ઉતારવાનું નક્કી કર્યું. એ પ્રતિમાનું નામ 'નૃત્ય કરતું અમેરિકા' રાખવું એવો વિચાર કર્યો. રોજ સવારે હું તેના સ્ટુડિયો ઉપર જતી અને અમે કલાકો સુધી અમેરિકાની કલાને પ્રેરણા મળે એવી યોજનાઓ વિશે વાતો કરતાં.

સ્વાભાવિક રીતે, સ્ટુડિયોમાં થયેલી વાતચીત અને સૌન્દર્ય માટે બંનેના હૃદયમાં અરસપરસ જાગેલો અદ્‌ભુત આનંદ, આ બંનેની અસર મારા ઉપર થઈ. 'નૃત્ય કરતું અમેરિકા'ની વિશાળ પ્રતિમા બનાવવા તૈયાર થયેલા જ્યૉર્જ ગ્રેને એના કાર્યમાં પ્રેરણા મળે એ માટે હું મારો દેહ અને આત્મા તેને સોંપી દેવા ખુશ હતી. પણ ઘણા માણસો પોતાનો સદાચાર જાળવી રાખવા માટે ધાર્મિક અંધશ્રદ્ધાનો આશ્રય લે છે. જ્યૉર્જ ગ્રે એમાંના એક હતા. યૌવનસુલભ મારી કોમળ લાગણીઓ એની ધાર્મિક શ્રદ્ધા ઉપર અસર ન કરી શકી. આરસની પોતાની પ્રતિમાઓ કરતાં પણ તે ઠંડા અને સખત મજબૂત હતા, હું ક્ષણજીવી હતી, એ શાશ્વત હતા. આ મહા બુદ્ધિશાળી આત્મા મારી પ્રતિમા બનાવે અને તેથી હું અમર બનું એવી મારી ઇચ્છા હતી. એ ઇચ્છા થાય એમાં શી નવાઈ? મારા શરીરના અણુએ અણુમાં એવી ઇચ્છા પ્રગટ થઈ કે આ શિલ્પકારના હાથ નીચે ભલે મારો દેહ નરમ માટી જેવો બની રહે.

આહ, જ્યૉર્જ ગ્રે બર્નાર્ડ, આપણે તો વૃદ્ધ થઈશું અને મૃત્યુ પામીશું, પણ નહીં મૃત્યુ પામે આપણે સાથે ગાળેલી પેલી જાદુભરી પળો.

'નૃત્ય કરતું અમેરિકા'ની પ્રતિમાની શરૂઆત અદ્‌ભુત હતી પણ ઓહ, વધારે પ્રગતિ થઈ ન શકી. થોડાક જ વખતમાં તેમની પત્ની અચાનક માંદી પડી અને પ્રતિમા માટે મેં તેની સમક્ષ ઊભા રહેવાનું બંધ કર્યું. જો આ કાર્ય પાર પડ્યું હોત તો મારી એ આશા કે એ એની કલાનો સર્વોત્તમ નમૂનો બનત.

ચાર્લ્સ ફ્રૉહમૅનને લાગ્યું કે બ્રૉડવે થિયેટરમાં ખૂબ પૈસા મળતા નથી એટલે તેણે મારે માટે નાનાં નાનાં શહેરોમાં મુસાફરી ગોઠવી. એ પણ એવી ખરાબ રીતે

ગોઠવી કે ન્યૂયૉર્કમાં પરાજય મળ્યો હતો તેના કરતાં પણ વધારે પરાજય અહીં મળવા લાગ્યો. છેવટે મેં ધીરજ ગુમાવી અને ચાર્લ્સ ફ્રોહમૅનને મળી. નિરાશામાં એ બેઠો હતો અને તેણે ગુમાવેલા પૈસા ઉપર વિચાર કરતો હતો.

'અમેરિકા તમારી કલાને નથી સમજી શકતું.' તેણે કહ્યું 'અમેરિકાના મગજમાં તમારું નૃત્ય નહીં ઊતરે, એ લોકો કદી પણ નહીં સમજી શકે. યુરોપ પાછા ફરવું એ જ તમારે માટે વધારે સારું છે.'

વિજય મળે કે ન મળે પણ છ મહિના સુધીનો મેં ફ્રોહમૅન સાથે કરાર કર્યો હતો, છતાં પણ ઘવાયેલા અભિમાનને લીધે અને ફ્રોહમૅનના હૃદયની વિશાળતાના અભાવને લીધે મેં કરારના તેની આંખો સામે ફાડીને ટુકડા કરી નાંખ્યા અને કહ્યું:

'હવે તમે તમારી જવાબદારીમાંથી મુક્ત છો.'

જ્યૉર્જ બર્નાર્ડે મને કહ્યું: 'અમેરિકાની ભૂમિ ઉપર તમારા જેવી નર્તિકા પાકી છે તે માટે હું અભિમાન ધરાવું છું. જો અમેરિકા તમારી કલાની કદર નહીં કરે તો ખરેખર મને દુઃખ થશે.'

તેણે મને અમેરિકામાં રોકાઈ જવાની સલાહ આપી અને મેં તે કબૂલ કરી. ન્યૂયૉર્કમાં બક્સ આર્ટ્સ બિલ્ડિંગમાં મેં સ્ટુડિયો ભાડે રાખ્યો અને નવું કાર્ય કરવા લાગી. રોજ સાંજે મેં કવિઓ અને કલાકારો સમક્ષ નૃત્ય શરૂ કર્યું.

નવેમ્બરની ૧૫મી તારીખ ૧૯૦૮ના 'સન' પત્રમાં કવિઓ અને કલાકારો સમક્ષ કરેલા નૃત્યનાં બેહદ વખાણ આવ્યાં.

'......................'

જ્યૉર્જ બર્નાર્ડની સલાહ મેં માની એ ઘણું જ સારું કર્યું, કારણ કે એક દિવસ મારા સ્ટુડિયો ઉપર એક માણસ આવ્યો. આ માણસ દ્વારા જ મેં પછી અમેરિકામાં પ્રસિદ્ધિ મેળવી. એ હતો સંગીતકાર વૉલ્ટર ડેમરોશ. તેણે મારું નૃત્ય જોયું હતું. જો સુંદર સંગીતનો સાથ મળે તો અમેરિકા મારા નૃત્ય પાછળ ગાંડું બને, એ વાત એ સમજી ગયો. તેણે મને સાથ આપ્યો અને મારા નૃત્યને અનુકૂળ સમૂહવાદન ગોઠવ્યું. મેટ્રોપોલિટન ઑપેરા હાઉસમાં આખો ડિસેમ્બર મહિનો નૃત્યના કાર્યક્રમો રજૂ કરવા એમ તેણે કહ્યું અને મેં તેનો સ્વીકાર કર્યો.

ધાર્યું હતું એવું પરિણામ આવ્યું. ચાર્લ્સ ફ્રોહમૅન પણ આવ્યો હતો. થિયેટરમાં એક પણ ખુરશી ખાલી ન હતી. પ્રથમ દિવસે જ આ દેખાવ જોઈને એ આભો બની ગયો. આ અનુભવ એટલું જ સાબિત કરી બતાવે છે, કે કલાકાર ગમે તેટલો મહાન હોય પણ સાધનોની સંપૂર્ણ સગવડ વિના એની મહાન કલાને કોઈ પિછાણી શકતું નથી. ઈલીનોરા ડ્યૂસ પણ જ્યારે અમેરિકા આવી ત્યારે નબળી

વ્યવસ્થાને લીધે તેને ખૂબ સહન કરવું પડ્યું હતું, પણ જ્યારે ૧૯૨૪માં આવી ત્યારે અમેરિકાએ તેનો ખૂબ ઉત્સાહથી સત્કાર કર્યો, કારણ કે મોરિસ જેસ્ટની કલાપ્રધાન બુદ્ધિ તેને ઓળખી શકી હતી.

સમૂહવાદનમાં મારી સાથે મુસાફરીમાં એંસી માણસો હતા. વૉલ્ટર ડેમરોશ તેનો વ્યવસ્થાપક હતો. આટલા માણસો સાથે હતા તેને માટે હું અભિમાન ધરાવતી હતી. આ મુસાફરી વિજયી નીવડી. વૉલ્ટર અને મારી વચ્ચે અદ્‌ભુત સહાનુભૂતિ હતી. વૉલ્ટર પ્રત્યે મારી એટલી બધી સહાનુભૂતિ હતી કે રંગભૂમિ ઉપર હું નૃત્ય કરવા તૈયાર થતી ત્યારે વૉલ્ટર અને તેના સંગીતના એકએક સૂર સાથે મારા દેહની રગેરગ તન્મય બની જતી હતી.

આ સમૂહવાદન સાથે નૃત્ય કરતાં મને કેવો આનંદ આવતો હતો તેનું હું કેવી રીતે વર્ણન કરી શકું? મારી સમક્ષ વાદ્યો પથરાયાં છે. વૉલ્ટર ડેમરોશ પાતળી સોટીથી સંગીત શરૂ કરવાની નિશાની કરે છે. મારી આંખો ત્યાં મંડાય છે. તરત જ સમૂહવાદનના સૂરો વાતાવરણમાં ઊઠે છે અને બધાં વાદ્યોમાંથી એકીસાથે ઊઠતો એક સૂર મારા દેહને ઝણઝણાવી મૂકે છે, શરીરની રગેરગમાં એ સૂરના પડઘા ઊઠે છે, અને હું સાક્ષાત્ આનંદસ્વરૂપ બની જાઉં છું. અટપટી, વિશાળ અને પવનથી ભરાયેલા સઢ જેવી નૃત્યની મારી ક્રિયાઓમાં હું આગળ ને આગળ તણાઈ રહી છું. ઘડીક ઊંચે તો ઘડીક આગળ, અને કોઈ મહાશક્તિનું આગમન મારામાં થયું હોય એમ મને લાગે છે અને તે પણ સંગીત સાંભળે છે. કેટલીક વાર આ શક્તિનું જોર એટલું પ્રચંડ બને છે કે હું ધ્રૂજી ઊઠું છું, અને છેવટે તેના આવેગથી મારું હૃદય ફાટી જાય છે. મને થયું કે પૃથ્વી ઉપર જીવનની છેલ્લી ઘડીઓ આવી પહોંચી. કેટલીક વાર એ શક્તિનો મને ભાર લાગતો અને તરત જ મને એવી વેદના થતી કે મારા બંને હાથ આકાશ તરફ પ્રસારીને હું મદદ માટે કાલાવાલા કરતી અને ત્યાંથી મદદ મળતી નહીં. વારંવાર હું વિચારતી કે મને નર્તિકા કહેવી એ ભૂલ છે. હું તો સમૂહવાદનના આવેગભર્યા સૂરોને ઝીલી લેવાનું આકર્ષક મધ્યબિંદુ છું. મારા આત્મામાંથી ઝળહળતાં કિરણો મને સમૂહવાદનના ધ્રૂજતા, ઝણઝણાટીભર્યા સૂરો સાથે જોડી દેવા માટે પ્રગટ થતા.

બંસરીના બજાવનાર પણ આ સમૂહવાદનમાં હતો. એ જ્યારે વ્યક્તિગત, બંસરીના એવા સૂરો છેડતો કે રંગભૂમિ ઉપર મારો દેહ સ્થિર થઈ જતો અને એ સૂરો સાંભળીને અતિ હર્ષના અશ્રુઓ દડદડ ચાલ્યા જતા. સંગીતનો એકેએક સૂર મારા દરેક હલનચલનને સંગીતમય બનાવી દેતો. સમૂહવાદન અને મારી નૃત્ય-ક્રિયાઓ પરસ્પર વાદી-સંવાદીનું કાર્ય કરતાં હતાં અને હું કંપ અનુભવતી.

અમેરિકાની આ મુસાફરી એ મારા જીવનનો સુખીમાં સુખી સમય હતો. માત્ર ઘરનું સ્મરણ મને દુઃખ દેતું જ્યારે હું નૃત્ય કરતી ત્યારે ઘણી વાર નૃત્યશાળાનાં મારાં બાળકો મારી આંખ સમક્ષ તરી આવતાં અને મને થતું કે મારી સાથે નૃત્ય માટે એ લોકો તો હવે મોટાં થઈ ગયાં હશે: તેથી મુસાફરીનો આ સમય સંપૂર્ણ સુખમય તો ક્યાંથી ગણી શકાય? પણ એની પાછળ ભવિષ્યની કોઈ મહા આનંદની આશા હતી. કદાચ જીવનમાં સંપૂર્ણ આનંદ છે જ નહીં, માત્ર આશા છે.

વૉશિંગ્ટનમાં તો ભારે ધમાલ થઈ. કેટલાક પ્રધાનોએ તો મારા નૃત્યની સખત શબ્દોમાં ઝાટકણી કાઢી અને વાંધો ઉઠાવ્યો હતો.

અને પછી બધાની અજાયબી વચ્ચે એક દિવસે આગલી હરોળમાં પ્રેસિડેન્ટ રૂઝવેલ્ટ મારું નૃત્ય જોવા માટે બેઠા હતા. નૃત્ય તેને ખૂબ ગમ્યું હોય એમ લાગ્યું, કારણ કે દરેક નૃત્ય પછી એ ખૂબ આનંદમાં તાળીઓ પાડતા હતા. પાછળથી તેણે તેના એક મિત્રને નીચે પ્રમાણે લખ્યું:

'ઈસાડોરાના નૃત્યથી એવું તે કયું નુકસાન થાય છે કે પ્રધાનોએ તેની સામે વાંધો ઉઠાવ્યો? પ્રભાતના સૂર્યપ્રકાશમાં બાગમાં કોઈ બાળક એની ધૂન પ્રમાણે નાચે અને સુંદર પુષ્પો તોડે એવી, નિર્દોષ બાળક જેવી ઈસાડોરા મને લાગે છે.'

રૂઝવેલ્ટના આ શબ્દો વર્તમાનપત્રોમાં પ્રસિદ્ધ થયા અને ઉપદેશ કરવા નીકળી પડેલા પેલા માનવીઓ શરમના માર્યા નીચું જોઈ ગયા. અમને તો મુસાફરીમાં પ્રોત્સાહન મળ્યું. ખરી રીતે આ મુસાફરી બધી રીતે સારી અને અનુકૂળ નીવડી. વૉલ્ટેર ડેમરોશ જેવા માયાળુ અને મીઠા સ્વભાવનો સંગીત-નિયામક કરતાં વધારે સારો કોઈ માણસ મળે જ નહીં. મહાન કળાકારને શોભે એવો તેનો સ્વભાવ હતો. વિશ્રાંતિની પળોમાં એ ભોજનનો આનંદ લૂંટતો અને કલાકો સુધી થાક્યા વિના પ્રફુલ્લ ચિત્તે આનંદમાં એ પિયાનો વગાડ્યા કરતો.

અમે જ્યારે ન્યૂયૉર્ક પાછાં આવ્યાં, ત્યારે મને સમાચાર મળ્યા કે બૅન્કમાં મારા પૈસા સારી રીતે જમા થયા છે અને આથી મને સંતોષ થયો. હૃદયના તંતુઓ મને મારી છોકરી પ્રત્યે અને શાળા તરફ ખેંચતા હતા. જો આમ ન હોત તો હું કદી પણ અમેરિકા છોડત નહીં. પણ એક દિવસ સવારે મારા મિત્રો – મેરી અને બીલી રૉબર્ટસ, મારા કવિઓ અને કળાકારો મને જતી જોઈ રહ્યા. હું યુરોપ પાછી ફરતી હતી. મિત્રોને મૂકીને હું જતી હતી.

* * *

૨૨

એલિઝાબેથ, નૃત્યશાળાનાં વીસ બાળકો અને મારી બેબીને લઈને અમને પૅરિસ મળવા આવી. મારા આનંદની કલ્પના કરો–છ મહિના થયાં મેં મારી બેબીને જોઈ ન હતી. જ્યારે તેણે મને જોઈ ત્યારે તે મને બહુ વિચિત્ર રીતે નિહાળી રહી, અને પછી રડવાનું શરૂ કર્યું. સ્વાભાવિક રીતે મેં પણ રડવાનું શરૂ કર્યું; તેને ફરી હાથમાં લેવી એ કેવું વિચિત્ર અને અદ્‌ભુત હતું! અને મારું બીજું બાળક–મારી શાળા હતી. એ બાળકોની ઊંચાઈ પણ વધી ગઈ હતી, એ પુનર્મિલન ઘણું આનંદદાયક હતું અને અમે બધાંએ સાથે ગીતો ગાયાં અને સાંજ સુધી નાચ્યાં.

પૅરિસમાં મારા નૃત્યના કાર્યક્રમની વ્યવસ્થા કળાકાર લ્યુને પોએ ઉપાડી લીધી હતી. તેણે સાધનોની સગવડ કરી અને મારું નૃત્ય જોઈને પૅરિસ ગાંડું બન્યું. કવિઓએ ખૂબ ઉત્સાહથી મારા વિશે લખ્યું.

પૅરિસના મુખ ઉપર સ્મિત ફરકી રહ્યું.

કલા અને બુદ્ધિની દુનિયામાં વસનારા સદ્‌ગૃહસ્થો મારું નૃત્ય જોવા આવતા અને થિયેટર ચિક્કાર ભરાઈ જતું. મને લાગ્યું કે મારા સ્વપ્નની સિદ્ધિનો સમય આવી ગયો છે અને જેવી નૃત્યશાળા હું સ્થાપવા ઇચ્છતી હતી તે હવે હાથવેંતમાં જ છે.

મેં બે વિશાળ ઓરડા ભાડે રાખ્યા હતા. ઉપરના ઓરડામાં નૃત્યશાળાનાં બાળકો રહેતાં અને નીચેના ઓરડામાં હું રહેતી. એક દિવસ નૃત્ય પહેલાં એવો બનાવ બન્યો કે મારા હૃદયમાં ભય પ્રગટ થયો. અચાનક મારી બેબી પિત્તથી ભરાઈ ગઈ અને અકળાવા લાગી. મેં વિચાર્યું કે એના ગળામાં સખત બળતરા

થઈ હશે અને તેથી 'ટૅક્સી' ઉપાડી અને પૅરિસમાં કોઈ ડૉક્ટરને ઘેર બોલાવવા નીકળી પડી. છેવટે ખાસ બાળકોના દર્દનો પ્રખ્યાત ડૉક્ટર શોધી કાઢ્યો. એ મારી સાથે આવ્યો અને મને તરત જ ખાતરી આપી કે કંઈ ખાસ ગંભીર નથી. માત્ર કફ છે.

નૃત્યના કાર્યક્રમમાં અર્ધો કલાક હું મોડી થઈ. મેં નૃત્ય કર્યું પણ નૃત્ય કરતાં કરતાં હું શંકાથી ધ્રૂજી ઊઠતી હતી. કુદરતી રીતે હું મારા બાળકને ખૂબ ચાહતી હતી અને મને લાગ્યું કે જો કંઈ અનિષ્ટ બનશે તો મારાથી જીવી નહીં શકાય. માતૃપ્રેમ કેટલો ગાઢ, તીવ્ર અને મમતાભર્યો છે! હું નથી માનતી કે એ બહુ પ્રશંસાપાત્ર છે, બધાં બાળકોને સરખી રીતે ચાહતાં શીખવું એ એના કરતાં અનંતગણું પ્રશંસાપાત્ર છે.

મારી બેબી–ડિયરડ્રે હવે તો આમતેમ દોડતી અને નૃત્ય કરતી. એના સૌન્દર્યમાં વિશિષ્ટતા હતી. જાણે નાનકડી એલન ટેરી જોઈ લો. એલન ટેરી પ્રત્યે મારી પ્રેમભરી ભાવનાઓ અને વિચારોનું જ પરિણામ હતું. માનવજાત જેમ પ્રગતિ કરતી જશે તેમ માતાઓને સુંદર પ્રસૂતિ પહેલાં, સુંદર પ્રતિમાઓ, ચિત્રો અને સંગીતમય વાતાવરણમાં સુરક્ષિત સ્થળે રાખવામાં આવશે.

એક વાર ખાસ કાર્યક્રમ ગોઠવ્યો. પૅરિસના કળાકારો અને સાહિત્ય દીપકોને આમંત્રણ આપવામાં આવ્યું. દરેક જણાએ જુદો જુદો પાઠ ભજવવાનો હતો. મેં પણ ભાગ લીધો. ગ્રીસના પોશાકમાં સજ્જ થયેલા મોનેટ-સલીને મેં જોયો. મેં તેની સાથે નૃત્ય કર્યું અથવા તો મેં તેની આસપાસ નૃત્ય કર્યું, કારણ કે મહાન મોનેટ-સલી નૃત્યના આધુનિક પગના ઠેકાઓને તિરસ્કારતો હતો અને એવી વાત ફેલાવવામાં આવી કે અમારી વર્તણૂક ઘણી જ નિંદાપાત્ર હતી. પણ ખરી રીતે તો એ વર્તણૂક તદ્દન નિર્દોષ હતી, મારી તો એ ભાવના હતી કે આ મહાન કળાકારોને થોડા કલાક સુધી પ્રસન્ન ચિત્તમાં રાખું, કારણ કે એને માટે એ યોગ્ય હતો. મને એ એટલું વિચિત્ર લાગ્યું કે તે રાત્રે મારી અમેરિકન નિર્દોષતાથી પૅરિસ કેટલું ભડકી ગયું!

માનસિક સંક્રમણની અર્વાચીન શોધોએ સાબિત કરી બતાવ્યું કે મગજમાંથી જન્મ પામતા વિચારનાં મોજાંઓ એમને યોગ્ય હવામાર્ગોમાંથી પસાર થાય છે અને નિયત કરેલા સ્થળે પહોંચે છે. કેટલીક વાર તો મોકલનારને પણ આ વાતની ખબર પડતી નથી.

મનના મનોરથો કડડડભૂસ કરતા ભાંગી પડે એવી સ્થિતિ ઉપર હું પહોંચી હતી. મારી ઊગતી શાળાના ખર્ચને પહોંચી વળવું એ અશક્ય બન્યું

હતું; જે પૈસા મેં મેળવ્યા હતા તે શાળાનાં ચાળીસ બાળકોની પાછળ ખરચાઈ ગયા. વીસ બાળકો પૅરિસમાં હતાં અને વીસ જર્મનીમાં હતાં. આ ઉપરાંત બીજા લોકોને પણ હું મદદ કરતી હતી. એક દિવસ મજાકમાં મેં મારી બહેન એલિઝાબેથને કહ્યું:

'આપણું ટટ્ટુ હવે નહીં ચાલી શકે! બૅન્કમાંથી મારા પૈસા સાફ થઈ ગયા છે. જો નૃત્યશાળા ચાલુ રાખવી હોય તો આપણે કોઈ લખપતિને શોધી જ કાઢવો જોઈએ.'

એક વાર તો મેં ઇચ્છા વ્યક્ત કરી દીધી પણ પછી મને એ વિચાર સતાવવા લાગ્યો.

'મારે કોઈ લખપતિ શોધી જ કાઢવો જોઈએ.' દિવસમાં હું સો વખત બોલતી. પહેલાં રમતાં બોલાઈ જવાયું પણ હવે તો એ વિચાર સંકલ્પનું સ્વરૂપ ધરવા લાગ્યો.

એક દિવસ નૃત્ય કર્યા પછી હું નેપથ્યમાં બેઠી હતી. મારો નોકર 'વિઝિટિંગ કાર્ડ–મુલાકાતપત્ર' લઈને આવ્યો. કોઈ જાણીતી વ્યક્તિનું એના ઉપર નામ હતું. તરત જ મારું હૃદય પોકારી ઊઠ્યું:

'મારો લખપતિ આવી પહોંચ્યો છે!'

'અંદર આવવા દે.'

ઊંચો, સુંદર, વાંકડિયા વાળ અને દાઢીવાળો એક માનવી દાખલ થયો. એને જોતાં જ મને વિચાર આવ્યો કે: 'દાઢીના વેશમાં છુપાયેલો કોઈ મોટા છોકરા જેવો લાગે છે.'

'તમે મને ઓળખતાં નથી, પણ મેં તમારી અદ્ભુત કળાની વારંવાર પ્રશંસા કરી છે.'

મારા હૃદયમાં વિચિત્ર લાગણી અનુભવી. હું આ માણસને પહેલાં મળી હતી. ક્યાં? સ્વપ્ન અનુભવતી હોઉં એમ મેં પ્રિન્સ ડી પોલીનેકની સ્મશાનયાત્રા યાદ કરી એ વખતે હું, જુવાન છોકરી ખૂબ રડતી હતી. દેવળમાં સગાંવહાલાંઓ ભેગાં થયાં હતા. મારા પ્યારા મિત્રના અવસાનથી મારું હૃદય ભરાઈ ગયું હતું અને તરત જ મને યાદ આવ્યું કે એક માણસની આંખો મેં નિહાળી હતી. એ ઊંચો માનવી મોટા છોકરા જેવો ઊભો હતો.

પેટીમાં રક્ષાયેલા મૃતદેહ સમક્ષ અમે દેવળમાં મળ્યાં હતાં. મેં માની લીધું કે આ જ મારો લખપતિ છે. આ માનવીની શોધમાં જ મેં વિચારોનાં મોજાંઓને વહેતાં મૂક્યાં હતાં. એનું નામ લોહેનગ્રીન.

'હું તમારી કળાની પ્રશંસા કરું છું, નૃત્યશાળાના આદર્શ પાછળ રહેલી તમારી હિંમતને હું વખાણું છું, હું તમને મદદ કરવા આવ્યો છું. હું તમારે માટે શું કરી શકું? દાખલા તરીકે, નૃત્ય કરતાં તમારાં બાળકોને લઈને સાગરકિનારે આવેલા મારા મકાનમાં રહેવાનું તમને પસંદ પડશે? તમે ત્યાં નૂતન નૃત્યનું સર્જન કરજો. પૈસાની બાબતમાં તમારે કંઈ ચિંતા કરવા જેવું નથી. એ બધું હું સંભાળી લઈશ. તમે મહાન કાર્ય કર્યું છે. હવે તો થાકી ગયાં હશો. હવે બાકીનો બધો ભાર હું મારી જાત ઉપર લઈ લઈશ.'

એક અઠવાડિયામાં તો અમે તૈયાર થઈ ગયાં. મારી બાળમંડળી અને અમે 'ફર્સ્ટ ક્લાસ'ના ડબ્બામાં બેઠાં અને સાગરકિનારે ઊપડ્યાં. લોહેનગ્રીન સ્ટેશન ઉપર મળ્યો. એ ઉલ્લાસમાં હતો; સફેદ વસ્ત્રો પહેર્યાં હતાં. સાગરકિનારે આવેલા સુંદર મકાનમાં અમને લઈ ગયો. અગાશી ઉપર અમે ઊભાં હતાં. તેણે આંગળી ચીંધીને કહ્યું:

'પેલી સફેદ પાંખોવાળી વિહારનૌકા આપણી છે. એનું નામ લેડી એલ્શિયા રાખ્યું છે, પણ કદાચ હવે આપણે તેનું નામ બદલીને ઇરીસ રાખીશું.'

જાંબુડિયા પોશાકમાં સજ્જ થયેલાં બાળકો હાથમાં પુષ્પો અને ફળો લઈને નારંગીનાં ઝાડ નીચે નાચ્યાં. બાળકો પ્રત્યે લોહેનગ્રીન ઘણો જ માયાળુ હતો અને દરેકના સુખની ચિંતા કરતો. હું તેની પ્રત્યે હંમેશાં આભારની લાગણીથી જોતી અને બાળકો પ્રત્યે તેની સેવાએ આ આભારની લાગણીમાં વિશ્વાસનું એક નવું તત્ત્વ ઉમેર્યું. જોકે એ સમયે હું તેને દૂરથી પૂજા કરી શકાય એવા મારા વીરપુરુષની જેમ ગણતી હતી, અને તે પૂજા પણ આધ્યાત્મિક દૃષ્ટિએ.

લોહેનગ્રીન નીસમાં એક બાદશાહી હોટેલમાં રહેતો હતો. વારંવાર તે મને ત્યાં તેની સાથે જમવાનું આમંત્રણ આપતો. મને યાદ છે કે મારા સાદા ગ્રીક ઝભ્ભામાં ત્યાં ગઈ અને રંગ રંગના કીમતી પોશાકમાં સજ્જ થયેલી, હીરામોતીથી મઢાયેલી એક સ્ત્રીને જોઈ મૂંઝાઈ ગઈ. તરત જ મેં જાણી લીધું કે તે મારી દુશ્મન છે. એના દેખાવે મારામાં ભય ભરી દીધો અને પાછળથી સમજાયું કે એ ભય સાચો હતો.

બધાંને આમંત્રણ આપીને આનંદ કરવો એ લોહેનગ્રીનની ઉદારતાની વિશિષ્ટતા હતી. એક દિવસ સાંજે તેણે બધાંને આમંત્રણ આપ્યું, એક ખાસ પોશાક લોહેનગ્રીને બધાને આપ્યો હતો. એ ખરેખર આનંદમય પ્રસંગ હતો. પણ મારા આનંદના આકાશમાં એક વાદળું ભમતું હતું. હીરા-મોતીથી મઢાયેલી પેલી સ્ત્રી. તેને પણ પોશાક આપવામાં આવ્યો હતો. જ્યારે મેં તેની સામે જોયું ત્યારે વીંછીના ડંખ જેવી વેદના અનુભવી. સૌ નૃત્ય કરતાં હતાં. મને યાદ છે કે મેં

પણ પેલી સ્ત્રી સાથે ખૂબ આવેશમાં નૃત્ય કરવું શરૂ કર્યું, પ્રેમ અને તિરસ્કારનો આવો સંબંધ છે. એવી રીતે ઝનૂન સાથે અમારું નૃત્ય જોઈને અમને સૂચના આપવામાં આવી કે એમાં અમે નિયમનું ઉલ્લંઘન કરી રહ્યાં છીએ.

આવી મૂર્ખાઈભરેલી ધમાલમાં અચાનક કોઈએ મને ટેલિફોન ઉપર બોલાવી, ઘેરથી સમાચાર આવ્યા કે નૃત્યશાળાની એક છોકરી ઈરિકા માંદી પડી ગઈ છે. પરિસ્થિતિ ગંભીર છે, કફથી ગૂંગળાય, મરી પણ જાય, હું લોહેનગ્રીન પાસે દોડી; મહેમાનો બધા ટેબલ ઉપર જમતા હતા. મેં લોહેનગ્રીનને ટેલિફોન ઉપર એકદમ આવવાનું કહ્યું; 'ટેલિફોન બૉક્સમાં, અમે ભેગાં મળ્યાં.'

'આપણે ડૉક્ટરને એકદમ બોલાવવા જોઈએ.' મેં કહ્યું.

બંનેના હૃદય ઉપર એક જ ચિંતાનો ભાર હતો અને અત્યાર સુધી અમારી વચ્ચે રહેલી શરમની દીવાલો ભાંગી પડી અને તરત જ ચાર હોઠ ભેગા થઈ ગયા. પહેલી જ વાર, એક ક્ષણ પણ અમે ન ગુમાવી. દરવાજા પાસે લોહેનગ્રીનની મોટર ઊભી હતી તે મારી મૂકી અને ડૉક્ટરને લઈને ઘેર પહોંચ્યાં. ઈરિકા ગૂંગળાતી હતી અને ચહેરો શ્યામ થઈ ગયો હતો. ડૉક્ટરે કામ શરૂ કર્યું. ગભરાયેલાં અમે બંને ઈરિકાની પથારી પાસે ચુકાદાની રાહ જોતાં ઊભાં હતાં. બે કલાક પસાર થઈ ગયા અને જ્યારે બારીમાંથી ઉષાએ ડોકિયું કર્યું ત્યારે ડૉક્ટરે જણાવ્યું કે ઈરિકા બચી ગઈ છે. અમારી આંખોમાંથી પાણી ચાલ્યાં જતાં હતાં. લોહેનગ્રીને મને તેના હાથમાં લીધી અને કહ્યું: 'હિંમત રાખ, વહાલી ઈસાડોરા! ચાલો આપણે પાછા મહેમાનો પાસે જઈએ.'

મહેમાનો તો જલસા ઉડાવતા હતા. વખત કેટલો પસાર થઈ ગયો હતો તેની તેમને ખબર ન હતી અને તેથી અમારી ગેરહાજરી કોઈને લાગી નહીં.

છતાં પણ એક વ્યક્તિ એવી હતી કે જેણે મિનિટેમિનિટની ગણતરી કરી હતી. હીરામોતીવાળી પહેલી સ્ત્રી અમને અદેખાઈભરી આંખે જોઈ રહી હતી. જેવા અમે પાછાં આવ્યાં કે તરત જ તેણે ટેબલ ઉપરથી છરી ઉપાડી. સદ્‌ભાગ્યે લોહેનગ્રીન વખતસર તેનો ઇરાદો સમજી ગયો હતો. તરત જ તેણે તેનું કાંડું પકડ્યું અને ઊંચકી લઈને માથા ઉપર અધ્ધર બહુ જ થોડી વાર ફેરવી. જાણે ગમ્મત થઈ છે. અગાઉથી ગોઠવ્યા પ્રમાણે રમૂજ થઈ છે એવી રીતે લોહેનગ્રીન તેને સ્ત્રીઓના ઓરડામાં ઉપાડી ગયો. ત્યાં તેને નોકરોના હાથમાં સોંપી અને કહ્યું: 'આનો જરા ચિત્તભ્રમ થઈ ગયો છે, એને પાણી પીવાની જરૂર છે!'

જાણે કંઈ બન્યું નથી એવી રીતે એ નૃત્યના ઓરડામાં પાછો આવ્યો; હૃદયમાં એટલી જ મસ્તી ભરી હતી.

સવારે સૂર્યોદયે અમે સૌ વિખૂટાં પડ્યાં. હીરામોતીવાલી સ્ત્રી એકલી એની હોટેલમાં ગઈ અને લોહેનગ્રીન મારી સાથે રહ્યો. બાળકો પ્રત્યેની એની ઉદારતા, આતુરતા અને ઈરિકાની માંદગી સમયે તેને ખરેખર લાગી આવેલું દુઃખ, આ બધી વસ્તુઓએ મારો પ્રેમ જીતી લીધો હતો.

બીજે દિવસે સવારે તેણે વિહારનૌકામાં ફરવા જવાની મને વાત કરી. મારી નાની છોકરીને અમારી સાથે લીધી. શાળાનાં બાળકોને સંભાળતી બાઈને બાળકોનું ધ્યાન રાખવાની સૂચના આપી અને અમે વિહારનૌકામાં ઇટાલી તરફ ઊપડ્યાં.

*

લક્ષ્મી દુઃખ લઈને જ આવે છે, અને જે લોકો પાસે પૈસા છે એ લોકો ચોવીસે કલાક સુખી નથી થઈ શકતા.

ખોટી આળપંપાળ અને અતિશય લાડથી વિકૃત બનેલા બાળકના જેવી લોહેનગ્રીનની મનોદશા છે. એની જો મને ખબર પડી ગઈ હોત તો હું તેને મારા દરેક શબ્દથી અને એવી વર્તણૂકથી તેને ખુશ કરવાનો પ્રયત્ન કરત અને બધું બરાબર ચાલ્યું આવત, પણ આ વસ્તુ સમજવા માટે હું ઘણી નાની અને નિર્દોષ હતી. પ્લેટોના 'પ્રજાસત્તાક' વિશે, કાર્લ માર્ક્સ અને જગતના સુધારા ઉપર મેં તો બાળકની જેમ પટપટ બોલવાનું શરૂ કર્યું. હું આથી નખ્ખોદ વાળી રહી છું એનો મને જરા પણ ખ્યાલ ન આવ્યો. મારી વાતો સાંભળીને જ્યારે એને ખબર પડી કે ધગધગતા અંગાર જેવા એક ક્રાંતિકાર આત્માને એ પોતાની વિહારનૌકામાં ફેરવી રહ્યો છે ત્યારે એને, વધુ ને વધુ ભય લાગ્યો; આ જ માણસે મારી સમક્ષ જાહેર કર્યું હતું કે 'હું તમારી હિંમત અને વિશાળતાને ચાહું છું!' ધીમે ધીમે એને સમજાવ્યું કે એના મનની શાંતિ સાથે મારા આદર્શોનો મેળ નહીં ખાય. જ્યારે એક સાંજે, તેણે મને પૂછ્યું કે 'તારું પ્રિય કાવ્ય કયું?' ત્યારે તો પરિસ્થિતિની હદ આવી ગઈ. વોલ્ટ વ્હીટમૅનનું 'સૉન્ગ ઑફ ધી ઓપન રોડ' નામનું મારું પ્રિય કાવ્ય મેં તેની સમક્ષ વાંચ્યું. ઉત્સાહમાં મને ખબર ન પડી કે એના ઉપર કેવી અસર થતી હતી, અને જ્યારે મેં તેની સામે જોયું ત્યારે એના સુંદર ચહેરા ઉપર ભભૂકી ઊઠેલા ગુસ્સાને જોઈને મને ખૂબ નવાઈ લાગી.

'કેટલું ખરાબ! આ માણસ કોઈ દિવસ કંઈ કમાઈ નહીં શક્યો હોય!' તે બોલી ઊઠ્યો. મેં મોટે સાદેથી કહ્યું: 'તું નથી જોઈ શકતો કે એની સમક્ષ તો સ્વતંત્ર અમેરિકાનું દર્શન છે.'

'પડે એ દર્શન ખાડામાં!'

પછી તરત જ હું સમજી ગઈ કે એને મને અમેરિકા એટલે બીજું કંઈ પણ તેના ચરણે ધનના ઢગલા કરતાં ડઝનેક કારખાનાં! આ અને આવી જાતના બીજા કજિયાઓ પછી પણ હું મારી જાતને તેના હાથમાં ફેંકતી અને તેની પ્રેમચેષ્ટાઓની નિર્દયતામાં હું બધુંય ભૂલી જતી. સ્ત્રીનો વિકાર આવો છે. કોઈ દિવસ એની આંખો ઊઘડશે, સમજશે અને લોકોનાં બાળકો માટે વિશાળ શાળા સ્થાપવાના મારા કાર્યમાં એ મદદ કરશે એ વિચારથી હું મારા મનને સાંત્વન આપતી હતી.

અને આ દરમ્યાન, ભવ્ય જળનૌકા ભૂમધ્ય સમુદ્રના નીલા જળ ઉપર આગળ વધી રહી હતી. બધી વાતો મને ગઈ કાલ જેવી લાગે છે, ભોજન માટે ટેબલને સુંદર રીતે શણગારવામાં આવતું અને નાની ડિયરડ્રે ધોળા ઝભ્ભામાં આમતેમ નાચતી હતી. ખરેખર હું પ્રેમમાં હતી અને સુખી હતી. નૌકા ઉપર પચાસ ખલાસીઓ કામ કરતા હતા. એન્જિનરૂમમાં કોલસા ભરનારાઓ કોલસા ભરતા હતા. કપ્તાન પણ હતો અને બીજા નોકરો પણ હતા. આ બધો બેસુમાર ખર્ચ–ફક્ત બે જ માણસના આનંદ ખાતર થતો હતો. આવી રીતે દિવસો પસાર થતા જોઈને મારા અજ્ઞાત મને મારા મનને બેચેન બનાવ્યું. આવો એક દિવસ ગાળવો એટલે એટલા કાર્યની ખોટ. યૌવનની શરૂઆતના દિવસોમાં મેં ખેડેલું આકરું જીવન–યુદ્ધ અને અત્યારના મારા વિલાસી અને ખાઈપીને સંપૂર્ણ મોજ માણતા જીવનની વચ્ચે તો હું કેટલીક વાર તફાવત જોતી હતી.

પોમ્પેઇમાં એક દિવસ ગાળ્યો. લોહેનગ્રીનને એવો અદ્‌ભુત વિચાર આવ્યો કે પેસ્તુમના મંદિરમાં ચાંદનીમાં મારે નૃત્ય કરવું. તેણે તરત જ વૃંદવાદનની ગોઠવણ કરી અને તે લોકોને મંદિરમાં અમારી રાહ જોવાનું કહ્યું. પણ બરાબર એ જ દિવસે ઉનાળાનું તોફાન હતું અને ખૂબ વરસાદ વરસતો હતો. એ આખો દિવસ અને બીજા દિવસે પણ નૌકા બંદર છોડી શકે એવું ન હતું અને છેવટે જ્યારે અમે પેસ્તુમ આવી પહોંચ્યાં ત્યારે જોયું તો વાદ્યો અને માણસો પલળી ગયાં હતાં અને ખરાબ સ્થિતિમાં પગથિયાં ઉપર બેસીને એ લોકોએ ચોવીસ કલાક સુધી અમારી રાહ જોઈ.

લોહેનગ્રીને એકાદ ડઝન દારૂની બાટલીઓ મગાવી અને એક ઘેટું પણ મંગાવ્યું. આરબોનો જેમ અમે હાથથી ખાધું. વૃંદવાદનના ભૂખ્યાડાંસ જેવા માણસોએ એટલું બધું ખાધું અને એટલો દારૂ પીધો કે લોકો કંઈ વગાડી શકે એવી સ્થિતિમાં જ ન રહ્યા. ફરી વરસાદની ઝરમર શરૂ થઈ અમે નૌકા પકડી અને નેપલ્સ તરફ ઊપડ્યાં. તૂતક ઉપર માણસોએ સંગીત વગાડવાનો

બહાદુરીભર્યો પ્રયાસ કર્યો, પણ હોડી આમતેમ ડોલવા લાગી, એક પછી એક બધાને ફેર ચડ્યા અને 'કેબિન'માં ચાલ્યા ગયા...

પેસ્તુમના મંદિરમાં ચાંદની રાત્રે નૃત્ય કરવાના અદ્‌ભુત વિચારનો અંત આવ્યો હતો!

લોહેનગ્રીનનો એવો વિચાર હતો કે ભૂમધ્ય સમુદ્રમાં આગળ વધવું, પણ મારા વ્યવસ્થાપક સાથે રશિયામાં નૃત્ય કરવાની શરત મને યાદ આવી. લોહેનગ્રીનની આજીજીઓ તરફ મેં જરા પણ ધ્યાન ન આપ્યું. જોકે મારે માટે એ ઘણું મુશ્કેલ હતું, છતાં પણ મેં મારી શરત પાળવાનું નક્કી કર્યું. લોહેનગ્રીન મને પૅરિસ લઈ આવ્યો. એ મારી સાથે રશિયા આવત પણ તેને 'પાસપૉર્ટ'ની મુશ્કેલીઓનો ભય લાગ્યો. તેણે મારો ડબ્બો પુષ્પોથી ભરી દીધો અને અમે મીઠી વિદાય લીધી.

આપણે જ્યારે આપણા પ્રેમપાત્રથી વિખૂટાં પડીએ છીએ ત્યારે આપણને ખૂબ ભયંકર દુઃખ પીંખી નાખે છે; છતાં પણ સાથે સાથે આપણે છુટકારાની એક પ્રકારની વિચિત્ર લાગણી અનુભવીએ છીએ, આ ખરેખર એક વિચિત્ર સત્ય છે.

બીજી મુસાફરીઓની જેમ આ ટૂંકી મુસાફરી પણ રશિયામાં વિજયી નીવડી, પણ એક પ્રસંગ એવો બન્યો કે એનું પરિણામ કરુણ આવત, પણ એ ગમ્મતમાં પરિણમ્યો. એક દિવસ બપોર પછી ક્રેગે દર્શન આપ્યા અને એક ક્ષણ હું એવી માન્યતાની અણી ઉપર આવી ગઈ કે ક્રેગને ફરી મળવાના આનંદ આગળ નૃત્યશાળા, લોહેનગ્રીન કે બીજી કોઈ પણ વસ્તુ કંઈ વિસાતમાં નથી. ગમે તેમ પણ વફાદારી, એ મારા ચારિત્ર્યનું પ્રધાન લક્ષણ છે.

ક્રેગ તો ભારે રોફમાં હતો, કારણ કે સ્ટેનીસ્લેવસ્કીની રંગભૂમિ ઉપર એ 'હૅમ્લેટ'ની તૈયારીઓ કરવામાં ગૂંથાયો હતો, સ્ટેનીસ્લેવસ્કીની મંડળીની બધી અભિનેત્રીઓ એના પ્રેમમાં પડી હતી. બધા અભિનેતાઓ એનું સૌન્દર્ય, એનો ગુલાબી સ્વભાવ અને અદ્‌ભુત પ્રાણશક્તિ જોઈને ખુશ થઈ ગયા હતા. ક્રેગ રંગભૂમિની કળા ઉપર એમને ભાષણ આપતો, અને એ લોકો પણ એના તરંગો અને કલ્પનાઓને અમલમાં મૂકવા માટે તેમનાથી બનતું કરતા.

થોડા દિવસો પછી અમે પૅરિસ આવ્યાં, લોહેનગ્રીન મળ્યો. ૧૪મા લૂઈના શયનગૃહમાં એ મને લઈ ગયો. તેની પ્રેમચેષ્ટાઓથી તેણે મને લગભગ ગૂંગળાવી નાંખી. પહેલી જ વાર મને ખબર પડી કે જ્ઞાનતંતુઓનું અને શરીરજન્ય લાગણીઓનું કેવું રૂપાંતર થાય છે. કદી નહીં અનુભવેલું, કોઈ નવીન અને આનંદદાયક રીતે મારામાં જીવન આવ્યું હોય એમ મને લાગ્યું.

પછી મેં પૅરિસના સારામાં સારા 'રેસ્ટોરાં' જોયાં. અહીં નોકરો લોહેનગ્રીનને લળી લળીને નમન કરતાં અને તે રાજી હોય એવી રીતે તેની સાથે વર્તતાં. બધા રસોઇયાઓ તેને ખુશ કરવા ખાતર અંદર અંદર હરીફાઈ કરતા. અને એમાં શું નવાઈ? એ બાદશાહી રીતે એ લોકોમાં પૈસા વેરતો હતો. મારી સુષુપ્ત અવસ્થામાં પડી રહેલી સ્વાદેન્દ્રિય જાગ્રત બની અને કયો દારૂ સારો લાગે, સુગંધ કોની સારી વગેરે વગેરે વસ્તુઓ હું નહોતી જાણતી તે જાણતાં શીખી.

અને પહેલી જ વાર મેં ફૅશનેબલ વસ્ત્રો બનાવનારની મુલાકાત લીધી. ને ઈસાડોરાએ અત્યાર સુધી સફેદ ઝભ્ભો પહેર્યો હતો, એ ઈસાડોરા સુંદર અને કીમતી વસ્ત્રોની લાલચની ભોગ થઈ પડી. ફક્ત મારી પાસે એક જ બહાનું હતું. પોશાક બનાવનાર કંઈ જેવોતેવો ન હતો, પણ મહાબુદ્ધિશાળી આત્મા હતો. કળાનો નમૂનો તૈયાર કરતો હોય એવી રીતે એ સ્ત્રીને શણગારી શકતો. છતાં પણ મારે માટે તો પવિત્ર કળામાંથી અપવિત્ર કળાનો આ ફેરફાર હતો.

મને યાદ છે કે એક સુંદર સવારે હું લોહેનગ્રીનની સાથે ફરવા ગઈ. ત્યારે એના ચહેરા ઉપર મેં દુ:ખનો ભાવ જોયો. મેં તેનું કારણ પૂછ્યું ત્યારે તેણે જવાબ આપ્યો:

'મૃત્યુ પામેલી મારી માનો ચહેરો મને રોજ યાદ આવે છે; જો, બધાનો મૃત્યુમાં જ અંત આવતો હોય તો જીવીને શું કરવું?'

અને મને સમજાયું કે લક્ષ્મી અને વૈભવવિલાસમાંથી સંતોષ મળતો નથી! પૈસાદારો માટે જીવનમાં કોઈ પણ ગંભીર વસ્તુની સિદ્ધિ મેળવવી એ ખરેખર વધારે મુશ્કેલ છે. ભૂરા સાગરો ઉપર સફર મારવાનું હંમેશાં આમંત્રણ આપતી બંદરમાં પડેલી પેલી વિહારનૌકા મારી આંખો સમક્ષ તરી રહી.

*   *   *

૨૩

એ ઉનાળો અમે નૌકાવિહારમાં ગાળ્યો. કેટલીક વાર તો દરિયો એવો તોફાને ચડતો કે મારે એમાંથી નીચે ઊતરી જવું પડતું અને કિનારે કિનારે મોટરમાં એ નૌકાની સાથે જતી. લોહેનગ્રીન તો અંદર બેઠો રહેતો અને વારંવાર હેરાન થતો. પૈસાદારોની મોજમજા આવી છે!

સપ્ટેમ્બરમાં હું મારી બેબી અને આયા સાથે વેનીસમાં આવી. થોડાં અઠવાડિયાં આ લોકો સાથે એકલી રહી, એક દિવસે હું માર્કોના દેવળમાં ગઈ અને એકલાં બેઠાં બેઠાં ઘુમ્મટ જોયા કર્યો. અચાનક મને લાગ્યું કે મેં એક નાનકડા કુમારનો ચહેરો જોયો. તેની ભૂરી આંખો અને સોનેરી વાળથી શોભતા કોઈ દેવદૂતનો એ ચહેરો હતો.

થોડા દિવસો મેં ચિંતનમાં ગાળ્યા. માર્કોના દેવળમાં મેં જે સ્વપ્ન જોયું તેનાથી મેં આનંદ અને સાથે સાથે અશાંતિ અનુભવી. હું પ્રેમ કરતી હતી પણ જે ચંચળવૃત્તિ અને મનના સ્વાર્થી તરંગોને માણસો પ્રેમ કહે છે એ પ્રેમ વિશે મેં થોડું હવે જાણ્યું. પણ હવેનો પ્રસંગ તો મારી કળા માટે, મારા કાર્ય માટે પ્રાણઘાતક નીવડે એવો હતો. અને તરત જ મને મારી નૃત્યશાળા ઉપર, મારી કળા ઉપર અને મારા કાર્ય ઉપર ખૂબ સૂગ ચડી. કળાનાં મારાં સ્વપ્નો આગળ આ માનવજીવન મને આકરું લાગ્યું.

હું માનું છું કે દરેક જીવનમાં એક પવિત્ર રેખા છે. ઊર્ધ્વ વક્રરેખા છે અને જે વિચારો, સંસ્કારો વગેરે આને ચોંટી રહે છે અને આ રેખાને મજબૂત બનાવે છે, એ જ આપણું ખરું જીવન છે. બાકીનો બધો કચરો છે. જેમ જેમ આપણો આત્મા પ્રગતિ કરે છે તેમ તેમ આ કચરો ફોતરાંની જેમ ખરી પડે છે. આવી

પવિત્ર રેખા એ મારી કળા છે. મારા જીવને ફક્ત બે જ હેતુઓ પિછાણ્યા છે–પ્રેમ અને કળા–અને વારંવાર પ્રેમે કળાનો વિનાશ કર્યો છે અને કળાના પેલા અનાડી અવાજે વારંવાર પ્રેમનો કરુણ અંત ઊભો કર્યો છે. કળા અને પ્રેમ વચ્ચે એકરાગ નથી, પણ તેમની વચ્ચે સતત યુદ્ધ ચાલ્યા કરે છે.

માનસિક દુઃખ અને આવી અનિશ્ચિત દશામાં હું મારા એક ડૉક્ટર મિત્રને મળવા મિલાન ગઈ. મેં તેમને ત્યાં બોલાવ્યા હતા. તેમની સમક્ષ મેં આ કોયડો મૂક્યો.

'અરે, એ તો બેવકૂફી ભરેલું કહેવાય!' તે બોલી ઊઠ્યાઃ 'તમે તો અદ્વિતીય કળાકાર છો. દુનિયા પાસેથી તમારું નૃત્ય છીનવી લેવામાં તમે ફરી સાહસ ખેડી રહ્યાં છો. એ તદ્દન અસંભવિત છે. કૃપા કરીને મારી સલાહ માનો અને માનવજાત પ્રત્યે આવો અપરાધ કરતાં અટકો.'

વેદનાભરી અનિશ્ચિત દશામાં મેં તેને સાંભળ્યા. એક ક્ષણ માટે મારામાં ક્રાંતિ સળગી ઊઠી કે જે શરીર મારી કળા વ્યક્ત કરવાનું સાધન છે તેની શા માટે ફરી આવી બેડોળ દશા? ફરી પણ પેલાં દેવદૂતના ચહેરાના દર્શનની–મારા પુત્રની આશામાં વેદનાઓ સહન કરવી?

નક્કી કરવા માટે મેં મારા મિત્ર પાસેથી એક કલાક માગી લીધો. અને હોટેલનો એ સોગિયો શયનગૃહ બરાબર યાદ આવે છે. હું બેઠી હતી એવામાં મારી સામે એક ચિત્ર ખડું થયું. અઢારમી સદીનાં વસ્ત્રો પહેરેલી એક સ્ત્રી મારી સમક્ષ ઊભી રહી. એની સુંદર પણ ક્રૂર આંખો મારી આંખોને નીરખી રહી. મેં તેની આંખો સામે જોયા જ કર્યું અને એ જાણે મારી મશ્કરી કરતી હોય એમ મને લાગ્યું.

'તું ગમે તે નિશ્ચય કર પણ એ બધું એક જ છે. ઘણાં વર્ષો પહેલાંનું મારું સૌન્દર્ય જો. મૃત્યુ બધાને સ્વાહા કરી જાય છે–માત્ર કાળનો કોળિયો બનવા માટે તારે શા માટે બાળકનો જન્મ આપીને ખુવાર થવું જોઈએ?'

તેની આંખો વધુ ને વધુ ક્રૂર અને ભયંકર બનતી હતી અને મારી વેદના પણ ભયંકર બની. મેં એકદમ એ આંખોથી બચવા માટે મારો હાથ મારી આંખો ઉપર મૂકી દીધો. મેં વિચારવાનો, નિશ્ચય કરવાનો પ્રયત્ન કર્યો. અશ્રુભર્યા નયને મેં તેને આજીજી કરી પણ એ આંખોમાં દયા ન વસી. મારી મશ્કરી જ કરતી રહી. જીવન અથવા મૃત્યુ. એ ગરીબ પ્રાણી તે નિષ્ઠુર જાળમાં સપડાયું છે.

છેવટે હું ઊઠી અને એ ચક્ષુઓને કહ્યુંઃ 'ના, તું મને હેરાન નહીં કરી શકે. હું જીવનમાં માનું છું, પ્રેમમાં માનું છું અને કુદરતના કાનૂની પવિત્રતામાં પણ માનું છું.'

શું એ કલ્પના હતી, કે એ ક્રૂર આંખોમાં મશ્કરી ઉડાવતું હાસ્ય હતું?

મારો મિત્ર આવ્યો ત્યારે મેં તેને મારો નિશ્ચય જણાવ્યો અને પછી એ નિશ્ચયને વળગી રહી. હું વેનીસ પાછી ફરી અને ડિયરડ્રેને મારા હાથમાં લઈ કાનમાં કહ્યું: 'બેબી! તને એક નાનકડો ભાઈ મળશે.'

'ઓહ, વાહ...વાહ...કેવું સરસ! કેવું સરસ!' બેબી હસી અને આનંદમાં તાલીઓ પાડી.

'હા, હા, એ ઘણું સરસ.' મેં કહ્યું.

લોહેનગ્રીનને મેં તાર કર્યો. એ વેનીસ દોડી આવ્યો. પ્રેમ–આનંદ અને મૃદુતાથી એનું હૃદય ભર્યું હતું. થોડા વખત માટે તો પેલી ડાકણ–મનની દુર્બળતા અદૃશ્ય થઈ ગઈ.

વૉલ્ટર ડેમરોશની સાથે મેં ફરી વાર અમેરિકામાં નૃત્ય આપવાની શરત કરી હતી, અને તેથી ઑક્ટોબરમાં હું અમેરિકા ગઈ.

લોહેનગ્રીને કદી અમેરિકા જોયું ન હતું. એની નસોમાં પણ અમેરિકન રક્ત છે એ યાદ કરીને એ ખૂબ ઉત્સાહમાં આવી ગયો હતો. અલબત્ત, તેણે ઘણાં નોકરો સાથે લીધાં હતા. અમારે માટે ખાસ જુદી જુદી વાનગીઓ તૈયાર થતી હતી અને અમે રાજકુટુંબના નબીરાઓની જેમ મુસાફરી કરતાં હતાં. લક્ષાધિપતિની સાથે મુસાફરી કરવામાં ખૂબ સુગમતા પડે છે અને સ્ટીમરમાં અમારો ઓરડો ખૂબ ભપકાદાર હતો. ડગલે ને પગલે દરેક જણ અમને નમન કરતું હતું.

અમેરિકાની મુસાફરી ખૂબ વિજયી અને સુખી નીવડી. પૈસા પણ મળ્યા. કારણ નાણું નાણાંને ખેંચી લાવે છે. એક દિવસ એક લાગણીપ્રધાન સ્ત્રી મારી લૉજમાં આવી અને કહ્યું:

'પણ, કુમારી ડંકન! આગલી હરોળમાંથી બરાબર જોઈ શકાય છે. તમે આવી રીતે ચલાવી ન શકો.'

અને મેં જવાબ આપ્યો: 'ઓહ, શ્રીમતી અ, હું જે નૃત્યમાં દેખાડવા માગું છું તે આ જ છે–પ્રેમ–સ્ત્રી–સર્જન–વસંત બોટીસે–સેલીસનું 'ધરતીમાતા'નું ચિત્ર જોયું છે? દરેક વસ્તુ ખળભળાટ મચાવી રહી છે. 'નવજીવન'ની એ આગાહી સૂચવે છે. મારા નૃત્યનો પણ આ જ અર્થ છે–'

આ વાત સાંભળીને એ તો ચકળવકળ જોવા લાગી. પણ મેં વિચાર કર્યો કે આ મુસાફરી બંધ કરવી જોઈએ અને યુરોપ પાછા ફરવું જોઈએ, કારણ કે મારી ધન્ય દશા ખરેખર વધારે દશ્ય બની જતી હતી.

મારો ભાઈ ઑગસ્ટીન અને તેની નાની છોકરી અમારી સાથે આવ્યાં. તેથી મને ખૂબ આનંદ થયો. તે તેની પત્નીથી જુદો થયો હતો અને મને લાગ્યું કે મુસાફરીમાં એનું ધ્યાન બીજે દોરવાશે અને આનંદ મળશે.

'નૌકામાં નાઇલ નદીમાં આખો શિયાળો ગાળવાનું તને ગમશે? આ ભૂરું અને શોકમય આકાશ છોડીને સૂર્યના તેજસ્વી પ્રકાશમાં ઊડવાનું તને પસંદ છે? થીબ્સ, ડેનડેરાહ વગેરે સ્થળો જોવા તું ઘણા વખતથી ઇચ્છે છે. નૌકા આપણને ઍલેક્ઝેન્ડ્રિયા લઈ જવા તૈયાર છે. પહેલા નંબરનો રસોઇયો છે, ભપકાદાર કૅબિનો છે અને સ્નાનગૃહની સગવડવાળાં શયનગૃહો પણ છે. જઈશું?'

'અરે, પણ મારી શાળા, મારું કામ...'

'તારી બહેન એલિઝાબેથ શાળાની સુંદર સંભાળ રાખે છે અને તું ક્યાં હજી મોટી થઈ ગઈ છે? કામ કરવાનાં તો ઘણાં વર્ષો છે.'

અને નાઇલમાં શિયાળો ગાળ્યો. ખરેખર એ સુખનું સ્વપ્ન બનત પણ એક વાત વારંવાર હેરાન કરતી હતી. પેલી ડાકણ જેવી માનસિક નબળાઈ. સૂર્યને જેમ રાહુ હેરાન કરે એમ એ મને હેરાન કરતી હતી.

નાઇલમાં નૌકા જેમ જેમ આગળ વધે છે, તેમ તેમ આત્મા એક હજાર વર્ષ, બે હજાર, પાંચ હજાર વર્ષ પાછળ મુસાફરી કરે છે; ધુમ્મસથી ઘેરાયેલા ભૂતકાળને વીંધીને એ અનંતકાળના ભવ્ય દ્વાર આગળ પહોંચે છે.

નવસર્જનનું વચન આપતા મારા દેહને નૌકા મારી ઇચ્છા પ્રમાણે દોરી જતી હતી. કેવી શાંત અને સુંદર એ મુસાફરી હતી! સોનેરી રેતીના રણ વીંધીને મંદિરો ઇજિપ્તના ભૂતકાળના રાજાઓની વાતો કરતાં હતાં. મારા દેહમાં પોઢેલા પેલા નાનકડા માનવીએ તો એમ જ કલ્પનાના ઘોડા દોડાવ્યા હશે કે તે અંધકાર અને મૃત્યુની ભૂમિ ઉપર મુસાફરી કરી રહ્યો છે. મને લાગ્યું કે પેલાં મંદિરોમાં આવેલા જર્જરિત દેવદેવીઓ પેટમાં પોઢેલા મારા બાળને જોઈ રહ્યાં છે.

ઇજિપ્તની એ મુસાફરીમાંથી હું શું શું યાદ કરું? જાંબુડિયા રંગ પ્રસારતો સૂર્યોદય, સિંદૂરિયા રંગ પૂરતી સંધ્યા અને રણમાં ચમકતી સોનેરી રેતી. મંદિરની પરસાળમાં અમે ગુલાબી દિવસો ગાળતાં અને હું ભાવિ બાળક વિશે વિચારો કરતી સ્વપ્નસૃષ્ટિમાં વિચરતી. ખેડૂતની નારીઓ નાઇલ નદીના નીર ભરીને કિનારા ઉપરથી પસાર થતી હતી. એમના સુંદર માથા ઉપર ટેકવેલા ઘડાઓને અને કાળી ઓઢણીઓમાં લચક લેતાં એમનાં ઘાટીલાં શરીરોને હું જોઈ રહેતી. હળવીફૂલ જેવી ડિયરડ્રે તૂતક ઉપર નૃત્ય કરતી; થીબ્સની જૂની શેરીઓમાં કૂદતી અને આ નાનકડું બાળક દેવોની ખંડિત મૂર્તિઓને જોઈ રહેતું.

જ્યારે તેણે સ્પિંક્સની મૂર્તિ જોઈ ત્યારે તે બોલીઃ 'બા, બા, આ ઢીંગલી બહુ રૂપાળી નથી છતાં કેવી ભવ્ય લાગે છે!'

એ હજી ફક્ત ત્રણ જ અક્ષરના શબ્દો બોલતાં શીખી હતી. ઇજિપ્તમાં સૂર્યોદય પછી પથારીમાં પડ્યા રહેવું અશક્ય છે. નાઇલનાં નીર ભરવામાં મજૂરોની કતારો કામે ચડતી, ખેતરો ખેડાતાં અને ઊંટોની હારમાળાઓ શરૂ થતી. આ બધો ક્રમ સાંજ સુધી ચાલે.

અમારી નૌકા ધીમે ધીમે આગળ વધી; ગીત લલકારતા ખલાસીઓના ત્રાંબા જેવાં શરીર હલેસાંઓની સાથે તાલ લેતાં હતાં. ઠંડે કલેજે અમે આ નીરખતાં અને પ્રેક્ષકો બનીને આ દશ્યોનો આનંદ લૂંટતાં હતાં.

રાત્રિઓ પણ એટલી જ મધુર હતી. પિયાનો બજાવનાર યુવાન પણ ઉસ્તાદ હતો. રોજ રાત્રે એ અમારા માટે વગાડતો હતો.

થોડાં અઠવાડિયાં પછી અમે વાડી હાફ્રા આવી પહોંચ્યાં અને ન્યૂબિયાનને વીંધીને આગળ ચાલ્યાં. અહીં નાઇલ નદી એટલી બધી સાંકડી બની જાય છે કે હાથથી એના બંને કિનારાને અડકી શકાય. અહીં નૌકા ઉપરના માણસો ખાર્ટુમ જવા ઊપડ્યા અને હું ડિયરડ્રે સાથે એકલી રહી. મારા જીવનનો આ શાંતમાં શાંત સમય હતો. આ અદ્‌ભુત પ્રદેશમાં ચિંતા અને દુઃખ અદશ્ય થઈ જાય છે. મેં બે અઠવાડિયાં ગાળ્યાં. અમારી નૌકા યુગના તાલથી આમતેમ ડોલતી લાગી. જે લોકોને પાલવી શકે એ લોકો માટે તો નાઇલમાં સુંદર નૌકામાં સમય ગાળવો એ ઉત્તમમાં ઉત્તમ ઔષધિ છે.

ઇજિપ્ત તો અમારી સ્વપ્નભૂમિ છે–બિચારા ખેડૂત માટે તો એ ભૂમિ ઉપર તનતોડ મહેનત કરવાનું સર્જાયું છે–પણ ગમે તેમ, એ એક જ પ્રદેશ છે કે જ્યાં મજૂરોમાં સૌન્દર્ય ભર્યું છે. માત્ર દાળનું પાણી અને સત્ત્વ વગરના રોટલાઓ ખાતા ખેડૂતોના શરીર સુંદર અને સુદઢ છે. ખેતરમાં કામ કરતા હોય ત્યારે અથવા તો નાઇલનું પાણી ભરતા હોય ત્યારે એમની તામ્રવર્ણી કાયા નીરખીને શિલ્પકારનું હૃદય જરૂર નાચી ઊઠે.

અમે ફ્રાંસ પાછાં ફર્યાં અને લોહેનગ્રીને એક ભવ્ય મકાન ભાડે રાખ્યું. મકાનની અગાશીઓ સાગર તરફ ઢળતી હતી. આ સમયે લોહેનગ્રીનને મનની અશાંતિ ખૂબ પજવતી હતી. એ પૅરિસ જતો અને આવતો. ભૂરા સાગરની પાસે આવેલા શાંત બાગમાં હું બેસી રહેતી અને જીવનને કળાથી જુદા પડતા વિચિત્ર ભેદ ઉપર વિચાર કરતી. મને વારંવાર નવાઈ લાગતી કે શું સ્ત્રી ખરેખર કળાકાર થઈ શકે! કળા તો એના ઉપાસક પાસેથી સતત ઉપાસના સિવાય બીજું કંઈ

ઇચ્છતી જ નથી; કળાને ચરણે બધુંયે સમર્પણ કરી દેવું પડે છે. જ્યારે સ્ત્રી પ્રેમ કરે છે ત્યારે તે પ્રેમની ખાતર બધું તજી દે છે. ગમે તેમ પણ હું આજે ફરી વાર મારી કળાથી વિખૂટી પડી ગઈ હતી.

મે મહિનાની પહેલી તારીખે સવારમાં, જ્યારે સાગર ભૂરો હતો. સૂર્યપ્રકાશ પાથરતો હતો અને કુદરતની છાતી ઉપર પુષ્પો ઊઘડતાં ત્યારે મને પુત્ર આવ્યો. આનંદ!

પ્રથમ પ્રસૂતિ સમયે નોર્ડવીકમાં જેવો જંગલી ડૉક્ટર હતો એવો અહીં ન હતો. બુદ્ધિશાળી ડૉ. બેન્સન અફીણના સત્ત્વથી પીડા ઓછી કેવી રીતે કરી શકાય તે જાણતા હતા. અને આ બીજો અનુભવ પહેલાં કરતાં તદ્દન જુદો જ હતો.

બેબી ડિયરડ્રે મારા ઓરડામાં આવી. એના સુંદર ચહેરા ઉપર અકાળ માતૃત્વ ઊભરાતું હતું, તે બોલી:

'ઓહ, નાનો મજાનો છોકરો! બા, બા, તારે એની જરા પણ ચિંતા કરવી નહીં. હું તેને મારા હાથમાં જ રાખીશ અને તેની સંભાળ લઈશ.'

ડિયરડ્રે મૃત્યુ પામી ત્યારે તેના ઠરડાઈ ગયેલા ધોળા હાથમાં આ છોકરો હતો અને ત્યારે મને આ જ શબ્દો યાદ આવ્યા હતા. લોકો પ્રભુ પ્રભુ શા માટે કરે છે! જો તેનું અસ્તિત્વ હોય તો આ બધી વસ્તુઓથી શું તેણે અજ્ઞાત રહેવું જોઈએ?

આમ ફરી એક વાર, હાથમાં બાળકોને લઈને સાગરકિનારે આવેલા મકાનમાં પડી હતી. પવનથી અથડાતા વિલામેરિયા નામના પેલા મકાનને બદલે આ વખતે અહીં બાદશાહી મકાન હતું અને પેલા અશાંત અને સોગિયા ઉત્તર સમુદ્રને બદલે આ વખતે જાંબુડિયાં વસ્ત્રો ધારણ કરતો ભૂમધ્ય સાગર હતો.

* * *

૨૪

જ્યારે હું પૅરિસ આવી ત્યારે લોહેનગ્રીને મિત્રોને ઉજાણી આપવાનું નક્કી કર્યું અને મને કાર્યક્રમ ગોઠવવાનું જણાવ્યું. ખર્ચ કરવામાં તેને આનંદ આવતો હતો.

મને એમ લાગે છે કે પોતાની જાતને કેવી રીતે આનંદ આપવો એ પૈસાદાર લોકો જાણતા નથી. એક ગરીબ ચોકીદાર ભોજન આપે અને પૈસાદારો ભોજન સમારંભ ગોઠવે એમાં કંઈ બહુ ફેર નથી. મેં તો હંમેશાં વિચાર્યું છે કે જો પાસે પૂરતા પૈસા હોય તો ભવ્ય ભોજન સમારંભ કોઈ પણ ગોઠવી શકે. અને મેં આમ વ્યવસ્થા કરી.

વર્સેઇલ્સના બાગમાં ચાર વાગ્યે હાજર થઈ જવાનાં મહેમાનોને આમંત્રણ મોકલ્યાં. ખુલ્લી જગ્યામાં તંબૂઓ ઊભા કરવામાં આવ્યા. સમૂહવાદન પણ ગોઠવાયું. મધ્ય રાત સુધી જલસા ઉડાવ્યા અને સવાર સુધી બધાએ નૃત્ય કર્યું.

પૈસાદારોએ જો એમના મિત્રોને ખુશ કરવા પૈસા ખર્ચવા જ હોય તો આવી રીતે ખર્ચાય. આ ભોજન સમારંભમાં પૅરિસના બધા કલાકારો અને સારા લોકો આવ્યા હતા. તેઓએ આ સમારંભને ખરેખર વખાણ્યો.

પણ વિચિત્ર વાત તો એ હતી કે મેં લોહેનગ્રીનને ખુશ કરવા માટે આ વ્યવસ્થા કરી, પણ એ નામદાર તો આવ્યા જ નહીં. આ સમારંભ પાછળ એના પચાસ હજાર ફ્રાંક ખર્ચાયા. સમારંભ પહેલાં એક કલાકે મારા ઉપર એણે તાર કર્યો કે 'મારી તબિયત ઘણી ખરાબ છે અને હું નહીં આવી શકું. મહેમાનોનું તું સ્વાગત કરજે.'

મારે માટે તો આ વાત વારંવાર સ્પષ્ટ બની હતી કે પૈસાદારોની સુખની શોધ એ સીદીભાઈના ડાબા કાન જેવી છે અને તેથી હું સામ્યવાદી બનવા પ્રેરાઉં એમાં કંઈ નવાઈ નથી.

એ જ સમયે લોહેનગ્રીનના મગજમાં તૂત ભરાયું કે અમારે બંનેએ લગ્ન કરવાં જોઈએ. જોકે મેં તેની સામે વાંધો ઉઠાવ્યો હતો અને હું તો લગ્નની વિરુદ્ધ જ હતી.

મેં કહ્યું: 'કળાકારને માટે લગ્ન એ કેટલું મૂર્ખાઈભર્યું છે અને જ્યારે જગતની મુસાફરીઓમાં જ મારે જીવન ગાળવાનું છે ત્યારે રંગભૂમિની આગલી હરોળમાં બેસીને પ્રશંસા કરતાં કરતાં તમારું જીવન તમે કેવી રીતે પસાર કરી શકો?'

તેણે જવાબ આપ્યો, 'જો આપણે પરણીએ તો તારે મુસાફરીઓ બંધ કરવી જોઈએ.'

'અને પછી આપણે શું?'

'વિહારનૌકામાં લહેર કરીશું.'

'પણ પછી શું?'

છેવટે લોહેનગ્રીને ત્રણ મહિના અખતરો કરી જોવાની સૂચના મૂકી. તેણે કહ્યું:

'પછી જો તને ન ગમે તો મને બહુ નવાઈ લાગશે.'

અને તેથી એ ઉનાળામાં અમે ડેવોનશાયર ગયાં. ત્યાં લોહેનગ્રીનનો વિશાળ બંગલો હતો. કેટલાંયે શયનગૃહો, સ્નાનગૃહો, નોકરો અને ગૅરેજમાં પડેલી ચૌદ મોટરો વગેરે બધુંયે મારે ચરણે અને પેલી નૌકાવિહાર પણ ખરી.

પણ મેં વરસાદની ગણતરી ન કરી હતી. ભરઉનાળામાં આખો દિવસ વરસાદ પડ્યા કરે છે. અંગ્રેજ લોકો એની જરા પણ દરકાર કરતા હોય એમ લાગતું નથી. એ તો સવારમાં ઊઠે અને નાસ્તોપાણી કરે, પછી પહેરે કપડાં અને ભીના રસ્તાઓ ઉપર નીકળી પડે, બપોરે જમતી વેળાએ પાછા આવે અને ખૂબ ખાય.

બપોરના ભોજન પછી પાંચ વાગ્યા સુધી તેઓ કાગળપત્ર લખવાના કાર્યમાં ગૂંથાયેલા છે એમ માની શકાય, પણ હું ધારું છું કે ખરેખર એ લોકો ઊંઘતા હશે, પાંચ વાગ્યે તેઓ ચા લે છે, માખણ, રોટી વગેરે તો હોય જ, અને પછી તેઓ 'બ્રિજ' રમવાનો ઢોંગ કરે છે. એવામાં તો એમનું ખરેખરું ઉપયોગી કાર્ય શરૂ થાય છે અને તે સાંજના ભોજન માટે પોશાક ધારણ કરવાનું. સ્ત્રીઓ પણ પોતાની જાતને શણગારે છે અને સદ્‌ગૃહસ્થો કડક ખમીસ ધારણ કરીને ભાતભાતની વાનગીઓ ઉડાવે છે. જ્યારે વિધિ પૂરી થાય છે ત્યારે તેઓ ઊંઘવાનો સમય ન થાય ત્યાં સુધી રાજકારણ ઉપર હળવી ચર્ચાઓ કરે છે અથવા તો ફિલસૂફીને પણ સ્પર્શે છે.

તમે જ કલ્પના કરો કે મને આવું જીવન ગમે કે કેમ? બે અઠવાડિયાંમાં તો હું હેરાન થઈ ગઈ.

હવે અમારા મકાનમાં નૃત્ય કરવા માટે 'બૉલરૂમ' હતો. મારી વધતી જતી બેચેની જોઈને લોહેનગ્રીને કહ્યું: 'તું શા માટે "બૉલરૂમ"માં નૃત્ય નથી કરતી?'

'આવી સુંવાળી અને લીસી છો ઉપર હું કેવી રીતે મારા સીધાસાદા હાવભાવ વ્યક્ત કરી શકું?'

'જો એ જ તને મુશ્કેલી હોય તો તારા પડદાઓ અને શેતરંજીઓ મંગાવ.'

શેતરંજીઓ અને પડદાઓ આવી ગયાં. મેં કહ્યું: 'મારે તો પિયાનો બજાવનાર જોઈએ.'

'તો એને પણ બોલાવ.' લોહેનગ્રીને કહ્યું.

તેથી મેં કોલોનને તાર કર્યો: 'ઉનાળો ઇંગ્લાંડમાં. કામ કરવું જોઈએ. પિયાનો બજાવનાર મોકલો.'

કોલોનના સમૂહવાદનમાં એક જણ વાયોલિન બજાવતો હતો. એનો દેખાવ વિચિત્ર હતો; એના બેડોળ દેહ ઉપર એનું મોટું માથું આમતેમ ડોલતું હતું. આ વાયોલિન બજાવનાર માણસ પિયાનો પણ જાણતો હતો અને કોલોન આ માણસને મારી પાસે લાવ્યો હતો, પણ હું તેને જ્યારે જોતી અથવા તો અડકતી ત્યારે મને ચીતરી ચડતી, કોલોનને મેં વિનંતી કરી હતી કે આ માણસને મારી પાસે લાવતો નહીં. કોલોને કહ્યું કે એ તો મારો પ્રશંસક છે, પણ મેં ચોખ્ખું જણાવી દીધું કે એને જોતાં મને એવી ચીતરી ચડે છે કે મને તેની પાસે ઊભા રહેવું પણ ગમતું નથી. એક દિવસ સાંજે કોલોન માંદો હતો તેથી તેની જગ્યાએ આ માણસને મોકલ્યો. હું તો ગુસ્સે થઈ ગઈ અને કહ્યું: 'જો તે વગાડશે તો હું નૃત્ય નહીં કરી શકું.'

તે મારા ઓરડામાં આવ્યો; એની આંખમાં આંસુ હતાં; તેણે મારી સામે જોઈને કહ્યું: 'ઈસાડોરા! હું તમને ખૂબ માન અને પ્રેમથી નીરખું છું. આ એક જ વખત મને તમારા નૃત્યની સાથે વગાડવા દો.'

મેં ઠંડે કલેજે તેના સામે જોયું.

'ના, મારે તમને સમજાવવું જોઈએ કે તમારો શારીરિક દેખાવ જોઈને મને ઊલટી થાય છે.'

આ સાંભળીને એ રડી પડ્યો.

પ્રેક્ષકો તો રાહ જોતા હતા પછી બીજાએ જ સંગીતનું સંચાલન કર્યું.

એક વખત ખાસ વરસાદના દિવસે કોલોન તરફથી મને તાર મળ્યો: 'પિયાનો બજાવનારને મોકલું છું. આ કલાકે અને આ દિવસે આવે છે.'

હું તો સ્ટેશન ગઈ અને મારી અજાયબી વચ્ચે પેલા નામદાર જ ટ્રેનમાંથી નીચે ઊતર્યા.

મેં કહ્યું: 'તમને કોલોને મોકલ્યા એ કેમ બને? એ જાણે છે કે મને તમારી પ્રત્યે તિરસ્કાર છે અને તમે મને જરા પણ નથી ગમતા.'

જવાબ દેતાં એ થોથવાઈ ગયો અને હું તેને ઘેર લઈ ગઈ. લોહેનગ્રીનને આ પિયાનો બજાવનાર કોણ હતો, તેની જ્યારે ખબર પડી ત્યારે મને કહ્યું: 'કંઈ વાંધો નહીં. મારે અદેખાઈ કરવાનું કંઈ કારણ નથી.'

લોહેનગ્રીન જેને માંદગી ગણતો હતો એ માંદગીની અસરથી એ પીડાતો હતો. બંગલામાં તેની સાથે એક ડૉક્ટર અને નર્સ રહેતાં હતાં. એ લોકો મારી વર્તણૂક ઉપર ખૂબ ભાર મૂકતાં. મને તો મકાનના બીજા છેડા ઉપરના ઓરડામાં રાખવામાં આવી હતી અને કહેવામાં આવ્યું હતું કે મારે કોઈ પણ રીતે લોહેનગ્રીનને અડચણ ન કરવી. લોહેનગ્રીન તો માત્ર ભાત અને દાળના પાણી ઉપર રહેતો હતો. પૅરિસથી મંગાવેલા ખાસ એક પાંજરા પાસે લોહેનગ્રીનને કોઈ કોઈ વાર લાવવામાં આવતો અને ત્યાં તેને વીજળી આપતા. અતિશય દયામણું મોઢું કરીને લોહેનગ્રીન એમાં બેસતો અને કહેતો:

'હું આશા રાખું છું કે આથી મને સારું થઈ જશે.' અવિશ્રાંતિ વરસતા વરસાદે અને આવા પ્રસંગોએ મારા મનની અશાંતિ વધારી દીધી. હવે પછી અસામાન્ય બનાવો શા માટે બન્યા તે આ ઉપરથી સમજાઈ જશે.

બેચેની અને મનનો સંતાપ દૂર કરવા ખાતર, મને જે માણસ પ્રત્યે તિરસ્કાર હતો તેની સાથે મેં કામ કરવા માંડ્યું. એ જ્યારે મારી સમક્ષ વગાડતો ત્યારે હું તેની આસપાસ બારીક પડદો ઢાંકી દેતી અને કહેતી:

'તમારો દેખાવ એટલો બધો ખરાબ છે કે હું તમારી સામે જોઈ શકતી નથી.'

આ મકાનમાં લોહેનગ્રીનની જૂની મિત્ર કાઉન્ટેસ અ રહેતી હતી તેણે આ જોઈને કહ્યું: 'આ બિચારા પ્રત્યે તમે આવી વર્તણૂક કેવી રીતે રાખી શકો છો?'

અને એક દિવસ તો આ બાઈએ આગ્રહ કર્યો કે આ પિયાનો બજાવનારને અમારી સાથે મોટરમાં લઈ જવો. બપોરે ભોજન પછી અમે બંધ મોટરમાં ફરવા નીકળ્યાં.

અનિચ્છાએ પણ મેં તેને અમારી સાથે આવવાનું આમંત્રણ આપ્યું. અમે ત્રણ જણાં સાંકડી મોટરમાં સાથે ભરાઈને બેઠાં હતાં. એ જુદો બેસી શકે એવી સગવડ ન હતી. હું વચમાં હતી; જમણી બાજુ કાઉન્ટેસ અ અને ડાબી બાજુ પેલા ભાઈસાહેબ. દરરોજની જેમ વરસાદ તો વરસતો હતો. જરા આગળ વધ્યાં કે તરત જ મારા હૃદયમાં આ માણસ માટે એટલો અભાવ ઉત્પન્ન થયો કે મેં ડ્રાઇવરને ગાડી ઘેર લઈ જવાનું કહ્યું. તેણે માથું હલાવ્યું અને મને ખુશ કરવા

ખાતર તેણે એકદમ ગાડીને વળાંક લીધો અને હું પેલા નામદારના હાથમાં જઈ પડી. મારા દેહની આસપાસ તેણે તેના હાથ વીંટી દીધા. હું પાછી ફરી અને તેની સામે જોયું. તરત જ મને થયું કે ઘાસના સળગતા પૂળાની જેમ સારુંયે શરીર સળગી રહ્યું છે. આવી સખત તીવ્રતા મેં ક્યાંય અનુભવી ન હતી. અને ફરી અચાનક મારાથી તેની સામે જોવાઈ ગયું. હું તો થંભી ગઈ? મેં પહેલાં આ કેમ નહીં જોયું હોય? તેનો ચહેરો સંપૂર્ણ સૌન્દર્યવાન હતો અને તેનાં ચક્ષુઓમાં તો બુદ્ધિપ્રતિભાની આછી આછી જ્યોત ઝળહળતી હતી. તે પળ પછી મેં જાણ્યું કે એ મહાન માણસ છે.

ઘેર પાછાં ફરતાં આખે રસ્તે મેં તેની સામે આવેગભરી સ્થિતિમાં જોયા જ કર્યું અને જેવાં અમે ઓરડામાં દાખલ થયાં કે તરત જ તેણે મારો હાથ પકડ્યો અને હજી સુધી પણ મારી સામે દૃષ્ટિ રાખીને તે મને મૃદુતાથી 'બૉલરૂમ'ના પડદા પાછળ દોરી ગયો. આગલા સખત અણગમામાંથી આવો પ્રબળ પ્રેમ પ્રગટે એ કઈ રીતે શક્ય છે!

એ સમયે જે ઉત્તેજક પીણાની પ્રખ્યાત શોધ થઈ હતી એ લોહેનગ્રીનને આપવામાં આવતું હતું. હજારો બાટલાઓ એ લેતો અને તેણે નોકરોને પણ હુકમ કર્યો હતો કે મહેમાનોને પણ લોહેનગ્રીનની શુભેચ્છા તરીકે આ પીણાની શીશીઓ આપવી, અને જોકે મને પછી ખબર પડી કે માત્ર ચમચો ભરીને જ આ પીણું લઈ શકાય તોપણ લોહેનગ્રીનનો એવો આગ્રહ હતો કે અમારે પ્યાલો ભરીને પીવું.

મોટરમાં પેલા બનાવ પછી હરતાં-ફરતાં બગીચામાં કે કાદવવાળી શેરીઓમાં આંટા મારતાં વગેરે જગ્યાએ અમે એકલાં જ હતાં. પણ આટલા તીવ્ર આવેગોનો અંત પણ એટલો જ તીવ્ર હોય છે. એક દિવસ એવો આવ્યો કે પેલા માણસને સદાને માટે અમારું ઘર છોડવું પડ્યું. જે માણસ મરવા પડ્યો છે એમ મનાતું હતું તે માણસના જીવનને બચાવી લેવા ખાતર અમારે આ ભોગ આપવો પડ્યો.

ઘણા વખત પછી મેં જ્યારે 'મિરર ઑફ જિસસ'નું સુંદર ગીત સાંભળ્યું ત્યારે મને સમજાયું કે પેલો માણસ ખૂબ બુદ્ધિશાળી છે એ વાત મારી સાચી ઠરી છે – અને બુદ્ધિપ્રતિભાથી ઝળહળતો કોઈ પણ આત્મા હંમેશાં મારે માટે તો પ્રાણઘાતક આકર્ષણ બની રહ્યો છે.

આ પ્રસંગે મને એટલું મારી જાતે સાબિત કરી બતાવ્યું કે હું કૌટુંબિક જીવન માટે જરા પણ લાયક નથી અને તેથી શરદઋતુમાં, જરા ડાહી અને ગંભીર બનીને મારી ત્રીજી શરત પૂરી કરવા અમેરિકા ગઈ, અને પછી મેં સોમી વખત કડક નિશ્ચય

કર્યો કે હવે પછી હું મારું જીવન કલાની ઉપાસનામાં જ ગાળીશ. જોકે હું સમજું છું કે એ ઉપાસના આકરી છે તોપણ માનવીઓ કરતાં એ વધારે સુખકર છે.

આ મુસાફરી દરમ્યાન મેં અમેરિકાને મારી શાળાની સ્થાપના માટે ખાસ ભારથી વિનંતી કરી. ત્રણ વર્ષના મારા વૈભવયુક્ત જીવનના અનુભવે મને ખાતરી કરી આપી કે એ જીવન તદ્દન નકામું, નીરસ અને સ્વાર્થી હતું. તેમ જ મારે માટે તો એ પણ સાબિત થઈ ચૂક્યું કે વિશ્વવ્યાપક પ્રતીક સિવાય બીજો મેટ્રોપોલિટન હાઉસમાં બેઠેલા પ્રેક્ષકોને ઉદ્દેશીને ભાષણ પણ કર્યું અને વર્તમાનપત્રોએ એનો ઊંધો અર્થ કરીને પહેલાં પાનાંઓ ઉપર મોટા અક્ષરે છાપ્યું.

'ઈસાડોરા પૈસાદારોનું અપમાન કરે છે.'

મેં કંઈક આ પ્રમાણે કહ્યું:

મારા શબ્દોનું અવતરણ ટાંકીને એમ કહેવામાં આવ્યું છે કે હું અમેરિકા માટે કંઈ અણછાજતું બોલી છું. કદાચ એમ હોય પણ એનો અર્થ એ નથી થતો કે અમેરિકા પ્રત્યે મને પ્રેમ નથી. કદાચ એનો અર્થ એ પણ નીકળે કે હું અમેરિકાને ખૂબ જ ચાહું છું. એક વખત મેં જાણ્યું કે એક માણસ એક સ્ત્રીના પ્રેમમાં ખૂબ આવેગથી પડ્યો હતો, એ સ્ત્રીને એને માટે કંઈ કહેવા જેવું હતું નહીં અને તેની તરફ ખરાબ વર્તણૂક રાખી. દરરોજ પેલો માણસ પેલી સ્ત્રીને અપમાનકારક પત્રો લખતો હતો. જ્યારે પેલી સ્ત્રીએ તેને પૂછ્યું: 'તું મને શા માટે આવી જંગલી વાતો કરે છે?' પેલાએ જવાબ આપ્યો: 'કારણ કે હું તને ખૂબ ચાહું છું.'

કોઈ માનસશાસ્ત્રી આ વાર્તાનો તમને અર્થ સમજાવશે અને સંભવિત છે કે અમેરિકા સાથેનું મારું વર્તન આવું છે. અલબત્ત, હું અમેરિકાને ચાહું છું. આ નૃત્યશાળા, આ બાળકો અને આપણે બધાં, અમેરિકાના મહાકવિ વૉલ્ટ વ્હીટમૅનનાં સંતાનો શા માટે ન હોઈએ? અને આ નૃત્ય કે જેને 'ગ્રીક નૃત્ય' કહેવામાં આવે છે તેનો જન્મ અમેરિકામાંથી જ થયો છે; ભાવગ્રાહી અમેરિકાનું એ નૃત્ય છે. નૃત્યની આ બધી ક્રિયાઓ ક્યાંથી આવી છે? અમેરિકાની જાજરમાન કુદરતના ઉદરમાંથી જ તેનો જન્મ થયો છે. કૅલિફૉર્નિયાનો કિનારો ધોતો મહાસાગર પૅસિફિક આ નૃત્યનો પ્રણેતા છે. અમેરિકાના મહાન પર્વતો, ખીણો અને નાયગ્રાના ધસમસતા ધોધમાંથી આ નૃત્ય આવ્યું છે.

બીથોવન અને શુબર્ટ આ પ્રજાના જ બાળકો હતા. એ લોકો ગરીબ માણસો હતા. એમના મહાન કાર્યને પ્રેરણા મળી હતી અને એ કાર્ય ઉપર સારી માનવજાતનો હક્ક છે. પ્રજા નાટક, સંગીત અને નૃત્ય ઇચ્છે છે.

અમે 'ઈસ્ટ સાઇડ' તરફ ગયા અને એમ ને એમ લોકો સમક્ષ નૃત્યનો કાર્યક્રમ રજૂ કર્યો. અમુક માણસોએ કહ્યું: 'જો તમે આ બાજુ શુબર્ટનું સંગીત રજૂ કરશો તો લોકો તેની દરકાર નહીં કરે.'

ઠીક, અમે તો તદ્દન મફત કાર્યક્રમ રાખ્યો. થિયેટરમાં કોઈ પણ જાતનું ઠેકાણું ન હતું. કેવું સરસ! નૃત્ય નીરખીને લોકોનું હૃદય વીંધાઈ ગયું અને આંખમાંથી આંસુ ચાલ્યાં; આમ લોકોએ તેની દરકાર કરી. ઈસ્ટ સાઇડની પ્રજાના હૃદયમાંથી જીવન, કાવ્ય અને કળા બહાર કૂદી પડવા તલપાપડ થઈ રહ્યાં છે. એ પ્રજા માટે એક મહાન વર્તુળાકાર રંગભૂમિ બાંધો, આ જ ખરી પ્રજાસત્તાક રંગભૂમિ છે; અહીં બધાને સમાનતા મળે; બધા સરખી રીતે જોઈ શકે; કોઈ પણ જાતના વર્ગનો ભેદ નહીં અને જુઓ પેલી ગેલરી! માખીઓની જેમ લોકો ત્યાં વળગી રહ્યાં છે, શું આ યોગ્ય છે? આવી રીતે બેસાડીને તમે શું નૃત્ય અને સંગીતની એમને કદર કરવાનું કહો છો?

સાદી અને સુંદર રંગભૂમિ બાંધો. એને ભપકાદાર રીતે શણગારવાની જરા પણ જરૂર નથી. માનવીના પ્રાણમાંથી જ સૂક્ષ્મ કળાનો જન્મ થાય છે, એને બાહ્ય આભૂષણોની જરા પણ જરૂર ન હતી. અમારી શાળામાં અમારી પાસે નથી પોશાક કે નથી આભૂષણો. ત્યાં તો પ્રેરણાનું પાન કરીને ઉન્નત બનેલા માનવઆત્મામાંથી સૌન્દર્યનો રસપ્રવાહ વહે છે અને દેહ તો એનું પ્રતીક છે. મારી કળાએ જો તમને અહીં કંઈ શીખવ્યું હોય તો તે આ જ છે. સૌન્દર્યની શોધ કરવી પડે છે અને તે બાળકોમાં છે; નૃત્ય કરતી વખતે બાળકોના નાજુક હાથમાં અને એમનાં ચક્ષુઓમાં સૌન્દર્ય ભર્યું છે. હાથમાં હાથ રાખીને રંગભૂમિની આગલી હરોળમાં બેસતી કોઈ પણ સ્ત્રીના ગળામાં શોભતાં મોતીના હાર કરતાં આ બાળકો વધારે સુંદર છે. આ બાળકો જ મારા હીરામોતી છે; મારે બીજાની જરૂર નથી. બાળકોને શક્તિ, સ્વાતંત્ર્ય અને સૌન્દર્યનાં પાન કરાવો. કળાભૂખી પ્રજાને કળા આપો. માત્ર થોડાક સંસ્કારી લોકોના આનંદને પોષવા ખાતર મહાન સંગીતનો ઉપયોગ તેને માટે હવે વધારે સમય સુધી નહીં થઈ શકે. સમસ્ત પ્રજાને એ સંગીત મફત આપવું જોઈએ. જેટલી એ લોકોને હવા અને રોટલીની જરૂર છે, એટલી જ એ લોકોને સંગીતની જરૂર છે, કારણ કે સંગીત એ તો સારીયે માનવજાતનું આધ્યાત્મિક પવિત્ર મદિરાપાન છે.

આ પ્રકરણ 'દેહોપભોગી પ્રેમની ક્ષમાયાચના' જેવું બની રહેશે, કારણ કે મેં શોધી કાઢ્યું હતું કે પ્રેમમાંથી વિનોદ તેમ જ દુઃખનો પણ જન્મ થાય છે. મેં તો એમાં ઝુકાવ્યું. માણસોને સૌન્દર્યની ભૂખ લાગી હોય એમ લાગ્યું પણ સૌન્દર્યની

એ ભૂખ કઈ જાતની? કોઈ પણ જાતની જવાબદારી અને ભયમાંથી મુક્ત રાખીને આનંદ અને પ્રેરણા અર્પે એવા પ્રેમની લોકોને ભૂખ છે. નૃત્ય પૂરું કર્યા પછી હું મારો પોશાક અને માથા ઉપર ગૂંથેલાં ગુલાબનાં પુષ્પોથી સુંદર લાગતી હતી. શા માટે આ સૌન્દર્યનો ઉપભોગ ન થવો જોઈએ? આત્મદમનના દિવસો હવે ગયા. શેમ્પેન દારૂનો સ્વાદ ચાખવો એ મને હવે વધારે સ્વાભાવિક લાગ્યું અને હું કેવી સુંદર છું એમ રાખશો. સુંદર નગ્ન દેહ, માદક ઓષ્ઠો અને હાથમાં હાથ પકડીને કોઈ પ્રિયપાત્રના ખભા ઉપર માથું ઢાળીને મીઠી નિદ્રા લેવી વગેરે વસ્તુઓમાંથી મળતો આનંદ મને વધારે નિર્દોષ અને આહ્‌લાદક લાગ્યો. હા, અમુક લોકો માટે વાતો ઊડે પણ શા માટે તે હું સમજી શકતી નથી. તમે જે શરીર સાથે જન્મ લીધો છે એ અમુક અંશે વ્યાધિને પાત્ર તો છે અને ગમે તેવો ચારિત્ર્યવાન માનવી હોય છતાં પણ એને માંદગી તો આવવાની જ. તો પછી શા માટે એ શરીરમાંથી, જ્યારે પ્રસંગ મળે ત્યારે વધુમાં વધુ આનંદ ન લૂંટવો? જે માણસ આખો દિવસ મગજમારી કરે છે અને કેટલીક વાર તો અટપટા કોયડા અને ચિંતા તેને પીંખી નાખે છે તો પછી એ માનવીએ કોઈના કરકમલમાં પડ્યા રહીને શા માટે પોતાનું દુઃખ નિવારવા માટે, સૌન્દર્યની મસ્તીનો આનંદ ન લૂંટવો જોઈએ? હું આશા રાખું છું કે જે લોકોને મેં આ આનંદ આપ્યો છે એ લોકો, હું જેટલા આનંદથી એ વસ્તુ યાદ કરું છું એટલા જ આનંદથી તેઓ યાદ કરતા હશે.

જંગલોમાં, ખેતરોમાં અને સંગીતની અદ્‌ભુત લહેરીઓમાં મેળવેલા મારા આનંદનાં મીઠાં સંસ્મરણો લખવા માટે તો જુદું જ પુસ્તક લખવું પડે; આ પુસ્તકમાં એ લખી ન શકાય.

હા, હું સતત રડી હતી. ભલે હું દેહપ્રણયી હોઉં... હું દેહપ્રણયી! શા માટે નહીં? મરજાદી હોવા કરતાં એમાં જ મારા જીવનનો સર્વોત્તમ વિકાસ હતો.

પૅરિસ પાછી ફરી એ પ્રસંગને હું કદી નહીં ભૂલું. વર્સેલ્સમાં આયાની દેખરેખ નીચે મેં મારાં બાળકોને રાખ્યાં હતાં. જ્યારે મેં દરવાજો ઉઘાડ્યો ત્યારે સોનેરી વાંકડિયા વાળથી દેવકુમાર જેવો લાગતો મારો છોકરો દોડતો દોડતો આવ્યો. એ પારણામાં હતો ત્યારે મેં તેને છોડ્યો હતો.

૧૯૦૮માં મેં નવું મકાન લીધું અને બાળકો સાથે ત્યાં રહેવા ગઈ. આ મકાનમાં હું આખો દિવસ અને કોઈ વાર આખી રાત કામ કરતી. હેનર સ્કેને મારો વફાદાર મિત્ર હતો. અજબ શક્તિશાળી અને અવિશ્રાંત મહેનત કરનારો એ હતો. એ મારી સાથે પિયાનો બજાવતો. સવારે અમે કાર્ય શરૂ કરતાં અને સાંજ ક્યારે પડતી તેની ખબર પણ પડતી નહીં, કારણ કે આખો દિવસ બારીઓ

આગળ ભૂરા પડદા હોય અને અંદર બત્તીઓ બળતી હોય. વખત કેમ પસાર થઈ જતો તેનો અમને ખ્યાલ પણ આવતો નહીં. કેટલીક વાર હું તેને કહેતી: 'હેનર! તને ભૂખ નથી લાગી? કેટલા વાગ્યા હશે તેની તો ખબર પણ નથી!' અને અમે ઘડિયાળમાં જોતાં ત્યારે ખબર પડતી કે બીજા દિવસના સવારના ચાર વાગ્યા છે! અમે અમારા કાર્યમાં એટલાં બધાં રત થઈ ગયાં હતાં કે હિંદુઓની ફિલસૂફીમાં કહીએ તો અમે 'સમાધિ દશાનો પરમ આનંદ' માણતા હતા.

મકાનની આસપાસ બાળકો માટે ખાસ બાગ હતો. બીજો પણ સુંદર બગીચો હતો અને વસંતમાં અને ઉનાળામાં મકાનનાં બારણાં ખુલ્લાં રાખીને અમે નૃત્ય કરતાં. આ મકાનમાં માત્ર કામ જ કરતા એટલું નહીં પણ રમતા પણ ખરા. લોહેનગ્રીન તો ભોજનસમારંભો અને ઉજાણીઓ ગોઠવીને પ્રસન્ન રહેતો. આવે પ્રસંગે આખા મકાનનો દેખાવ બદલાઈ જતો. મોટા મહેલ જેવો એનો દેખાવ લાગતો અને પૅરિસના બધા કળાકારો અને પ્રતિષ્ઠિત સદ્ગૃહસ્થો અહીં આવતા.

એક વખત અમે કોઈ પણ જાતની પૂર્વતૈયારી વિના મૂક અભિનય ગોઠવ્યો. આ પ્રસંગે ડી' એનનઝિયોએ તેનું અદ્ભુત નટકૌશલ્ય બતાવ્યું.

*

ઘણાં વર્ષોથી મને ડી' એનનઝિયો માટે પૂર્વગ્રહ બંધાઈ ગયો હતો, કારણ કે ડ્યૂસની હું પ્રશંસક હતી અને ડ્યૂસ પ્રત્યે તેણે સારું વર્તન ચલાવ્યું ન હતું. તેથી જ મેં તેને મળવાની ના પાડી હતી. એક મિત્રે મને કહ્યું: 'ડી' એનનઝિયોને તમને મળવા માટે લાવું?' અને મેં જવાબ આપ્યો.

'ના ના, એને હું મળીશ તો મારું મગજ ઉશ્કેરાઈ જશે.'

પણ મારી ઇચ્છાવિરુદ્ધ તે ડી' એનનઝિયોને એક વાર લઈ આવ્યો.

જોકે મેં એનનઝિયોને પહેલાં જોયો ન હતો. પણ જ્યારે મેં આ અસામાન્ય, તેજસ્વી અને સામા માણસને આકર્ષી લે એવી આ વ્યક્તિને જોઈ ત્યારે મારા મુખમાંથી આવકારના શબ્દો નીકળી પડ્યા.

૧૯૧૨માં મને જ્યારે પૅરિસમાં મળ્યો હતો, ત્યારે એણે ઈસાડોરાને જીતી લેવાનો નિશ્ચય કર્યો હતો. એનનઝિયો જગતની જાણીતી દરેક લલનાને પ્રેમ કરવા ઇચ્છતો હતો અને સ્ત્રીઓ એની પાછળ ગાંડી બને એવી તેની ઇચ્છા હતી. અને આ કંઈ શોભાસ્પદ કાર્ય ન કહેવાય. પણ ડ્યૂસ તરફના મારા મનને લીધે મેં તેનો પ્રતિકાર કર્યો. મેં વિચાર કર્યો કે જગતમાં હું જ એવી એક સ્ત્રી છું કે તે તેનો પ્રતિકાર કરશે. આ વીરતાભર્યો વિચાર હતો.

જ્યારે એનનઝિયો કોઈ સ્ત્રીને પ્રેમ કરવા ઇચ્છે છે ત્યારે તે એક નાના પુષ્પ સાથે તેને નાનું કાવ્ય મોકલે છે. દરરોજ સવારે આઠ વાગ્યે મને આ નાનું પુષ્પ મળવા લાગ્યું અને તેમ છતાં પણ મેં મારો વીરતાભર્યો વિચાર જાળવી રાખ્યો.

એનનઝિયો બાજુની જ હોટેલમાં રહેતો હતો. એક રાત્રે તેણે મને તેની લાક્ષણિક ઢબે કહ્યું:

'ઈસાડોરા! હું મધ્ય રાત્રિએ આવીશ.'

આખો દિવસ મેં અને મારા મિત્રે અમારો સ્ટુડિયો સફેદ પુષ્પોથી, સફેદ કમળોથી શણગાર્યો. મૃત્યુની ઉત્તરક્રિયામાં વપરાય છે એવાં પુષ્પો હતાં. હજારો મીણબત્તીઓ પ્રગટાવી. મીણબત્તીઓ અને પુષ્પોથી શોભતા અમારા સ્ટુડિયોને જોઈને એને ભારે નવાઈ લાગી. દેવળ જેવો દેખાવ લાગતો હતો. એ આવ્યો અને ગાદીતકિયાથી ગોઠવેલા સ્ટેજ ઉપર તેને બેસાડીને મેં તેનો સત્કાર કર્યો. પહેલાં તો મેં તેની સમક્ષ નૃત્ય કર્યું. પછી તેને પુષ્પોથી ઢાંકી દીધો અને તેની આસપાસ મૃત્યુ સમયે ગવાતાં સંગીત સાથે નૃત્ય કરતાં કરતાં મેં મીણબત્તીઓ ગોઠવી દીધી. ધીમે ધીમે એક પછી એક મીણબત્તી મેં બુઝાવી; ફક્ત બે જ રાખી; એક તેના પગ આગળ અને બીજી તેના માથા ઉપરની. વશીકરણવિદ્યાથી–કૃત્રિમ નિદ્રા પામેલા માનવી જેવો એ બેઠો રહ્યો પછી સંગીત સાથે ધીમે ધીમે નૃત્ય કરતાં તેના પગ આગળ આવેલી મીણબત્તી મેં ઓલવી નાખી. પણ જ્યારે ગંભીરતાથી ધીમે પગલે હું તેના માથા ઉપરની બત્તી બુઝાવવા ગઈ ત્યારે તે ખૂબ મનોબળ એકઠું કરીને ઊભો થઈ ગયો અને ભયની બૂમ પાડતો સ્ટુડિયોની બહાર દોડી ગયો. હું અને પિયાનો બજાવનાર ખૂબ હસી પડ્યાં અને એકબીજાને ભેટી પડ્યાં.

બીજી વખત ડી' એનનઝિયોનો વર્સેલ્સમાં પ્રતિકાર કર્યો હતો. આશરે બે વર્ષ પછી, આ પ્રસંગ બન્યો હતો, મેં તેને પૅલેસ હોટલમાં જમવાનું આમંત્રણ આપ્યું. અમે બંને ત્યાં મારી મોટરમાં ગયાં. એનનઝિયોએ મને કહ્યું:

'ભોજન પહેલાં આપણે બહાર જંગલોમાં જરા ફરી આવીશું?'

'હા, જરૂર. બહુ મજા પડશે.'

મોટર લઈને માર્લીનાં જંગલો આગળ આવી પહોંચ્યાં. બહાર મોટર રાખી અને જંગલમાં દાખલ થયાં. ડી' એનનઝિયો તો ખૂબ આનંદમાં હતો. થોડી વાર અમે આમતેમ ફર્યાં અને પછી મેં કહ્યું:

'ચાલો, આપણે પાછા ફરીએ. હજી જમવાનું છે.'

પણ પાછાં ફરતાં અમે મોટર શોધી ન શક્યાં. તેથી અમે પગે ચાલીને સીધા હોટેલમાં જવાનું નક્કી કર્યું. અમે ચાલ્યાં, ખૂબ ચાલ્યાં પણ દરવાજો જ ન મળે!

છેવટે ડી' એનનઝિઓ તો નાના બાળકની જેમ રોવા લાગ્યો કે 'મને ભૂખ લાગી છે, મારે ખાવું છે. મારાથી હવે આગળ વધી નહીં શકાય.'

મારાથી બની શકે એવી રીતે મેં તેને આશ્વાસન આપ્યું. છેવટે દરવાજો મળ્યો અને અમે હોટેલમાં આવી પહોંચ્યાં. એનનઝિયોએ સુંદર ભોજન ઉપર બરાબર હાથ માર્યો.

ત્યાર પછી ફરી ત્રણ વર્ષ પછી, લડાઈ દરમ્યાન મેં એનનઝિયોનો પ્રતિકાર કર્યો હતો. હું રોમમાં હતી અને રેજીના હોટેલમાં ઊતરી હતી. અચાનક મને ખબર પડી કે એનનઝિયો પણ મારી બાજુમાં ઓરડામાં રહેતો હતો, રોજ રાત્રે માર્કવીસા પાસે જતો અને તેની સાથે ભોજન લેતો. એક રાત્રે માર્કવીસાએ મને જમવાનું આમંત્રણ આપ્યું. હું તેના રાજમહેલમાં ગઈ અને બહારના ઓરડામાં બેઠી. ગ્રીસની પદ્ધતિએ બધું શણગારવામાં આવ્યું હતું. હું તો માર્કવીસાની રાહ જોતી બેઠી. અચાનક ગંદી ભાષામાં મને કોઈ સુણાવી રહ્યું છે, એવા શબ્દો મેં સાંભળ્યા. આસપાસ જોયું તો પોપટ! તેને બાંધ્યો પણ ન હતો. હું તો ઊભી થઈ અને બીજા ઓરડામાં ચાલી ગઈ. માર્કવીસાની ત્યાં રાહ જોવા લાગી. એવામાં તરત જ મેં કૂતરાનો ઘુરકાટ સાંભળ્યો. જોયું તો ડાઘિયો કૂતરો! બીજા ઓરડામાં હું કૂદી. અહીં નીચે રીંછના વાળની શેતરંજીઓ પાથરી હતી અને દીવાલ ઉપર પણ રીંછનાં ચામડાં હતાં. માર્કવીસાની રાહ જોતી હું અહીં બેઠી. તરત જ મેં ફૂફૂ કરતો અવાજ સાંભળ્યો. જોયું તો પાંજરામાં પૂછડી ઉપર ઊભો થઈને એક નાગ મારી સામે ફૂંફાડા મારી રહ્યો હતો. આપણે તો કૂદીને બીજા ઓરડામાં બેઠાં. આ ઓરડામાં ચારે બાજુ વ્યાઘ્રચર્મ બિછાવવામાં આવ્યાં હતાં. અહીં વળી ગોરીલા વાંદરો મારી સામે દાંતિયાં કરતો હતો. હું તો અહીંથી નાસી અને બાજુના ઓરડામાં–ભોજનગૃહમાં આવી પહોંચી. માર્કવીસાના રહસ્યમંત્રીને અહીં જોયો. છેવટે માર્કવીસા ભોજન માટે નીચે ઊતરી. પારદર્શક સોનેરી પાયજામો તેણે પહેર્યો હતો. મેં કહ્યું:

'તમે પ્રાણીઓનાં ભારે શોખીન લાગો છો?'

'અરે હા. મને પ્રાણીઓ બહુ જ ગમે છે અને ખાસ કરીને વાંદરાઓ.' તેણે તેના સેક્રેટરી–રહસ્યમંત્રી તરફ જોતાં જોતાં કહ્યું.

આટલું માથે વીત્યા પછી મેં જોયું તો ભોજન તો માત્ર સભ્યતાની ખાતર જ હતું. કેવું વિચિત્ર!

જમ્યા પછી અમે બીજા ઓરડામાં ગયાં. પેલો ઉરાંગઉટાંગ સાથે હતો... માર્કવીસાએ ભવિષ્ય કહેનારી બાઈને બોલાવી. ઊંચી અણીદાર ટોપી અને કાળો ઝભ્ભો પહેરીને તે આવી અને પાનાંઓથી તેણે ભવિષ્ય ભાખવું શરૂ કર્યું.

એવામાં ડી' એનનઝિયો આવ્યો.

ડી' એનનઝિયો બહુ વહેમી છે અને દરેક ભવિષ્ય ભાખનારમાં તે શ્રદ્ધા રાખે છે. આ બાઈએ તેને માટે બહુ અદ્‌ભુત ભવિષ્ય ભાખ્યું.

'તમે હવામાં ઊડશો અને ભયંકર કાર્યો કરશો. તમે પડશો અને મૃત્યુના દરવાજા આગળ આવી પહોંચશો. તમે મૃત્યુ પામશો અને પછી તમારી કીર્તિ વધશે.'

મારું ભવિષ્ય નીચે પ્રમાણે:

'તમે દેશોને જાગ્રત કરીને નવો ધર્મ શીખવશો અને દુનિયામાં ચારે બાજુ મંદિરો સ્થાપશો. કોઈ શક્તિ તમારું આબાદ રક્ષણ કરી રહી છે અને જ્યારે તમારા જીવનમાં અકસ્માત થાય છે ત્યારે મહાન દેવદૂતો આવીને તમારું રક્ષણ કરે છે. મોટી ઉંમર સુધી તમે જીવશો, તમારું નામ અમર રહેશે.'

ત્યાર પછી અમે હોટેલમાં પાછાં ફર્યાં. એનનઝિયોએ મને કહ્યું:

'રોજ રાત્રે બાર વાગ્યે હું તમારા રૂમ ઉપર આવું છું, જગતની મેં બધી સ્ત્રીઓને જીતી છે, પણ હજી સુધી ઈસાડોરાને જીતી નથી.'

અને રોજ રાત્રે એ બાર વાગ્યે જ મારા ઓરડામાં આવતો.

અને મેં મનમાં કહ્યું:

'મારા જેવી તો કોઈ નહીં ભેટે. આ જગતમાં હું એક જ ડી' એનનઝિયોને પ્રતિકાર કરનારી છું.'

તે મને તેના જીવનની, યૌવનની અને તેની કળાની અદ્‌ભુત વાતો કહેતો.

આ પળે એની બુદ્ધિપ્રતિભાથી હું એટલી બધી અંજાઈ જતી કે મારે શું કરવું તેની ખબર પણ પડતી નહીં, અને તેથી હું તેને ધીમેથી તેના ઓરડામાં મૂકી આવતી. આમંત્રણ અઠવાડિયા સુધી ચાલ્યું અને છેવટે હું એવી ગાંડી બની ગઈ કે હું એમ ને એમ સ્ટેશન તરફ ઊપડી જતી. અને જે ટ્રેન પહેલાં મળે એમાં બેસી જતી.

તે મને વારંવાર પૂછતો,

'ઈસાડોરા! તું શા માટે મને નથી ચાહતી?'

'ઈલીનોરા ડ્યૂસ પ્રત્યે તારું વર્તન સારું ન હતું એટલે.' હું જવાબ આપતી.

ડી' એનનઝિયોએ હોટેલમાં એક સોનેરી માછલી રાખી હતી. આ માછલી ઉપર તેને ખૂબ પ્રેમ હતો, સુંદર મજાના કાચના કટોરામાં એ માછલી પડી રહેતી અને એનનઝિયો તેને ખવરાવતો અને તેની સાથે વાતો કરતો. જાણે તેને જવાબ આપતી હોય તેમ તે માછલી તેની ઝીણી પાંખો ઊંચીનીચી કરતી અને મોઢું બંધ કરતી.

એક દિવસ હોટેલની કામવાળીને મેં પૂછ્યું:

'ડી' એનનઝિયોની પેલી સોનેરી માછલી ક્યાં?'

તેણે જવાબ આપ્યો: અરે બહેન! કંઈ કહેવાની વાત નથી. ભારે દુ:ખદાયક વાત છે. ડી' એનનઝિયો ઇટાલીમાં ગયા ત્યારે અમને તેની સંભાળ રાખવાનું કહી ગયા હતા. જતાં જતાં તેણે કહ્યું હતું કે આ સોનેરી માછલી મને ખૂબ વહાલી છે અને મારા બધા સુખનું એ પ્રતીક છે. અને બહેન! તે રોજ તાર કરીને પુછાવતા કે મારી પ્યારી માછલી કેમ છે? એક દિવસ માછલી કાચના કટોરામાં ધીમે ધીમે તરી અને મરી ગઈ. મેં તેને બહાર કાઢીને બારીમાંથી બહાર ફેંકી દીધી. પણ ત્યાં તો ઇટાલીથી તેનો તાર આવ્યો કે 'માછલી માંદી હોય એમ લાગે છે?' મેં તારથી જવાબ આપ્યો: 'ગઈ રાત્રે તે ગુજરી ગઈ.' ડી' એનનઝિયોનો તાર આવ્યો કે 'તેને બાગમાં દાટો, કબરની વ્યવસ્થા કરો.' અને તેથી મેં તેને બાગમાં દાટી અને તે જગ્યા ઉપર ક્રોસ મૂકીને લખ્યું: 'અહીં માછલીએ શાશ્વત નિદ્રા લીધી છે!' ડી' એનનઝિયો આવ્યા અને તેણે પૂછ્યું:

'મારી માછલીની કબર ક્યાં છે?'

'બાગમાં આવેલી તેની માછલીની મેં કબર બતાવી અને તે તો ખૂબ પુષ્પો લાવ્યા અને તેના ઉપર ચડાવ્યાં. લાંબા સમય સુધી ત્યાં રડતા ઊભા રહ્યા.'

*

મેં પહેલા જણાવ્યું છે કે મારું મકાન દેવળ જેવું લાગતું હતું અને આસપાસ મારા જાંબુડિયા રંગના મોટા પડદાઓ લટકતા હતા પણ ઉપર બીજો એક રૂમ હતો અને તે રૂમને બહુ જ વિચિત્ર રીતે શણગારવામાં આવ્યો હતો. સોનેરી અરીસાઓમાં મખમલના પડદાઓનાં પ્રતિબિંબ પડતાં હતાં. નીચે કાળી શેતરંજી પાથરી હતી અને પૂર્વ દેશોમાં વપરાતા ગાદીતકિયા ગોઠવ્યા હતા. બારીઓ તો બંધ રાખવામાં આવતી હતી અને ઓરડાના દરવાજા પણ વિચિત્ર હતા. જાણે જાદુગરનું રાજ્ય જામ્યું હોય એમ લાગે! કોઈ દાખલ થાય તો એના મનના વિચારો ફરી જાય, હેબતાઈ જાય એવું વાતાવરણ હતું.

અને આ વાત પણ સાચી હતી. આ નાનો રૂમ સુંદર અને આકર્ષક હતો. છતાં પણ એટલો જ ભયંકર હતો. મારા દેવળ જેવા મકાનમાં માણસ જે વાતો કરતો એનાથી અહીં એ જુદી જ વાત કરતો અને તે પણ તદ્દન જુદો જ લાગતો.

એક દિવસે રાત્રે મહેમાનોને લોહેનગ્રીને ઉજાણી માણવા બોલાવ્યા હતા. એ જ્યારે આવો પ્રસંગ ગોઠવતો ત્યારે દારૂની રેલમછેલ હોય. આ પ્રસંગે પણ

એમ જ હતું. રાત્રે બે વાગ્યે હેન્ની બેટેઇલેની સાથે હું આ ઓરડામાં બેઠી હતી અને જોકે એ રોજ મારી પ્રત્યે એક બહેન જેવો સંબંધ રાખતો હતો, પણ આજે રાત્રે આ રૂમના વાતાવરણની તેની ઉપર અસર થઈ. એ મારી સાથે જુદી જ રીતે બોલ્યો અને વર્ત્યો. અને પછી આવે પ્રસંગે લોહેનગ્રીન સિવાય કોણ આવી ચડે? તેણે અમને સોનેરી અરીસાઓની અનંત હારમાળામાં ગાદીતકિયા ઉપર બેઠેલાં જોયાં અને તરત જ નીચે દોડી ગયો. મહેમાનોને મારા વિશે ખૂબ કહ્યું અને જણાવ્યું કે હવે તે કદી પાછો ફરવાનો નથી.

આની મહેમાનો ઉપર જરા ખરાબ અસર થઈ પણ આથી એક ક્ષણમાં તો મારી મનોદશા ફરી ગઈ. મારે માટે તો હસવામાંથી ખસવું થયું.

મેં સ્કેનીને કહ્યું: 'જલદી, સ્કેની જલ્દી, મૃત્યુના આગમનના સૂરો બજાવ, નહીંતર રાત્રિ બગડી જશે.'

તરત જ ભરતભરેલો મારો પોશાક મેં ફેંકી દીધો અને ઝભ્ભો પહેરી લીધો. સ્કેનીએ રોજ કરતાં વધારે અદ્ભુત રીતે પિયાનો બજાવવો શરૂ કર્યો અને મેં પરોઢ સુધી નૃત્ય કર્યું.

એ રાત્રે આનંદનો ઘણો ખરાબ કરુણ અંત આવ્યો. અમે બંને નિર્દોષ હતાં છતાં પણ લોહેનગ્રીનને તેની ખાતરી ન થઈ. તેણે તો મને ફરી ન મળવાના સોગન લીધા. મેં તેને ખૂબ કાલાવાલા કર્યા; હેન્ની બેટેઇલેનીને તો આ પ્રસંગથી ખૂબ લાગી આવ્યું હતું; તેણે પણ પત્ર લખીને મારી જેમ કાલાવાલા કર્યા પણ બધું વ્યર્થ.

છેવટે મને મોટરમાં મળવા માટે તે કબૂલ થયો. મોટરમાં તેણે મને ઘણા જ કઠોર શબ્દો કહ્યા. અચાનક તે મને સંભળાવતાં અટકી ગયો, મોટરનું બારણું ઊઘડ્યું અને ધક્કો મારીને રાત્રિના અંધકારમાં બહાર ધકેલી મૂકી. મારું મગજ બહેર મારી ગયું હતું. કલાકો સુધી એકલાં એકલાં મેં શેરીમાં ચાલ્યા કર્યું. અજાણ્યા માણસો મને જોઈને મોઢું બગાડતા હતા અને કંઈક દ્વિઅર્થી વાતો કરતા હતા. અચાનક જાણે આ દુનિયા ગંદા નરકમાં ફેરવાઈ ગઈ હોય એમ લાગ્યું.

બે દિવસ પછી મેં સાંભળ્યું કે લોહેનગ્રીન ઇજિપ્ત ચાલ્યો ગયો.

* * *

૨૫

એ દિવસોમાં હેનર સ્કેની મારો સારામાં સારો મિત્ર હતો. તેની મિત્રતામાં સુખ હતું. એ સંગીતકાર હતો, એના જીવનની એક વિચિત્રતા હતી; તેણે અંગત મહત્ત્વાકાંક્ષાઓને કે વિજયને લાત મારી હતી. મારી કળાનો એ પ્રશંસક બની રહ્યો અને સંગીત વગાડવામાં જ એને સુખ મળતું. મારી પ્રત્યે આવો અસામાન્ય આદરભાવ દર્શાવનાર એના જેવો મેં બીજો કોઈ જોયો નથી.

એ પિયાનો અજબ વગાડતો; આખી રાત તો તે મારે માટે વારંવાર બજાવતો. કેમ જાણે લોખંડ ના હોય!

૧૯૧૩ના જાન્યુઆરીમાં મેં રશિયાની ટૂંકી મુલાકાત લીધી ત્યારે તે મારી સાથે હતો. આ મુસાફરીમાં એક વિચિત્ર બનાવ બન્યો. આકાશમાં પ્રભાત ઊઘડતું હતું અને અમે કીફ આવી પહોંચ્યાં. ગાડી કરીને અમે હોટેલ તરફ ઊપડ્યાં. આંખમાં હજી જરા જરા ઊંઘ ભરી હતી. તરત જ રસ્તાની બંને બાજુએ મેં જોયું તો કૉફિન! મૃતદેહોને લઈ જતી બે કતારો મેં જોઈ. આ કંઈ સામાન્ય માનવીઓના મૃતદેહો ન હતા, પણ બાળકોના શબોને લઈ જવામાં આવતાં હતાં. મેં સ્કેનીનો હાથ પકડ્યો અને કહ્યું:

'જો જો, બધાં બાળકો... બધાં બાળકો મૃત્યુ પામ્યાં છે.'

તેણે મને ખાતરી આપીઃ 'ના, ના, ત્યાં તો કંઈ નથી.'

'શું! તું જોઈ શકતો નથી?'

'ના; ત્યાં તો બરફ સિવાય બીજું કંઈ નથી. રસ્તાની બંને બાજુએ બરફ પડ્યો છે અને તેથી એવું તમને લાગે છે. ઈસાડોરા! એ તો ભ્રમ છે. થાકની લીધે એવું તમને લાગતું હશે.'

તે દિવસે મારો થાક ઉતારવા માટે રશિયન સ્નાનગૃહમાં હું ગઈ. રશિયાનાં સ્નાનગૃહોમાં જુદી રીતે સ્નાન આપવામાં આવે છે. ગરમ ઓરડામાં ઉપર-નીચે લાકડાની લાંબી પેટીઓ હોય છે. હું પણ ઊંચેની પેટીમાં પડી હતી. નોકર ઓરડાની બહાર હતો. અચાનક મને ગરમી લાગી અને ઉપરથી નીચે આરસ ઉપર પડી ગઈ. પાછળથી નોકર આવ્યો. હું બેભાન થઈને પડી હતી. મને હોટેલમાં લઈ જવામાં આવી. ડૉક્ટરને બોલાવ્યો. દર્દની ચિકિત્સા કરીને તેણે જણાવ્યું કે જરા મગજમાં ગોટાળો થઈ ગયો છે.

તેણે કહ્યું: 'આજે રાત્રે તમે નૃત્ય નહીં કરી શકો. તાવ બહુ સખત છે.'

'પણ મને ભય છે કે પ્રજા નિરાશ થશે.'

અને મેં તો રંગભૂમિ ઉપર જવાની હઠ લીધી. અને ગઈ પણ ખરી. અચાનક નૃત્યની અંતે મેં સ્કેનીને કહ્યું: 'સ્મશાનયાત્રા સમયનું સંગીત બજાવ.'

તેણે કહ્યું: 'પણ શા માટે? તમે તેની સાથે નૃત્ય તો કર્યું નથી.'

'એ હું કંઈ ન જાણું. ચાલો, સંગીત શરૂ કરો.'

મેં તેના ઉપર એ સંગીત બજાવવાનુ ખૂબ દબાણ કર્યું અને તેણે બજાવ્યું, અને મેં તેના કરુણ સૂર સાથે નૃત્ય કર્યું: કોઈ સ્ત્રી મૃત્યુ પામેલા એના બાળકને હાથમાં લઈને ધીમે પગલે ભૂમિમાં સુવાડવા જતી હોય અને જતાં જતાં એના પગ આગળ વધતાં જરા અચકાતા હોય એવું નૃત્ય મેં કર્યું. મારું નૃત્ય આગળ વધ્યું. માતા ભૂમિમાં બાળકને પોઢાડે છે. કબરમાં જરા નીચે ઊતરે છે. અને છેવટે માંસ અને હાડકાંઓની દીવાલોમાં બંદીવાન થયેલો પ્રાણ ઊડી જાય છે અને પ્રકાશને પંથે પગલાં માંડે છે.

જ્યારે મેં આ નૃત્ય પૂરું કર્યું કે તરત જ પડદો પડ્યો. અદ્‌ભુત શાંતિ છવાઈ ગઈ. મેં સ્કેની સામે જોયું. મૃત્યુ સમયે માણસનો ચહેરો ફિક્કો પડી જાય એવો એનો ચહેરો હતો અને ધ્રૂજતો હતો. તેણે મારો હાથ પકડ્યો. એનો હાથ ઠંડો બરફ જેવો હતો.

તેણે મને વિનંતી કરી: 'ઈસાડોરા! હવે મને આ દર્દભર્યું સંગીત વગાડવાનું કદી ન કહેશો. મેં સાક્ષાત્‌ મૃત્યુનો જ અનુભવ કર્યો હતો. મૃત્યુ સમયે વપરાતાં સફેદ પુષ્પોની મને સુવાસ આવતી હતી અને મારી નજર સમક્ષ બાળકોની નનામીઓ તરી આવી.'

અમે બંને ધ્રૂજી ઊઠ્યાં હતાં અને અમારાં ગાત્રો શિથિલ થઈ ગયાં હતાં. હું ધારું છું કે કોઈ શક્તિએ અમને ભાવિ અમંગળની તે રાત્રે આગાહી આપી દીધી.

૧૯૧૩ના એપ્રિલમાં અમે પૅરિસ ગયાં ત્યારે પણ સ્કેનીએ આ સંગીત

નૃત્યને અંતે વગાડ્યું હતું. પવિત્ર શાંતિમાં પ્રેક્ષકો બે ઘડી તો થંભી ગયા હતા અને પછી જોરથી તાળીઓ વગાડી હતી. કેટલીક સ્ત્રીઓ તો રડતી હતી અને કેટલીક લગભગ બેભાન જેવી બની ગઈ હતી.

સંભવ છે કે ભૂત, ભવિષ્ય અને વર્તમાન એ ત્રણે એક લાંબા પંથ જેવા છે. એ પંથના દરેક વળાંકની પેલે પાર રસ્તો લંબાતો જ જાય છે, પણ આપણે જોઈ શકતા નથી; અને આપણે ધારીએ છીએ કે એ ભવિષ્યકાળ છે પણ ખરી રીતે તો ભવિષ્ય આપણી ક્યારનુંય રાહ જોતું ઊભું હોય છે.

કીફમાં સ્મશાનયાત્રાના સંગીત સાથે નૃત્ય કર્યા પછી મારા હૃદયમાં ભાવિ અમંગળની આગાહી ઊઠતી અને હું બેચેન બની જતી. પાછાં ફર્યાં પછી બર્લિનમાં મેં મારા નૃત્યના કાર્યક્રમો રજૂ કર્યા અને હું એવી જાદુગરી છાયા નીચે આવી ગઈ હતી કે નવું નૃત્ય રચવાની મને ઇચ્છા થઈ. એ નૃત્યનો વિષય આ પ્રમાણે હતો. એક માનવી જગતમાં પ્રગતિને પંથે આગળ ધપતો જાય છે. અચાનક નસીબનો તેના ઉપર ભયંકર ફટકો પડે છે; ઘાયલ થયેલો આ આત્મા ફરી બેઠો થાય છે અને હૃદયમાં નૂતન આશા ભરીને એ ફરી આગળ વધે છે.

રશિયામાં મુસાફરી કરતી હતી ત્યારે શાળાનાં બાળકો એલિઝાબેથની સંભાળ નીચે હતાં. બર્લિનમાં એ બાળકો મને મળ્યાં. એ બાળકો ખૂબ તંદુરસ્ત અને લહેરમાં હતાં. તેમણે નૃત્ય કર્યું; જાણે સાક્ષાત્ આનંદ! અમે બધાં પૅરિસમાં મારા વિશાળ મકાનમાં રહેવા આવ્યાં.

ફરી હું મારાં બાળકો સાથે રહેતી હતી. એક વાર ઝરૂખામાં ડિયરડ્રેને ખબર ન પડે એવી રીતે ઊભી હતી અને તેનાં પોતાનાં નૃત્યો હું નીરખતી હતી, તેણે પોતે બનાવેલાં કાવ્યો સાથે એ નૃત્ય કરતી હતી. વિશાળ જાંબુડિયા મકાનમાં આ નાનકડી છોકરી, મધુર બાલિશ અવાજે ગાતી હતી કે–

'હું તો નાનું પંખી; ઊંચે વાદળમાં આમતેમ ઊડું,
હું તો નાનું પુષ્પ, નીરખીને પંખી આમતેમ ડોલું.'

એની સંપૂર્ણ છટા અને સૌન્દર્ય જોઈને હું સ્વપ્ન સેવતી કે આ નાની છોકરી મેં કલ્પેલી નૃત્યશાળાનું કાર્ય આગળ ધપાવશે. એ છોકરી મારી સારામાં સારી શિષ્યા હતી.

મારા છોકરાનું નામ પેટ્રિક. એ પણ નૃત્યની શરૂઆત કરતો હતો પણ એની સંગીતસૃષ્ટિ તદ્દન નિરાળી જ હતી. હું તેને નૃત્ય શીખવું એ તેને ગમતું નહીં. ગંભીરતાથી એ જવાબ આપતો.

'ના, ના; પેટ્રિક તો પેટ્રિકનું પોતાનું જ નૃત્ય કરશે.'

આ મકાનમાં રહીને હું કામ કરતી, કલાકો સુધી વાંચતી અને બાળકોને શીખવતી અથવા તો તેની સાથે રમતી. હું અહીં સુખી હતી. બાળકોથી વિખૂટાં પડીને હવે મુસાફરી કરવાનું મન થતું ન હતું. દિવસે દિવસે એમનું સૌન્દર્ય ખીલતું ગયું અને તેમને છોડીને મુસાફરીમાં જવાની હું હિંમત ગુમાવતી ગઈ. એક જ માણસમાં નૃત્ય અને સંગીતસર્જનની શક્તિઓ હોય એવા મહાન કળાકારની હું હંમેશાં આશા રાખતી હતી. જ્યારે મારો નાનો છોકરો નાચતો ત્યારે મને લાગતું કે નૂતન સંગીતમાંથી નૂતન નૃત્યનો પ્રણેતા આ છોકરો થશે.

આ મારાં મધુર બાળકો સાથે મારે ફક્ત લોહીનો સંબંધ હતો એટલું જ નહીં પણ એથીયે વધારે ઘણે અંશે અમારી વચ્ચે કળાનું દૈવી બંધન હતું. બંને બાળકો સંગીતના અજબ શોખીન હતાં અને જ્યારે હું નૃત્ય કરતી અથવા તો સ્કેની પિયાનો વગાડતો હોય ત્યારે આ બાળકો ત્યાં બેસવા માટે વિનંતી કરતાં અને જ્યારે આ બાળકો શાંત-ગંભીર બનીને બેઠાં હોય ત્યારે મને કેટલીક વાર ભય લાગતો કે આ નાનકડા માનવીઓ શું આટલી ગંભીરતાથી ધ્યાન આપી શકે છે!

મને યાદ છે કે પિયાનો બજાવનાર એક ઉસ્તાદ મારે ઘેર આવેલા ત્યારે બાળકો બિલ્લીપગે અંદર દાખલ થયાં અને પિયાનો પાસે ઊભાં રહ્યાં. જ્યારે ઉસ્તાદે સંગીત બંધ કર્યું ત્યારે એના હાથ નીચે માથું રાખીને બંને જણાં તેની સામે જોઈ રહ્યાં. એમની આંખમાં પ્રશંસા હતી. બાળકો એવી રીતે જોઈ રહ્યાં કે પેલો ઉસ્તાદ ચમક્યો અને બોલી ઊઠ્યો:

'અરે, આ દેવદૂતો ક્યાંથી આવ્યાં?'

તરત જ બાળકો એના ગોઠણ ઉપર ચડી ગયા અને તેની દાઢીમાં માથું સંતાડ્યું.

કોમળ હૃદયે હું આ મિલનને નીરખી રહી, પણ આ ત્રણેય આત્માઓ, 'જ્યાંથી મુસાફર પાછો ફરતો નથી, એવી છાયાસૃષ્ટિમાં પાસે પાસે બેઠાં છે એની જો મને ત્યારે ખબર પડી હોત તો?'

પૅરિસની રંગભૂમિ ઉપર વારાફરતી મારા કાર્યક્રમો યોજાતા હતા. બાળકો સાથે હું સુખી હતી, છતાં પણ એક વિચિત્ર પ્રકારના દુઃખથી હું દુઃખી થતી હતી.

ફરી એક વાર રંગભૂમિ ઉપર સ્મશાનયાત્રાના પેલા સંગીત સાથે મેં નૃત્ય કર્યું અને ફરી ઠંડા બરફ જેવા શ્વાસે મારા કપાળને સ્પર્શ કર્યો હોય એમ લાગ્યું; ફરી મને મૃત્યુ સમયે વપરાતાં ધોળાં ફૂલોની વાસ આવી. ગોરી અને ગુલાબી ડિયરડ્રે આગળી હરોળમાં બેઠી હતી. તેણે મારું આ નૃત્ય જોયું અને જાણે તેનું હૃદય ભાંગી ગયું હોય એવી રીતે અચાનક રડવા લાગી અને બૂમ પાડીને બોલી:

'ઓહ, મારી બા આટલી બધી દુઃખી અને ઉદાસ શા માટે?'

આપત્તિના આરંભનો આ ઝાંખો સૂર હતો; આ જ આપત્તિ મારા મસ્ત જીવનની બધી આશાઓનો સદાને માટે અંત લાવનાર હતી. હું માનું છું કે એક માણસ આપણને જીવન જીવતો હોય એમ લાગે પણ કેટલાંક એવાં દુઃખો હોય છે કે તે હૃદય ભાંગી નાંખે છે. મરવાને વાંકે એક માણસ આ પૃથ્વી ઉપર પોતાનો કંટાળાભરેલો જીવનપંથ કાપતો હોય છતાં પણ તેનો પ્રાણ તો કચરાઈ ગયો છે; એનો ઉત્સાહ તો કાયમને માટે ભાંગી ગયો હોય છે. દુઃખ માનવીના હૃદય ઉપર ઉન્નત અસર કરે છે એવી વાતો કરતા લોકોને મેં સાંભળ્યા છે, પણ હું તો એટલું જ કહી શકું છું કે મારા હૃદય ઉપર ઘા પડ્યો એ પહેલાંના થોડા દિવસો આધ્યાત્મિક જીવનના છેલ્લા દિવસો હતા. ત્યાર પછી તો મારી એક જ ઇચ્છા બની રહી હતી અને તે દૂર દૂર ઊડી જવાની–આ ભયમાંથી મુક્ત બનીને ક્યાંક ઊડી જવાની. અને ત્યાર પછીનું મારું જીવન, આ બધાથી મુક્ત થઈને અપાર્થિવ ઉડ્ડયનોની હારમાળા જેવું બની રહ્યું છે. મને મારું જીવન માયાવી સાગર ઉપર સફર ખેડતી માયાવી નૌકા જેવું જ લાગ્યું છે.

કોઈ વાર એકસાથે એવો વિચિત્ર બનાવ બને છે કે આત્માસૃષ્ટિમાં ઊઠતા બનાવોનું પ્રતિબિંબ વાસ્તવિક જીવનમાં પડે છે.

મેં પેલા મારા વિચિત્ર ઓરડાનું વર્ણન કર્યું છે, એ ઓરડાના દરેક સોનેરી દરવાજા ઉપર ડબલ કાળો ક્રોસ મૂકવામાં આવ્યો હતો. મેં જણાવી દીધું છે કે દેખીતી રીતે હું સુખી લાગતી હતી છતાં પણ મારું હૃદય બળ્યા કરતું હતુંઃ કોઈ ભયંકર આગાહી મને સતાવી રહી હતી. અને હવે તો હું રાત્રે એકદમ ચમકી જતી અને ભય લાગતો. રાત્રે હું દીવો બળતો રાખતી. એક વખત રાત્રે દીવાના ઝાંખા પ્રકાશમાં, મારી સામે આવેલા પેલા કાળા ક્રોસમાંથી એક આકૃત્તિ બહાર નીકળી આવી. કાળાં વસ્ત્રો તેણે પહેર્યાં હતાં. એ આકૃતિ મારા પલંગ પાસે પગ આગળ આવીને ઊભી રહી અને દયામણી આંખે મારી સામે જોયા કર્યું. થોડી પળો સુધી તો હું ભયથી હેબતાઈ ગઈ. પછી તરત જ મેં દીપકની વાટ વધારી અને એ આકૃતિ અદશ્ય થઈ ગઈ. આવું દશ્ય તો મેં પહેલી જ વાર અનુભવ્યું. ત્યાર પછી એ વારંવાર બન્યું અને થોડા દિવસોના અંતરે એ બનવા લાગ્યું.

એક વખત તો હું બહુ હેરાન થઈ. એક રાત્રે મેં મારી મિત્ર મિસિસ બોયરને જમવાનું આમંત્રણ આપ્યું. આ વખતે મેં તેને આ ખાનગી વાત જણાવી. એ તો સાંભળીને ચમકી અને તેણે તેના ભલા સ્વભાવ પ્રમાણે તેના ડૉક્ટરને તરત જ બોલાવવાની હઠ લીધી. તેણે કહ્યુંઃ

'ઈસાડોરા! તારામાં મગજની નબળાઈ છે.'

યુવાન અને ફૂટડો ડૉક્ટર રેને આવ્યોઃ મેં તેને આ દૃશ્યોની વાત કરી. તેણે કહ્યું:

'અતિ પરિશ્રમથી તમારા જ્ઞાનતંતુઓ થાકી ગયા છે. તમારે હવાફેર માટે ગામડામાં જવું જોઈએ.'

'પણ પૅરિસમાં નૃત્ય આપવાની મેં શરત કરી છે.'

'તો પછી તમે વર્સેલ્સમાં રહો. મોટરમાં આવી શકશો. ત્યાંની હવા પણ તમને ફાયદો કરશે.'

બીજે દિવસે મેં બાળકોની પ્યારી આયાને આ વાત કરી. વાત સાંભળીને તે ખુશ થઈ. તેણે કહ્યું: 'બાળકો માટે વર્સેલ્સ એ સારું સ્થળ છે.'

અને થોડો સામાન લઈને અમે જવાની તૈયારી કરતાં હતાં, ત્યાં રસ્તા ઉપર ધીમે પગલે આગળ વધતી, કાળાં વસ્ત્રોમાં સજ્જ થયેલી, પાતળા દેહવાળી એક વ્યક્તિ મારા દરવાજા આગળ દેખાઈ. રાત્રે પેલા ક્રોસમાંથી પ્રગટ થતી શું આ જ વ્યક્તિ છે? મારા જ્ઞાનતંતુઓની આ નબળાઈ તો નથી ને? તે મારી પાસે આવી અને કહ્યું:

'હું ફક્ત તમને મળવા માટે નાસી આવી છું. હમણાં થોડા દિવસથી હું તમને મળવાનાં જ સ્વપ્ન સેવતી હતી અને પછી મને લાગ્યું કે મારે તમને મળવું જોઈએ.'

પછી હું તેને ઓળખી ગઈ. નેપલ્સની એ જૂની રાણી હતી. થોડા દિવસો પહેલાં જ હું ડિયરડ્રેને લઈને તેને મળવા ગઈ હતી. મેં તેને કહ્યું હતું:

'ડિયરડ્રે! આપણે રાણીને મળવા જઈએ છીએ.'

ડિયરડ્રે બોલી: 'અરે, તો તો મારે મારો સુંદર પોશાક પહેરવો પડશે.'

ડિયરડ્રે માટે એક ખાસ સુંદર પોશાક તૈયાર કરાવ્યો હતો.

રાજદરબારમાં કેવી રીતે વર્તવું એ ડિયરડ્રેને શીખવવા પાછળ મેં થોડો સમય ગાળેલો અને તેને પણ મજા આવી. પછી છેવટે એ રડી પડી અને કહ્યું:

'બા, બા, મને ત્યાં જવાની અને ખરી રાણીને મળવાની બીક લાગે છે.'

હું ધારું છું કે બિચારી ડિયરડ્રેએ એવો વિચાર કર્યો કે તેને સાચ્ચે જ દરબારમાં જવું પડશે. પણ જ્યારે તેને પાતળી, સુંદર અને ધોળા ગૂંચેલા વાળવાળી સ્ત્રી સમક્ષ રજૂ કરવામાં આવી ત્યારે તેણે રાજદરબારમાં શોભે એવી રીતે વર્તન રાખવાનો બહાદુરીભર્યો પ્રયાસ કર્યો અને પછી હસતાં હસતાં ડિયરડ્રેની રાહ જોતા રાણીના લંબાયેલા હાથમાં કૂદી પડી. રાણીની હવે તેને બીક ન હતી. એ

તો ભલમનસાઈ અને માધુર્યનો અવતાર હતી.

મેં રાણીને કહ્યું કે 'અમે વર્સેલ્સ જઈએ છીએ.' શા માટે જઈએ છીએ તેનું કારણ પણ જણાવ્યું. તેણે કહ્યું: 'તમારી સાથે આવવામાં મને પણ મજા પડશે; એક સાહસ વધારે.'

રસ્તામાં તેણે અચાનક, કોમળતાથી મારાં બાળકોને બાથમાં લઈ લીધાં અને છાતીએ ચાંપ્યાં. પણ તેના કાળાં વસ્ત્રોમાં છુપાયેલાં મારાં બે બાળકોના સુંદર ચહેરા જોઈ ફરી પેલી અશુભ આગાહી મારા મનમાં જાગી ઊઠી.

અમે વર્સેલ્સ પહોંચ્યાં. અહીં બાળકો સાથે ચાપાણી લેવામાં બહુ મજા આવી અને પછી હું નેપલ્સની રાણીને તેના રહેઠાણ સુધી વળાવી આવી.

સવારમાં જાગીને હોટેલની આસપાસની કુદરત જોઈ અને ખોટા ભય તથા અશુભ આગાહીઓ દૂર થઈ ગઈ. ડૉક્ટરનું કહેવું સાચું હતું; મારે હવાફેરની જ જરૂર હતી. ગ્રીસના એક લોકગીતમાં લખ્યું છે કે દુઃખને દૂર કરવા માટે જ્યારે આપણે જુદો માર્ગ સ્વીકારીએ છીએ ત્યારે આપણે ભૂલી જઈએ છીએ કે આપણે દુઃખના મુખમાં જ ધકેલાઈ રહ્યાં છીએ. મૃત્યુની આગાહી સૂચવતા દૃશ્યને દૂર કરવા માટે જો હું વર્સેલ્સ ન ગઈ હોત તો ત્રણ દિવસ પછી એ જ રસ્તે મારાં બાળકો મૃત્યુ પામ્યાં તે ન પામત.

મને તે દિવસની રાત બરાબર યાદ છે, કારણ કે પહેલાં મેં કદી કર્યું ન હતું એવું નૃત્ય કર્યું. મને લાગ્યું કે હવે હું સ્ત્રી રહી ન હતી પણ આનંદની જ્યોત જેવી જલી રહી હતી. જાણે મારામાંથી પાવકની ચિનગારીઓ ઊડી રહી છે અને એકમય બનેલા પ્રેક્ષકોના હૃદયનો આનંદ, ધૂમ્રશિખાની ઘૂમરીઓ રચતો હતો. છેવટે મેં 'મોમેન્ટ મ્યુઝિકલ – સંગીતમય પળ'નું નૃત્ય કર્યું અને જેમ જેમ હું નૃત્ય કરતી ગઈ તેમ તેમ મારા હૃદયમાં કોઈ ગાતું હોય એમ લાગ્યું.

'ઈસાડોરા! તું જ પ્રેમ છો, જીવન અને જીવનનો પરમ આનંદ પણ તું જ છો. આ વસ્તુઓની જે લોકોને જરૂર છે તેને તું આપ.'

અને અચાનક મને લાગ્યું કે ડિયરડ્રે અને પેટ્રિક સમતોલપણું જાળવીને મારા ખભા ઉપર બેઠાં છે. પૂર્ણ મસ્તીમાં મશગૂલ એ બાળકો છે. હું નૃત્ય કરું છું અને તેમની તરફ વારાફરતી જોઉં છું. એમના બાળચહેરાઓ અને બાળસ્મિતને હું નીરખી રહી છું અને મારા સ્મિતથી એમના હાસ્યને વધાવી લઉં છું. અને જાણે નૃત્ય કરતાં હું થાકતી જ નથી એવું મને લાગ્યું.

*

એ નૃત્ય પછી ભારે અજાયબી ભરેલો પ્રસંગ બન્યો. લોહેનગ્રીન, થોડા મહિના પહેલાં મને છોડીને ઇજિપ્ત ચાલ્યો ગયો હતો, ત્યાર પછી મેં તેને જોયો ન હતો. તે નૃત્ય વખતે રંગભૂમિમાં બેઠો હતો. નૃત્ય જોઈને તેને ખૂબ લાગી આવ્યું હતું. નૃત્ય પછી એ મને મળ્યો અને મને એક હોટેલમાં જમવાનું આમંત્રણ આપ્યું અને ત્યાં તેની રાહ જોવાનું કહ્યું. હું ત્યાં ગઈ અને તેની રાહ જોવા લાગી. ક્ષણો પસાર થઈ, એક કલાક પસાર થયો પણ એ આવ્યો નહીં. એનું આવું વર્તન જોઈને મને ખૂબ લાગી આવ્યું. હું જાણતી હતી કે ઇજિપ્તની મુસાફરી તેણે એકલા એકલા નથી કરી, છતાં પણ તેને મળવામાં મને ખૂબ આનંદ થતો, કારણ કે હું તેને ચાહતી હતી અને પિતાની ગેરહાજરીમાં મોટા થયેલા તંદુરસ્ત અને રૂપાળા તેના છોકરાને હું બતાવવા ઇચ્છતી હતી. ત્રણ વાગ્યા પણ એ ન આવ્યો અને ખૂબ નિરાશ થઈને હું વર્સેલ્સ ચાલી ગઈ.

નૃત્યના આવેગ પછી અને લોહેનગ્રીનની રાહ જોવામાં ખૂબ દુઃખ અનુભવવાથી હું થાકીને લોથપોથ થઈ ગઈ હતી અને પલંગમાં પડતાંની સાથે ઘસઘસાટ ઊંઘી ગઈ.

બીજે દિવસે વહેલી સવારે મારી આંખો ઊઘડી અને રોજની ટેવ પ્રમાણે બાળકો મારી પાસે આવ્યાં અને મેં ઓઢેલી શાલ ઊંચી કરીને અંદર ડોકિયાં કરવા લાગ્યાં. આનંદના પોકારો શરૂ કર્યા અને ટેવ પ્રમાણે અમે બધાંએ સાથે નાસ્તો કર્યો. પેટ્રિક રોજ કરતાં કંઈ વધારે મસ્તીખોર બન્યો હતો અને એક પછી એક ખુરશીઓ ઊંધી વાળવામાં એને આનંદ આવતો હતો. જેવી દરેક ખુરશી પડતી કે તરત જ એ આનંદમાં બૂમો પાડતો હતો.

એક વિચિત્ર પ્રસંગ બન્યો. આગલી રાત્રે કોઈ અજાણ્યો માણસ મારા ટેબલ ઉપર બે પુસ્તકો મૂકી ગયો હતો. પાસે પડેલા ટેબલ ઉપરથી લાંબો હાથ કરીને મેં એક ગ્રંથ ઉપાડ્યો. વધારે પડતો ઘોંઘાટ કરવા માટે હું પેટ્રિકને ધમકાવવાની તૈયારીમાં હતી ત્યાં અચાનક મારાથી પુસ્તક ઉઘાડાઈ ગયું અને તેનું એક વાક્ય વાંચીને મને રસ પડ્યો. મેં વાચન શરૂ કર્યું.

તોફાન કરતાં બાળકોને આયાએ કહ્યું: 'પેટ્રિક! બહુ તોફાન ન કર. બા ગુસ્સે થશે.'

હું બોલી ઊઠી: 'અરે, તેને તોફાન કરવા દો. તમે વિચાર તો કરો એમના ઘોંઘાટ વગર જીવન કેવું લાગે!'

અને તરત જ મને વિચાર આવ્યો કે મારી કળા કરતાં અને એક માનવીના પ્રેમ કરતાં પણ હજારગણા સુખથી આ બાળકોએ મારા જીવનને મસ્ત બનાવ્યું

હતું. આ બાળકો વિના જીવન કેવું અંધકારમય અને શુષ્ક લાગે. પછી મારું વાચન આગળ વધ્યું.

અને તરત જ મેં પુસ્તક બંધ કર્યું, કારણ કે મારા હૃદયમાં એક જાતનો ભય ઉત્પન્ન થયો હતો. મેં મારા હાથ લંબાવ્યા અને બંને બાળકોને બોલાવ્યાં. મેં તેમને બાથમાં લઈ લીધાં. તરત જ મારી આંખોમાંથી આંસુ ચાલ્યાં ગયાં. ઘણી રાત્રિઓ મેં પેલી અમંગળ આગાહીને લીધે નિદ્રાવિહોણી ગાળી છે. મને નવાઈ લાગે છે કે અશુભ પ્રસંગને અટકાવવા માટે મને શા માટે કોઈ શક્તિએ ચેતવણી ન આપી.

એ મધુર પ્રભાત હતું. બગીચાની બાજુની બારીઓ ખુલ્લી હતી. ઋતુનાં પ્રથમ પુષ્પો ઝાડ ઉપર ઊઘડતાં હતાં. મીઠી વસંતના આરંભના દિવસોમાંથી પ્રગટ થતા આનંદના પ્રવાહની મોજ મેં પહેલી વાર માણી. એક બાજુ વસંતનો આનંદ હતો; બીજી બાજુ મારા ગુલાબી, સુંદર અને મસ્ત બાળકો ઊભાં હતાં; મેં આ નિહાળ્યું અને પથારીમાંથી આનંદના આવેશ સાથે કૂદકો માર્યો અને તરત જ એ બાળકો સાથે નાચવા માંડ્યું. અમારા ત્રણેયનું કિલકિલાટ હાસ્ય વાતાવરણમાં રેલાતું હતું. આયા સ્મિત કરતી અમને જોઈ રહી.

અચાનક ટેલિફોનની ઘંટડી વાગી. લોહેનગ્રીનનો ટેલિફોન હતો તેણે મને કહ્યું:

'તું શહેરમાં બાળકો સાથે આવ. હું તને મળવા માગું છું. બાળકોને મેં ચાર મહિના થયાં જોયાં નથી. મારે તેમને જોવાં છે.'

આ સાંભળીને મને ખૂબ આનંદ થયો. મને લાગ્યું કે હું જે સુમેળ અમારા બંને વચ્ચે ઇચ્છી રહી છું તે હવે થશે. મેં કાનમાં ડિયરડ્રેને નવા સમાચાર કહ્યા. તે બોલી ઊઠી:

'અરે, પેટ્રિક, બોલ, આપણે ક્યાં જઈએ છીએ?'

વારંવાર મને એ બાળ અવાજ કેવો સંભળાય છે, 'પેટ્રિક, બોલ, આપણે ક્યાં જઈએ છીએ?'

બિચારાં મારાં મુલાયમ અને સુંદર બાળકો, એ દિવસે ક્રૂર વિધિનાં તમે શિકાર થઈ પડશો એની જો મને ખબર પડી હોત તો! ક્યાં, એ દિવસે તમે ક્યાં ચાલ્યાં ગયાં?

અને આયાએ કહ્યું: 'બાઈસાહેબ! હું ધારું છું કે હમણાં વરસાદ શરૂ થશે. બાળકો અહીં રહે તો સારું.'

પણ બાળકો હોય તો સારું એવો મને વિચાર આવ્યો. હું મોટરમાં બાળકોને લઈને ઊપડી. રસ્તામાં વર્સેલ્સથી પૅરિસ જતાં મેં મારા નાનકડા બાળકોની

આસપાસ મારા હાથ વીંટાળ્યા હતા. નવી આશા અને નૂતન શ્રદ્ધાથી મારું હૃદય ભર્યું હતું. હું જાણતી હતી કે જ્યારે લોહેનગ્રીન તેના પુત્ર પેટ્રિકને જોશે ત્યારે મારા વિરુદ્ધ તેના હૃદયમાં પોસાયેલી લાગણીઓ દૂર થઈ જશે, અને હું સ્વપ્ન સેવવા લાગી કે અમારો પ્રેમ કોઈ મહાન વસ્તુના સર્જન માટે આગળ ધપશે.

ઇજિપ્ત જતાં પહેલાં લોહેનગ્રીને પૅરિસની વચ્ચમાં જમીનનો એક ટુકડો ખરીદ કર્યો હતો અને ત્યાં મારી નૃત્યશાળા માટે રંગભૂમિ સ્થાપવાનો વિચાર હતો. એ રંગભૂમિ એવી બને કે ત્યાં બધા કળાકારો ભેગા થાય અને તેમને માટે એ સ્વર્ગ જેવી બની રહે. પૅરિસ જતાં મેં આ બધું વિચાર્યું અને કળાની મહાન આશાઓથી મારું હૃદય હળવું બન્યું. પણ એ રંગભૂમિ બંધાવા સર્જાઈ જ ન હતી. શા માટે કળાકારની આશા લગભગ હંમેશાં સિદ્ધિવિહોણા સ્વપ્ન જેવી રહેતી હશે?

અને મેં ધાર્યું હતું એમ જ બન્યું. તેના નાના પુત્રને જોઈને લોહેનગ્રીનને ખૂબ આનંદ થયો. ડિયરડ્રેને પણ એ ચાહતો હતો. એને જોઈને પણ એ હર્ષમાં આવી ગયો. ઇટાલિયન રેસ્ટોરાંમાં અમે સુંદર ખોરાક લીધો અને ભવિષ્યની અદ્‌ભુત રંગભૂમિની વાતો કરી.

લોહેનગ્રીને કહ્યું:

'એ તો ઈસાડોરાની રંગભૂમિ થશે.'

મેં જવાબ આપ્યો: 'ના, એ તો પેટ્રિકની રંગભૂમિ થશે, કારણ કે પેટ્રિક મહાન સંગીતસર્જક છે અને ભાવિ સંગીત સાથે સુમેળ ખાય એવા નૃત્યનું સર્જન કરશે.'

ભોજન પછી લોહેનગ્રીને કહ્યું: 'આજે હું ખૂબ સુખી છું. આપણે બીજા સ્થળે જઈશું?'

પણ મારે નૃત્યની પૂર્વતૈયારી કરવી જ પડે એમ હતું, એટલે હું તેની સાથે જઈ ન શકી. બાળકો અને આયા સાથે પૅરિસમાં આવેલા હું મારા મકાન ઉપર ગઈ. દરવાજામાં દાખલ થતાં મેં આયાને કહ્યું:

'તું બાળકોને લઈને અંદર આવ, અને થોડી વાર રાહ જોઈશ?'

પણ તેણે કહ્યું: 'ના બાઈસાહેબ! હું ધારું છું કે અમે પાછા વર્સેલ્સ જઈએ એ વધારે સારું છે. બાળકોને આરામની જરૂર છે.'

બાળકોને ચુંબન કર્યું અને કહ્યું: 'હું પણ હમણાં જ પાછી ફરું છું હોં!'

અને પછી જતાં જતાં ડિયરડ્રેએ બારીના કાચ ઉપર તેના હોઠ અડકાડ્યા હતા. એ પળે એના હોઠથી પડેલા ડાઘને મેં જરા નમીને ચુંબન કર્યું; ઠંડા કાચને ચુંબન કર્યું કે તરત જ મારા હૃદયમાં અશુભ આગાહી ઊઠી.

હું મારા વિશાળ મકાનમાં દાખલ થઈ. પૂર્વતૈયારીનો હજી વખત થયો ન હતો. મેં જરા આરામ લેવાનો વિચાર કર્યો અને મારા ઓરડામાં કોચ ઉપર પડી. થોડી મીઠાઈ ત્યાં પડી હતી, લહેરથી ખાતાં ખાતાં હું વિચાર કરવા લાગી:

'સાચ્ચે જ, ગમે તેમ પણ, હું ખૂબ સુખી છું. કદાચ સૌથી સુખી સ્ત્રી આ જગતમાં હું છું. મારી પાસે કળા છે, વિજય છે, લક્ષ્મી અને પ્રેમ પણ છે અને આ ઉપરાંત મારે બે સુંદર બાળકો છે.'

આવી રીતે લહેરથી પડ્યાં પડ્યાં હું મીઠાઈ ખાતી હતી અને મનમાં મલકાતી વિચાર કરતી હતી કે 'હવે તો લોહેનગ્રીન પાછો આવ્યો છે. બધુંય સારું થઈ જશે.' એવામાં તો મારા કાન ઉપર એક વિચિત્ર અને અપાર્થિવ બૂમ અથડાઈ. મેં મુખ ફેરવ્યું. દારૂડિયાની જેમ લોહેનગ્રીન લથડિયાં લેતો હતો. એના પગ ભાંગી પડ્યા અને મારી આગળ પડ્યો. તેના મુખમાંથી શબ્દો નીકળ્યા:

'બાળકો...બા...ળ...કો...મૃત્યુ પામ્યાં!'

*

મને યાદ છે કે કોઈ વિચિત્ર શાંતિ હું અનુભવી રહી, અને મને લાગ્યું કે ધગધગતા અંગારા મારું ગળું બાળી રહ્યા છે. પણ હું સમજી ન શકી. મેં મીઠાશથી તેની સાથે વાત કરી, શાંત કરવા પ્રયત્નો કર્યા અને તેને કહ્યું કે 'જે કદી ન બને.'

પછી બીજા માણસો આવ્યા, પણ શું બન્યું તે હું કળી જ ન શકી. પછી કાળી દાઢીવાળો એક માનવી દાખલ થયો. મને કોઈએ કહ્યું કે એ ડૉક્ટર છે. તેણે કહ્યું:

'એ વાત સાચી નથી. હું તેમને બચાવી લઈશ.'

મેં તેનું કહ્યું માન્યું. હું તેની સાથે જવા ઇચ્છતી હતી પણ લોકોએ મને પકડી રાખી. હવે કોઈ પણ જાતની આશા રહી ન હતી એ વાત હું ન જાણી શકું એટલા માટે તેઓએ મને પકડી રાખી હતી, એની હવે મને ખબર પડે છે. એ લોકોને ભય હતો કે આઘાતથી મારું મગજ ચસકી જશે, પણ હું તો આનંદની ઉચ્ચ ભૂમિકા ઉપર આવી પહોંચી હતી. મારી આસપાસ દરેકને મેં રડતા જોયા, પણ હું ન રડી. એથી ઊલટું, એ લોકોને આશ્વાસન આપવાની મારામાં તીવ્ર ઇચ્છા પ્રગટ થઈ. ભૂતકાળમાં ડોકિયું કરતાં, મારા મનની એ વિચિત્ર દશાને સમજવી એ મારે માટે મુશ્કેલ છે. એ વખતે શું મને, ખરેખર, દિવ્યચક્ષુઓ પ્રાપ્ત થયાં હતાં અને તેથી શું હું એમ માનતી હતી કે મૃત્યુ જેવું કશું છે જ નહીં? શું

હું એમ માનતી હતી કે મીણની એ આકૃતિઓ એ મારાં બાળકો ન હતાં પણ એમના આત્માએ તજી દીધેલાં ફક્ત વસ્ત્રો હતાં? શું મારાં બાળકોનો આત્મા દિવ્ય જ્યોતિ સાથે મળીને અમર જીવન જીવી રહ્યો હતો?

જનેતા ફક્ત બે જ વખત વેદનાની ચીસ પાડે છે; એ સમયે વેદનાની એ ચીસ એના સારાયે દેહને વીંધીને બહાર આવતી હોય એમ તેને લાગે છે. એક વખત પ્રસૂતિ સમયે અને બીજી વખત બાળકના મૃત્યુ સમયે. જ્યારે બાળકોના નાનકડા ઠંડા હાથ મારા હાથમાં લીધા ત્યારે મને લાગ્યું કે એ હાથ હવે મારા શરીર સાથે ગેલ નહીં કરે અને તરત જ હૃદય ચીરીને આવતી મારી ચીસો મેં સાંભળી. બાળકોના જન્મ વખતે પણ મેં આ જ ચીસ સાંભળી હતી. આ બંને ચીસો એક જ જાતની શા માટે? પ્રસૂતિવેદનાની ચીસ પાછળ અપ્રતિમ આનંદ છે, ત્યારે બીજી ચીસની પાછળ અકથ્ય શોક છે. આ ચીસોમાં કંઈ તફાવત નથી. શા માટે તે હું જાણતી નથી. પણ તે ચીસો એક જ જાતની છે. શોક, આનંદ, પરમ આનંદ અને વેદનાનો ખ્યાલ આપતી એક મહા ચીસ સિવાય સારાયે વિશ્વમાં શું કોઈ બીજી ચીસ સંભળાય છે ખરી? મહાસર્જન કરતી વિરાટ જનેતાની એ ચીસ છે.

*

ઘણી વાર સવારે આપણે કંઈ અમસ્તાં કામે નીકળીએ છીએ ત્યારે શોકનાં વસ્ત્રો ધારણ કરેલા ખ્રિસ્તીઓને કોઈની સ્મશાનયાત્રામાં જતાં જોઈએ છીએ. આ ભયંકર સ્મશાનયાત્રાને જોઈને આપણે કંપી ઊઠીએ છીએ અને તરત જ આપણે આપણા પ્રિય મિત્રો વિશે વિચાર કરીએ છીએ, અને આપણે પણ આ ડાઘુમાંના એક જણ બનીને જવું પડશે એ વિચાર તે દિવસે પણ આપણા મગજમાં પેસી ન જાય તેનું ધ્યાન રાખીએ છીએ.

બાળપણથી જ દેવળને લગતી કોઈ પણ વાત કે દેવળના કોઈ પણ મત પ્રત્યે હું ભયંકર ઘૃણાથી જોતી આવી છું. ઇન્ગરસોલ તથા ડાર્વિનના પુસ્તકોના વાચને અને મૂર્તિપૂજાની ફિલસૂફીએ મારા આ તિરસ્કારને વધુ પ્રબળ બનાવ્યો છે. લગ્નના આધુનિક કાનૂનની હું દુશ્મન છું અને હું ધારું છું કે હાલની ઉત્તરક્રિયાનો વિચાર ખરેખર ભયંકર અને નિંદનીય છે; અમુક અંશે એમાં જંગલીપણું છે. લગ્નનો અસ્વીકાર કરવામાં મારામાં હિંમત હતી, બાળકોનાં નામ પાડતી વખતે થતી ધાર્મિક વિધિઓની પણ મેં હિંમતથી અવગણના કરી હતી અને તેથી લોકો જેને ખ્રિસ્તી ધર્મની દફનક્રિયા કહે છે એ નાટક, મારાં બાળકોના મૃત્યુ

પાછળ ભજવવાની મેં ચોખ્ખી ના પાડી. મારી એક જ ઇચ્છા હતી અને તે આ ભયંકર અકસ્માતને સૌન્દર્યમાં ફેરવી નાખવાની. આંસુડાં હૃદયમાં જ શમી જાય એવું ભયંકર દુઃખ હતું. હું રડી ન શકી. અનેક મિત્રો રડતા રડતા મારી પાસે આવ્યા. બગીચામાં અને બહાર શેરીમાં લોકોનાં ટોળાંઓ રડતાં હતાં પણ હું ન રડી. કાળાં વસ્ત્રો પહેરીને લોકો મને આશ્વાસન આપવા આવ્યા હતા પણ મારી એ પ્રબળ ઇચ્છા હતી કે એ લોકોએ સુંદર વસ્ત્રો પહેરવાં જોઈએ; મેં કંઈ કાળું કપડું ન પહેર્યું. શા માટે પોશાક બદલવો જોઈએ? એલિઝાબેથ, ઑગસ્ટીન અને રેમન્ડને મારા વિચારની ગંધ આવી અને તેઓએ મકાનમાં પુષ્પનો એક પુંજ ઊભો કર્યો, અને જ્યારે મને ભાન આવ્યું ત્યારે સૌથી પ્રથમ મારા કાન ઉપર વૃંદવાદનના કરુણ સૂરો અથડાયા.

પણ એક જ દિવસમાં આ બધી ભયંકર વિધિઓનો નાશ કરીને સુંદરતા રજૂ કરવી એ કેવું કપરું કામ છે! કવિરાજ શેલીના મૃતદેહને સાગરકિનારે અગ્નિદાહ આપવાનું કેવું સુંદર કાર્ય કવિ બાયરને કર્યું છે! અમારા સુધરેલા જમાનામાં સ્મશાન એ જ મને જરા વધારે સારો ઉપાય લાગ્યો.

બાળકોના અવશેષોથી જુદાં પડતાં મેં તેમના છેલ્લા સ્મિતની કેવી ઇચ્છા રાખી હતી! ચોક્કસ એક દિવસ એવો આવશે કે જગતની સમગ્ર બુદ્ધિ આખરે દેવળની કઢંગી ધર્મક્રિયાઓ સામે બળવો પોકારશે અને મૃતદેહની છેલ્લી વિધિમાં સૌન્દર્યનું સિંચન કરીને એમાં ભાગ લેશે. જમીનમાં મૃતદેહને મૂકવા કરતાં સ્મશાન એ પ્રગતિનું એક આગળ પડતું પગલું છે. મને જે લાગે છે એવું તો ઘણાયને લાગતું હોવું જોઈએ પણ અલબત્ત, મારી ઇચ્છા વ્યક્ત કરવાનો આ પ્રયત્ન ટીકાપાત્ર બન્યો અને ધર્મપરાયણ ધર્મધુરંધરો તો છંછેડાઈ ગયા, કારણ કે જમીનમાં મારા બાળકોને જીવજંતુઓ ખાઈ જાય એટલે હું તેમને સ્મશાનમાં લાવી હતી. એમની દૃષ્ટિએ હું હૃદયવિહોણી અને ભયંકર સ્ત્રી હતી. જીવન-મૃત્યુ તથા પ્રેમમાં માનવી સભાન બને તેને માટે કેટલા લાંબા સમય સુધી આપણે રાહ જોવી પડશે?

શોકપ્રેરક સ્મશાનની ભૂમિ ઉપર હું આવી પહોંચી. એમનાં સોનેરી મસ્તકો, પુષ્પ જેવા ઠરડાઈ ગયેલા હાથ, એમના હરણિયા જેવા નાના પગ વગેરે બધું મને ખૂબ ગમતું હતું. મારી સામે ચાદરથી ઢંકાયેલા એમના દેહ પડ્યા હતા; હવે તો અગ્નિજ્વાળામાં હોમાઈ જવા માટે અને બાકી રહેશે માત્ર એકાદ મુઠ્ઠી ભસ્મ.

હું મારા મકાનમાં પાછી આવી. જીવનનો અંત આણવાની મારી પાસે કંઈ ચોક્કસ યોજના હતી. બાળકોને ગુમાવ્યા પછી હું ક્યાં સુધી ટકી શકું? પણ

મારી નૃત્યશાળાનાં બાળકો મને ઘેરી વળ્યાં અને એમના શબ્દો મારા કાને અથડાયા, 'ઈસાડોરા! તમે મારી ખાતર જીવો. શું અમે તમારાં બાળકો નથી?' ડિયરડ્રેને પેટ્રિકના મૃત્યુથી રડતાં આ બાળકો મને ઘેરી ઊભાં હતાં. એમના શબ્દોથી મારું હૃદય જાગી ઊઠ્યું. મારે એ લોકોનો શોક ઓછો કરવા પ્રયત્ન કરવો જોઈએ એમ મને લાગ્યું.

જો આ ફટકો જીવનમાં જરા વહેલો લાગ્યો હોય તો હું તેને પહોંચી વળત; જીવનમાં લાગ્યો હોત તો તેનો મને એટલો ભયંકર આઘાત ન લાગત; પણ હું જ્યારે પુરબહારમાં હતી અને મારામાં પુષ્કળ શક્તિ હતી ત્યારે આ ફટકો પડ્યો અને મારી શક્તિ શિથિલ બનાવી દીધી.

રેમન્ડ અને તેની સ્ત્રી પેનીલોપ, કોઈ હોનારતના ભોગ થઈ પડેલા આશ્રિતોમાં કામ કરવા માટે આલ્બેનિયા જતાં હતાં. તેણે મને તેની સાથે જવા સમજાવી પણ હું, ઑગસ્ટીન અને એલિઝાબેથ કોર્ફુ ગયાં. મિલાનમાં એક રાત ગાળી. ચાર વર્ષ પહેલાં પેટ્રિક પેટમાં હતો ત્યારે જે ઓરડામાં મેં મંથન અનુભવ્યું હતું એ જ ઓરડામાં હું આવી ચડી. મોર્કોના દેવળમાં સ્વપ્નમાં જોયેલો દેવદૂત જેવા મુખવાળો પેટ્રિક તો આવ્યો અને ગયો. ફરી પેલી છબીમાંથી પેલી સ્ત્રી મારી સામે આવીને ઊભી રહી. એની ભયંકર આંખો મેં જોઈ. એના શબ્દો મારા કાન ઉપર અથડાયા.

'મેં ભવિષ્ય નહોતું ભાખ્યું કે છેવટે તો મૃત્યુ જ છે?'

મને એવી ભયંકર બીક લાગી કે હું બહાર પરસાળમાં દોડી ગઈ અને મને બીજી હોટેલમાં લઈ જવાની ઑગસ્ટીનને વિનંતી કરી.

બ્રીન્ડીસીથી બોટ લઈને થોડા વખતમાં એક સુંદર પ્રભાતે અમે કોર્ફુ આવી પહોંચ્યાં. સારીયે કુદરત આનંદમાં હતી અને તેના સુખ ઉપર સ્મિત ફરકતું હતું, પણ મને એમાં રસ ન પડ્યો. જે લોકો મારી સાથે હતાં તેઓ એમ કહે છે કે દિવસો અને અઠવાડિયાંઓ સુધી હું ફક્ત આંખો ફાડીને જ શૂન્યમનસ્ક બેઠી રહેતી. સમયની મને પરવા ન હતી. ગમગીનીની હું એક એવી ઉજ્જડ અને વેરાન ભૂમિકા ઉપર આવી ગઈ હતી કે જ્યાં જીવવાની કે હરવા-ફરવાની ઇચ્છાનું અસ્તિત્વ જ ન હતું. પથ્થરની જેમ હું બેસી રહેતી અને મુક્તિ માટે મૃત્યુની રાહ જોતી હતી.

લોહેનગ્રીન લંડનમાં હતો. મને થયું કે ફક્ત લોહેનગ્રીન આવે તો હું કદાચ આ ભયંકર મૃત્યુ જેવી છાયામાંથી છટકી શકું. મારા પ્રેમીના એ હાથ મારા દેહની આસપાસ વીંટળાય તો જ મને જરા હૂંફ અને જીવન મળે.

કોઈએ મને જરા પણ અડચણ ન કરવી એવું મેં બધાંને એક દિવસ કહી
દીધું. બારીબારણાં બંધ કરીને છાતી ઉપર હાથ રાખીને હું મારી પથારીમાં પડખું
ફર્યા વિના પડી રહી. ઉદાસીનતાની હવે હદ આવી ગઈ હતી અને પડ્યાં પડ્યાં
મેં લોહેનગ્રીનને વારંવાર સંદેશાઓ મોકલ્યા કર્યા. હું બોલતી:

'મારી પાસે આવ; મારે તારી જરૂર છે. હું મરવા પડી છું; જો તું નહીં
આવે તો હું બાળકોના પંથે ચાલી જઈશ.'

પ્રાર્થનાની જેમ મેં વારંવાર આ શબ્દોનો ઉચ્ચાર કર્યા કર્યો. જ્યારે હું બેઠી
થઈ ત્યારે રાત અડધી પસાર થઈ ગઈ હતી અને પછી હું દુઃખી હૃદયે સૂઈ ગઈ.

બીજે દિવસે સવારે ઑગસ્ટીને મને ઉઠાડી. એ હાથમાં તાર લઈને આવ્યો
હતો.

'ખુદાની ખાતર મને ઈસાડોરાના સમાચાર મોકલો. તરત જ કોર્ફુ આવવા
માટે નીકળીશ.'

– લોહેનગ્રીન.

ત્યાર પછીના દિવસો અંધકારમાં દેખાતા આશાના કિરણને જોઈ જોઈને
ગાળ્યા. એક દિવસ સવારે લોહેનગ્રીન આવી પહોંચ્યો, એ ફિક્કો અને અસ્વસ્થ
હતો. તેણે કહ્યું:

'તું મરી ગઈ છો એમ હું ધારતો હતો!'

પછી બપોરે તેણે મને કહ્યું:

'ઈસાડોરા! તું મને સંદેશો મોકલતી હો એમ લાગ્યું. મારા પલંગમાં હું
પડ્યો હતો ત્યારે પગ આગળ તારું છાયાસ્વરૂપ આવીને ઊભું રહ્યું અને કહ્યું:
'મારી પાસે આવ; મારે તારી જરૂર છે. જો તું નહીં આવે તો હું મરી જઈશ.'

અમારા બંને વચ્ચે વિચારસંક્રમણના આ બંધનની સાબિતી જોઈને મારી આશા
પ્રગટી હતી કે સ્વયંસ્ફુરિત પ્રેમના આ ભાવથી ભૂતકાળનું મારું દુઃખ જરા ઓછું
થશે. એ આશાએ મારું હૃદય નાચી ઊઠ્યું કે મને સુખ આપવા માટે મારાં બાળકો
આ પૃથ્વી પર પાછાં આવશે, પણ આ કંઈ બને એમ ન હતું. મારી તીવ્ર ઝંખના,
શોક વગેરે લોહેનગ્રીનથી જીરવી શકાય એમ ન હતું. એક દિવસ સવારે અગાઉથી
જણાવ્યા પહેલાં લોહેનગ્રીન અચાનક ચાલ્યો ગયો. કોર્ફુનો કિનારો છોડીને જતી
સ્ટીમરને મેં જોઈ. અને હું જાણતી હતી કે લોહેનગ્રીન એમાં છે. સાગરના નીલા જળ
ઉપર પંથ કાપતી સ્ટીમરને હું જોઈ રહી અને મને ફરી એકલી છોડી દેવામાં આવી.

પછી મેં મારા મનમાં વિચાર કર્યો: 'કાં તો મારે આ જીવનનો અંત આણવો
અથવા તો દિવસ અને રાત ખાઈ જતી આ અવિરત વેદનાને સહન કરવા છતાં

પણ મારે જીવવાનું સાધન શોધી કાઢવું જોઈએ.' દરેક રાત્રિ મારી અર્ધનિદ્રામાં જતી. છેલ્લી સવારે ડિયરડ્રેએ ઉચ્ચારેલા શબ્દો મને અથડાતા: 'બોલ, આપણે ક્યાં જઈએ છીએ?' નર્સનો અવાજ મને સંભળાયો: 'બાઈસાહેબ! બાળકો આજે બહાર ન જાય એ વધારે સારું છે.' અને ભ્રાંતિમાં મેં નર્સને જવાબ આપ્યો: 'હા, તારું કહેવું ખરું છે. ઓ ભલી આયા! એમને સાચવ, એમને સાચવ, બહાર જવા દઈશ નહીં હો?'

ડિયરડ્રેના છેલ્લા શબ્દોના સ્મરણે જ મારું જીવન ટકી રહ્યું હતું.

રેમન્ડ આલ્બેનિયાથી આવ્યો, એના સ્વભાવ પ્રમાણે એ ઉત્સાહથી મસ્ત હતો, તેણે કહ્યું:

'ઈસાડોરા! આખા દેશમાં મદદની જરૂર છે, ગામડાંઓ ઉજ્જડ થઈ ગયાં છે, બાળકો ભૂખે મરે છે; તારા સ્વાર્થી શોકમાં તારાથી કેમ રહી શકાય? ઊઠ ઊઠ, બાળકોને ખવરાવવામાં મદદ કર, સ્ત્રીઓને આશ્વાસન આપ.'

એની વાત અસરકારક હતી. ફરી મેં મારો ગ્રીક પોશાક અને ચંપલ ધારણ કર્યાં અને રેમન્ડની પાછળ આલ્બેનિયા ગઈ. આશ્રિતોને મદદ આપવા માટે વ્યવસ્થાની એની પદ્ધતિઓ મૌલિક હતી. કોર્ફની બજારમાં ગયો અને કાચું ઊન લઈ આવ્યો. તેણે ભાડે રાખેલી સ્ટીમરમાં ઊન ભર્યું અને સાન્ટી ક્વોરાન્ટા સ્ટીમરને લઈ ગયો. આશ્રિતોનું આ મુખ્ય સ્થળ હતું.

મેં કહ્યું: 'પણ રેમન્ડ! આ ઊનથી તું આ દુ:ખી લોકોનું કેવી રીતે પેટ ભરવાનો છે?'

રેમન્ડે જવાબ આપ્યો: 'તું તારે જોયા કર. જો, હું એ લોકો માટે બ્રેડ-રોટી લાવું તો એ ફક્ત એક જ દિવસ ચાલે, પણ હું તેમને માટે ઊન લાવ્યો છું. એમાં ભવિષ્યનો વિચાર છે.'

સાન્ટી ક્વોરાન્ટાના ખડકવાળા કિનારા પર અમે ઊતર્યાં. રેમન્ડની વ્યવસ્થાનું આ કેન્દ્રસ્થાન હતું. હાથ ઊંચો કરીને રેમન્ડે કહ્યું:

'ઊન કોણ કાંતવા માગે છે? એક દિવસના દસ પેન્સ મળશે.'

તરત જ ગરીબ, દુર્બળ દેહવાળી–ભૂખે મરતી સ્ત્રીઓ હારમાં ઊભી રહી. આમાંથી જે પૈસા મળે તેનું તેઓ બંદરમાં રાજ્ય તરફથી વેચાતું અનાજ લેતાં.

પછી ફરી રેમન્ડ એની સ્ટીમરને કોર્ફુ લઈ ગયો. ત્યાં વણવા માટે સાળ બનાવવાના સુતારને હુકમો આપ્યા. સાળો લઈને એ પાછો આવ્યો. તેણે પૂછ્યું:

'દિવસના દસ પેન્સથી કોણ ઊન વણવા માગે છે? એમાં જુદી જુદી ભાતો પાડવી પડશે!'

ભૂખ્યાં માણસોનાં ટોળાંઓ કામે લાગી ગયાં. ગ્રીસની પુરાણી કળાની ભાતો તેણે કામ કરનારાઓને આપી. દરિયાકિનારે સ્ત્રીઓની હાર લાગી ગઈ. વણતાં વણતાં બધાએ સાથે કેમ ગાવું એ તેમને રેમન્ડે શીખવ્યું. સુંદર મજાના ભાતોવાળાં કોચનાં કવર તૈયાર થયાં. રેમન્ડે આ માલને પચાસ ટકા નફાથી વેચવા માટે લંડન મોકલ્યો. નફામાંથી જે પૈસા આવ્યા તેમાંથી તેણે બેકરી-રોટી બનાવવાનું કારખાનું શરૂ કર્યું અને રાજ્ય અનાજ આપે એના કરતાં સસ્તા ભાવે તેણે વેચવાનું શરૂ કર્યું. આમ રેમન્ડે પોતાના ગામડાની શરૂઆત કરી.

આલ્બેનિયા વિચિત્ર અને દુઃખી દેશ છે. અતિ વરસાદ અને ભયંકર વાવાઝોડાં થયાં જ કરે છે. વરસાદનાં આવાં તોફાનોમાં પણ અમે અમારો પોશાક અને ચંપલ પહેરીને માંડ માંડ આગળ વધતાં હતાં અને મને સમજાયું કે વૉટરપ્રૂફ-પાણીથી ન પલળે એવો કોટ પહેરીને વરસાદમાં ફરવા કરતાં વરસાદમાં ભીંજાતા ફરવું એ વધારે આહ્‌લાદક છે.

મેં ઘણાંયે કરુણ દશ્યો જોયાં. એક બાળકને ખોળામાં બેસાડીને એક માતા બેઠી હતી. બીજાં ત્રણ-ચાર બાળકો તેને વળગીને બેઠાં હતાં. બધાંય ભૂખ્યાં અને ઘર વિનાના હતાં. એમનું મકાન બળી ગયું હતું. ધણી અને પિતા તુર્કોથી કપાઈ ગયા હતા. ઢોરઢાંખર ચોરાઈ ગયાં હતાં અને પાકનો નાશ કરવામાં આવ્યો હતો. બાકીનાં બાળકો સાથે ગરીબ બિચારી એ માતા બેઠી હતી. આવા ઘણાયે લોકોને રેમન્ડે કોથળા ભરીભરીને બટેટા આપ્યા હતા.

અમે થાકીપાકીને અમારા તંબૂમાં દાખલ થયાં, પણ ન સમજી શકાય એવું વિચિત્ર સુખ મારા હૃદયમાં આવીને વસી ગયું હતું. મારાં બાળકો તો ગયાં, પણ ભૂખ્યાં અને દુઃખથી પીડાતાં બીજાં બાળકો તો અહીં હતાં. એ બાળકો માટે શું હું ન જીવી શકું?

જ્યારે મારામાં શક્તિ અને તંદુરસ્તી આવી ત્યારે આ આશ્રિતોની વચ્ચે મારું જીવન મને અશક્ય લાગ્યું. એક કળાકારના અને એક સાધુના જીવન વચ્ચે ઘણો ફેર હોય છે. એમાં કોઈ જાતની શંકા નથી. મારું કળાજીવન મારા હૃદયમાં જાગી ઊઠ્યું. મને લાગ્યું કે મારાં મર્યાદિત સાધનોથી આલ્બેનિયાના પીડિત લોકોમાં દેખાતો દુઃખનો એ ધોધ અટકાવવો એ અશક્ય છે. અને...

* * *

૨૯

એક દિવસ મને લાગ્યું કે ઘણાં પર્વતો, મોટા ખડકો અને તોફાનોથી ભરપૂર એવા એ દેશને મારે છોડવો જ જોઈએ. મેં પેનીલોપને કહ્યું:

'ભાભી! મારાથી હવે આ દુઃખ જોઈ શકાતું નથી. મસ્જિદમાં શેતરંજી ઉપર, શાંત દીપક પાસે બેસવાની મારી ઇચ્છા છે. આ રસ્તાઓથી હું કંટાળી છું. કોન્સ્ટેન્ટિનોપલ જરા આંટો મારી આવીશું? તમે મારી સાથે આવશો?'

પેનીલોપ તો ખુશ થઈ ગઈ. અમે સાદો પોશાક પહેર્યો અને કોન્સ્ટેન્ટિનોપલની બોટ પકડી. દિવસ દરમ્યાન તો હું મારી કૅબિનમાં જ પડી રહી અને રાત્રે જ્યારે બીજા મુસાફરો ઊંઘતા હતા ત્યારે માથે રૂમાલ બાંધીને હું મારી કૅબિનમાંથી ચાંદનીમાં બહાર આવી. મેં જોયું તો જહાજના કઠોડાને અઢેલીને ધોળા દૂધ જેવાં વસ્ત્રોમાં સજ્જ થયેલો એક યુવાન ઊભો હતો. હાથમાં નાનકડી કાળી પુસ્તિકા હતી અને વખતોવખત પેલી ચોપડીમાંથી વાંચીને એ કંઈ પ્રાર્થના બબડતો હોય એમ લાગ્યું, બે સુંદર કાળી આંખોથી એનો સફેદ; દુઃખી ચહેરો પ્રકાશી રહ્યો હતો. એ મુખ ઉપર કાળા આગળ પડતા વાળ મુગટ જેવા લાગતા હતા.

હું તેની પાસે પહોંચી કે તરત જ એ અજાણ્યો માનવી બોલ્યો.

'હું તમારી સાથે બોલવાની હિંમત કરું છું, કારણ કે જેટલો હું દુઃખી છું એટલાં જ તમે છો. હું કોન્સ્ટેન્ટિનોપલ મારી બાને આશ્વાસન આપવા જાઉં છું, કારણ કે એ બહુ દુઃખમાં છે. એક મહિના પહેલાં મારા મોટા ભાઈના આપઘાતના સમાચાર તેણે સાંભળ્યા અને ભાગ્યે જ બે અઠવાડિયાં થયાં હશે ત્યાં તો મારા બીજા ભાઈના આપઘાતના સમાચાર તેને મળ્યા. હવે હું એક જ બાકી રહ્યો છું. પણ હું તેને કેવી રીતે આશ્વાસનરૂપ થઈ પડીશ? નિરાશાથી તો મારું હૃદય

ભાંગી પડ્યું છે. મનની આવી સ્થિતિમાં મારે મારા ભાઈઓના માર્ગે જવું એ જ મારે માટે સૌથી સુખદ માર્ગ છે.'

અમે વાતો કરી અને તેણે મને કહ્યું કે તે અભિનેતા છે અને પેલી નાની ચોપડી છે તે 'હેલ્મેટ'નું નાટક છે અને એમાંથી એ એક ભાગનો અભ્યાસ કરતો હતો.

બીજે દિવસે સાંજે ફરી અમે ડેક ઉપર મળ્યાં. પોતાના દુઃખમાં ડૂબેલાં છતાં એકબીજાના સાન્નિધ્યમાં રહીને પરસ્પર કંઈ સાંત્વન મેળવવાનો પ્રયાસ કરતા બે પ્રેતાત્માઓ જેવાં અમે ઠેઠ સવાર સુધી ત્યાં રહ્યાં.

જ્યારે અમે કોન્સ્ટેન્ટિનોપલ ઊતર્યાં ત્યારે શોકમાં ડૂબેલી ઊંચી અને સુંદર સ્ત્રી આ જુવાનને મળી અને ભેટી પડી.

હું અને મારી ભાભી હોટેલમાં ઊતર્યાં. પુરાણા શહેરની સાંકડી શેરીઓમાં બે દિવસ સુધી અમે રખડ્યાં. ત્રીજે દિવસે અચાનક એક વ્યક્તિએ મારી મુલાકાત લીધી. જહાજ ઉપર મળેલા મારા શોકગ્રસ્ત મિત્રની એ માતા હતી. મને મળી ત્યારે તે ખૂબ જ દુઃખમાં હતી. તેણે મને તેના બે સુંદર છોકરાઓના ફોટા બતાવ્યા અને કહ્યું હવે એ ચાલ્યા ગયા. હું તેને ફરી મેળવી નહીં શકું. હું તમને વિનંતી કરું છું કે તમે મારા છેલ્લા પુત્રને બચાવવામાં મને મદદ કરો. મને લાગે છે કે તે તેના ભાઈઓના પંથે જવા તૈયાર થયો છે.'

'હું શું કરી શકું?' મેં કહ્યું: 'અને કઈ રીતે એ ભયમાં છે?'

'એ શહેર છોડીને પાસેના ગામડામાં ચાલ્યો ગયો છે. મકાનમાં ત્યાં એકલો જ છે. આવી સ્થિતિમાં જ્યારે એ ચાલ્યો ગયો છે ત્યારે મને બીક છે કે એ કંઈ ખરાબ કરી બેસશે. તમે એના ઉપર સારી અસર પાડી છે, હું ધારું છું કે તમે તેની ભૂલ સમજાવી શકશો અને એની મા ઉપર દયા આવે અને મૃત્યુનો માર્ગ ન સ્વીકારે એ વાત તમે તેને સમજાવી શકશો.'

'પણ આટલા બધા નિરાશ થઈ જવાનું શું કારણ છે?' મેં પૂછ્યું.

'એના ભાઈઓએ કરેલો આપઘાત સિવાય બીજું કોઈ કારણ હોય એમ મને લાગતું નથી. આવા મજાના સુંદર, જુવાન અને નસીબદાર છોકરાઓએ શા માટે માત્ર મૃત્યુ જ સ્વીકાર્યું?'

માતાના આજીજીભર્યા શબ્દોથી મને ખૂબ લાગી આવ્યું. ગામડામાં જઈને રાઓલને સમજાવવાનું મારાથી બનશે તે કરીશ એવું મેં વચન આપ્યું. માતાની સૂચના પ્રમાણે મેં મકાન શોધી કાઢ્યું. જૂના કબ્રસ્તાન પાસે આવેલા બગીચામાં શાંત, સફેદ મકાન એકલું ઊભું હતું. ઘંટડી તો હતી નહીં. તેથી મેં દરવાજો ખખડાવ્યો. પણ જવાબ ન મળ્યો. દરવાજાને ધક્કો માર્યો અને ઊઘડી ગયો; હું

અંદર દાખલ તઈ. ભોંયતળિયે કોઈ ન હતું, એટલે દાદર ચડીને ઉપર ગઈ. બીજો ઓરડો ઉઘાડ્યો અને જોયું તો સફેદ ચાદર પાથરેલા કોચમાં રાઓલ પડ્યો હતો. બોટ ઉપર મેં જોયો હતો એવા સફેદ પોશાકમાં એ હતો. કોચ પાસે નાનકડા ટેબલ ઉપર કાચનું વાસણ પડ્યું હતું, એમાં ધોળું કમળ હતું. પાસે રિવૉલ્વર પડી હતી.

હું ધારું છું કે રાઓલે બે કે ત્રણ દિવસ થયા કંઈ ખાધું ન હતું. એ પડ્યો હતો. એ એવી દશામાં પડ્યો હતો કે મારો અવાજ એ ભાગ્યે જ સાંભળી શકે. એ જાગ્રત અવસ્થામાં આવે એટલા માટે મેં તેને ઢંઢોળ્યો અને કહ્યું:

'રાઓલ! ઊઠ, ઊઠ, આમ તો જો, તારા ભાઈઓના મૃત્યુથી તારી બાનું હૃદય કપાઈ ગયું છે.'

અને છેવટે મેં તેનો હાથ પકડીને મારામાં હતી એટલી શક્તિથી ખેંચીને હું તેને મારી બોટ પાસે લઈ આવી. સાવચેતીથી રિવૉલ્વર પાછળ મૂકી હતી.

રસ્તે જતાં એ ખૂબ રડ્યા જ કરતો હતો અને તેની માને ઘેર જવાની ના પાડતો હતો. મેં તેને હોટેલ ઉપર આવવા સમજાવ્યો અને ત્યાં તેના અતિશય દુઃખનું કારણ શોધી કાઢવાનો પ્રયત્ન કર્યો, કારણ કે તેની આ દશાનું કારણ એના ભાઈઓનો આપઘાત ન હોવું જોઈએ એમ મને લાગ્યું. છેવટે એ બબડ્યો:

'ના, તમે સાચાં છો. મારા ભાઈઓનું મોત એ કંઈ કારણ નથી, કારણ તો સિલ્વિયો છે.'

'સિલ્વિયો કોણ છે? ક્યાં છે એ છોકરી?'

'સિલ્વિયો તો દુનિયામાં ઘણો જ સ્વરૂપવાન છોકરો છે. એ અહીં કોન્સ્ટેન્ટિનોપલમાં એની બા સાથે રહે છે.'

સિલ્વિયો છોકરો છે એ જાણીને હું તો આભી જ બની ગઈ; પણ પ્લેટોના પ્રેમની ફિલસૂફીનો મેં અભ્યાસ કર્યો હતો, એટલે બીજા લોકોને આઘાત લાગે એવો આઘાત આ સાંભળીને મને ન લાગ્યો. હું માનું છું કે ઉચ્ચ પ્રેમ એ તો નરી પવિત્ર જ્યોત જેવો છે, જાતીયતા ઉપર જ એનો આધાર છે એવું કંઈ નથી.

પણ મારો તો એ સંકલ્પ હતો કે રાઓલની જિંદગી કોઈ પણ હિસાબે બચાવવી અને તેથી કંઈ વધુ પૂછપરછ કરવા કરતાં મેં તેને પૂછ્યું:

'એનો ટેલિફોન નંબર શું છે?'

તરત જ મેં ટેલિફોનમાં એનો અવાજ સાંભળ્યો. મધુર આત્મામાંથી એક મધુર અવાજ આવતો હોય એમ મને લાગ્યું. મેં કહ્યું: 'તમારે તરત જ અહીં આવવું જોઈએ.'

થોડાક જ સમયમાં એ આવ્યો. આશરે અઢાર વર્ષનો એ સુંદર મજાનો છોકરો હતો. અમે સાથે જમ્યાં. પછી રાઓલને અને તેના મિત્રને ઝરૂખામાં બેસીને કંઈ ખાનગી વાતો કરતા જોયા. ત્યારે મને આનંદ થયો અને ખાતરી થઈ કે હવે તો રાઓલ બચી ગયો છે. મેં તેની માને ટેલિફોન કરીને મારા પ્રયત્નોનું શુભ પરિણામ જણાવ્યું. બિચારી એ તો એટલા બધા હર્ષમાં આવી ગઈ કે માંડ માંડ તે મારો આભાર માની શકી.

રાત્રે જ્યારે મારા એ મિત્રો ગયા ત્યારે મને લાગ્યું કે આ સુંદર જુવાનની જિંદગી બચાવીને મેં સારું કાર્ય કર્યું છે, પણ થોડા દિવસ પછી દુઃખી માતા ફરી મારી પાસે આવી, તેણે કહ્યું:

'બહેન, ઈસાડોરા! ફરી મારો દીકરો ગામડામાં પેલા મકાનમાં ચાલ્યો ગયો છે. તમારે ફરી એક વાર તેને બચાવવો જોઈએ.'

મેં વિચાર કર્યો કે મારા ભલા સ્વભાવ ઉપર એક જાતનો કર છે, પણ બિચારી માતાની વિનંતીનો હું પ્રતિકાર ન કરી શકી. આ વખતે તો દરિયો જરા તોફાની હતો, એટલે પગરસ્તો ખરાબ હતો છતાં પણ વાહન લઈને ત્યાં જવાનું સાહસ કર્યું. સિલ્વિયોને પણ સાથે લીધો.

મેં તેને પૂછ્યું: 'આ બધા ગાંડપણની પાછળ હવે શું કારણ છે?'

સિલ્વિયોએ જવાબ આપ્યો: 'વાત એમ છે કે હું રાઓલને ચાહું જ છું, પણ એ જેવી રીતે મને ચાહે છે એવી રીતે હું તેને ચાહું છું, એમ કહી શકતો નથી. પણ તેના તરફનો મારો એટલો જ પ્રેમ છે.'

અમે સાંજે પેલા ગામડે જવા નીકળ્યાં. ખૂબ હડસેલા અને ધક્કા ખાતાં ખાતાં અહીં આવી પહોંચ્યાં. તરત જ ઉદાસીન રાઓલને ફરી હોટેલમાં ઉપાડી લાવ્યાં. મેં મારી ભાભી સાથે, મોડી રાત સુધી રાઓલની આ વિચિત્ર માંદગીનો સચોટ ઉપાય શોધી કાઢવા માટે ચર્ચા કરી.

બીજે દિવસે હું અને મારી ભાભી શેરીઓમાં રખડતાં હતાં ત્યાં તેણે એક સાંકડી, અંધારી શેરીમાં દેખાતું મેં પાટિયું બતાવ્યું. ભાભીએ ભાષા ઉકેલી. એ ભવિષ્યવેત્તાનું મકાન હતું.

'ચાલો, આપણે તેની સલાહ લઈએ.' પેનીલોપે કહ્યું.

અમે તો એ જૂના મકાનમાં દાખલ થયાં. ગોળ દાદરો ચડ્યાં પછી અમે જૂનાં ગંધાતાં ઘણાંયે બારણાંઓ વટાવ્યા પછી છેલ્લા ઓરડામાં ધૂપદાની ઉપર નમીને બેઠેલી એક બુઢ્ઢીને જોઈ. ધૂપની વિચિત્ર વાસ ઓરડામાં આવતી હતી. એ સ્ત્રી આર્મિયાની રહીશ હતી, પણ થોડું ગ્રીક જાણતી હતી. અને પેનીલોપ

ગ્રીક ભાષા સમજતી હતી. પેલી વૃદ્ધ સ્ત્રીએ કહ્યું:

'તુર્કોએ છેલ્લી કતલ ચલાવી ત્યારે આ ઓરડામાં, મારા દીકરા-દીકરીઓને, એમનાં છોકરાંઓને અને છેક નાનામાં નાનાં બાળકોને પણ એ લોકોએ કાપી નાખ્યાં. આ ભયંકર દૃશ્ય મેં જોયું અને તે પછી મને સ્વયંસ્ફુરણા પ્રાપ્ત થઈ અને તેથી હું ભવિષ્ય જોઈ શકું છું.'

પેનીલોપ દ્વારા મેં તેને પૂછ્યું: 'મારા ભવિષ્ય વિશે તમે શું કહી શકો છો?'

વૃદ્ધ સ્ત્રીએ થોડો સમય ધુમાડામાં જોયું અને પછી થોડા શબ્દો ઉચ્ચાર્યા. મારી ભાભીએ તેનું ભાષાંતર કર્યું.

'તમે સૂર્યનાં પુત્રી છો અને તેથી એ તમારું સન્માન કરે છે. લોકોને મહાન આનંદ આપવા માટે તમને આ પૃથ્વી ઉપર મોકલવામાં આવ્યાં છે. આ આનંદમાંથી એક ધર્મ સ્થપાશે. ખૂબ રખડ્યા પછી, જીવનના અંત સમયે, તમે સારીયે દુનિયામાં મંદિરો સ્થાપશો. વખત જતાં તમે આ શહેરમાં ફરી પાછાં આવશો અને અહીં પણ મંદિર બાંધશો. સૌન્દર્ય અને આનંદને ચરણે આ મંદિરો અર્પણ કરવામાં આવશે, કારણ કે તમે સૂર્યપુત્રી છો.'

શોક અને નિરાશા ભરેલી મારી સ્થિતિનો વિચાર કરતાં એ વખતે તો આ કાવ્યમય ભવિષ્યવાણી મને ઘણી જ વિચિત્ર લાગી.

પછી પેનીલોપે પૂછ્યું: 'મારું ભવિષ્ય શું છે?'

પેલી સ્ત્રીએ પેનીલોપને કહેવા માંડ્યું. હું જોઈ શકી કે ભાભીનું મોઢું ફિક્કું પડી ગયું છે અને ખૂબ ભય પામી હોય એમ લાગે છે.

મેં પેનીલોપને પૂછ્યું, 'તેણે તને શું કહ્યું?'

પેનીલોપે જવાબ આપ્યો: 'એ ન ગમે એવું કહે છે. એ કહે છે કે મારે એક નાનું ઘેટું છે. ઘેટું એટલે છોકરો–મેનેકાસ એવો એ અર્થ કરે છે, હું કોઈ બીજા ઘેટાની આશા રાખું છું એમ તેનું કહેવું છે. એ છોકરી હોવી જોઈએ, કારણ કે હું છોકરીની આશા રાખું છું. પણ મારી આશા સફળ નહીં થાય એમ તેનું માનવું છે. એ વળી એમ પણ કહે છે કે તમારું એક પ્રિયપાત્ર ખૂબ માંદું છે અને બીજું પ્રિયપાત્ર મરવાની અણી ઉપર છે. એવો તમને તરત જ તાર મળશે અને હું બહુ લાંબો સમય નહીં જીવું પણ એક ઊંચી જગ્યામાં, જ્યાંથી જગત જોઈ શકાય ત્યાં હું છેલ્લી પ્રાર્થના કરીશ અને આ ક્ષેત્ર છોડીને ચૉલી જઈશ.'

પેનીલોપનું તો મગજ બગડી ગયું! પેલી વૃદ્ધ સ્ત્રીને થોડા પૈસા આપ્યા. છેલ્લી સલામ કરી અને મારો હાથ પકડીને ઉતાવળે પગે બધા અંધારિયા રસ્તા

અને દાદરા વટાવીને સાંકડી શેરીમાં આવી પહોંચ્યાં. ગાડી લીધી અને હોટેલ ઉપર આવી પહોંચ્યાં.

જેવાં અમે હોટેલમાં દાખલ થયાં કે તરત જ પટાવાળાએ અમને તાર આપ્યો. પેનીલોપ મારા હાથ ઉપર બેભાન જેવી દશામાં પડી. તેનો હાથ પકડીને હું તેના ઓરડામાં દોરી ગઈ. મેં તાર વાંચ્યો.

'છોકરો ઘણો માંદો છે. રેમન્ડ પણ ખૂબ માંદો છે. જલદી પાછાં આવો.'

બિચારી ભાભીનું હૃદય ભાંગી ગયું. તરત જ ઉતાવળમાં બધી વસ્તુઓ ટ્રંકમાં ભરવા માંડી અને સાન્ટી ક્વોરાન્ટા જવાની બોટ ક્યારે મળે તેના વિશે પૂછ્યું. પટાવાળાએ જવાબ આપ્યો કે આજે સાંજે એક બોટ ઊપડે છે. પણ આટલી ઉતાવળમાં મને રાઓલની માતા યાદ આવી. મેં તેને ચિઠ્ઠી મોકલી.

'જે ભયથી તમારો છોકરો ડરે છે તેમાંથી જો તેને તમારે બચાવવો હોય તો તેણે કોન્સ્ટેન્ટિનોપલ છોડવું જ જોઈએ. કારણ મને પૂછતાં નહીં, પણ આજે સાંજે પાંચ વાગ્યે હું જે બોટમાં ઊપડું ત્યાં તેને હાજર કરો.'

મને જવાબ ન મળ્યો, પણ જેવી બોટ ઊપડવાની તૈયારીમાં હતી કે તરત જ હાથમાં ચામડાની બૅગ પકડીને, જીવતો છતાં મરેલા માણસ જેવો લાગતો રાઓલ ધક્કામુક્કી કરતો ટોળું વીંધીને બોટ ઉપર આવી પહોંચ્યો. મેં તેને પૂછ્યું,

'ટિકિટ લીધી છે કે નહીં?'

'એ તો હું ભૂલી જ ગયો!' તેણે જવાબ આપ્યો.

તેમ છતાં પણ મેં કૅપ્ટનને મળીને વ્યવસ્થા કરી આપી અને મારી કૅબિનના બેસવાના ઓરડામાં તેની સૂવાની સગવડ કરી, કારણ કે રાઓલ માટે તેની માતાની ચિંતા જોઈને મને ખરેખર લાગી આવ્યું હતું.

સાન્ટી ક્વોરાન્ટા અમે આવી પહોંચ્યાં. જોયું તો રેમન્ડ અને તેનો છોકરો તાવમાં પટકાયા હતા. આલ્બેનિયાની આ કંટાળાભરેલી ભૂમિ છોડીને મારી સાથે યુરોપ આવવા માટે મેં રેમન્ડને અને પેનીલોપને ઘણું સમજાવ્યાં, વહાણના ડૉક્ટરનું કહેવું માનશે એટલા માટે તેને પણ લઈ આવી, પણ તેના ગરીબ આશ્રિતો અને તેનું ગામડું છોડવાની રેમન્ડે સાફ ના પાડી અને પેનીલોપ તો અલબત્ત, તેને છોડે જ નહીં. વાવાઝોડાના તોફાનમાં ટક્કર લેતા એક નાનકડા તંબૂમાં ઉજ્જડ ખડક ઉપર, એ લોકોને છોડીને જવાની મને ફરજ પડી.

ટ્રીયેસ્ટ જવા સ્ટીમર આગળ વધી અને હું તથા રાઓલ બંને ઘણાં દુઃખી હતાં. એની આંખોમાંથી આંસુ સુકાતાં જ ન હતાં. ટ્રીયેસ્ટ, મને મારી મોટર મળે એવો મેં તાર કર્યો હતો, કારણ કે ત્યાંથી ટ્રેનમાં મુસાફરોનો સહવાસ મને

ગમતો ન હતો. ઉત્તરના પર્વતો વીંધીને મોટરમાં અમે સ્વિટ્ઝર્લૅન્ડ આવી પહોંચ્યાં.

અહીં જીનિવાના તળાવમાં બોટમાં થોડા દિવસો પસાર કર્યા. અમે બંને સમદુ:ખી હતાં તેથી એકબીજાનો સહવાસ અમને સારો લાગ્યો અને છેવટે રાઓલ પાસેથી મેં પવિત્ર વચન મેળવ્યું કે તેણે ફરી કદી પણ આત્મઘાતનો વિચાર કરવો નહીં.

આમ, એક સવારે, રાઓલને ટ્રેનમાં મેં વળાવ્યો. એ એની રંગભૂમિમાં કામ કરવા માટે ગયો અને ત્યાર પછી તો મેં તેને કદી જોયો નથી. પણ પાછળથી મેં સાંભળેલું કે અભિનેતા તરીકે તેણે સફળ કારકિર્દી મેળવી છે. અને હૅમ્લેટનો પાઠ બહુ જ અસરકારક ભજવે છે. હું તેનું કારણ સમજી ગઈ: 'To be or not to be મરવું કે જીવવું', એવી પરિસ્થિતિમાં પસાર થયા વિના એ વાક્ય બિચારા રાઓલ સિવાય બીજો કોણ અસરકારક રીતે ઉચ્ચારી શકે? ગમે તેમ પણ, તે હજી ઘણો નાનો હતો અને તેથી મને આશા છે કે ત્યાર પછી એ સુખી થયો છે.

સ્વિટ્ઝર્લૅન્ડ હું એકલી જ હતી. થાક અને ઉદાસીનતાથી હું કાયર થઈ ગઈ હતી. એક જ જગ્યાએ મારાથી લાંબો સમય રહી શકાતું ન હતું. અશાંતિ, બેચેની મને કોરી ખાતી હતી. મારી મોટરમાં હું આખા સ્વિટ્ઝર્લૅન્ડમાં રખડી અને છેવટે પાછા પૅરિસ જવાના, ન રોકી શકાય એવા મારા આવેગને મારે અપનાવવો પડ્યો. હું પૅરિસ જવા નીકળી, હું એકલી જ હતી, કારણ કે કોઈ પણ માનવીનો સહવાસ મારાથી સહન થઈ શકતો ન હતો. સ્વિટ્ઝર્લૅન્ડથી મારો ભાઈ ઑગસ્ટીન મારી સાથે પૅરિસ આવવા જોડાયો હતો, પણ મારી આસપાસ વીંટળાયેલી બેચેનીની જાદુઈ જાળને તોડી નાખવાની એનામાં પણ તાકાત ન હતી. છેવટે મારી સ્થિતિ એવી થઈ ગઈ કે માનવીનો અવાજ પણ મને કંટાળાભરેલો લાગતો હતો. આમ એક રાત્રે હું પૅરિસમાં આવેલા મારા મકાનમાં દરવાજા આગળ આવી પહોંચી. જગ્યા વેરાન લાગી. દરવાજા પાસે આવેલી ઓરડીમાં પડ્યો રહેતો માત્ર વૃદ્ધ માળી જ ત્યાં હતો.

હું મારા વિશાળ સ્ટુડિયોમાં દાખલ થઈ અને એક ક્ષણ માટે તો, જાંબુડિયા રંગના પડદાઓએ મને મારી કળાનું અને મારા કાર્યનું સ્મરણ કરાવ્યું. ફરી કળાની ઉપાસના શરૂ કરવાનો પ્રયત્ન કરવો એવો મેં નિશ્ચય કર્યો. આ હેતુથી સંગીત માટે મારા મિત્ર હેનર સ્કેનીને બોલાવ્યો. તે આવ્યો અને પરિચિત સંગીતના સૂરો ઊઠ્યા અને મારું રુદન જાગી ઊઠ્યું. સાચ્ચે જ, હું હવે પહેલી જ વાર મોટે સાદેથી રડી પડી. મકાનમાં આવેલી દરેક વસ્તુ જોઈને મારા સુખી દિવસો મારી આંખ આગળ આવીને ખડા થતા હતા. તરત જ મને ભ્રાંતિ થવા લાગી કે બગીચામાં હું મારાં

બાળકોનો અવાજ સાંભળું છું. એક દિવસ મારાં બાળકો જે ઓરડામાં રહેતાં હતાં ત્યાં આવી ચડી અને આમતેમ વીખરાયેલાં તેમનાં રમકડાં અને કપડાં જોયાં; આ જોઈને હું ભાંગી પડી. મને સમજાયું કે આ મકાનમાં રહેવું એ મારે માટે શક્ય નથી. છતાં પણ મેં થોડા પ્રયત્નો કર્યા અને મારા થોડા મિત્રોને મારી પાસે બોલાવ્યા.

પણ રાત્રે હું સૂઈ શકતી નહીં અને હું જાણતી હતી કે નદી મારા મકાનની ઘણી જ પાસે છે. કદાચ...તેથી આ વાતાવરણ હવે વધુ વખત સહન ન થઈ શકે એવું લાગ્યું અને તેથી એક દિવસ ફરી મારી મોટરમાં દક્ષિણ બાજુ પ્રવાસે ઊપડી ગઈ. જ્યારે કલાકના સિત્તેર કે એંસી કિલોમીટરની ઝડપે પૂરપાટ મોટર ચાલતી હતી ત્યારે જ ફક્ત મોટરમાં મને, દિનરાત ગાળેલા અવર્ણીય દુઃખમાંથી કંઈક રાહત મળતી.

આલ્પ્સ વીંધીને હું ઇટાલીમાં આવી અને મારી રખડપટ્ટી ચાલુ રાખી. એક વાર વેનીસની નહેરોમાં, આખી રાત ખલાસીઓને હલેસાં મારવાનું કહેતી હું હોડીમાં બેઠી હોઉં, તો બીજી વાર રીમીનીના પુરાણા શહેરમાં ભટકતી હોઉં. ફ્લોરેન્સમાં એક રાત ગાળી. હું જાણતી હતી કે અહીં મારો મિત્ર... રહે છે. તેને બોલાવવાનું મને ખૂબ મન થયું, પણ મને ખબર પડી કે હવે એ પરણ્યો છે અને કૌટુંબિક જીવનમાં સ્થિર થયો છે તેથી મેં વિચાર્યું કે તેની હાજરીથી નકામું મારું મન ઊચક થઈ જશે અને મેં એ વાતને પડતી મૂકી.

એક દિવસ, દરિયાકિનારે નાનકડા ગામમાં હું હતી ત્યારે મને તાર મળ્યો. એ આ પ્રમાણે હતોઃ 'ઈસાડોરા, હું જાણું છું કે તું ઇટાલીમાં ભટકે છે. મારી પાસે આવવાની હું તને પ્રાર્થના કરું છું. તને સાંત્વન આપવા માટે હું મારાથી બનતું કરીશ.' તારની નીચે ઈલીનોરા ડ્યૂસની સહી હતી.

મને કદી પણ ખબર ન પડી કે તેણે મારા સમાચાર કેવી રીતે મેળવ્યા. એનું જાદુભર્યું નામ મેં વાંચ્યું ત્યારે મને લાગ્યું કે ઈલીનોરા ડ્યૂસ એ એક જ એવી વ્યક્તિ છે કે જેને મળવાનું મને મન થાય. હું જ્યાં રહેતી હતી ત્યાં ભૂશિરની સામેની બાજુમાં આવેલા એક ગામમાં તે રહેતી હતી. હું આવું છું એવો આભારદર્શક મેં તેને જવાબ મોકલ્યો અને મોટરમાં ત્યાં જવા ઊપડી. જ્યારે હું એ સ્થળે પહોંચી ત્યારે એ વખતે રાત્રે ત્યાં જબ્બર વાવાઝોડાનું તોફાન હતું. હું દૂર આવેલા તેના મકાન ઉપર ગઈ, પણ ત્યાં તે ન હતી. ગ્રાન્ડ હોટેલમાં મારે તેને મળવું એવો સંદેશો એ મૂકતી ગઈ હતી.

* * *

૨૭

બીજે દિવસે સવારે મોટરમાં હું ડ્યૂસને મળવા નીકળી પડી. દ્રાક્ષની વાડી પાછળ આવેલા ગુલાબી રંગના મકાનમાં એ રહેતી હતી. દ્રાક્ષનો બાગ વીંધીને પ્રતાપી દેવદૂત જેવી ઈલીનોરા ડ્યૂસ મને મળવા આવી. મને ભેટી પડી; એની અદ્ભુત આંખોનો પ્રકાશ મારા મુખ ઉપર પથરાઈ રહ્યો. એ ચક્ષુઓમાં એટલો પ્રેમ અને કોમળતા ભરી હતી કે મને લાગ્યું કે જ્યારે દાંતે દિવ્ય બિયેટ્રિસને ભેટ્યો હશે ત્યારે તેને આવો જ અનુભવ થયો હશે.

ત્યાર પછી તો મેં, ઈલીનોરાનાં ચક્ષુઓના પ્રકાશમાંથી હિંમત ઝીલતાં ત્યાં જ રહેવાનું રાખ્યું. દુઃખમાં મને શુભ વિચારો આપતી ઈલીનોરા તો મને તેના હાથમાં હુલાવતી હતી અને એકલું આશ્વાસન આપતી, એટલું જ નહીં પણ મારી વ્યથા એ એના હૃદયમાં ઝીલી લેતી હોય એમ લાગતું. મને સમજાયું કે બીજા લોકોનો સહવાસ શા માટે હું સહન કરી શકતી ન હતી. એ લોકો તો 'ઈસાડોરા! દુઃખ ભૂલી જા. ગઈ વાતને શા માટે શોચે છે?' એવા શબ્દોથી મને પ્રસન્ન રાખવા ખાતર હાસ્યરસિક નાટક ભજવતા હતા. જ્યારે ઈલીનોરા એમ કહેતી:

'ઈસાડોરા! મને પેટ્રિક અને ડિયરડ્રેની વાતો કર.'

અને વારંવાર એ મારી પાસે એ બાળકોની વાતો કહેવરાવતી. વારંવાર તેમના ફોટાઓ બતાવવાનું કહેતી. ફોટાઓ જોઈને એમને ચુંબન કરતી અને રડતી. તેણે મને કદી એમ નથી કહ્યું કે 'હવે શોક કર મા.' પણ તે મારા દુઃખે દુઃખી થતી અને બાળકોના મૃત્યુ પછી મને પહેલી જ વાર લાગ્યું કે હું એકલી નથી. ઈલીનોરા તો અસામાન્ય વ્યક્તિ હતી. સમસ્ત જગતનું દુઃખ ઝીલી શકે એવું વિશાળ તો એનું હૃદય હતું. આ પૃથ્વીના શોકના અંધકારને વીંધીને એનો અતિશય તેજસ્વી પ્રાણ પ્રકાશતો.

જ્યારે હું તેની સાથે ફરવા જતી ત્યારે વારંવાર મને લાગતું કે આકાશના તારલાઓમાં માથું રાખીને તે ફરી રહી છે અને તેના હાથ શિખરોની ટોચ સુધી પહોંચે છે.

પહાડ તરફ જોઈને એક વખત તેણે મને કહ્યું:

'ઈસાડોરા! પહાડની આ ખરબચડી બાજુઓ તો જો. સૂર્યનાં તેજકિરણોથી તેજસ્વી બનેલા દ્રાક્ષના વેલાઓ અને પુષ્પોથી શોભી ઊઠતાં આ વૃક્ષો આગળ આ પહાડની દીવાલો કેવી ગંભીર અને આનંદદાયક લાગે છે! પણ આ કળા ખડબચડા પહાડની ટોચ ઉપર તું દૃષ્ટિ ફેંકીશ તો તને દેખાશે કે સફેદ આરસનું તેજકિરણ શિલ્પકાર પાસેથી અમરપણાની રાહ જોઈને બેઠું છે. જ્યારે ભૂમિનો પેલો ફળદ્રુપ ઢાળ તો માત્ર માનવીની પાર્થિવ જરૂરિયાતોની સંપૂર્ણ સામગ્રીઓ ઉત્પન્ન કરે છે, ત્યારે આ પહાડ માનવીના સ્વપ્નનું સર્જન કરે છે. કળાકારનું જીવન આવું છે. અંધકાર, ઉદાસીનતા અને દુઃખ એમાં ભર્યાં છે, પણ એ જ જીવનમાંથી સફેદ આરસ મળે છે અને માનવીની અભિલાષાઓ એમાંથી પ્રગટે છે.'

ઈલીનોરા શેલીને ખૂબ ચાહતી અને કેટલીક વાર સપ્ટેમ્બરના અંતમાં જ્યારે વારંવાર વાવાઝોડાં થાય છે અને ગંભીર મોજાંઓ ઉપર વીજળીનો ચમકાર પડે છે ત્યારે ઈલીનોરા સાગર તરફ આંગળી ચીંધીને મને કહે છે:

'જો જો કવિરાજ શેલીની ભસ્મ ત્યાં જ છે; સાગરનાં મોજાંઓ ઉપર એ પગલાં માંડે છે.'

હોટેલમાં જ્યાં હું રહેતી હતી ત્યાં અજાણ્યા માણસો મારી સામે તાકી તાકીને જોતા હતા અને તેથી મને ગમતું ન હતું. મેં એક મકાન ભાડે રાખ્યું. પણ એવી તે કઈ પ્રેરણાના બળે મેં આ મકાન પસંદ કર્યું હશે? તાડીનાં ઉદાસીન વૃક્ષોના જંગલમાં દૂર દૂર આવેલું લાલ ઈંટોવાળું એ મકાન હતું. આસપાસ મોટી દીવાલ હતી. બહારનું જ વાતાવરણ જ્યારે આટલું ગમગીન હતું ત્યારે અંદરના વાતાવરણનું તો વર્ણન જ થઈ શકે એમ નથી. લોકવાયકા એવી હતી કે આ મકાનમાં પહેલાં એક સ્ત્રી રહેતી હતી; એના પ્રેમી પાછળ દુઃખી બની હતી; એમનાથી થયેલો પુત્ર ગાંડો થઈ ગયો હતો. મકાનની છેક ઉપર સળિયાવાળી બારીઓવાળો એક નાનકડો ઓરડો હતો. દીવાલો ઉપર વિચિત્ર આકૃતિઓ દોરવામાં આવી હતી. દીવાલમાં એક જગ્યાએ ચોરસ બાકોરું હતું અને જ્યારે પેલો બિચારો ગાંડો માણસ વધુ ભયંકર બનતો ત્યારે તેમાંથી તેને ખાવાનું આપવામાં આવતું હતું. છાપરા ઉપર વિશાળ છત જેવું કંઈ હતું. એક બાજુથી સાગર પણ જોઈ શકાય અને બીજી બાજુથી પહાડો જોઈ શકાય.

સાઠ ઓરડાવાળું આ ભેંકાર મકાન ભાડે રાખવાની પાછળ મારા મનનો

તરંગ જ હતો. હું ધારું છું કે ગીચ જંગલ અને મકાન ઉપરની છતનો અદ્‌ભુત દેખાવ જોઈને જ હું આકર્ષાઈ હતી. ઈલીનોરાને મેં તારી સાથે રહેવા આવવાનું કહ્યુંઃ પણ તેણે નમ્રતાથી ના પાડી અને તેનું મકાન બદલીને મારી બાજુમાં જ એક સફેદ નાના મકાનમાં રહેવા આવી.

અમે મળતા અને સાગરકિનારે ફરવા જતા ત્યારે ઈલીનોરા મને જોઈને કહેતીઃ 'સાગરના કરુણ સંગીત સાથે કરુણ નૃત્ય ફરવા નીકળ્યું છે.'

એક દિવસ જ્યારે સાગરકિનારે અમે ફરતાં હતાં ત્યારે તે ફરીને મારી સામે જોઈ રહી. આથમતો સૂર્ય તેના મુખની આસપાસ તેજસ્વી પ્રભામંડળ રચતો હતો. મારી સામે લાંબા સમય સુધી જિજ્ઞાસાભરી આંખે જોઈ રહી અને તેણે દબાયેલા અવાજે કહ્યુંઃ

'ઈસાડોરા! ન જઈશ, ફરી તું સુખની શોધમાં ન જઈશ. પૃથ્વી ઉપરના મહાન દુઃખી આત્માઓના કપાળે દુઃખથી જે નિશાની હોય છે તે તારા કપાળ ઉપર છે. હજી સુધી તેં જે સહન કર્યું છે તે તો માત્ર પ્રસ્તાવના છે. ફરી ભાગ્યને લલચાવીશ નહીં.'

ઓ ઈલીનોરા! તારી ચેતવણીને મેં લક્ષમાં લીધી હોત તો! પણ આશાના છોડનો વિનાશ કરવો એ કપરું કાર્ય છે; તમે એની ગમે તેટલી ડાળીઓ કાપી નાંખો પણ તેથી શું? એને તો હંમેશાં નવા ફણગા ફૂટશે. ઈલીનોરા એ વખતે જીવન અને બુદ્ધિમત્તાની ટોચ ઉપર હતી. સાગરકિનારે ફરતાં એને હું જોતી ત્યારે મને થતું કે એના જેવી સ્ત્રી મેં બીજી કોઈ જોઈ નથી. એના આસપાસનું વાતાવરણ એટલે એના મહાન અને દુઃખી આત્માનો આવિષ્કાર. રંગભૂમિની એની કળા જ્યારે પુરબહારમાં ખીલી હતી ત્યારે તેણે લાંબા વખત માટે ક્ષેત્રસંન્યાસ લીધો. આ ક્ષેત્રસંન્યાસ પાછળ પ્રણયની નિરાશા અથવા તો કોઈ બીજું લાગણીપ્રધાન કારણ હોવું જોઈએ એમ માનવાનું લોકો વધારે પસંદ કરે છે; પણ ખરી વાત તો એ છે કે કળા વિશેના એના વિચારોને અમલમાં મૂકવા માટે એની પાસે પૂરતા પૈસા ન હતા, તેમ જ મદદ પણ કોઈ તરફથી મળી ન હતી–શરમ ભરેલું આ સત્ય છે. 'કળાને ચાહનારા' જગતે એની મહાન અભિનેત્રીને એકાંત અને ગરીબાઈથી એનું હૃદય ખવાઈ જવા માટે પંદર વર્ષ સુધી ત્યજી દીધી હતી. છેવટે મોરિસ જેસ્ટને સત્ય સમજાયું અને અમેરિકામાં તેની મુસાફરી ગોઠવી. પણ એ ઘણું મોડું થઈ ગયું હતું, કારણ કે એના કાર્ય માટે આ મુસાફરીમાં પૈસા ભેગા કરવાનો અસરકારક પ્રયત્ન કરતાં કરતાં તે મૃત્યુ પામી.

*

મેં સુંદર પિયાનો ભાડે રાખ્યો અને તારથી મારા વફાદાર મિત્ર સ્કેનીને બોલાવ્યો. ઈલીનોરા સંગીતની અજબ શોખીન હતી અને રોજ સ્કેની તેની સમક્ષ વગાડતો હતો. ઈલીનોરા પિયાનાના સૂર સાથે આબાદ કંઠ મેળવીને ધીમા અવાજે ગાતી. એનો દર્દભર્યો કંઠ સાંભળતાં અને ચહેરાનો કરુણ ભાવ જોતાં માણસની આંખમાં પાણી આવી જાય.

એક દિવસ સાંજે અચાનક હું ઊભી થઈ ગઈ. સ્કેનીને વગાડવાનું કહ્યું અને મેં નૃત્ય કર્યું. ૧૯મી એપ્રિલ પછી નૃત્યનો આ મારો પહેલો પ્રસંગ હતો અને ઈલીનોરાએ મને ભેટીને, ચુંબન કરીને આભાર પ્રદર્શિત કર્યો. તેણે કહ્યું:

'ઈસાડોરા! તું અહીં શું કરે છે? તારે તો તારી કળાને ફરી અપનાવી લેવી જોઈએ. એ જ તારો મુક્તિમાર્ગ છે.'

ઈલીનોરા જાણતી હતી કે થોડા દિવસ પહેલાં દક્ષિણ અમેરિકામાં નૃત્ય કરવાની માગણી મારી પાસે આવી હતી અને તેથી તેણે મને વિનંતી કરી:

'આ માગણી સ્વીકારી લે. જિંદગી કેવી ટૂંકી છે અને કંટાળાથી ભરેલાં વર્ષો કેવાં લાંબાં છે – કંટાળા સિવાય બીજું કંઈ નહીં! ઈસાડોરા! તું આ ત્રાસ અને કંટાળામાંથી નાસી છૂટ! નાસી છૂટ!'

'નાસી છૂટ. નાસી જા!' તેણે કહ્યું, પણ મારું હૃદય અતિશય ભારે હતું, ઈલીનોરા સમક્ષ હું કંઈક થોડું નૃત્ય કરી શકી, પણ ફરી પ્રજા સમક્ષ હાજર થવું એ મારે મન અશક્ય લાગ્યું. મારો સારોય દેહ વેદના અનુભવી રહ્યો હતો અને હૃદયના ધબકારે ધબકારે મારાં બાળકો માટેનું રુદન ચાલતું હતું. જ્યાં સુધી ઈલીનોરા મારી સાથે રહી ત્યાં સુધી તો મને નિરાંત મળતી, પણ રાત્રે આ એકાન્ત મકાનમાં પડઘા પડતા. આ સોગિયા ઓરડામાં પ્રભાતની રાહ જોતાં રાત્રિ પસાર થતી. પછી સવારે ઊઠું અને દરિયામાં તરવા જાઉં. હું વિચાર કરતી કે આજે તો ખૂબ દૂર તરવા ઊપડી જાઉં કે જેથી હું પાછી ફરી ન શકું, પણ હંમેશા મારું શરીર જ કિનારે પાછું ફરતું – જુવાન દેહમાં જિજીવિષાનું જોર આવું પ્રબળ છે.

શરદની એક ગમગીન સાંજે હું સાગરકિનારે રેતીમાં ફરતી હતી, ત્યારે અચાનક મારી આગળ મારાં બાળકોને હાથમાં હાથ રાખીને પસાર થતાં જોયાં. મેં તેમને બોલાવ્યા પણ હસતાં હસતાં એ દૂર દૂર ચાલ્યાં ગયાં. હું તેમની પાછળ દોડી, બૂમો પાડી પણ તરત જ સાગરનાં મોજાંઓમાં તેઓ અદૃશ્ય થઈ ગયાં. પછી તો એક ભયંકર દહેશત મારા ઉપર સવાર થઈ બેઠી. મારાં બાળકોનું આ દૃશ્ય – શું હું ગાંડી હતી? અમુક પળો સુધી એ વખતે તો મને ચોક્કસ લાગેલું કે ચિત્ત-સ્વાસ્થ્ય અને ગાંડપણના બે ભાગ કરતી રેખા ઉપર હું એકાદ ફૂટ ચાલી

ગઈ હતી, મારી સામે પાગલખાનું આવીને ઊભું રહ્યું–માત્ર અવિરત કંટાળાભર્યું જીવન અને અતિશય નિરાશામાં હું મોંભેર નીચે પડી અને રડવા માંડ્યું.

હું કેટલો વખત ત્યાં પડી રહી તે હું જાણતી નથી, પણ અનુકંપાથી ભરેલો કોઈ હાથ મારા માથા ઉપર ફરતો હોય એમ લાગ્યું. મેં ઊંચે જોયું તો દેવ જેવો કોઈ યુવાન ઊભો હતો. જાણે સાગરમાંથી આવ્યો હોય એમ લાગ્યું. તેણે કહ્યું: 'તમે શા માટે હંમેશાં રડ્યાં કરો છો? શું હું તમને મદદ કરી શકું એવું કંઈ નથી?'

મેં ઊંચે જોઈને કહ્યું: 'હા, મને બચાવ! જીવન કરતાં પણ વધારે કીમતી એવી મારી વિવેકબુદ્ધિને, વિચારશક્તિને બચાવ! મારે બાળક જોઈએ, મને બાળક આપ.'

અમે બંને મારા મકાનની અગાશી ઉપર ગયાં. સાગરમાં સૂર્ય ડૂબતો હતો. ચંદ્ર આકાશે ઊગતો હતો. અને પહાડની આરસ બાજુ ઉપર ચાંદનીના ધોધમાર કિરણો પડતાં હતાં અને આરસ ચળકી ઊઠ્યો હતો. યૌવનની તાકાત ભરેલા એના મજબૂત હાથ મારા શરીરને વીંટળાયા, એના હોઠ મારા હોઠને મળ્યા અને એનો ઇટાલિયન પ્રેમાવેશ મેં અનુભવ્યો, ત્યારે મને લાગ્યું કે દુઃખ અને મોતના સકંજામાંથી મને મુક્ત કરવામાં આવી છે અને ફરી પ્રકાશમાં લાવવામાં આવી છે–ફરી પ્રેમ કરવા.

બીજે દિવસે સવારે ઈલીનોરાને જ્યારે મેં આ વાત કરી ત્યારે તેને જરા પણ નવાઈ ન લાગી. કળાકારો હંમેશાં અદ્ભુત વાર્તાની સૃષ્ટિમાં અને તરંગોમાં વસે છે અને આવો કોઈ યુવાન મને શાંતિ આપે એ તેને તદ્દન સ્વાભાવિક લાગ્યું. જોકે એ અજાણ્યાઓને મળવા માટે તિરસ્કાર બતાવતી હતી, છતાં પણ તે ઉદારતાથી મારી સાથે પેલા મારા મળેલા યુવાન પાસે આવવા તૈયાર થઈ. અમે તેના સ્ટુડિયોની મુલાકાત લીધી, કારણ કે એ શિલ્પકાર હતો.

ઈલીનોરાએ મને પૂછ્યું: 'શું તે ખરેખર ભેજું છે એમ તું માને છે?'

'એમાં કંઈ શંકા છે જ નહીં' મેં કહ્યું.

યૌવન આબાદ સ્થિતિસ્થાપક છે. યૌવન દરેક વાતને માને છે અને લગભગ મેં પણ માન્યું કે મારો આ નવો પ્રેમ શોકને જીતી લેશે. એ વખતે સતત અને ભયંકર પીડાથી કંટાળી ગઈ હતી. વિક્ટર હ્યુગોનું એક કાવ્ય હું વારંવાર વાંચતી અને છેવટે મારી જાતને સમજાવતી કે 'હા, એ લોકો પાછા આવશે; મારી પાસે આવવાની તેઓ રાહ જુએ છે!' પણ અફસોસ! આ ભ્રાંતિ લાંબો સમય ન ટકી શકી.

મારો પ્રેમી ચુસ્ત ઇટાલિયન કુટુંબનો હોય એમ લાગ્યું અને ચુસ્ત કુટુંબની એક કન્યા સાથે તેનો વિવાહ થયો હતો. આ વાત તેણે મને ન કરી હતી, પણ

એક દિવસ પત્રમાં તેણે બધી વાત સમજાવી અને છેલ્લી વિદાય માગી લીધી. પણ હું જરા પણ તેની સામે ગુસ્સે થઈ નહીં. મને લાગ્યું કે તેણે મારી વિવેકબુદ્ધિને, વિચારશક્તિને બચાવી હતી અને પછી હું જાણી શકી કે હવે હું એકલી નથી. આ ક્ષણ પછી હું અગમ્યતાની અગાધ મનોદશામાં આવી ચડી. મને લાગ્યું કે મારાં બાળકોનો પ્રાણ મારી આસપાસ ઘૂમી રહ્યો છે અને તેઓ મને આશ્વાસન આપવા આ પૃથ્વી ઉપર આવશે.

જેવી શરદઋતુ આવી કે તરત જ ઈલીનોરા ફ્લોરેન્સ ઊપડી ગઈ અને મેં પણ મારા ગમગીન રહેઠાણનો ત્યાગ કર્યો, પહેલાં હું ફ્લોરેન્સ ગઈ અને પછી રોમમાં આવી. અહીં મેં શિયાળો પસાર કરવાનું નક્કી કર્યું હતું. નાતાલ મેં રોમમાં ગાળી. નાતાલ મને કંઈ બહુ ગમી નહીં, પણ મારી જાતને મેં સંતોષ આપ્યો કે હું કબરમાં કે પાગલખાનામાં નથી–હું અહીં છું. મારો વફાદાર મિત્ર સ્કેની મારી સાથે જ રહેતો હતો. તેણે વિચાર કર્યો નહીં કે કદી તેને શંકા આવી નહીં–મારે ચરણે તેણે તેની મિત્રતા, પૂજ્યભાવ અને સંગીત ધર્યાં હતાં.

શોકગ્રસ્ત આત્મા માટે રોમ અદ્‌ભુત શહેર છે. આંજી નાખે એવો ભપકો અને એથેન્સની સંપૂર્ણતા મારા દુઃખને વધુ તીવ્ર બનાવત પણ પુરાણ મહાન ખંડિયેરો, સમાધિસ્થાનો, ઉન્નત સ્મરચિહ્નો અને શાશ્વત નિદ્રા લેતા વંશોના દશ્યવાળું રોમ આરામદાયક ઔષધિ જેવું છે. વહેલી સવારે હું દૂર દૂર ફરવા નીકળી પડતી, રસ્તા ઉપર દારૂનાં પીપ ભરીને ગાડાંઓ નીકળતાં હોય, પીપને અઢેલીને ગાડાંવાળા ઊંઘતા હોય અને ગાડાં આગળ વધતાં હોય એ દશ્ય મને બહુ ગમતું. આ વખતે મને લાગતું કે સમયનું અસ્તિત્વ નથી. ભવ્ય કમાનો નીચે આકાશ તરફ ઊંચે હાથ પ્રસરતી અને નૃત્ય કરતી આ સમાધિસ્થાનોની હારમાળા વચ્ચે હું કરુણ આકૃતિ જેવી લાગતી હતી.

રાત્રે હું અને સ્કેની બહાર રખડવા નીકળી પડતાં અને પહાડના પેટાળમાંથી સતત વહેતાં અને ઊડતાં ઝરણાંઓના ફુવારાઓ માટે અમે કેટલીક વાર ભટકતાં. આવી જળધારા પાસે બેસીને ખળભળતા વહેતા પાણીને અને તેની સપાટી ઉપર થતી લહેરીઓને નીરખવાનું મને ખૂબ ગમતું. હું અહીં બેસી રહેતી અને મૂંગાં મૂંગાં રડતી હતી; મારો નમ્ર સાથીદાર સ્કેની સહાનુભૂતિ દર્શાવતાં મારો હાથ પકડીને બેસી રહેતો.

આવી નીરસ રખડપટ્ટીઓમાંથી એક દિવસ લોહેનગ્રીનના તારે મને જાગ્રત કરી. કંઈ નહીં તો મારી કળાને ખાતર મારે પૅરિસ પાછા જવું એવી વિનંતી હતી અને આ સંદેશાની અસર નીચે મેં પૅરિસ જવા ટ્રેન પકડી.

લોહેનગ્રીને મારા માટે સગવડભર્યા ભવ્ય ઓરડાઓ તૈયાર રાખ્યા હતા અને પુષ્પોથી એ ઓરડાઓ ભરી દીધા. મેં તેને મારી રખડપટ્ટી, બાળકોના નવા અવતારનું મારું અગમ્ય સ્વપ્ન વગેરે વગેરે વાતો તેને કરી અને તેણે તેના બે હાથથી તેનું મોઢું ઢાંકી દીધું અને હૃદય તરફડિયાં મારતું હોય એમ તેણે કહ્યું:

'ઈસાડોરા! ૧૯૦૮માં તને મદદ કરવા માટે હું તારી પાસે પહેલી વાર આવ્યો, પણ આપણો પ્રેમ આપણને અતિ દુ:ખભર્યા માર્ગે દોરી ગયો. હવે તારી ઇચ્છા પ્રમાણે શાળાનું સર્જન કરીને, આ દુ:ખી દુનિયામાં બીજાઓ માટે આનંદદાયક એવું સૌન્દર્ય રજૂ કરીએ.'

પછી તેણે મને કહ્યું કે તેણે બેલેવુડમાં એક મોટી હોટેલ ખરીદ કરી છે. અગાસી ઉપરથી આખું પૅરિસ અને નદી તરફ ઢળતા એના બાગબગીચાઓ જોઈ શકાય છે. હજાર છોકરાંની સગવડ થાય એટલા ઓરડાઓ છે. શાળા કાયમ ચાલુ રાખવી કે ન રાખવી એ મારી ઇચ્છા ઉપર આધાર રાખે છે. તેણે કહ્યું: 'જો તું તારી અંગત લાગણીઓને એક બાજુ મૂકી દેવા ખુશી હો અને હાલ તુરત તો માત્ર તારા વિચારની ખાતર જીવવા ઇચ્છતી હો તો જ આ બની શકશે.'

આ જીવનમાં શોક અને આફતનો કેવો અટપટો ગોટાળો ઉત્પન્ન થયો છે અને તેમ છતાં પણ ફક્ત મારા વિચારો જ આ બધાની વચ્ચે અલિપ્ત રહીને હંમેશાં ચમકી રહ્યા છે. એ વિચારીને મેં લોહેનગ્રીનની વાત સ્વીકારી લીધી.

બીજે દિવસે સવારે બેલેવુડની મુલાકાત લીધી અને ત્યાર પછી મારી દોરવણી પ્રમાણે મકાનને શણગારવા માટે કારીગરો કામે લાગી ગયા. આ હોટેલમાંથી ભાવિ નૃત્યમંદિરનું રૂપાન્તર શરૂ થયું.

નૃત્યના પચાસ અભિલાષીઓને પૅરિસમાંથી ચૂંટવામાં આવ્યા હતા. મારી પ્રથમ શાળાનાં પણ શિષ્યો હતાં અને બાળકોનું સંચાલન કરનારી બાઈઓ પણ હતી.

હોટેલના ભોજનના ઓરડાઓ નૃત્ય માટે રાખવામાં આવ્યા. જાંબુડિયા રંગના પડદાઓ લટકી રહ્યા. લાંબા ઓરડાની વચ્ચે દાદરવાળી એક રંગભૂમિ તૈયાર કરવામાં આવી. મારું એવું અનુમાન હતું કે સામાન્ય શાળાઓમાં એકસરખી સપાટ ભૂમિ હોવાથી જીવન શુષ્ક અને કંટાળાભરેલું લાગે છે, તેથી મેં બીજા ઘણા ઓરડાઓની વચ્ચે ઊંચે ચડીને નીચે જવાય એવા નાના નાના રસ્તાઓ કરાવ્યા. લંડનમાં લોકપ્રતિનિધિમંડળના ઓરડા—હાઉસ ઑફ કૉમન્સ—જેવું ભોજનગૃહ ગોઠવ્યું. ઊંચી જગ્યાએ મોટા શિષ્યો અને શિક્ષકો બેસે અને નીચે ખુરશીઓમાં નાનાં બાળકો બેસે.

આ બધી ધમાલમાં મને જીવન લાગ્યું અને ફરી બાળકોને શીખવવાની મને હિંમત મળી. અદ્ભુત ઝડપથી બાળકોને શીખવવાનું શરૂ કર્યું. ત્રણ મહિનામાં તો એ લોકોએ એવી પ્રગતિ કરી કે જોવા આવતા કળાકારોની પ્રશંસા અને નવાઈના એ લોકો પાત્રો થઈ રહ્યાં. શનિવારનો દિવસ ખાસ કળાકારો માટે રાખવામાં આવ્યો હતો. સવારના અગિયારથી એક સુધી જાહેર શિક્ષણ અપાતું અને પછી લોહેનગ્રીનના ઉડાઉ સ્વભાવ પ્રમાણે કળાકારોને અને બાળકોને ભેગાં કરીને ભવ્ય ભોજન આપવામાં આવતું હતું. ઓ ભોજન બગીચામાં જ લેવાતું અને ભોજન પછી કાવ્ય, સંગીત અને નૃત્યના કાર્યક્રમો થતા.

શિલ્પકાર રોડીનની વાત મેં તમને અગાઉ કરી છે. એ પણ પાસે જ રહેતા હતા અને વારંવાર આવતા. નૃત્યના ઓરડામાં એ બેસીને નૃત્ય કરતી નાની બાળાઓ અને બાળકોનાં રેખાચિત્રો દોરતા. એક વખત તેણે કહ્યું:

'હું યુવાન હતો ત્યારે મને આવા નમૂનાઓ મળ્યા હોત તો! કુદરતી રીતે સંગીત સાથે સુમેળ સાધતા નમૂનાઓની મારે જરૂર હતી. મારી સમક્ષ સુંદર નમૂનાઓ હતા, પણ એમાંથી કોઈને હલનચલન કે ગતિનું ભાન, તમારા શિષ્યોને છે એવું ન હતું.'

બાળકો માટે અનેકરંગી મેં ટોપીઓ ખરીદ કરી અને જ્યારે તેઓ શાળા છોડીને નૃત્ય કરતાં કે દોડતાં દોડતાં જંગલમાં ચાલતાં ત્યારે સુંદર પક્ષીઓનાં ટોળાં જેવા લાગતાં.

હું માનતી હતી કે આ શાળા હવે કાયમ રહેશે અને હવે પછીનું મારું સમસ્ત જીવન અહીં ગાળીને મારા કાર્યનાં સુંદર પરિણામો અહીં મૂકી દઈશ.

જૂન મહિનામાં બાળકોના નૃત્યનો ટ્રોકેડેરોમાં કાર્યક્રમ ગોઠવ્યો. હું એક બાજુએ બાળકોને નીરખતી બેઠી રહી. કાર્યક્રમના અમુક ભાગે તો લોકો ઊભા થઈ જતા અને ઉત્સાહ અને આનંદમાં આવી જઈને બૂમો પાડતા. નૃત્યના અંત સમયે તો તેમણે લાંબા સમય સુધી તાળીઓ પાડ્યા જ કરી. હું માનું છું કે આ બાળકો હજી કંઈ સંપૂર્ણ કેળવાયેલા કળાકારો કે નૃત્યકારો ન હતાં. છતાં પણ તેમના માટેના આટલા ઉત્સાહમાં, મેં ઝાંખી ઝાંખી જોયેલી માનવજાતની નવી હિલચાલની આશા ભરી હતી.

* * *

૨૮

સવારમાં બેલેવુડમાં આનંદના ઉમળકા સાથે જીવનની શરૂઆત થતી. પરસાળમાં દોડતા નાનકડા પગોનો અવાજ સંભળાય અને સાથે ગાતાં બાળકોનું સંગીત કાને પડે. જ્યારે હું નીચે ઊતરતી ત્યારે નૃત્યના ઓરડામાં એ લોકોને હાજર થયેલા જોતી; મને જોતાંની સાથે જ તેઓ બોલી ઊઠતાં: 'ગૂડ મૉર્નિંગ – સુપ્રભાત – ઈસાડોરા!' આવા વાતાવરણમાં કોણ સોગિયું રહી શકે? અને જ્યારે એ બાળકોને હું જોતી ત્યારે મને બે નાના ચહેરાઓની ખોટ જણાતી. મારા ઓરડામાં જઈને હું એકલી રડી પડતી. આમ છતાં પણ આ બાળકોને શીખવવાની મારામાં હિંમત તો રહેતી જ અને બાળકોના નૃત્યનું લાલિત્ય અને જીવન મને જીવવા માટે પ્રોત્સાહન આપતું હતું.

ઈ. સ. ૧૦૦માં રોમમાં એક ટેકરી ઉપર નૃત્યશાળા હતી. ઉચ્ચ કુટુંબોમાંથી જ આ શાળા માટે શિષ્યોને પસંદ કરવામાં આવતા હતા. જોકે એમને બધી કળાઓ અને ફિલસૂફીની શાખાઓનો અભ્યાસ કરાવવામાં આવતો, પણ નૃત્ય એ એમનો ખાસ વિષય હતો. વર્ષની ચાર ઋતુઓમાં રંગભૂમિ ઉપર એ લોકો નૃત્ય રજૂ કરતાં. આવે પ્રસંગે તેઓ ટેકરી ઉપરથી નીચે આવતા. અહીં ધાર્મિક વિધિઓમાં ભાગ લેતા અને જે લોકો એમને જોતાં એ લોકોનાં હૃદય પવિત્ર કરવા માટે નૃત્યશાળાના શિષ્યો નૃત્ય કરતા. આ છોકરાઓ એવા સુંદર ભાવથી અને પવિત્રતાથી નૃત્ય કરતા કે એમના નૃત્યની પ્રેક્ષકો ઉપર સચોટ અસર પડતી અને દુઃખી આત્માઓ માટે દવાની ગરજ સારતું હોય એવું એમનું નૃત્ય હતું. જ્યારે મેં મારી પ્રથમ શાળા સ્થાપી ત્યારે મારું નૃત્ય વિશેનું આવું સ્વપ્ન હતું. હું માનતી હતી કે ઊંચી જગ્યાએ આવેલી મારી નૃત્યશાળા પણ રોમની નૃત્યશાળા જેવી જ છે.

દર અઠવાડિયે કલાકારો એમની 'સ્કેચ-બુકો' લઈને મારી શાળામાં આવતા, કારણ કે ચિત્રકારો અને શિલ્પકારોને પ્રેરણા મળે એવું સ્થળ હતું. અસંખ્ય રેખાચિત્રો અને શિલ્પકળાના ઘણા નમૂનાઓ આજે દેખાય છે એનું પ્રેરણાસ્થાન આ શાળા જ હતી. કળાકાર અને તેની પ્રતિમા વચ્ચે સુમેળ સાધતો નૂતન આદર્શ આ શાળા દ્વારા રજૂ થાય એ મારું સ્વપ્ન હતું. કળાકારોના સ્ટુડિયોમાં કાર્યાલયોમાં એમની સમક્ષ મૂંગાં, ગરીબ પ્રાણીઓ પ્રતિમા તરીકે ઊભાં રહે છે એવા નમૂનાઓ મારે ન જોઈએ, પણ સંગીતના સૂરો સાથે હૃદયના બધા ભાવોના ઉચ્ચ આવિષ્કાર વ્યક્ત કરતી જીવંત પ્રતિમાઓ એમની સમક્ષ ઊભી રહે અને કલાકારનું હૃદય નાચી ઊઠે એમ હું ઇચ્છતી હતી.

બાળકોને શીખવવા પાછળ દરરોજ હું કલાકોના કલાકો ગાળતી અને જ્યારે થાકને લીધે હું ઊભી રહી શકતી નહીં ત્યારે સોફામાં નિરાંતે બેસીને માત્ર હાથના હલનચલનથી હું તેમને નૃત્ય બતાવતી. શિક્ષણ આપવાની મારી શક્તિઓ અદ્ભુત હોય એમ લાગતું હતું. હું બાળકો તરફ માત્ર હાથ પ્રસારતી અને તેઓ નૃત્ય કરતાં. હું તેમને નૃત્ય શીખવતી હતી એના કરતાં મેં નૃત્યના પ્રાણને એ બાળકો ઉપર વહેવા માટે માર્ગ બતાવ્યો હતો એમ કહેવું વધારે સારું છે.

મારી પ્રથમ શાળાની શિષ્યાઓ તો હવે ઊંચી જુવાન કુમારિકાઓ બની ગઈ હતી અને નાનાં બાળકોને શીખવવામાં એ છોકરીઓ મને મદદ કરતી હતી. કેટલી શ્રદ્ધા અને ચીવટથી એ લોકો મારા શિક્ષણમાંથી પસાર થયા હતા અને એમનામાં આવો મહાન ફેરફાર જોઈને મારું હૃદય ભરાઈ આવતું હતું.

પણ ૧૯૧૪ના એ વર્ષે જુલાઈ માસમાં આ પૃથ્વી ઉપર વિચિત્ર ઉપદ્રવની આફત ઊતરતી હતી. મને પણ કંઈક ગંધ આવી અને બાળકોને પણ કંઈ લાગ્યું. જ્યારે અગાસીમાં ઊભા રહીને પૅરિસ જોતાં હતાં ત્યારે બાળકો વારંવાર શાંત અને દબાયેલાં લાગતાં હતાં. કાળાં ભયંકર વાંદળાં આકાશમાં ભેગાં થતાં હતાં. ભયંકર ભાવિની કોઈ દુષ્ટ આગાહી પૃથ્વી ઉપર તોળાઈ રહી હતી. મને ભયંકર આ આફતની ગંધ આવતી હતી અને મને લાગ્યું કે આ વખતે મારા પેટમાં જે બાળક છે તે નબળું હોવું જોઈએ, કારણ કે પહેલાં બે બાળકો જ્યારે પેટમાં હતાં ત્યારે મેં એમનો જે થનગનાટ અનુભવ્યો હતો એવો આ વખતે આ બાળકમાં ન હતો.

હું ધારું છું કે શોક અને રુદનમાંથી નૂતન જીવન મેળવવા માટે મેં જે પ્રયત્ન કર્યો હતો તેનાથી હું થાકી ગઈ હતી. જુલાઈ આગળ વધ્યો અને વૅકેશનમાં બાળકોને ઇંગ્લાંડમાં ડેવોનશાયરમાં આવેલા લોહેનગ્રીનના મકાનમાં

લઈ જવા એવી સૂચના હતી અને તેથી એક દિવસ સવારે બબ્બેની હારમાં બાળકો ગોઠવાયાં અને 'ઈસાડોરા સલામ, આવજો.' એમ કહેતાં એ લોકો ગયાં. દરિયાકિનારે ઑગસ્ટ મહિનો ગાળવો અને સપ્ટેમ્બરમાં પૅરિસ પાછા આવવું એવો એ લોકોનો કાર્યક્રમ હતો. એ લોકો ગયા અને આખા મકાનમાં સૂનકાર છવાઈ રહ્યો અને મારા પ્રયત્નો હોવા છતાં પણ હું ઊંડી ઉદાસીનતાનો શિકાર બની. સારાયે પૅરિસને નીરખતી અગાસી ઉપર હું કલાકો સુધી બેસી રહેતી અને મને વધારે સ્પષ્ટ લાગતું ગયું કે પૂર્વમાંથી કોઈ આફતના ઓછાયા ઝઝૂમી રહ્યા છે. હું ખૂબ થાકી ગઈ હતી.

પછી એક દિવસ સવારે ભયંકર સમાચાર સાંભળ્યા કે કાલમૅનની કતલ કરવામાં આવી છે. આ સમાચારથી આખા પૅરિસમાં અશાંતિ અને શંકાભર્યું વાતાવરણ જામી ગયું. એ દુઃખદાયક બનાવ હતો – આગામી મહાન કરુણ ઘટનાનો એ દૂત હતો. કાલમૅન મારી કળાનો અને મારી શાળાનો એ ભલો મિત્ર હતો અને આ સમાચાર સાંભળીને મને આઘાત લાગ્યો અને ખૂબ દિલગીર થઈ.

હું બેચેન હતી અને એક જાતની બીકથી હું ભરપૂર હતી. શાળાનાં બાળકો તો ચાલ્યાં ગયેલાં. મકાન વિશાળ અને શાંત લાગતું અને નૃત્યનો વિશાળ ઓરડો ખાવા દોડતો હતો. હમણાં બાળકનો જન્મ થશે. રજાઓ ગાળવા ગયેલાં બાળકો પાછાં આવશે અને ફરી શાળામાં જીવન અને આનંદ પ્રગટશે એવા વિચારોથી હું મારા ભયભીત બનેલા હૃદયને શાંત પાડવા પ્રયત્ન કરતી, પણ કલાકો તો લાંબા ને લાંબા લાગતા ગયા. એક દિવસ સવારે મારા મિત્ર ડૉ. બોસન મારા મહેમાન બન્યા. તેના હાથમાં છાપું હતું, ચહેરો ફિક્કો પડી ગયો હતો. અને છાપામાં મોટા અક્ષરે મથાળા ઉપર છપાયેલા આર્કડ્યૂકની કતલના સમાચાર વાંચ્યા. પછી જાતજાતની વાતો ઊડી અને થોડા વખતમાં તો લડાઈ ચોક્કસ થશે એમ લાગવા માંડ્યું. આગામી બનાવો પ્રથમ એમની છાયા પાથરે છે એ વાત કેવી સાચી છે! હવે મને સમજાયું કે નૃત્યશાળાના આકાશ ઉપર કાળો પડછાયો ઘૂમી રહ્યો હતો. એ આ વિગ્રહની જ આગાહી હતી. હું જ્યારે રંગભૂમિની કળાના પુનરુદ્ધારનો અને માનુષી આનંદ તથા ઉન્નતિના ઉત્સવોની યોજનાઓ ઘડતી હતી ત્યારે બીજી શક્તિઓ વિગ્રહ, મૃત્યુ અને આફતોની યોજનાઓ ઘડતી હતી. પણ અફસોસ! આ હલ્લાબૂમે મારી મામૂલી શક્તિ શા હિસાબમાં?

ઑગસ્ટની એ પહેલી તારીખ હતી અને પ્રસૂતિની વેદના મેં અનુભવી. રસ્તા ઉપર યુદ્ધને માટે એકત્ર થવાના પોકારો પાડતા હતા. ગરમીનો દિવસ હતો અને

બારીઓ ખુલ્લી હતી. મારી બૂમો, દુઃખ અને પીડાના પોકારો, નગારાંની ડાંડી ઉપર ઢંઢેરો પીટતા માણસના અવાજ તથા પડઘમના અવાજ સાથે મળી જતા જતા.

મારી મિત્ર મેરી મલમલથી ઢંકાયેલું પારણું લઈ આવી. પારણાં ઉપર મારી આંખો સ્થિર થઈ ગઈ. મને ખાતરી થઈ કે ડિયરડ્રે અથવા પેટ્રિક ફરી મારી પાસે આવે છે. પડઘમ ઉપર ડાંડી પડતી હતી અને અવાજો ઊઠતા હતા: 'એકત્ર થાઓ; લશ્કરમાં જોડાઓ; લડાઈ! લડાઈ!' શું લડાઈ થઈ?' મને નવાઈ લાગી. પણ મારા પુત્રનો જન્મ થવો જોઈએ અને આ દુનિયામાં આવવું એને માટે મુશ્કેલ હતું. મારા મિત્ર ડૉક્ટર બોસન લશ્કરમાં નિમાઈ ગયા હતા અને તેને બદલે એક અજાણ્યો ડૉક્ટર આવ્યો. ડૉક્ટરે તો બોલવાનું ચાલુ રાખ્યું: 'હિંમત રાખો, બહેન; હિંમત રાખો.' ભયંકર વેદનાથી ચિરાઈ જતા બિચારા દુઃખી જીવને એને શા માટે કહેવું જોઈએ કે 'હિંમત રાખો!' તેણે મને નીચેના શબ્દો કહ્યા હોત તો વધારે સારું હતું:

'તમે ભૂલી જાઓ કે તમે સ્ત્રી છો; તમારે તો દુઃખને અને એવી બીજી વ્યાધિને મોટું મન રાખીને સહન કરવી જોઈએ. વેદનાની બૂમોને, દુઃખના ઊંહકારા અને ચિત્કારને ભૂલી જાઓ.' મને જરા શેમ્પેન આપ્યો હોત તો આથી વધારે સારું હતું, પણ આ ડૉક્ટરની રીત જ નિરાળી હતી. 'હિંમત રાખો' એ જ એની રીત હતી, મેં વિચાર કર્યો: 'આ બાળક છોકરો હશે પણ લડાઈમાં જવા માટે એ બહુ જ નાનો હશે.'

છેવટે બાળકનું રુદન સંભળાયું–તેણે ચીસ પાડી–તે જીવ્યો. આ વર્ષ દરમ્યાન મેં ખૂબ ભય અને ત્રાસ અનુભવ્યો હતો, પણ આનંદના એક ઝપાટે એ બધું ચાલ્યું ગયું. રુદન, શોક, અશ્રુઓ અવિરત પ્રતીક્ષા અને પીડા, આ બધામાંથી આનંદની એક મહા પળ પ્રગટ થઈ. ખરેખર, જો પ્રભુનું અસ્તિત્વ હોય તો એ મહાન રંગભૂમિનો દિગ્દર્શક હોવો જોઈએ. જ્યારે સુંદર બાળકને મારા હાથમાં મૂકવામાં આવ્યું ત્યારે રુદન અને ભયમાં ગાળેલા પેલા લાંબા લાંબા કલાકોનું આનંદમાં રૂપાંતર થઈ ગયું.

પણ પડઘમ ઉપર ડાંડી પડતી જ હતી; 'યુદ્ધમાં જોડાઓ, યુદ્ધ! યુદ્ધ! લડાઈ! લડાઈમાં જોડાઓ!' શું લડાઈ થઈ? મને નવાઈ લાગી: 'મારે શી પરવા? મારા હાથમાં મારું બાળક સહીસલામત છે. હવે ભલે એ લોકો લડાઈ કરે, મારે તેની શી પડી છે?'

માનવીનો આનંદ આટલો અહંભાવી હોય છે. નીચે રસ્તા ઉપર દોડાદોડી થતી હતી; અવાજો સંભળાતા હતા; સ્ત્રીઓ રડતી હતી; પોકારો પાડતા હતા

અને યુદ્ધમાં જોડાવાની ચર્ચાઓ ચાલતી હતી, પણ મારા હાથમાં મેં બાળકને પકડી રાખ્યું હતું અને આ સર્વસામાન્ય આફતમાં પણ મનમાં હિંમત ધરીને વિચાર કર્યો કે હું ખૂબ સુખી છું. ફરી મારા હાથમાં બાળક ધારણ કરી હું તો ઉચ્ચ આનંદ માણતી સ્વર્ગમાં વસી રહી છું.

સાંજ પડી. મારા પડખામાં પડેલા બાળકની આસપાસ હર્ષ અનુભવતા માણસોથી મારો ઓરડો ભરાઈ ગયો: 'હવે તમે ફરી સુખી થશો.' એમ તેઓએ કહ્યું.

એક પછી એક તેઓ ગયા અને હું એકલી પડી. બાળક પાસે જ હતું. મેં તેના કાનમાં ધીમેથી કહ્યું: 'તું કોણ છે, ડિયરડ્રે કે પેટ્રિક? તું ફરી મારી પાસે આવ્યું છો.' અચાનક આ નાનકડો જીવ મારી સામે એક નજરે જોઈ જ રહ્યો અને મોઢું ફાડ્યું. જાણે કે શ્વાસ માટે મૂંઝાતું હોય એમ લાગ્યું અને પછી તેના ઠંડા બરફ જેવા હોઠ ઉપરથી સિસકારા કરતું બગાસું ખાતાં મેં તેને જોયું. મેં નર્સને બોલાવી. તે આવી. જોયું અને મારી પાસેથી બાળક ખેંચી લીધું, નર્સને કંઈ ભય લાગ્યો. એ બીજા ઓરડામાં ચાલી ગઈ. બૂમો સંભળાઈ. 'પ્રાણવાયુ – ઑક્સિજન – ગરમ પાણી – ગરમ પાણી લાવો.'

એક કલાકની દુઃખભરી રાહ જોયા પછી ઑગસ્ટીન અંદર આવ્યો અને કહ્યું:

'ઈસાડોરા! તારું બાળક મૃત્યુ પામ્યું છે...'

હું ધારું છું કે આ પૃથ્વી ઉપર, મારે માથે આવી શકે એવા કોઈ પણ દુઃખની ટોચ ઉપર હું આ પળે હતી, કારણ કે આ મૃત્યુથી જાણે મારા બીજાં બાળકો ફરી મૃત્યુ પામ્યાં હોય એમ મને લાગ્યું. જાણે પહેલા દુઃખના પુનરાવર્તન જેવું જ આ દુઃખ હતું. માત્ર એમાં થોડો વધારો થયો હતો.

મારી મિત્ર મેરી આવી અને રડતાં રડતાં પારણું લઈ ગઈ. બીજા ઓરડામાં નાની પેટીમાં મારા બાળકના શબને પૂરવામાં આવતું હતું. અને પેટી બંધ કરવાના અવાજો હું સાંભળતી હતી. બિચારા બાળકનું એ જ પારણું હતું. પેટી ઉપર હથોડી પડતી હતી અને એના અવાજે અવાજે મારા હૃદયમાંથી અતિ નિરાશાના છેલ્લા સૂરો ઊઠતા હતા. જ્યારે અહીં હું લાચાર અને દુઃખથી ચૂંથાયેલી પડી હતી, ત્યારે આંસુ, ધાવણ અને રક્તના ત્રણ ફુવારાઓ મારા દેહમાંથી વહી રહ્યા હતા.

એક મિત્ર મારી પાસે આવ્યો અને કહ્યું: 'આજે યુદ્ધના ખપ્પરમાં હજારો માણસો હોમાય છે. ઘાયલ થયેલા અને મરવા પડેલા અનેક માણસો હૉસ્પિટલમાં મોકલવામાં આવે છે, ત્યારે તારું પોતાનું દુઃખ શા હિસાબમાં છે?'

મારી નૃત્યશાળાને હૉસ્પિટલમાં ફેરવી નાખવાનું મને તદ્દન સ્વાભાવિક લાગ્યું. લડાઈના એ દિવસો દરમ્યાન દરેકમાં આવો જ ઉત્સાહ હતો. યુદ્ધનો સામનો કરવાનો અદ્‌ભુત સંદેશો મળતો હતો. અને જેને પરિણામે માઈલો સુધી પ્રદેશ સાફ થઈ જતો હતો, અને કબરોની કતારો ખડી થઈ જાય એવો અદ્‌ભુત ઉત્સાહ, કોણ કહી શકે એમ હતું. એ સાચું હતું કે ખોટું? આ પળે અત્યારે તો એમ જ લાગે છે કે એ બધું વ્યર્થ હતું. પણ આપણે કેવી રીતે ન્યાય કરી શકીએ?

ગમે તેમ પણ આ સમયે તો અમે જ્વાળા અને અગ્નિ જેવા બની ગયા હતા, અને કલાકારો પણ કહેતા: કલા કલા શું કરો છો? મૂછનો દોરો ફૂટ્યો નથી એવા છોકરાઓ પ્રાણ સમર્પે છે અને સૈનિકો જીવનનું બલિદાન આપે છે ત્યારે કલા શા હિસાબમાં?' અને એ વખતે જો મેં જરા બુદ્ધિ વાપરી હોત તો હું કહેત કે 'જીવન કરતાં કલા વધારે મહાન છે.' અને મારા સ્ટુડિયોમાં કલાનું સર્જન કરતી પડી રહેત. પણ મેં તો દુનિયાના કદમ સાથે કદમ મિલાવ્યા અને કહ્યું: 'લઈ જાઓ આ પલંગો, કલાના આ નિવાસસ્થાનને પણ લઈ જાઓ અને ઘાયલ સૈનિકોની સારવાર કરવા તેને દવાખાનામાં ફેરવી નાંખો.'

થોડા વખતમાં તો મકાન દવાખાનાના સ્થાનમાં ફેરવાઈ ગયું. હું તો અશક્ત હતી એટલે મને 'સ્ટ્રેચર'માં બેસાડીને મારું આખું મકાન બતાવવામાં આવ્યું. મને વિચાર આવ્યો કે બિચારા ઘાયલ સૈનિકો પહેલી વાર ભાનમાં આવીને મારા કલાત્મક રીતે શણગારેલા ઓરડાઓ જુઓ તો તેમને કેટલો આનંદ મળત? પણ બધું ફરી ગયું હતું. એમની સામે ક્રોસ ઉપર ક્રાઇસ્ટની આકૃતિ હતી. શા માટે એ લોકોએ આ જોવું જોઈએ? એ લોકો માટે કેવો નીરસ અને ગમગીન દેખાવ?

મારા અદ્‌ભુત નૃત્યના ઓરડાના જાંબુડિયા પડદાઓ અદશ્ય થઈ ગયા અને એ ઓરડામાં દુ:ખથી પીડાતા માનવીઓની રાહ જોતી ખાટલાઓની હારમાળાઓ લાગી ગઈ હતી. અભરાઈ ઉપર, વાચનાલયમાં કાવ્યપ્રેમી માટે કવિઓ ઊભા હતા. એ દૂર થયા અને વાચનાલયને, શહીદોની રાહ જોતા 'ઑપરેશન રૂમ'માં ફેરવી નાખવામાં આવ્યું. મારી નબળી હાલતમાં, આ જોઈને મને ખૂબ લાગી આવ્યું.

આ પછી થોડા વખતમાં ઘાયલ થયેલાઓને 'સ્ટ્રેચર'માં ઉપાડી લાવનારાઓનાં ભારે પગલાંનો મેં અવાજ સાંભળ્યો.

બેલેવુ! નૃત્યશાળા! એ તો પ્રેરણાઓના ધોધનું સ્થાન બનવાનું હતું; ફિલસૂફી, કાવ્ય અને મહાસંગીતની પ્રેરણાઓ ઝીલીને ઉચ્ચ જીવનની એ શાળા બનવાની હતી. એ દિવસથી કલા અને સંગીત અદશ્ય થયાં અને એ શાળાની દીવાલોમાં, ઘાયલ થયેલી માતાઓની અને યુદ્ધની નોબતના અવાજથી ગભરાયેલાં બાળકોની

ચીસો સંભળાઈ હતી. મારું કલામંદિર શહીદીનું સ્થાન બની ગયું અને આખરે તો એ રક્ત અને મૃત્યુનું નિવાસસ્થાન બની રહ્યું. જ્યાં મેં દિવ્ય સંગીતના સર્જનનો વિચાર કર્યો હતો ત્યાં માત્ર દુઃખની કર્કશ ચીસો સંભળાવા લાગી.

બર્નાર્ડ શૉ કહે છે કે જ્યાં સુધી આપણે પ્રાણીઓને રિબાવીશું, એમની કતલ ચલાવીશું અને એમનું માંસ ખાઈશું ત્યાં સુધી યુદ્ધ રહેવાનું. હું ધારું છું કે આ બધા સમજુ અને વિચારશીલ માણસો તેના એ મતના હોવા જોઈએ. મારી શાળાનાં બાળકો શાકાહારી હતાં અને ફળફૂલ વગેરેના ખોરાકથી વધારે મજબૂત અને સુંદર બન્યાં હતાં. યુદ્ધ દરમ્યાન કેટલીક વાર હું ઘવાયેલા સૈનિકોના દુઃખના પોકાર સાંભળતી ત્યારે મને કતલખાનામાં કપાતાં પ્રાણીઓના દુઃખના પોકારો યાદ આવી જતા અને મને લાગતું કે જ્યારે આપણે આ બિચારાં અસહાય પ્રાણીઓની કતલ ચલાવીએ છીએ ત્યારે દેવો આપણને પીડે છે. યુદ્ધના નામથી ઓળખાતી આવી ભયંકર વસ્તુને કોણ ચાહે છે? એ સંભવિત છે કે સંહાર કર્યા પછી, માંસાહારીઓનો, પક્ષીઓનો, પશુઓનો, કોમળ હરણિયાઓનો કે શિયાળોનો સંહાર કરવાનું મન થાય છે. રક્તથી ખરડાયેલા વસ્ત્રવાળો કસાઈ કતલ અને ખૂનને પ્રોત્સાહન આપે છે. શા માટે નહીં? નાના વાછરડાનું ગળું કાપ્યા પછી આપણા ભાઈઓના અને બહેનોનાં ગળાં ઉપર છૂરી ફેરવવી એ તો માત્ર બીજું જ પગથિયું છે. આપણે માનવીઓ તો કપાયેલાં પ્રાણીઓની જીવતી કબરો છીએ, તો પછી આપણે આ પૃથ્વી ઉપર આદર્શ સ્થિતિની કેવી રીતે આશા રાખી શકીએ?

*

'હું અને મેરી નૃત્યશાળા છોડીને દરિયાકિનારે ગયાં. યુદ્ધના પ્રદેશમાંથી અમે પસાર થયાં અને જ્યારે હું મારું નામ આપતી ત્યારે અમારા તરફ ખૂબ વિવેકભર્યું વર્તન ચલાવવામાં આવતું. ફરજ ઉપર રહેલો પહેરેગીર જ્યારે કહેતો: 'એ તો ઈસાડોરા છે, જવા દો!' ત્યારે મને લાગતું કે હજી સુધી નથી મળ્યું એવું આ મહાન માન મને મળી રહ્યું છે.

હોટેલ નોરમંડીમાં આવી પહોંચ્યાં. હું ખૂબ થાકી ગયેલી અને માંદી હતી અને જ્યારે આરામનું આ સ્વર્ગ જોયું ત્યારે મને ખૂબ આનંદ થયો. અઠવાડિયાંઓ પસાર થયાં અને થાકથી નિરુત્સાહી દશામાં હું પડી રહી. નબળાઈ પણ એટલી હતી કે હું સાગરકિનારે સ્વચ્છ હવા લેવા માટે માંડ માંડ જઈ શકતી. છેવટે જ્યારે મને લાગ્યું કે હું ખરેખર માંદી છું ત્યારે હૉસ્પિટલમાંથી ડૉક્ટરને બોલાવ્યો.

અજાયબીની વાત છે કે તે આવ્યો નહીં અને ઘણો ઉડાઉ જવાબ વાળ્યો. મારું કોઈ સાંભળે એમ હતું નહીં અને હું હોટેલમાં જ રહી. માંદગી એવી હતી કે ભાવિ યોજનાઓ પણ ઘડી શકાતી નહીં.

પૅરિસના ઘણા જાણીતા માણસોનું હોટેલ આશ્રયસ્થાન બની ગઈ હતી. બાજુના ઓરડાઓ એક જાણીતી બાઈએ રાખ્યા હતા, એક કવિ એનો મહેમાન હતો. ભોજન પછી, યુદ્ધ અને સંહારના સતત સમાચારોની ધમાલ વચ્ચે પણ કાવ્ય લલકારતા એ કવિનો અવાજ અમે સાંભળતા હતા. એક બીજો માણસ તો વાર્તાના એના અખૂટ ભંડારમાંથી વાર્તાઓ અને ટુચકાઓ કહીને બધાને આનંદ આપતો હતો. યુદ્ધના મોખરેથી સમાચાર આપવા આવતો માણસ જગતની કરુણકથાના સમાચારો આપતો.

પણ આ જીવન મને તરત જ રસહીન લાગ્યું; માંદગીને લીધે મુસાફરી તો થઈ શકે એમ ન હતું તેથી ફર્નિચરવાળું એક મકાન ભાડે રાખ્યું. આ વિલાનું નામ 'શ્યામ અને શ્વેત' હતું અને તેમાં આવેલી દરેક વસ્તુ સફેદ તથા કાળી હતી. નૃત્યશાળા છોડીને એકલી, ઉદાસ અને માંદી હું અહીં આ મકાનમાં દરિયાકિનારે રહેવા લાગી. કલા, ભાવિ નૂતન જીવન અને શાળા વિશેના વિચારો જ મારા સંગાથી હતાં. પણ સૌથી વધારે ખરાબ તો માંદગી હતી. કિનારે થોડું ફરવા જતાં પણ થાકી જતી. સપ્ટેમ્બરનાં તોફાનો સાથે શરદ આવી પહોંચી. લોહેનગ્રીને લખ્યું કે લડાઈને અંગે શાળાનાં બાળકોને અમેરિકા લઈ જવામાં આવ્યાં છે.

એક દિવસ તો રોજ કરતાં વધારે નિરુત્સાહી બની ગઈ અને જે ડૉક્ટરે આવવાની ના પાડી હતી એ ડૉક્ટરને શોધવા હું હૉસ્પિટલમાં ગઈ. મેં તેને પૂછ્યું:

'કેમ ડૉક્ટર! તમને એવું તે મારા પ્રત્યે શું છે કે હું જ્યારે તમને બોલાવું છું ત્યારે તમે આવતા નથી? તમે જાણતા નથી કે હું ખરેખર માંદી છું. અને મારે તમારી જરૂર છે?'

થોથવાતાં થોથવાતાં તેણે કંઈ બહાનાં બતાવ્યાં અને બીજે દિવસે આવવાનું વચન આપ્યું. મારાથી ભડકતો હોય એવો ભાવ તેની આંખમાં હતો.

બીજે દિવસે સવારે શરદનું તોફાન શરૂ થયું. સાગર ઊછળતો હતો અને ધોધમાર વરસાદ વરસતો હતો. ડૉક્ટર ઘેર આવ્યો.

હું અમસ્તી, લાકડું સળગાવીને તાપ કરવાનો પ્રયત્ન કરતી બેઠી હતી. પણ ચીમનીમાંથી ખૂબ ધુમાડો નીકળતો હતો. ડૉક્ટરે મારી નાડી તપાસી અને ડૉક્ટરો સામાન્ય પ્રશ્ન પૂછે છે એવા પ્રશ્નો પૂછ્યા. બેલેવુડમાં અનુભવેલા શોકની, બેબીના મૃત્યુની વગેરે મેં તેને વાત કરી. ડૉક્ટર તો ફરી એ જ એની ભ્રમિત દૃષ્ટિએ,

મને અનિમેષ નયને જોઈ રહ્યો.

અચાનક તેણે મને તેના હાથમાં પકડી અને પંપાળી.

'તમે માંદાં નથી.' તે બોલી ઊઠ્યોઃ 'માત્ર તમારો આત્મા માંદો છે. એ પ્રેમની બીમારીથી પીડાય છે. જો તમને કોઈ પણ દવા સાજા કરી શકે તો તે પ્રેમ છે. પ્રેમ અને વધારે પ્રેમની જરૂર છે.'

હું એકલી, થાકેલી અને શોકગ્રસ્ત હતી. પ્રેમનો આ સ્વયંસ્ફુરિત અને ઉત્કટ ઉમળકો મને સુખકર લાગ્યો. મેં આ વિચિત્ર ડૉક્ટરનાં નયનોમાં પ્રેમ જોયો અને માંદગીને લીધે તવાઈ ગયેલી, મારા ઘાયલ થયેલા આત્મા અને દેહની બધી શક્તિઓ એકત્ર કરીને મેં આ પ્રેમનો જવાબ વાળ્યો.

હૉસ્પિટલમાં કામ પતાવ્યા પછી રોજ એ મારી પાસે આવતો. ઘાયલ થયેલાઓની દુઃખની, નિષ્ફળ ઑપરેશનોની, ભયંકર યુદ્ધના ત્રાસની વગેરે દિવસ દરમ્યાન મળેલા બધા ભયંકર અનુભવોની એ મને વાત કરતો.

કેટલીક વાર તો એ જ્યારે રાત્રે ફરજ ઉપર હોય ત્યારે હું તેની સાથે જતી. સારીયે હૉસ્પિટલ નિદ્રામાં પડી હોય અને માત્ર મધ્ય ઓરડામાં દીવો બળતો હોય, અહીં કે તહીં કોઈ ઘાયલ થયેલો સૈનિક પડખાં ફેરવતો હોય, નિઃસાસા નાખતો હોય અને દુઃખને લીધે ઊંહકારા કરતો હોય. ડૉક્ટર વારાફરતી બધા પાસે જતો. આશ્વાસનના શબ્દો કહેતો અથવા તો કંઈ પીવા આપતો.

આખા દિવસની સખત મજૂરી અને દર્દભરી રાત્રિઓ પછી આ વિચિત્ર ડૉક્ટરને પ્રેમ અને મસ્તીની જરૂર હતી. અને એનાં ઉત્કટ આલિંગનો અને મસ્ત આનંદમાં ગાળેલા કલાકોને પરિણામે મારો ઘા રુઝાયો. શરીર આખું બન્યું અને હવે હું સાગરકિનારે ફરવા નીકળી શકતી હતી.

એક રાત્રે મેં ડૉક્ટરને પૂછ્યું કે પહેલી વાર મેં તેને બોલાવ્યો ત્યારે તે શા માટે આવ્યો ન હતો? તેણે જવાબ ન આપ્યો અને તેની આંખમાં મેં એટલું બધું દુઃખ અને દર્દ નિહાળ્યું કે આ વિષયની લાંબી પંચાત છોડી દીધી. પણ મારી આતુરતા વધી. દાળમાં કંઈ કાળું હતું. મને લાગ્યું કે આ બાબતમાં મારો ભૂતકાળ આડે આવ્યો હશે અને તેથી તેણે ના પાડી હશે.

નવેમ્બરની પહેલી તારીખે, રાત્રે હું મારા મકાનની બારીમાંથી નીચેનો બાગ જોતી હતી. કાળા અને સફેદ પથ્થરો ગોઠવ્યા હતા. બરાબર બે કબરો હોય એવું લાગ્યું. બાગનો આ દેખાવ મને કંઈક ઇન્દ્રજાળ જેવો લાગ્યો અને અંતે મારા શરીરમાંથી ધ્રુજારી પસાર થઈ ગઈ. મને લાગ્યું કે હું દુઃખ અને મૃત્યુની જાળમાં ફસાઈ પડી છું. ઘવાયેલાઓને અથવા તો મરવા પડેલા સૈનિકોને ભરીને

એક પછી એક ટ્રેન આવતી જ હતી. વાતાવરણમાંથી હાસ્ય અને સંગીત અદૃશ્ય થયાં. આખો દિવસ મકાનમાં હું એકલી પડી રહેતી અથવા તો સાગરકિનારાની ઠંડી અને ઉજ્જડ રેતી ઉપર રખડતી. મને લાગ્યું કે દુઃખ અને મૃત્યુની જાળમાં હું ફસાઈ પડી છું. વધુ ને વધુ ઉદાસીનતાની હું શિકાર બનતી ગઈ.

*

એક રાત્રે હું જાગી ઊઠી અને જોયું તો મારા ઉપર નમીને ડૉક્ટર મને નિદ્રાવસ્થામાં નીરખી રહ્યો હતો. મારાથી વધુ વખત સહન થઈ ન શકે એવી ભયંકર નિરાશા મેં તેની આંખોમાં જોઈ. મેં વિનંતી કરી:

'મને કહે કે શું વાત છે? મારાથી હવે આ ભયંકર ભેદ સહન થઈ શકે એમ નથી.'

મારાથી એ થોડાં પગલાં દૂર ખસ્યો અને નીચું માથું ઢાળીને મને નીરખી રહ્યો. નીચા કદનો, ચોરસ આકાર શરીરવાળો અને કાળી દાઢીવાળો એ માનવી હતો.

'શું તમે મને નથી ઓળખતાં?' તેણે પૂછ્યું.

હું જોઈ રહી. ધુમ્મસનો પડદો અદૃશ્ય થઈ ગયો. મારાથી ચીસ પડાઈ ગઈ. મને યાદ આવ્યો પેલો ભયંકર દિવસ. મને આશા રાખવાનું કહેવા આવેલો આ ડૉક્ટર હતો. મારાં બાળકોને બચાવવાનો જેણે પ્રયત્ન કર્યો હતો એ જ આ ડૉક્ટર હતા,

'હવે તમે જાણી શકશો કે મને શાનું દુઃખ છે. તમે જ્યારે ઊંઘો છો ત્યારે બરાબર તમારી નાની છોકરી જેવાં લાગો છો. મેં તેને બચાવવાનો સખત પ્રયત્ન કર્યો હતો. કલાકો સુધી મેં મારો શ્વાસ તેને આપવા પ્રયત્ન કર્યો હતો; એના નાનકડા મુખ દ્વારા. અરે મારું જીવન આપવા પ્રયત્ન કરેલો.'

તેના આ શબ્દોથી મને એવું સખત દુઃખ થયું કે બાકીની રાત મેં કલ્પાંતમાં વિતાવી અને ડૉક્ટરને પણ મારા જેટલું જ દુઃખ થયું હોય એમ લાગ્યું.

તે દિવસની રાતથી હું સમજી શકી કે આ માણસને હું ખૂબ લાગણીથી ચાહતી હતી અને અત્યાર સુધી મેં પોતે આ લાગણી પ્રત્યે અજ્ઞાન સેવ્યું હતું. પણ જેમ એકબીજા માટેનો અમારો પ્રેમ અને અમારી ઇચ્છા વધતી ગઈ તેમ એનો મતિભ્રમ પણ વધવા લાગ્યો. ફરી એક વાર રાત્રે મને નીરખી રહેલી એ શોકમગ્ન આંખો મેં જોઈ અને મને સમજાયું કે એની પાછળ પડેલી સતામણી અમને બંનેને કદાચ ગાંડાં બનાવી દેશે.

બીજે દિવસે સાગરકિનારે હું ફરવા ગઈ. મારી એ પ્રબળ ઇચ્છા હતી કે હવે પેલા સોગિયા મકાન 'શ્યામ અને શ્વેત'માં કદી પાછા ન આવવું અથવા તો મૃત્યુ

જેવા પ્રેમે મને ઘેરી લીધી હતી તેની પાસે ન આવવું. મારે પાછા ફરવું જોઈએ એ વાત મને સમજાય તે પહેલાં તો હું દૂર નીકળી ગઈ. સાંજ થઈ અને પછી અંધારું થઈ ગયું. ભરતી પુરજોશથી ચડતી હતી અને કિનારે પથરાતાં મોજાંઓમાં થઈને હું પસાર થતી હતી. જોકે ઠંડી હતી છતાં પણ આ મોજાંઓની સામે ટક્કર ઝીલવાની અને કલામાં, પ્રેમમાં કે બાળકના ફરી જન્મમાં પણ મારા શોકનું નિવારણ મને મળી શક્યું ન હતું, તેથી સદાને માટે આ અસહ્ય શોકનો અંત લાવવા માટે, સાગરમાં સીધી સડસડાટ ચાલ્યા જવાની મારામાં પ્રબળ ઇચ્છા પ્રગટ થઈ. પણ નાસી છૂટવાના દરેક પ્રયત્નમાં મેં તો વિનાશ, દુઃખ અને મૃત્યુ જ જોયું.

મકાન તરફ પાછાં ફરતાં અર્ધે રસ્તે ડૉક્ટર મળ્યો. મનની વ્યાકુળ દશામાં મેં કિનારે મારી ટોપી મૂકી દીધી હતી તે જોઈને ડૉક્ટર તો ખૂબ ચિંતાતુર બન્યો હતો અને તેને વિચાર આવેલો કે હું મારા દુઃખનો અંત લાવવા માટે મોજાંઓમાં સમાઈ જઈશ. જ્યારે માઈલો સુધી ચાલ્યા પછી તેણે મને જીવતી પાછી ફરતાં જોઈ અને તે બાળકની જેમ રડી પડ્યો. અમે મકાન તરફ પાછાં ફર્યાં અને એકબીજાને સાંત્વન આપવાનો પ્રયત્ન કર્યો પણ અમને સમજાયું કે જો અમે અમારી બુદ્ધિને સ્થિર રાખવા ઇચ્છતાં હોઈએ તો અમારે જરૂર વિખૂટાં પડવું જોઈએ, કારણ કે ભયંકર રીતે પજવતો અમારો પ્રેમ અમને મૃત્યુને માર્ગે જ અથવા તો પાગલખાનામાં જ દોરી જાય એમ હતું.

એક બનાવ એવો બન્યો કે જેથી મારી આ વ્યગ્ર દશા વધુ તીવ્ર બની. મેં નૃત્યશાળામાંથી મારાં ગરમ કપડાંની ટ્રંક મંગાવી હતી. એક દિવસ પેટી આવી પહોંચી પણ મોકલનારાઓએ ભૂલ કરી હતી અને જ્યારે મેં પેટી ઉઘાડી ત્યારે એમાં ડિયરડ્રે અને પેટ્રિકનાં કપડાં જોયાં. ફરી મારી નજર આગળ બાળકો ખડાં થઈ ગયાં. અને જ્યારે તેમણે પહેરેલાં છેલ્લાં કપડાં, કોટ, જોડા અને નાની નાની ટોપીઓ જોઈ ત્યારે ફરી મેં બાળકોનાં મૃત્યુ વખતે સાંભળેલી ચીસ સાંભળી; લાંબી, વિચિત્ર અને દર્દભરી એ ચીસ મારી જ છે એ હું જાણી શકી ન હતી, પણ જાણે ક્રૂર રીતે ઘાયલ થયેલું કોઈ પ્રાણી મારા ગળામાંથી મોતની બૂમ પાડી રહ્યું છે એવું મને લાગ્યું.

ડૉક્ટર જ્યારે પાછો બહારથી આવ્યો ત્યારે ઉઘાડી ટ્રંક ઉપર હાથમાં બાળકોનાં કપડાં પકડીને બેભાન દશામાં પડેલી મને જોઈ. એ મને બીજા ઓરડામાં લઈ ગયો. ટ્રંક પણ ઉઠાવી લીધી અને ફરી એ ટ્રંક મેં કદી જોઈ નથી.

* * *

૨૯

ઇંગ્લાંડ જ્યારે લડાઈમાં ઊતર્યું ત્યારે લોહેનગ્રીને પોતાના મકાનને દવાખાનામાં ફેરવી નાખ્યું. શાળામાં તો જુદા જુદા દેશનાં બાળકો હતાં. ઑગસ્ટીન અને એલિઝાબેથ સાથે બાળકોને ન્યૂયૉર્ક મોકલી દેવામાં આવ્યાં. શાળા ન્યૂયૉર્કમાં આવી. ઑગસ્ટીન અને એલિઝાબેથે ત્યાં જવા માટે વારંવાર તાર કર્યા અને છેવટે મેં જવાનું નક્કી કર્યું.

આંદ્રે મને લિવરપૂલ સુધી મૂકી ગયો અને ત્યાંથી અમેરિકા જતી સ્ટીમરમાં મને બેસાડી.

હું એકલી થાકેલી અને ગમગીન રહેતી. જ્યારે રાત્રે બીજા મુસાફરો સૂતા હોય ત્યારે કેબિનમાંથી જરા બહાર નીકળતી. જ્યારે એલિઝાબેથે અને ઑગસ્ટીને મને ન્યૂયૉર્કમાં જોઈ ત્યારે આટલી માંદી અને બદલાયેલી જોઈને એ લોકોને ખરેખર આઘાત લાગ્યો.

યુદ્ધના આશ્રિતો વચ્ચે મેં મારી શાળા જોઈ. ફૉર્થ એવન્યુ ઉપર ૨૩મી ગલીમાં મેં મોટો સ્ટુડિયો રાખ્યો. ભૂરા પડદાઓ લટકાવી દીધા અને અમે અમારું કાર્ય નવેસરથી શરૂ કર્યું.

હું તો રક્તથી નીતરતી ફ્રાંસની વીર પ્રજા વચ્ચેથી આવી હતી અને જ્યારે યુદ્ધ પ્રત્યે અમેરિકામાં લોકોની બેદરકારી મેં જોઈ ત્યારે મારું મગજ તપી ગયું અને એક દિવસ રાત્રે મેટ્રોપોલિટન ઑપેરા હાઉસમાં નૃત્ય પછી મેં શરીર ઉપર લાલ શાલ વીંટાળી અને પ્રેક્ષકો સમક્ષ 'માર્સેલ્સ'નો આખો ચિતાર રજૂ કર્યો. જગત સમક્ષ ફ્રાંસે સંસ્કૃતિ અને ઉચ્ચ સભ્યતાના સિદ્ધાંતો રજૂ કર્યા છે. આ વસ્તુઓનું રક્ષણ કરવા માટે મેં અમેરિકાના નવયુવાનો સમક્ષ પોકાર રજૂ કર્યો.

અને બીજે દિવસે તો વર્તમાનપત્રો મારી પ્રશંસા કરવામાં ગાંડાંતૂર બન્યાં હતાં.

તરત જ મારું મકાન કવિઓ અને કલાકારોનું મિલનસ્થાન બની ગયું. નવું બંધાયેલું 'સૅન્ચુરી થિયેટર' મેં રાખ્યું અને નૃત્યની તૈયારીઓ શરૂ કરી. રંગભૂમિનો ભૂંડો ભૂખ જેવો દેખાવ જોઈને મને ચીડ ચડી.

મેં તો 'ઑર્કેસ્ટ્રા શીટસ' કઢાવી નાખી અને સંગીતકારો માટે ત્યાં ભૂરી જાજમ બિછાવી. જોવી ન ગમે તેવી 'બૉક્સ' ઉપર ભૂરા પડદા ઢાંકી દીધા. પાંત્રીસ અભિનેતાઓ, એંસી સંગીતકારો અને લગભગ એકસો જેટલા ગાનારાઓની વચ્ચે મેં મારાં બાળકો સાથે નૃત્ય રજૂ કર્યું. મારા ભાઈ ઑગસ્ટીને મુખ્ય પાઠ ભજવેલો અને હું મારાં બાળકો સાથે સમૂહગાનમાં હતી.

પ્રેક્ષકોમાં પૂર્વ અમેરિકાના માનવીઓ હતા. આજે પણ અમેરિકામાં આ જ લોકો કળાના પ્રેમીઓ છે. એ લોકો મને સમજી શક્યા. મારી કળાની એમની પ્રશંસાએ મારા હૃદયને હચમચાવ્યું અને હું મારા સંગીતકારો સાથે આ માનવીઓને મફત નૃત્ય બતાવવા માટે પૂર્વ અમેરિકામાં ગઈ. ઈડીશ થિયેટરમાં મેં તદ્દન મફત નૃત્ય રજૂ કર્યું. આ માનવીઓનો આત્મા કાવ્ય અને સંગીતનો બનેલો છે અને જો મારી પાસે વધારે સાધનો અને સગવડ હોત તો જરૂર હું અહીં રોકાત, પણ મારો આ અખતરો મને ભારે પડી ગયો. ખિસ્સાં ખાલી થઈ ગયાં; પૈસા માટે અમેરિકાના થોડાક લાખોપતિઓને મેં વિનંતી કરી પણ તેમણે જવાબ આપ્યો: 'પણ શા માટે તમે ગ્રીસની કરુણકથાઓ નૃત્યમાં ઉતારો છો?'

આ સમયે અમેરિકાને 'ઝાઝ' નૃત્યની લગની લાગી હતી. સમાજના સારા સારા માણસો, યુવાન કે વૃદ્ધ આ નૃત્યની પાછળ વખત ગાળતા. એકબે વખત મને આ નૃત્ય જોવાનું આમંત્રણ મળેલું, પણ આ ધમાલ અને ધમપછાડા જોઈને મને તો ચીડ જ ચડી. ફ્રાંસ જ્યારે રક્તથી નીતરતું હતું અને તેને અમેરિકાની જરૂર હતી, ત્યારે અમેરિકાના ભદ્ર પુરુષો આવાં નાચગાન કરતા હતા. મારું મગજ ફરી ગયું. ૧૯૧૫નું મને આ વાતાવરણ બિલકુલ ન ગમ્યું. મારી શાળા સાથે મેં યુરોપ જવાનું નક્કી કર્યું.

પણ ટિકિટના પૈસા તો હતા નહીં. મેં તો અગાઉથી સ્ટીમરમાં જગ્યાઓ 'રિઝર્વ' કરાવી હતી. પૈસા ક્યાંથી કાઢવા? સ્ટીમરને ઊપડવાની ત્રણ કલાકની વાર હતી. પૈસા પૂરા ન હતા અને એવામાં મારા સ્ટુડિયોમાં એક સ્ત્રી દાખલ થઈ. તેણે પૂછ્યું:

'શું તમે આજે જ યુરોપ જવા તૈયાર થયાં છો?'

તૈયાર થયેલાં બાળકો તરફ આંગળી ચીંધીને મેં કહ્યું: 'જુઓને, અમે તો બધાં તૈયાર છીએ પણ હજુ સુધી અમને ટિકિટના પૂરતા પૈસા નથી મળ્યા.'

'તમારે કેટલા જોઈએ?' તેણે પૂછ્યું.

'લગભગ બે હજાર ડૉલર.' મેં જવાબ આપ્યો. તરત જ આ અદ્ભુત સ્ત્રીએ પાકીટ કાઢ્યું અને હજાર ડૉલરની બે નોટો મારા ટેબલ ઉપર મૂકી અને કહ્યું:

'તમને આવી નાની બાબતમાં મદદ કરતાં મને આનંદ થાય છે.'

હું તો આ અજાણી વ્યક્તિને આશ્ચર્યથી જોઈ જ રહી. મેં પહેલાં કદી પણ આ સ્ત્રીને જોઈ ન હતી. તેણે મારી પાસેથી કોઈ પણ જાતનું લખાણ પણ માગ્યું નહીં અને ટેબલ ઉપર તેણે મારે માટે આવી મોટી રકમ રજૂ કરી. મેં તો એટલી જ કલ્પના કરી કે હશે કોઈ અજાણ્યા લાખોપતિની સ્ત્રી. પણ પાછળથી મને ખબર પડી કે આ વાત સાચી ન હતી. ખરેખર, મારે ચરણે આ રકમ ધરવામાં તેણે પોતાનાં બધાં શૅર અને બૉન્ડસ વેચી નાખ્યાં હતાં.

બીજાં ઘણાંઓની સાથે તે પણ અમને વળાવવા આવી હતી. એનું નામ રૂથ હતું. રૂથ એટલે દયા. તેણે કહ્યું:

'ઈસાડોરા! તારા માણસો એ માણસો થશે. તારા રસ્તા એ મારા રસ્તા.' અને પછી તો હંમેશાં એનું વર્તન મારી પ્રત્યે એના નામ પ્રમાણે જ રહ્યું હતું.

ન્યૂયૉર્કમાં 'માર્સેલ્સ'ની રજૂઆત કરવાની અમને મનાઈ કરવામાં આવી હતી. અમે તૂતક ઉપર ઊભાં હતાં. દરેક બાળકે ખમીસની બાંયમાં નાના નાના ફ્રેંચ વાવટાઓ સંતાડ્યા હતા. મેં તેમને સૂચના આપી હતી કે જ્યારે સ્ટીમરની સીટી વાગે અને સ્ટીમર કિનારો છોડે કે તરત જ તેમણે વાવટાઓ બહાર કાઢવા અને 'માર્સેલ્સ'નું ગીત લલકારવું. અને અમે તે પ્રમાણે કર્યું. આ સ્ટીમરના અધિકારીઓ અકળાયા.

મારી મિત્ર મેરી અમને મૂકવા આવી હતી. તે આ દૃશ્ય જીરવી ન શકી. મારો વિયોગ તેનાથી સહન ન થયો. કોઈ પણ જાતના સામાન કે પાસપૉર્ટ વિના તે સ્ટીમર ઉપર આવી ચડી અને અમારી સાથે ગાવા લાગી. તેણે કહ્યું: 'હું તમારી સાથે આવું છું.'

અને આવી રીતે 'માર્સેલ્સ'નું ગીત લલકારતાં લલકારતાં ૧૯૧૫નું મોજશોખીન અમેરિકા છોડ્યું. અમે ઇટાલી પહોંચ્યાં એ દિવસ તો ભારે ઉત્સાહથી ભરપૂર હતો. ઇટાલીએ લડાઈમાં જોડાવાનું નક્કી કર્યું હતું. અહીં આવવામાં અમને ઘણો આનંદ થયો હતો, ગામડાંમાં અમે ઉજાણી પણ ગોઠવી હતી. અમને કુતૂહલતાથી જોઈ રહેલા ખેડૂતોને ઉદ્દેશીને મેં કહ્યું હતું કે: 'ભૂરા આકાશ નીચે આવેલા તમારા સુંદર દેશ માટે તમે પ્રભુનો પાડ માનો. અમેરિકાની અદેખાઈ ન કરો. ફળફૂલ અને કુદરતથી ભરેલો તમારો આ અદ્ભુત દેશ છે. અમેરિકાના કોઈ

પણ લાખોપતિ કરતાં તમે વધારે પૈસાદાર છો.'

ખૂબ વિચારો કર્યા અને છેવટે સ્વિટ્ઝર્લૅન્ડમાં અમે નૃત્યના કાર્યક્રમો આપી શકીશું એમ મને લાગ્યું. આ ઇરાદાથી અમે ઝ્યુરિચ આવ્યાં. અહીં હોટેલમાં અમેરિકાના એક લાખોપતિની પુત્રી રહેતી હતી. મને લાગ્યું કે મારી શાળામાં આ છોકરીને રસ લેતી કરવા માટે આ સુંદર તક છે. એક દિવસે બપોર પછી બાગની લીલીછમ ભૂમિ ઉપર તેની સમક્ષ મેં બાળકોનું નૃત્ય ગોઠવ્યું. એવું સુંદર દૃશ્ય હતું કે મને લાગ્યું કે જરૂર આ છોકરી ઉપર અસર થશે, પણ શાળા માટે જ્યારે હું તેની પાસે મદદ લેવા ગઈ ત્યારે તેણે કહ્યું:

'બરાબર, બાળકો સુંદર લાગતાં હશે, પણ મને એમાં રસ આવ્યો નહીં. મને તો આત્માના પૃથક્કરણમાં જ રસ છે.'

વર્ષોથી એ ડૉ. ફ્રૉઇડના શિષ્ય ડૉ. જંગ સાથે અભ્યાસ કરતી હતી અને પોતાને શું સ્વપ્ન આવ્યાં, એની પાછળનો હેતું શું છે? વગેરે વગેરે એ કલાકો સુધી લખ્યા જ કરતી હતી.

*

પછી તો શાળાને ટકાવી રાખવા માટે મારે તનતોડ પ્રયત્ન કરવા પડ્યા. મને એમ કે લડાઈ હમણાં પૂરી થશે અને અમે બેલેવુ પહોંચી જઈશું, પણ એમ થયું નહીં. લડાઈ તો લંબાઈ અને શાળા માટે મારે શરાફો પાસેથી ૫૦ ટકાના વ્યાજે નાણાં લેવાં પડ્યાં.

૧૯૧૬માં આ હેતુ માટે મેં દક્ષિણ અમેરિકા જવાની શરત સ્વીકારી અને બુએનોસ એરિસ જવાનું નક્કી કર્યું.

જેમ જેમ હું મારાં સંસ્મરણો લખવામાં આગળ વધુ છું તેમ તેમ માનવીની પોતાની જીવનકથા આલેખવાની અશક્યતા, મને વધુ ને વધુ સમજાતી જાય છે. મને એમ હતું કે અમુક પ્રસંગો તો જીવનભર જીવતા રહેશે પણ એ તો થોડાંક જ પાનાંમાં લખાઈ ગયા. જીવનના દુ:ખભર્યા દિવસોમાં મને લાગતું કે હું હજારો વર્ષોથી દુ:ખી છું અને માત્ર જીવન ટકાવી રાખવા ખાતર, ફક્ત આત્મરક્ષણને માટે જ વલખાં મારીને એ અગ્નિપરીક્ષાઓમાંથી હું કોઈ જુદી જ વ્યક્તિ તરીકે બહાર આવી હતી. એ દિવસો પણ આજે પહેલાંના જેવા લાંબા દેખાતા નથી. ઉગ્ર બનીને હું વારંવાર મારી જાતને પૂછું છું:

'મેં તો વાચક સમક્ષ માત્ર હાડપિંજર જ રજૂ કર્યું છે. આ આત્મકથા વાચનાર, એ હાડપિંજરને માંસ અને રક્તથી કેવી રીતે સુશોભિત બનાવી શકશે!'

હું તો સત્યને કાગળ ઉપર આલેખવાનો પ્રયત્ન કરું છું, પણ સત્ય તો નાસે છે અને મારાથી છુપાઈ જાય છે. જો હું લેખક હોત અને મારા જીવનમાંથી વીસેક નવલકથાઓ લખી હોત તો એ સત્યથી વધારે નજદીક હોત, અને આ નવલકથાઓ લખ્યા પછી મારે એક કળાકારની વાત લખવી પડત અને એ વાત બીજી બધી કરતાં તદ્દન જુદી જ તરી આવત. કળાકાર તરીકેનું મારું જીવન અને કળા ઉપરના મારા વિચારો બંને પોતાની સ્વતંત્ર ભૂમિકા ઉપર જ રચવા પામ્યા છે અને હજુ પણ દેખીતી રીતે મારી ઇચ્છાથી તદ્દન સ્વતંત્ર આ વસ્તુ આગળ વધી રહી છે.

છતાં પણ જીવનમાં જે જે બન્યું છે તેને નગ્ન સ્વરૂપમાં બતાવવાનો પ્રયત્ન કરવા બેઠી છું, અને મને ઘણો જ ભય લાગે છે કે આ વધુ બખડજંતર જેવું થઈ જશે, પણ જુઓ, મારા જીવનના પ્રસંગોને કાગળ ઉપર ઉતારવાનું મેં અશક્ય કાર્ય શરૂ કર્યું છે અને તે અંત સુધી ચાલુ રહેશે. જોકે જગતમાં સભ્ય અને ભલી ગણાતી સ્ત્રીઓના અવાજો મારે કાને અથડાય છે કે:

'આ તો ઘણી જ કલંકિત કથા છે એને માથે પડેલાં દુ:ખો તો એના પાપનું પરિણામ છે.'

પણ મેં કોઈ પણ જાતનું પાપ કર્યું હોય એવું ખ્યાલમાં નથી. નિત્સે કહે છે કે 'સ્ત્રી તો એક અરીસો છે' અને મારું જીવન પણ જે જે સંજોગોમાં હું ઝડપાઈ છું એનું માત્ર પ્રતિબિંબ છે અને લોકો પ્રત્યેનું મારું વર્તન એ માત્ર પ્રતિધ્વનિ છે.

સ્ટીમર ન્યૂયૉર્ક આવી પહોંચી. લડાઈના સંજોગોમાં હું આવી રીતે એકલી મુસાફરી કરું એ ઑગસ્ટીનને પસંદ ન પડ્યું અને તેથી તે મારી સાથે જોડાયો. એનો સહવાસ એ મારે માટે મહાન સુખ હતું.

*

બુએનોસ એરિસ આવી પહોંચ્યાં. અમે વિદ્યાર્થીઓના એક રેસ્ટોરાંમાં ગયા. લાંબો લાંબો ધુમાડિયો ઓરડો હતો. કાળા યુવાનો કાળી યુવતીઓને બાથમાં લઈને નાચી રહ્યાં હતાં. મને તરત જ બધાંએ ઓળખી કાઢી. મને એ લોકોએ જણાવ્યું કે આજે આર્જેન્ટિનાનો સ્વાતંત્ર્યદિન છે અને મારે પણ મુક્તિદિનને નૃત્યમાં વ્યક્ત કરી બતાવવો એમ વિનંતી કરી. વિદ્યાર્થીઓને હંમેશાં પ્રસન્ન કરવા એ મને ખૂબ ગમે છે અને તેથી હું કબૂલ થઈ. એમના મુક્તિગાનના શબ્દોનો હું અર્થ સમજી. આર્જેન્ટાઈનનો ધ્વજ મેં વીંટાળ્યો કે એમનો ગુલામ પ્રાંત જુલ્મગારના પંજામાંથી કેવી રીતે મુક્ત થયો એનો ચિતાર મેં નૃત્ય દ્વારા

રજૂ કર્યો. છોકરાઓ ઉપર વીજળી જેવી અસર થઈ. છોકરાંઓએ તો આવા પ્રકારનું નૃત્ય કદી જોયું ન હતું. અને તેથી ઉત્સાહમાં બૂમો પાડવા લાગ્યાં. એ લોકો ગીત લલકારે અને મારે નૃત્ય ફરીફરીને કરવું એમ તેઓએ જણાવ્યું.

વિજયનો આનંદ મેળવીને હું મારી હોટેલમાં આવી. મેં બુએનોસ એરિસને ખુશ કર્યું, પણ ઓહ! બીજે દિવસે સવારે છાપાંઓમાં મારા મૅનેજરે મારા નૃત્યના સનસનાટીભર્યા સમાચારો વાંચ્યા ત્યારે એનું મગજ ફાટીને ધુમાડે ગયું. તેણે સુણાવી દીધું કે કાયદેસર રીતે મેં તેની સાથેની શરતનો ભંગ કર્યો છે. વિદ્યાર્થીઓની વચ્ચે મને આનંદ મળ્યો હતો પણ એ આનંદે આ મુસાફરી ઉપર પાણી ફેરવ્યું.

કળા બેસૂરા તથા અસ્તવ્યસ્ત બનેલા જીવનને સંવાદી અને સુરેખ બનાવે છે. કોઈ સારી નવલકથા અમુક હદ સુધી કલામય રીતે આગળ વધીને અટકે છે. કળામાં રહેલો પ્રેમ કરુણ અને સુમધુર સ્વર સાથે અંત પામે છે, પણ જીવન તો આઘાત અને પ્રત્યાઘાતોથી ભરેલું છે. સુંદર સંગીત જામ્યું હોય, આપણે એકતાન બન્યા હોઈએ અને વચમાં તાર તૂટી જવાથી કે સ્વરો બગડી જવાથી એ સંગીત બંધ થાય ત્યારે કેવું બેસૂરું વાતાવરણ થઈ જાય છે! બસ ત્યારે, વાસ્તવિક જીવનમાં પણ પ્રેમ-પ્રસંગોનો સામાન્ય રીતે એવો જ અંત આવે છે અને જીવનસંગીતને બેસૂરું બનાવી દે છે. હા, જીવનમાં પછી પ્રેમ નથી જાગતો એવું કંઈ નથી, પણ એ થોડા વખત માટે જ અને તે પણ કંગાળ મૃત્યુને ભેટવા માટે જ. આવા કિસ્સાઓમાં પાછળથી તો વકીલોનાં જ ખિસ્સાં ભરાય છે.

લડાઈ દરમ્યાન મારી શાળાને ટકાવી રાખવા માટે પૂરતું ફંડ ભેગું કરવાના હેતુથી મેં આ મુસાફરી શરૂ કરી હતી. સ્વિટ્ઝર્લૅન્ડ મેં તાર કરીને પૈસા મોકલેલા પણ લડાઈને અંગે એ તાર અટક્યો છે એવા સમાચાર આવ્યા ત્યારે મારી મૂંઝવણનો તમે જ ખ્યાલ કરો! પૈસા વિના બાળકો જે મકાનમાં રહેતાં હતાં ત્યાં રહી શકે એવું હતું નહીં. એ લોકોને ત્યાંથી કાઢી મૂકે એવો ભય હતો. મેં મારા સ્વભાવ પ્રમાણે ઑગસ્ટીનને પૈસા આપીને ત્યાં પહોંચી જવા જણાવ્યું અને કોઈ પણ હિસાબે બાળકોને આ મુશ્કેલીમાંથી ઉગારી લેવા એમ મેં નક્કી કર્યું. મને એટલો પણ ખ્યાલ ન રહ્યો કે આમ કરવામાં મારી પોતાની પાસે પણ હોટેલના બિલના ચૂકવવાનાં નાણાં નહીં રહે. મારો મૅનેજર તો ઊપડી ગયો હતો. મારી સાથે તો મારા નૃત્ય વખતે પિયાનો બજાવનાર ડુમેસનીલ રહ્યો હતો. પૈસાની કડકાઈ ભોગવતાં અમે બુએનોસ એરિસમાં મૂંઝાયાં.

સરસામાન બધો હોટેલમાં મૂકીને અમારે હોટેલ છોડવી પડી. સારું થયું કે

હોટેલના માલિકે મારા નૃત્યના પોશાકની કોઈ કિંમત ન ગણી. અમે તો મોન્ટીવીડીયો આવી પહોંચ્યાં. અહીં પ્રેક્ષકો નૃત્ય જોઈને ખૂબ ઉત્સાહમાં આવી ગયા અને તેથી અમે અમારી મુસાફરી રિયો-ડી-જાનેરો સુધી લંબાવી શક્યાં. કોઈ પણ જાતના સામાન વિના અને ખાલી ખિસ્સે અમે આવી પહોંચ્યાં. મ્યુનિસિપલ થિયેટરનો સંચાલક ઘણો ભલો હતો. તેણે મારા નૃત્યના કાર્યક્રમોની ગોઠવણી કરી. અહીં પ્રેક્ષકો અજબ બુદ્ધિશાળી, ચાલાક અને ઉત્તમ કળાકારની કળાને ઓળખી શકે એવા હતા.

અહીં હું કવિ જીન-ડી-રિયોને મળી. યુવક વર્ગનો એ લાડકવાયો કવિ હતો. અહીં તો દરેક યુવાન કવિ છે, જ્યારે અમે બંને સાથે ફરવા નીકળતાં ત્યારે આ યુવાનો પોકારો પાડતા કે:

'ઘણું જીવો જીન-ડી-રિયો, ઘણું જીવો ઈસાડોરા!'

પિયાના-ઉસ્તાદ ડુમેસનીલ તો રિયો-ડી-જાનેરોમાં જ રહી ગયા, કારણ કે લોકોનાં મન જીતી લીધાં હતાં. હું એકલી ન્યૂયૉર્ક આવી. મારી શાળાની મારા મગજમાં ચિંતા હતી અને તેથી મુસાફરી કંટાળાભરેલી લાગી. ન્યૂયૉર્ક તો આવી પહોંચી પણ કોઈ સામે તેડવા આવ્યું ન હતું. લડાઈના સંજોગોને લીધે મારો તાર પણ ધારેલી જગ્યાએ પહોંચ્યો નહીં. છેવટે મારા મિત્ર આર્નોલ્ડ ગેન્થેને ટેલિફોન કરવાનું નક્કી કર્યું.

ફોટોગ્રાફી શીખવા માટે તેણે ચિત્રકળાનો ત્યાગ કર્યો, પણ એની ફોટોગ્રાફી તો કમાલ અને જાદુભરી છે. ભારે વિચિત્ર! અજબ ભેજું છે. કૅમેરાથી એ લોકોના ફોટા પાડે પણ એમાં તમને લોકોના સાદા ચહેરાઓને બદલે એમના મગજમાં દોડતી કલ્પનાનો જ આભાસ થાય. તેણે મારા ઘણા ફોટા પાડ્યા છે. એ ફોટાઓ મારો દેહ વ્યક્ત નથી કરતા, પણ મારા આત્માની સ્થિતિનો ખ્યાલ આપે છે. એમાંનો એક ફોટો તો જાણે મારા આત્માનો જ ફોટો હોય એમ લાગે છે. એ હંમેશાં મારો મિત્ર રહ્યો છે.

મેં તેને ટેલિફોન કર્યો, પણ નવાઈની વાત છે કે ટેલિફોનમાં મેં કોઈ જાણીતો જ અવાજ સાંભળ્યો. આર્નોલ્ડનો તો એ અવાજ ન હતો; એ અવાજ હતો લોહેનગ્રીનનો. સંજોગવશાત્ એ આર્નોલ્ડને મળવા આવેલા અને તેણે ટેલિફોન ઉપાડ્યો. જ્યારે તેણે સાંભળ્યું કે હું ડેક ઉપર એકલી છું–પાસે નથી પૈસા કે નથી મિત્રો–એટલે તરત જ તેણે મને મદદ કરવાનું કહ્યું.

થોડી મિનિટો બાદ એ આવી પહોંચ્યા. જ્યારે મેં આ ઊંચી જાજરમાન વ્યક્તિ જોઈ ત્યારે ફરી મેં સહીસલામતી અને વિશ્વાસની વિચિત્ર લાગણી અનુભવી. મને જોઈને જેટલો એને આનંદ થયો એટલો જ તેને જોઈને મને થયો.

તમે આ આત્મકથામાં જોઈ શકશો કે મારા પ્રેમીઓ પ્રત્યે હું સદાયે વફાદાર રહી છું અને ખરી રીતે તો જેઓ મારી પ્રત્યે વફાદાર રહ્યા છે તેમાંના એકનો પણ મેં ત્યાગ કર્યો નથી. જેમને મેં એક વાર મારા પ્રેમીઓ તરીકે ગણ્યા છે તેમને હું સદાને માટે ચાહું છું. જો હું ઘણાંથી જુદી પડતી હોઉં તો તેમાં માત્ર પુરુષોની ચંચળવૃત્તિ અને વિધિની ક્રૂરતાનો જ દોષ છે.

આવી કંટાળાભરેલી મુસાફરી પછી પણ જ્યારે લોહેનગ્રીન મારી મદદે આવી પહોંચ્યો તેથી મને ઘણો આનંદ થયો. અમે આર્નોલ્ડને ત્યાં આવી પહોંચ્યાં. અમે ત્રણ જણાં મળ્યાં. ખૂબ આનંદ થયો અને ખૂબ શેમ્પેન લીધો. મને થયું કે ન્યૂયૉર્ક પાછી આવી એમાં કંઈ શુભ હેતુ છુપાયેલો છે. ભોજન કર્યા પછી લોહેનગ્રીન તો મેટ્રોપોલિટન ઑપેરાહાઉસને રોકી લેવાની ધમાલમાં પડ્યો. દરેક કળાકારને નૃત્ય જોવા માટે આમંત્રણો મોકલ્યાં. કોઈ પણ જાતની ફી રાખવામાં આવી ન હતી. આ કાર્યક્રમ જીવનમાં મારા અનુભવોમાંનો એક સુંદર અનુભવ હતો. ન્યૂયૉર્કના કળાકારો, અભિનેતાઓ, સંગીતકારો વગેરે હાજર હતા અને મેં સુંદર નૃત્ય રજૂ કર્યું. અલબત્ત, લડાઈ દરમ્યાન નૃત્યના અંતે હું 'માર્સેલ્સ' ગાતી, તેમ આ વખતે પણ મારું નૃત્ય એવી જ રીતે પૂરું થયું. ફ્રાંસ અને મિત્રરાજ્યો માટે મેં જબ્બર લાગણી ઊભી કરી.

ઑગસ્ટીનને કેવા સંજોગોમાં જીનિવા મોકલ્યો અને શાળા વિશેની મારી ચિંતાની વાત મેં લોહેનગ્રીનને કરી. એનું હૃદય ઉદાર હતું. તેણે તરત જ શાળાને ન્યૂયૉર્કમાં લાવવા માટે તારથી પૈસા મોકલ્યા. પણ અફસોસ! ઘણું મોડું થઈ ગયું હતું. નાનાં નાનાં બાળકોને એમનાં માબાપો આવીને લઈ ગયાં હતાં. જે શાળા માટે મેં વર્ષોની તનતોડ મહેનત કરી તે આમ છિન્નભિન્ન થઈ ગઈ અને મારું હૃદય કપાઈ ગયું. પણ છ મોટા બાળકો ઑગસ્ટીન સાથે આવ્યા તેથી મને થોડો સંતોષ થયો.

બાળકો તથા મારી પ્રત્યે લોહેનગ્રીન ખૂબ પ્રેમાળ રહેતો હતો. તેણે અમારે માટે મોટું મકાન ભાડે રાખ્યું અને અમે ત્યાં કાર્ય કરતાં. સવારમાં એ અમને મોટરમાં ફરવા લઈ જતો. એ દરેકને ભેટ આપતો. સત્ય કહું તો લક્ષ્મીની જાદુઈ શક્તિથી જીવન થોડો વખત માટે અદ્ભુત બની ગયું.

ન્યૂયૉર્કનો સૂસવતો શિયાળો જામ્યો અને મારી તબિયત લથડી. મારે ક્યુબા સુધીની સફર કરવી જોઈએ એમ લોહેનગ્રીને જણાવ્યું. મારી સાથે તેણે તેના સેક્રેટરીને મોકલ્યો.

ક્યુબાનાં સ્મરણો તો આનંદથી ભરપૂર છે. સેક્રેટરી સ્કોટમૅન કવિ હતો. ખરાબ

તબિયતને અંગે નૃત્યના કાર્યક્રમો હું રજૂ કરી શકું એમ હતું નહીં, પણ હવાનામાં અમે ત્રણ અઠવાડિયાં ગાળ્યાં અને રોજ દરિયાકિનારે મોટરમાં ફરવા જતાં. અહીં રોકાયા એ દરમ્યાન બનેલો એક હાસ્યરસિક છતાં કરુણ બનાવ યાદ આવે છે.

હવાનાથી થોડે દૂર એક જૂનું કોઢિયાઓને રહેવા માટેનું ઘર હતું. આસપાસ દીવાલ હતી. બાજુમાં હવા ખાવા માટે ચણાવેલું સુંદર મકાન હતું. એમાં અમે રહેતાં હતાં અને અમે ખુલ્લી રીતે કોઢિયાઓનું ભયંકર દૃશ્ય જોઈ શકતાં હતાં. સત્તાવાળાઓને લાગ્યું કે આવા સુંદર મકાન પાસે આ કોઢિયાઓનું સ્થાન ન હોવું જોઈએ અને તેથી તેઓએ તેને ખસેડવાનું નક્કી કર્યું, પણ આ કોઢિયાઓ વિરુદ્ધ થયા. એ તો દરવાજાને વળગી રહ્યા. કેટલાક ભીંતને વળગ્યા અને કેટલાક તો છાપરે ચડી ગયા અને એવી ગપ ઊડેલી કે કેટલાક હવાના નાસી ગયા. કોઢિયાઓનું આ મકાન ખસેડવાનું દૃશ્ય મારા મગજમાં કોઈ અજબ વિચિત્ર છાપ પાડી ગયું છે.

બીજા એક મકાનની મુલાકાત લીધેલી. વંશપરંપરાથી આ માણસો આ મકાનમાં રહેતા હતા. આ કુટુંબનો એક સભ્ય મને તેને ત્યાં લઈ આવ્યો. એને વળી વાંદરાં અને ગોરીલા પાળવાની ટેવ હતી. એ જૂના મકાનના બગીચામાં પાંજરાંઓ જ હતાં અને સ્ત્રી એના પાળેલાં પ્રાણીઓનું ધ્યાન રાખતી. મુલાકાત લેનારાઓ માટે આ મકાન એક જાતની કુતૂહલતા ઉત્પન્ન કરતું. પેલી સ્ત્રી ખભા ઉપર વાંદરો રાખીને આવેલા મહેમાનને આવકાર આપતી અને બીજા હાથમાં આંગળીએ ગોરીલો તો હોય જ. બધા વાંદરાંઓમાં આ બે જરા વધારે હળી ગયાં હતાં અને બાકીના તો જ્યારે આપણે પાંજરા પાસેથી પસાર થઈએ એટલે સળિયા પકડીને કૂદાકૂદ કરી મૂકે અને સામે દાંતિયાં પણ કરે. મેં પૂછ્યું: ‘આ ભયંકર તો નથી ને?’

પેલી સ્ત્રીએ હળવેથી જવાબ આપ્યો:

‘ના રે ના, બારણામાંથી બહાર નીકળીને એક વખત માળીને મારી નાખ્યો હતો. બાકી તો બધાં સારાં છે.’

આ જવાબ સાંભળીને હું તો જરા ચિંતામાં પડી. જ્યારે મકાન છોડ્યું ત્યારે મેં છુટકારાનો દમ ખેંચ્યો.

આખી વાતનો વિચિત્ર ભાગ તો એ છે કે આ સ્ત્રી ઘણી જ રૂપાળી હતી. મોટી અસરકારક આંખો હતી અને વળી વિદ્વાન હતી. કળા અને સાહિત્ય ઉપરનાં સુંદર પુસ્તકો અને ચિત્રો ભેગાં કરવાનો પણ તેને શોખ હતો. આમ છતાં પણ તેને વાંદરા અને ગોરીલા પાછળનો શોખ ક્યાંથી લાગ્યો એ પ્રશ્ન મને

મૂંઝવવા લાગ્યો. તેણે મને કહ્યું:

'આ સંગ્રહ મેં 'પેસચ્યોર ઇન્સ્ટિટ્યૂટ'ને વિસ્ફોટ અને ક્ષયના રોગો ઉપર અખતરાઓ કરવા માટે અર્પણ કર્યો છે.'

હવાનાનો મને એક બીજા રસિક પ્રસંગ યાદ આવે છે. મોટરમાં માઈલો સુધી દરિયાકિનારે રખડવું એ અમારો કાર્યક્રમ હતો. એક વખત રખડીને સવારમાં ત્રણ વાગ્યે અમે પાછાં ફરતાં હતાં, ત્યાં એક હોટેલમાં આવી પહોંચ્યાં. એ દિવસ કંઈ ઉત્સવનો હતો અને આખી રાત લોકો નાચગાનમાં પડ્યા હતા. બધા રેસ્ટોરાંઓ, હોટેલો, વિશ્રાંતિગૃહો અને નૃત્યગૃહોમાં જીવન ગુંજતું હતું. આ હોટેલમાં જાત-જાતના બંધાણીઓ ભેગા થયા હતા. કોઈ દારૂના ઘેનમાં, તો કોઈ અફીણના, તો કોઈ કોકેનના ઘેનમાં મસ્ત બનીને પડ્યા હતા. ઝાંખા પ્રકાશવાળા ધુમાડિયા ઓરડામાં એક ટેબલ પાસે અમે બેઠાં. પિયાનો બજાવનાર ઉપર મારું ધ્યાન ખેંચાયું. શૂન્યમનસ્ક દેખાવવાળો અને ઝનૂની આંખોવાળો માણસ ઉપર બેઠો હતો. એનું ડાચું બેસી ગયું હતું. એનાં લાંબાં આંગળાં પિયાના ઉપર પડ્યા અને મારી અજાયબી વચ્ચે શોપીને રચેલા સૂરો એમાંથી નીકળ્યા. એ અજબ રીતે સૂરોની છણાવટ કરતો હતો. થોડી વાર તો હું સાંભળી રહી અને પછી એની પાસે ગઈ.

પણ તેણે તો માત્ર થોડાક જ શબ્દોના ગોટા વાળ્યા. બધાનું ધ્યાન મારા તરફ ખેંચાયું હતું. કોઈ મને ઓળખતું નથી એવો મને ખ્યાલ આવી ગયો અને મારા હૃદયમાં નૃત્ય કરવાની પ્રેરણા ઉદ્‌ભવ પામી. હૃદયમાં સૂતેલું નૃત્ય જાગી ઊઠ્યું. પિયાનો બજાવનારને મેં જરા સૂચના આપી અને મેં નૃત્ય શરૂ કર્યું. ધીમે ધીમે મસ્ત બનેલા બંધાણીઓ શાંત પડ્યા. મેં નૃત્ય ચાલુ રાખ્યું. મેં એ લોકોનું ધ્યાન ખેંચ્યું એટલું જ નહીં પણ કેટલાક તો રડતા હતા. પિયાનો બજાવનારનું ઘેન પણ ઊતરી ગયેલું અને અંદરની પ્રેરણાને લીધે તેણે સુંદર રીતે વગાડવું શરૂ કર્યું હતું.

સવાર સુધી મેં નૃત્ય ચાલુ રાખ્યું. જ્યારે મેં હોટેલ છોડી ત્યારે બધા મને ભેટી પડ્યા. કોઈ પણ થિયેટર કરતાં વધારે અભિમાન સાથે મેં હોટેલ છોડી, કારણ કે મારી શક્તિની સાચી સાબિતી હતી. મારા કાર્યક્રમોની જાહેરાત કરનારો કોઈ હતો નહીં અને ન હતું કોઈ પ્રેક્ષકોનું ધ્યાન ખેંચનાર!

ત્યાર પછી હું અને મારો કવિમિત્ર બંને ફ્લોરિડા ગયાં. પામ બીચ પાસે અમારી બોટ અટકી, અહીં અમે ઊતર્યાં. લોહેનગ્રીનને તાર કર્યો એ પણ આવી પહોંચ્યો.

*

સખત આઘાતની પ્રથમ અસર એટલી ભયંકર નથી હોતી. કેટલીક વાર તો એવું બને છે કે આઘાતનો પહેલો ફટકો માનવીને જડ જેવો બનાવી દે છે. એની ઇન્દ્રિયો એક જાતનું બહેરાપણું અનુભવે છે અને તે ખૂબ હર્ષમાં આવી જાય છે. આવી રીતે અકથ્ય દુઃખને હૃદયમાં દબાવીને માણસ હર્ષમાં રહે છે. ત્યારે લાંબા સમય પછી લોકો કહે છે કે 'હવે તો એ ગઈ વાતને ભૂલી ગયો છે. કોઈ જાતનો વાંધો નથી. બધુંય બરાબર છે.' ભયંકર દુઃખ, ઠંડી બરફ જેવી નિરાશા, ભગ્ન હૃદયનો ઉકળાટ અને મનમાં જાગતી અદમ્ય દુઃખની લાગણીઓ વચ્ચે જ્યારે માનવી ઘેરાઈ જાય છે ત્યારે આ અસહ્ય સ્થિતિને દાબી દેવો માટે એ આનંદમાં રહેવાનો પ્રયત્ન કરે છે, પણ હૃદયમાં દુઃખનો અગ્નિ કંઈ શાંત થતો નથી.

મારી દશા આવી હતી. મારા મિત્રો કહેતા હતા કે 'હવે તો એ ભૂલી ગઈ છે, દુઃખમાંથી બહાર નીકળી આવી છે! પણ 'બા, બા,' કરતાં કોઈ બાળકોને ઓરડામાં દાખલ થતાં જોતી કે મારું હૃદય વલોવાઈ જતું. દુઃખના ભારથી હમણાં હૃદયના કટકા થઈ જશે એમ લાગતું. આ વેદનાઓમાંથી નૂતન નૃત્ય કે નૂતન જીવન ઘડવાના મેં અભિલાષ સેવ્યા હતા. ઓહ! અજાણ્યા માનવીઓના મૃતદેહ આગળ આખી રાત અવિરત પ્રાર્થનાઓ ઉચ્ચારતી સાધ્વીઓની મને અદેખાઈ આવે છે. જે કલાકાર પોકાર પાડીને કહે છે કે 'મારે આનંદ જોઈએ, મારે આનંદ જોઈએ.' એ કલાકારને સાધ્વીઓની આવી પ્રકૃતિની અદેખાઈ આવે છે. કેટલું ભયંકર!

એક દિવસ અમે બેઠાં હતાં ત્યારે લોહેનગ્રીનને મારા વિચારો પ્રમાણે નૃત્યશાળા કેવી હોવી જોઈએ એની યોજના રજૂ કરી અને તેણે શાળા માટે જમીન પણ ખરીદી લીધી છે એ વાત પણ ખરી. યોજના માટે મારામાં ઉત્સાહ હતો પણ લડાઈ દરમ્યાન આવા મોટા પાયા ઉપર શાળા શરૂ કરવી એ મને યોગ્ય ન લાગ્યું. આ વિચારથી લોહેનગ્રીન એટલો ચિડાયો કે અમે ન્યૂયૉર્ક પહોંચ્યાં એ પહેલાં તો ભાઈસા'બે જમીન વેચી પણ નાખી હતી.

* * *

૩૦

૧૯૧૭ની શરૂઆતમાં મેં મેટ્રોપોલિટન ઑપેરોહાઉસમાં નૃત્યના કાર્યક્રમો રજૂ કર્યા. મારી જેમ બીજાઓ પણ માનતા હતા કે સમસ્ત જગત મુક્તિની અને નવસર્જનની આશા રાખી રહ્યું છે અને સંસ્કૃતિના રક્ષણનો આધાર મિત્રરાજ્યોના વિજય ઉપર જ છે, તેથી સ્વાભાવિક રીતે હું નૃત્યને અંતે 'માર્સેલ્સનું નૃત્ય' કરતી. નૃત્ય કરતી વખતે જર્મન સંગીતના સૂરો રજૂ કરવામાં મને કોઈ પણ જાતની હરકત ન હતી. હું માનું છું કે બધા બુદ્ધિશાળી માણસો કબૂલ કરશે કે યુદ્ધ દરમ્યાન જર્મન કલાકારોનો બૉયકૉટ તદ્દન અન્યાયી અને જંગલી હતો.

રશિયાએ જ્યારે ક્રાંતિ જાહેર કરી એ દિવસે તો મુક્તિના પ્રેમીઓના હૃદય આનંદથી ભરપૂર હતાં અને તે રાત્રે મેં 'માર્સેલ્સ'ને ખરા સ્વરૂપમાં રજૂ કર્યું અને ચાબુકના મારથી ઝુડાતા ગુલામોની મુક્તિનો સુંદર ખ્યાલ આપ્યો.

મારા કાર્યક્રમની બહારના આ નૃત્યને લીધે પ્રેક્ષકોમાં ખળભળાટ મચી ગયો. એ પણ એક વિચિત્ર વાત છે કે કલાકાર તરીકેની મારી કારકિર્દી દરમ્યાન મેં નિરાશા અને ક્રાંતિને જ નૃત્યમાં ઉતારવાનું આકર્ષણ અનુભવ્યું છે. મારા લાલ પોશાકમાં મેં ક્રાંતિને જ રંગભૂમિ ઉપર ઉતારી અને હથિયાર ધારણ કરવાનો પીડિતોને પોકાર પાડ્યો છે.

રશિયાની ક્રાંતિની એક રાત્રે ભયંકર વાવાઝોડા જેવા આનંદથી હું નૃત્ય કરતી હતી. માનવજાતની મુક્તિ માટે જેઓએ પ્રાણ આપ્યા છે, જેઓએ સહન કર્યું છે અને જેઓ પીડાયા છે એ લોકો મુક્ત બને છે એ ખ્યાલથી નૃત્ય કરતી વખતે મારું હૃદય આનંદથી ફાટફાટ થતું હતું.

આ નૃત્યો નિહાળતા કદાચ લોહેનગ્રીને અશાંતિ અનુભવી હશે એ તદ્દન

સ્વાભાવિક છે. તેણે મનમાં વિચાર કર્યો હશે કે 'હું આ સુંદર શાળાનો પોષક છું. અહીં તો નૃત્યકલાનો સુંદર વિકાસ થવો જોઈએ પણ કદાચ આ જાતનાં નૃત્યો મારી લાખોની લક્ષ્મીનો વિનાશ નોતરશે.'

પણ કલા પ્રત્યેની મારી લાગણી એટલી બધી ઉગ્ર હતી કે માત્ર મારા એક પ્રિયપાત્રને પ્રસન્ન રાખવા ખાતર હું આવા નૃત્યનો ત્યાગ ન કરી શકું.

મારા માનમાં તો લોહેનગ્રીને એક મોટો ભોજનસમારંભ ગોઠવ્યો. નાચગાન અને શેમ્પેનથી બધા આનંદમાં તરબોળ હતા. આ આનંદની ઘડીએ લોહેનગ્રીને હીરાનો અદ્‌ભુત હાર મને ભેટ આપ્યો. મેં હીરામોતીનાં આભૂષણોની કદી પણ ઝંખના કરી નથી અને કદી પણ પહેર્યા નથી. પણ લોહેનગ્રીન એટલો બધો આનંદમાં હતો કે હું તેને ના ન પાડી શકી અને તેણે મારા ગળામાં હાર પહેરાવ્યો. લગભગ સવાર પડવા આવ્યું હતું. મારા મગજમાં શેમ્પેનની અસર હતી અને કોઈ અભાગી પળે એક ખૂબસૂરત યુવાનને મેં બુએનોસ એરિસમાં જોયેલું નૃત્ય બતાવવાનું શરૂ કર્યું. તરત જ મારું કાડું કોઈ લોખંડી પંજાએ પકડ્યું. જોયું તો ક્રોધથી ઊભરાતો લોહેનગ્રીન!

આ એક જ એવો અભાગી પ્રસંગ હતો કે મેં હીરાનો હાર ધારણ કર્યો. આ પ્રસંગ પછી તરત જ ગુસ્સામાં લોહેનગ્રીન મને મૂકીને ચાલતો થઈ ગયો. શાળા અને હોટેલના ભયંકર ખર્ચાઓનો હિસાબ મારે ચૂકવવાનો હતો. મેં મદદ માટે લોહેનગ્રીનને વિનંતી કરેલી પણ એ નિષ્ફળ ગઈ અને મારે એ પ્રખ્યાત હીરાનો હાર વેચી નાખવો પડ્યો.

ખલાસ, ન્યૂયૉર્કમાં દેવાળિયાની સ્થિતિમાં હું મુકાઈ ગઈ. વધુ પ્રવૃત્તિ તો થઈ શકે એવું હતું નહીં. સદ્‌ભાગ્યે મારી પાસે રૂંવાંનો બનેલો એક કીમતી કોટ અને એક કીમતી નીલમ હતું. આ નીલમ લોહેનગ્રીને એક મહારાજાના પુત્ર પાસેથી ખરીદ કરેલું હતું. મહારાજાના આ છોકરાએ મોન્ટે કાર્લોમાં જુગાર રમતાં બધાં નાણાં ગુમાવ્યાં હતાં. એમ કહેવાતું કે આ અદ્‌ભુત નીલમ કોઈ પ્રખ્યાત મૂર્તિમાંથી મેળવેલ હતું. આ બંને વેચી નાંખવાં પડ્યાં અને 'લોંગબીચ'માં ઉનાળો ગાળવા માટે મકાન લીધું. મારા શિષ્યોને ત્યાં રાખ્યા અને હું શરદની રાહ જોતી બેઠી, કારણ કે એ સમયમાં ફરી પૈસા મેળવવાની પ્રવૃત્તિઓ સુગમ પડે.

હું તદ્દન દીર્ઘદષ્ટિ વિનાની હતી. મકાન, મોટર અને રોજની જરૂરિયાતો પૂરતા પૈસા આવી ગયા અને આવતી કાલની ચિંતા પણ છોડી દીધી. ખરી રીતે તો ખિસ્સાં ખાલી હતાં અને આવેલાં નાણાં જો શૅરમાં કે બૉન્ડ્સમાં રોક્યાં હોત તો એ વધારે ડહાપણભરેલું પગલું ગણાત, પણ એ વિચાર મને સૂઝ્યો જ

નહીં અને ખૂબ લહેરમાં ઉનાળો પસાર કર્યો. ઉનાળાના આનંદી દિવસો પછી શું થયું હશે એ કલ્પી શકાય એમ છે. જ્યારે હું ન્યૂયૉર્ક આવી પહોંચી ત્યારે મારી પાસે બિલકુલ પૈસા ન હતા. બે મહિનાની સખત કડકાઈ ભોગવ્યા પછી મેં કૅલિફૉર્નિયા જવા માટેના ‘કૉન્ટ્રેક્ટ’ ઉપર સહી કરી.

અલબત્ત, આ મુસાફરી દરમ્યાન હું મારા જન્મસ્થાનની નજદીક આવતી હતી. રસ્તામાં જ છાપાંઓમાં મારા મિત્ર રોડીનના મૃત્યુના સમાચાર વાંચ્યા. હવે ફરીથી મારા આ મહાન મિત્રને નહીં મળી શકાય એ વિચારે મને એટલું રડવું આવેલું કે જ્યારે ઓકલૅન્ડમાં છાપાંના ખબરપત્રીઓ મારી મુલાકાત લેવા માટે આવેલા ત્યારે મારી સૂજી ગયેલી આંખો જોઈ ન શકે એ હેતુથી મેં મારા ચહેરા ઉપર કાળો ઝીણો પડદો ઢાંકી દીધો હતો. એ લોકોએ તો છાપી નાખ્યું કે ઈસાડોરાએ તો ગૂઢ વાતાવરણ ખડું કર્યું હતું.

બાવીસ વર્ષ પહેલાં હું સાન ફ્રાન્સિસ્કોથી મારું મહાન કાર્ય ખેડવા નીકળી હતી અને તમે કલ્પી શકશો કે આટલે વર્ષે પાછાં ફરતાં મારામાં કેવી ભાવનાઓ ઉત્પન્ન થઈ હશે? ૧૯૦૬માં આગ અને ધરતીકંપને લીધે બધું બદલાઈ ગયું હતું અને તેથી મને બધું નવું નવું લાગતું હતું. હું તો જગ્યાઓ ઓળખી જ ન શકી.

કોલંબિયા થિયેટરમાં ચૂંટેલા અને પૈસા ખરચી શકે એવા માણસો મારું નૃત્ય જોવા આવ્યા હતા. માણસો માયાળુ અને કદર કરી શકે એવા હતા–ટીકાકારો પણ હતા–આથી મને સંતોષ ન થયો. મારે તો વિશાળ પાયા ઉપર લોકોની સમક્ષ નૃત્ય કરવું હતું અને આ હેતુ માટે મેં ‘ગ્રીક થિયેટર’ની માગણી કરેલી, પણ તેનો સ્વીકાર થયો નહીં. ના પાડવાનું શું કારણ હતું તે હું જાણી શકી નથી. મૅનેજરને એ માથાકૂટ કરતાં નહીં આવડી હોય કે પછી કંઈ એની ઇચ્છા જ ખરાબ હશે.

ઘણાં વર્ષોથી મારી માને હું મળી ન હતી. સાન ફ્રાન્સિસ્કોમાં તેને મળી. યુરોપમાં તેનું મન ન માન્યું અને અહીં જ રહેવાનું પસંદ કરેલું. એ વૃદ્ધ બની હતી અને તેની કાયા ઘસાઈ ગઈ હતી. એક વાર અમે બંને મા-દીકરીએ અરીસામાં જોયું. મારો ઉદાસીન ચહેરો મેં મારી બાના વૃદ્ધ ચહેરા સાથે સરખાવ્યો. બાવીસ વર્ષ પહેલાં આ બે સાહસિક આત્માઓ લક્ષ્મી અને કીર્તિની શોધમાં ઊપડ્યા હતા. લક્ષ્મી મળી અને કીર્તિ પણ મળી છતાં પણ શા માટે આવો કરુણ અંત! સંભવિત છે કે આ અસંતોષી જગતમાં કે જ્યાં લક્ષ્મી અને કીર્તિ માનવીના દુશ્મન બનીને નાસે છે, ત્યાં જીવનનો આવો સ્વાભાવિક કરુણ અંત હોવો

જોઈએ. હું ઘણા મહાન કલાકારોને, બુદ્ધિમાનોને અને પોતાને વિજયી ગણાવતા માનવીઓને મળી છું, પણ એમાં કોઈ સુખી હતું એમ ન કહી શકાય. અલબત્ત, ઘણા એવા ડંફાસ મારતા હશે! કોઈ પણ માણસ દિવ્યદૃષ્ટિએ પડદા પાછળ રહેલાં અશાંતિ અને દુ:ખને શોધી શકે છે. કદાચ આ જગતમાં કહેવાતું સુખ અસ્તિત્વ જ ધરાવતું નથી. સુખની તો માત્ર પળો છે.

સાન ફ્રાન્સિસ્કોમાં જ્યારે મારા પરમ મિત્ર પિયાના-ઉસ્તાદ હેરૉલ્ડ બોરને મળી ત્યારે મેં આનંદની આવી પળો અનુભવી હતી. આનંદ અને અજાયબી વચ્ચે તેણે મને કહ્યું કે હું નૃત્ય કરતાં સંગીતને વધારે ઓળખી શકી છું અને મારા નૃત્યમાંથી તેણે સંગીત માટે ઘણી પ્રેરણા મેળવી છે. અમે ગાળેલાં થોડાં અઠવાડિયાં તો અદ્ભુત હતાં. હેરૉલ્ડે મને કહ્યું:

'ઈસાડોરા! તમે તો મને કલાનું ખરું રહસ્ય સમજાવ્યું છે.'

જે ભાવોની મેં કલ્પના પણ કરી ન હતી. એવા મારા ભાવો તેણે મને સમજાવ્યા. સામાન્ય જનતા કરતાં હેરૉલ્ડ બુદ્ધિશાળી અને સુંદર જીવન જીવતો હતો. માત્ર સંગીતથી જ એનું જ્ઞાન અટક્યું ન હતું. બધી જાતની કળાઓમાં અને અગમ્ય ફિલસૂફીમાં પણ એ ઊંડો રસ લેતો હતો. કલાના એક જ આદર્શની પૂજા કરતા જ્યારે બે કલાપ્રેમીઓ મળે છે ત્યારે બંને એક જાતનું ઘેન કે મસ્તી અનુભવે છે. દિવસો સુધી અમે અદ્ભુત મસ્તી માણી. એ મસ્તી પાછળ દારૂ ન હતો. રગેરગ આનંદ અને આશાથી કંપતી હતી અને જ્યારે અમારી આંખો મળતી ત્યારે જાણે અતિ આનંદના દુ:ખથી બોલી ઊઠતા:

'તેં આ સ્વરનો આનંદ અનુભવ્યો?'

'હા, હું સ્વરોનાં આંદોલનોને નૃત્યમાં ઉતારીશ.'

'ઓહ! કેવો સુંદર પ્રત્યક્ષ અનુભવ! નૃત્ય કર, હું બજાવીશ.'

'કેવો મજા, કેવો અદ્ભુત આનંદ!'

આવી રીતે વાતો કરતાં કરતાં જે સંગીતને અમે પૂજતા હતાં એ સંગીતના અગાધ જ્ઞાનનો અનુભવ કરતાં હતાં. અમે કોલંબિયા થિયેટરમાં નૃત્યના કાર્યક્રમો રજૂ કર્યા. મારી કારકિર્દી દરમ્યાન આ એક અતિ સુંદર અનુભવ હતો. હેરૉલ્ડ બોરની સાથે રહેવાથી ફરી મારી આસપાસ પ્રકાશ અને પરમ આનંદનું વાતાવરણ ખડું થઈ ગયું. આવો આનંદ ફક્ત તેજસ્વી આત્માના સંસર્ગમાંથી જ મળે છે. આ વાતાવરણ ચાલુ રહે એવી મારી ઇચ્છા હતી, કારણ કે આવા વાતાવરણમાં રહીને, અમે સંગીતના સૂરોને નૃત્યમાં વણી લઈને સંગીત અને નૃત્યનું એક અદ્ભુત સંવાદી સર્જન કરી શકીએ પણ અફસોસ! પરિસ્થિતિનો તો મેં ખ્યાલ જ કર્યો ન હતો...

નૃત્યને સમજી શકે, એમાંથી આનંદ મેળવી શકે એવા તો અમુક જ માણસો કોલંબિયા થિયેટરમાં આવતા હતા. અલબત્ત, ઉત્સાહનું વાતાવરણ છવાઈ રહેતું, પણ મારા પોતાના ગામે શાળા માટેના આદર્શને મૂર્ત સ્વરૂપમાં મૂકવા માટે ટેકો ન આપ્યો અને તેથી હું નિરાશ રહેતી હતી. ગામમાં મારા નૃત્યનું માત્ર ઉપરછલ્લું અનુકરણ કરતી ઘણી શાળાઓ હતી. મારી કલાનું ગૂઢ રહસ્ય સમજવાની એ લોકોએ તસ્દી લીધી ન હતી. જેટલું 'સારું અને સંવાદી' લાગ્યું એની જ માત્ર નકલ કરતા હતા.

* * *

૩૧

અસંખ્ય પુષ્પોથી ખીલી ઊઠેલા બાગ જેવા અને તેજકિરણો પાથરતા રત્ન જેવા દિવસો મેં જીવનમાં માણ્યા છે. પ્રેમથી ભરપૂર ગુલાબી પ્રભાત જેવા એ દિવસો હતા. એ સમયે જ્યારે કલાકે કલાકે સુખની ભરતીઓ હિલોળા લેતી, જ્યારે પરમ આનંદ અને જીવનમાં ઊભરાતો ઉલ્લાસ વ્યક્ત કરવા બુદ્ધિ-પ્રકાશના એક તેજસ્વી કિરણ જેવો લાગતો અને કલા નવો અવતાર પામી છે એમ લાગતું ત્યારે એવા પણ દિવસો હતા કે જેને યાદ કરવાનો પ્રયત્ન કરતાં હું તિરસ્કાર અને ભયંકર સૂનકારની લાગણી અનુભવું છું. ભૂતકાળ ભયંકર આફતોની હારમાળા જેવો લાગે છે. ભાવિ ચોક્કસ સંકટોથી ભરેલું દેખાય છે અને મારી શાળા પાગલ માનવીના મગજમાંથી જન્મ પામતા એક તરંગ જેવી લાગે છે.

માનવજીવનમાં કયું સત્ય ભર્યું છે અને તેને કોણ શોધી શકે એમ છે? પ્રભુ પોતે જ મૂંઝાઈ જાય. સુખ અને દુઃખ, દુર્ગંધ અને તેજોમય પવિત્રતા, માંસથી ભરેલા આ શરીરમાં નરકના અગ્નિની જ્વાળાઓ સળગે છે અને એ દેહમાં વીરતા અને સૌન્દર્ય ભર્યાં છે! બોલો, બોલો, આ બધાંની વચ્ચે સત્ય ક્યાં છુપાયેલું છે? દેવ કે દૈત્ય જાણે! પણ મને તો એ શંકા છે કે બંને મૂંઝાતા હશે...

મારી નૃત્યશાળાને ટકાવી રાખવા માટે મેં એકલીએ તનતોડ પ્રયાસ કર્યો પણ હૃદય ભાંગી પડ્યું. હું નિરાશ થઈ અને પૅરિસ જઈને ત્યાંની મિલકત ઉપર થોડા પૈસા ઊભા કરવાનો વિચાર કર્યો. મેરી યુરોપથી પાછી ફરી હતી અને તેણે મને બિલ્ટ-મોરથી ટેલિફોન કર્યો. મેં મારી દશાની તેને વાત કરી અને તેણે કહ્યું:

'મારો મિત્ર ગોર્ડન સેલ્ફ્રીજ આવતી કાલે જાય છે. જો હું તેને કહીશ તો જરૂર એ તારી ટિકિટની વ્યવસ્થા કરશે.'

૨૪૪

અમેરિકામાં રહેવાથી હૃદય ભાંગી ગયું હતું અને જીવન સાથે યુદ્ધ ખેલતાં હું એટલી બધી થાકી ગઈ હતી કે મેં આ વિચારનો સહર્ષ સ્વીકાર કર્યો અને બીજે દિવસે મેં ન્યૂયૉર્કનો કિનારો છોડ્યો, લંડન તો આવી પહોંચી, પણ પૅરિસ જવાના પૈસા ન હતા. મેં પૅરિસમાં રહેતા ઘણા મિત્રોને ટેલિફોન કર્યા પણ લડાઈને અંગે કોઈના જવાબો ન આવ્યા. અતિશય મુશ્કેલીમાં મેં થોડાં કંટાળાભરેલાં અઠવાડિયાં ગાળ્યાં.

હું તદ્દન એકલી હતી. માંદગી મને હેરાન કરતી હતી. ખિસ્સામાં એક પાઈ પણ ન હતી. શાળા તો ભાંગી ગયેલી અને લડાઈ તો લંબાતી જતી હતી. આવી દશામાં રાત્રે અંધારી બારીમાં હું બેસી રહેતી અને હવાઈ આક્રમણ નીરખતી હતી. મને એમ થતું કે એક બૉમ્બ મારા ઉપર પડે તો કેવું સારું. મારી બધી મુશ્કેલીઓનો અંત આવી જાય. આત્મહત્યામાં આવું આકર્ષણ ભર્યું છે! મેં એનો વારંવાર વિચાર કર્યો છે પણ મારા હૃદયમાં છુપાયેલી કોઈ શક્તિ મને એ માર્ગે જતાં હાથ પકડી રોકી રાખતી. જેમ બીજી દવાઓ વેચાય છે એમ આત્મહત્યા કરવાની ગોળીઓ જો વેચાતી હોય તો જરૂર બધા દેશના બુદ્ધિશાળી માણસો દુ:ખથી હારીને એક જ રાતમાં આત્મહત્યા કરી નાખત એમ હું ધારું છું.

અતિ નિરાશામાં મેં લોહેનગ્રીનને તાર કર્યો, પણ જવાબ ન આવ્યો. કોઈ એક મૅનેજરે મારા શિષ્યોના નૃત્યની એક મુસાફરી ગોઠવી હતી અને એનું નામ રાખ્યું હતું–ઈસાડોરા ડંકન નૃત્યમંડળ. અમેરિકામાં આ મંડળે નૃત્યો રજૂ કર્યાં પણ નફામાંથી મને એક પાઈ પણ મોકલવામાં આવી નહીં. મારી સ્થિતિ તો ઘણી જ કફોડી બની ગઈ હતી. છેવટે ફ્રેન્ચ એલચી ખાતાના એક સભ્યે મને મદદ કરી અને હું પૅરિસ પહોંચી. ત્યાં જઈને ધિરાણ કરનાર શરાફોનો મેં આશ્રય શોધ્યો.

દરરોજ સવારે પાંચ વાગ્યે જર્મનીની રાક્ષસી તોપ 'બિગ બર્થા' પૅરિસનું કાળજું થથરાવી નાખતી. કત્લેઆમના દિવસની આ યોગ્ય શરૂઆત હતી. મોખરા ઉપરથી કતલના, મડદાંઓના ઢગલાઓના અને રક્તની નદીઓના જ સમાચારો આવતા અને રાત્રે હવાઈ આક્રમણની ચેતવણી આપતાં ભૂંગળાંઓથી જ વાતાવરણ ગાજી ઊઠતું.

અતિશય કંટાળાભરેલા દિવસો પસાર થયા. હું નર્સ થાત પણ નર્સ થવાની અસંખ્ય અરજીઓ આવતી હતી, એટલે મેં એમાં એકનો વધારો કરવાનું માંડી વાળ્યું અને તેથી ફરી મારી કળાની આરાધના કરવાનું નક્કી કર્યું. મારું હૃદય એટલું ભારે હતું કે મારા પગ નૃત્ય કરી શકશે કે કેમ એની મને શંકા હતી.

વેગનરે લખેલું 'દેવદૂત' નામનું કાવ્ય છે. આ કાવ્ય મને ખૂબ ગમે છે, એનો હેતુ એવો છે કે ખૂબ ઉદાસીન અને એકલોઅટુલો એક માણસ બેઠો છે. એની પાસે છેવટે દેવદૂત પ્રકાશ લઈને આવે છે અને આવો દેવદૂત આખરે મારી પાસે આવ્યો. એ હતો વૉલ્ટર રમેલ! અજબ પિયાના-સ્વામી! યૌવનની એ મૂર્તિ હતો. ઊંચી કાયા, કપાળ ઉપર ગૂંચળિયા વાળના લૂમખા અને આંખો તો જાણે પ્રકાશના ફુવારા જેવી હતી. તેણે મારે માટે વગાડવાનું શરૂ કર્યું. તોપોના ભયંકર અવાજો સંભળાતા હતા અને અમે અમારું કાર્ય કરતાં હતાં. એના સંગીતમાંથી પ્રેરણા લઈને મેં નવાં નૃત્યોનું સર્જન કર્યું. એ નૃત્યો પ્રાર્થના, મીઠાશ અને પ્રકાશથી ભરપૂર હતાં. એના આંગળાંઓમાંથી કરુણ સૂરો નીકળતા અને મારા હૃદયમાંથી નૃત્ય પ્રગટતું. ફરી એક વાર મારો પ્રાણ સજીવન થયો. પરમ પવિત્ર અને તેજોમય પ્રેમની ઝાંખી કરવાની મારી આ શરૂઆત હતી.

મીઠાશ અને મૃદુતાનો એ અવતાર હતો અને છતાં પણ મનોવિકારની જ્વાળાઓ એને બાળતી હતી. યૌવનસુલભ સ્વયંસ્ફુરિત ઉત્સાહ સાથે તે એના મનોવિકારને પ્રગટ કરતો ન હતો, પણ એથી ઊલટું એનામાં રહેલી કોઈ અદમ્ય લાગણીની જેમ એની આ મનોમૂંઝવણ સ્પષ્ટ જણાઈ આવતી હતી. ધગધગતા કોલસાની શય્યા ઉપર નૃત્ય કરતા સંત જેવો એ લાગતો હતો. આવા માનવીને ચાહવો એ જેટલું મુશ્કેલ એટલું જ ભયંકર છે. પ્રેમ પ્રત્યે આવી સૂગ કે પ્રેમની લાગણીનું આવું દમન ક્યારે તિરસ્કારમાં ફરી જાય એ કહી શકાય નહીં.

રક્ત અને માંસથી ભરેલા શરીર દ્વારા આત્માને શોધવો એ કેટલું વિચિત્ર અને ભયંકર છે! આવા શરીરમાંથી આનંદ, ઝણઝણાટી અને સુખ અનુભવવું એ કેવું વિચિત્ર છે! સુખની આ તો માત્ર ભ્રાંતિ છે. માનવી આ ભ્રાંતિને પ્રેમ કહે છે.

દરેક સમયે મારી સમક્ષ પ્રેમ રાક્ષસના રૂપમાં, દેવસ્વરૂપમાં કે સાદા માનવીના વેશમાં આવીને ખડો થતો, જેને માટે હું લાંબા સમય થયા ઝંખતી હતી એવો પ્રેમ આ સમયે મારી સમક્ષ ખડો થયો હતો અને જીવનનો આ છેલ્લો જ અદ્ભુત પ્રસંગ બની રહેશે એમ હું માનતી હતી. પ્રેમ સદાય આ દૃઢ માન્યતા ઉત્પન્ન કરે છે એમ હું માનું છું. મારા જીવનનો દરેક પ્રણયપ્રસંગ નવલકથા ખડી કરત પણ બધા પ્રસંગોનો અંત ખરાબ આવ્યો છે. હું એવા પ્રેમની રાહ જોતી હતી કે જેનો અંત સુખી આવે અને સદાને માટે ટકી રહે.

પ્રેમના ચમત્કારમાં તો અદ્ભુત વાનગીઓ ભરી છે. સંગીતને સંપૂર્ણ સમજવા માટે અથવા તો તેનો અદ્ભુત આનંદ લૂંટવા માટે આપણે જુદા જુદા સંગીતવિશારદોને સાંભળીએ છીએ અને જેવું સંગીતનું એવું જ પ્રેમનું. હું માનું

છું કે જે સ્ત્રીએ ફક્ત એક જ માણસને ઓળખ્યો છે એની દશા જીવનમાં એક જ માણસના સંગીતને સાંભળનાર માનવી જેવી છે.

ઉનાળો જરા વધુ તપ્યો અને અમે અમારું રહેઠાણ બદલ્યું. એક એકાંત હોટેલમાં અમે રહેવા ગયાં. સવારથી સાંજ સુધી સંગીત ચાલતું અને હું નૃત્ય કરતી. આસપાસ ઘૂઘવાતો સાગર, દેવદૂત જેવો વૉલ્ટર રમેલના સંસર્ગમાંથી મળતો આનંદ અને સંગીતમય જીવન–ખરેખર જીવનનો હું પરમસુખી સમય ગાળી રહી હતી. જીવન પણ ઘડિયાળના લોલક જેવું છે. જેમ વેદના–દુઃખ વધારે તેમ આનંદ પણ એટલો જ–નિરાશામાં જેટલું ઊંડું ગમન એટલું જ ઊંચું, આનંદમાં આગમન.

કોઈ કોઈ વાર ઘવાયેલા સૈનિકોના લાભાર્થે અમે નૃત્યના કાર્યક્રમો આપતા, પણ ઘણે ભાગે તો અમે એકલાં જ રહેતાં અને સંગીત તથા પ્રેમ, પ્રેમ તથા સંગીતમાં, મારો આત્મા પરમ સુખના શિખર પર વસતો હતો.

ઉનાળો ઓગળ્યો, યુદ્ધવિરામની જાહેરાત થઈ અને અમે પૅરિસ આવ્યાં. યુદ્ધ પૂરું થયું. વિજયી બનેલા સૈનિકોને કૂચકદમ કરતા નિહાળ્યા અને અમે પોકાર કર્યો: 'જગત બચી ગયું છે.' એક પળને માટે તો અમે બધા કવિઓ બની ગયા હતા, પણ અફસોસ! કવિ જાગ્રત થયો ત્યારે ખબર પડી કે પેટમાં ખાડો છે અને તેણે જેમ રોટલો મેળવવાનો પ્રયત્ન કરવો શરૂ કર્યો તેમ આ દુનિયા જાગી અને તેને વેપારી જરૂરિયાતોની ભૂખ લાગી.

મારો દેવદૂત મને બેલેવુ લઈ આવ્યો. મકાન જર્જરિત થઈ ગયું હતું, છતાં પણ શા માટે ફરી સુધારવું નહીં એવો અમે વિચાર કર્યો અને પૂરતા પૈસા મેળવવાનું અશક્ય કામ કરવામાં અમે નકામા થોડા મહિના પસાર કર્યા.

છેવટે અમને કાર્યની અશક્યતા સમજાઈ અને ફ્રાંસની સરકારે આ મકાન માટે કરેલી વાજબી માગણીનો અમે સ્વીકાર કર્યો. સરકાર એમ માનતી હતી કે ભાવિ યુદ્ધની તૈયારી માટે આ મકાનમાં ગૅસ બનાવવાનું કારખાનું થઈ શકે, કેવું નસીબ! મારા મકાનનો ઉપયોગ યુદ્ધનાં હથિયારો બનાવવા માટે થયો. બેલેવુને ખોવાથી મન ખૂબ લાગી આવ્યું. અહા! કેવો સુંદર એ મકાનનો દેખાવ હતો!

બૅન્કમાં પૈસા આવ્યા અને મેં બીજું મકાન ખરીદ કર્યું. મારા દેવદૂતના હૃદયમાં અનુકંપાની મીઠી લાગણી ભરી હતી. શોકને લીધે હું નિદ્રાવિહોણી રાત્રિઓ રડતાં રડતાં પસાર કરતી હતી અને હૃદય ભારે રહેતું. વૉલ્ટર રમેલ અથવા તો મારો દેવદૂત મારા દુઃખે દુઃખી દેખાતો. આવી રાત્રિઓ દરમ્યાન અનુકંપાભરી તેજસ્વી આંખે એ મને નીરખી રહેતો અને મારા આત્માને કંઈક સુખ મળતું.

અમારામાં રહેલી કોઈ અગમ્ય શક્તિને લીધે અમારા આત્માઓ ઐક્યભાવ અનુભવતા હોય એવા પવિત્ર કલાકો ગાળ્યા છે. એના સંગીત સાથે હું નૃત્ય શરૂ કરતી. નૃત્યમાં, જેવા મારા હાથ ઊંચકાતા કે તરત જ મારો આત્મા દેહનો ત્યાગ કરીને તેજકિરણો દ્વારા કોઈ અજબ પ્રકાશિત પ્રદેશમાં પહોંચી જતો. અમે બંનેએ એકબીજાથી તદ્દન જુદી રીતે ખરેખરું આધ્યાત્મિક વાતાવરણ ખડું કર્યું હોય એમ લાગતું. સંગીતના સૂરો અને નૃત્યના હાવભાવ અનંતની સાથે અથડાતા કે તરત જ ત્યાંથી પડઘો પડતો હોય એમ લાગતું.

સંગીતજન્ય આત્મીય શક્તિને લીધે જ્યારે અમારા આત્માઓ પ્રેમની પવિત્ર જ્યોતિમાં એવા લીન થઈ જતા કે અમને લાગતું કે અમે કોઈ બીજી દુનિયાની સરહદ ઉપર આવી પહોંચ્યા છીએ. પ્રેક્ષકો ઉપર આની અસર થતી અને રંગભૂમિમાં મેં કદી નહીં જોયેલું એવું અદ્‌ભુત અને પવિત્ર વાતાવરણ જામી જતું. મેં અને મારા દેવદૂત–વૉલ્ટર રમેલે જો આ અભ્યાસ ચાલુ રાખ્યો હોત તો એ શંકા વિનાની વાત છે કે માનવજાત સમક્ષ નવો પ્રકાશ રજૂ કરી શકાય એવું, આ આધ્યાત્મિક શક્તિમાંથી સ્વયંસ્ફુરિત સર્જન કરી શક્યા હોત. પણ ઉચ્ચ સૌન્દર્યની સાધનામાં પાર્થિવ વાસના કેવા પથ્થરો ફેંકે છે! દંતકથામાં આવે છે કે એક માણસ અદ્‌ભુત પ્રદેશમાં પહોંચે છે, બધી જાતનું સુખ છે પણ તેનાથી સંતોષ ન થતાં, એને ના પાડવામાં આવી હોય છતાં પણ વધુ સુખની આશાએ એ બીજા ઓરડાનું બારણું ઉઘાડે છે અને તેમાંથી દુષ્ટ રાક્ષસ બહાર આવીને બધી જાતની મુશ્કેલીઓ ઊભી કરે છે. એવી રીતે મેં જે સુખ મેળવ્યું હતું તેમાં જ મસ્ત રહીને સંતોષ માનવાને બદલે મારા મગજમાં મારી નૃત્યશાળાને ખોલાવવાનો વિચાર આવ્યો. અને આ હેતુથી મેં અમેરિકા તાર કર્યો.

એ લોકો આવી પહોંચ્યા. મેં થોડા મિત્રો ભેગા કર્યા અને તેમને કહ્યું: ‘ચાલો આપણે બધા એથેન્સ જઈએ, કારણ કે હજી પણ આપણે ત્યાં ગ્રીસમાં શાળા સ્થાપી શકીશું.’

માણસોના ઇરાદાઓ માટે કેવી ગેરસમજણ ઊભી કરવામાં આવે છે! અમેરિકાના ન્યૂયૉર્કમાં એક જણાએ લખ્યું કે ‘ઈસાડોરાના ઉડાઉપણાની હદ જ નથી, કેટલાક માણસોને લઈને એ એથેન્સ જવા ઊપડી છે.’

અફસોસ! મારી શિષ્યાઓ તો આવી. બધી યુવાન અને સુંદર હતી અને નૃત્યો પણ સરસ કરતી. મારો દેવદૂત એમની સંભાળ રાખતો અને... એ... પડ્યો... હા, એક છોકરીના પ્રેમમાં...

આ મુસાફરીનું મારે કેવી રીતે વર્ણન કરવું? મારા પ્રણયની એ સ્મશાનયાત્રા

હતી. રસ્તામાં એક હોટેલમાં અમે થોડાં અઠવાડિયાં ગાળ્યાં હતાં. મેં એ બંને વચ્ચેનું વધતું જતું આકર્ષણ નિહાળ્યું. ગ્રીસ જતાં બોટમાં પણ એ બંનેને પ્રેમપથ ઉપર આગળ વધતાં જોયાં અને મને ખાતરી થઈ ગઈ કે મારો દેવદૂત ખરેખર એના પ્રેમમાં પડ્યો છે. આ ખાતરીએ કે આ સાબિતીએ તો મારી આખી મુસાફરી બગાડી નાખી હતી. મારા પ્રણયની સ્મશાનયાત્રાનાં આ વિશ્રામસ્થાનો છે.

એથેન્સ આવી પહોંચ્યાં. શાળાની સ્થાપના થઈ શકે એવાં શુભ ચિહ્નો દેખાયાં. વડા પ્રધાને અમને ઘણી સગવડો કરી આપી. અહીં અમે સ્ટુડિયો રાખ્યો અને મારા શિષ્યોને તૈયાર કરવાની મેં મહેનત શરૂ કરી. એક હજાર બાળકોને 'ડાયોનિસિયન' ઉત્સવોના દિવસમાં નૃત્ય માટે તૈયાર કરવા એવી મારી યોજના હતી.

દરરોજ અમે ઍક્રોપોલિસ જતાં હતાં. [ઍક્રોપોલિસ એ ગ્રીક શહેરનો ઊંચામાં ઊંચો ભાગ છે. એની આસપાસ ભૂતકાળમાં મજબૂત કિલ્લેબંધી કરવામાં આવી હતી અને તેથી શહેરનો એ ભાગ અગત્યનો ગણાતો હતો. અહીં એક ભવ્ય કિલ્લો હતો અને ત્યાં ઘણે ભાગે ગ્રીસના સંસ્કૃતિનાં પ્રતિનિધિઓ જેવાં મંદિરો છે અને ભવ્ય પ્રસાદોનાં જાજરમાન ખંડિયેરો છે.] ૧૯૦૪માં પહેલી વાર અહીં આવી હતી. આ ભવ્યતા વચ્ચે, મારી શિષ્યાઓને યૌવનભરી દેહવેલીઓને નૃત્ય કરતી નીરખીને મને લાગતું કે સોળ વર્ષ પહેલાં સેવેલા મારા સ્વપ્નનો અમુક ભાગ સિદ્ધ થયો છે. હવે તો એમ ચોક્કસ લાગતું હતું કે યુદ્ધ ખતમ થયું છે અને નૃત્યશાળાના મારા સ્વપ્નને હું એથેન્સમાં મૂર્ત સ્વરૂપમાં મૂકી શકીશ.

અમેરિકામાં રહેવાથી મારી શિષ્યાઓમાં અમુક પ્રકારની મને ન ગમતી રીતભાતો ઘર કરી ગયેલી, પણ સાગર, ભવ્ય કળા અને સુંદર પહાડોમાંથી પ્રેરણાનાં પાન એ લોકોએ કર્યાં અને એ રીતભાતો ચાલી ગઈ.

અમે જોયું તો 'કોપેનોસ' ખંડિયેર થઈ ગયું હતું; ત્યાં ભરવાડો બકરાંનાં ટોળાં લઈને પડ્યા રહેતા હતા. કંઈ વાંધો નહીં, બધું સાફસૂફ કરવાનો અને ફરીથી મકાન બાંધવાનો મેં નિશ્ચય કર્યો. ફરી કામ શરૂ થયું. વર્ષોનો કચરો સાફ કરવામાં આવ્યો અને બારી-બારણાં ગોઠવવામાં આવ્યાં. એક મોટા ઓરડામાં નૃત્ય માટે ગાલીચો બિછાવ્યો અને રોજ સાંજે અમે અહીં નૃત્યનો અભ્યાસ કરતાં. ઍક્રોપોલિસની પાછળ આથમતા સૂર્યનું ભવ્ય દર્શન, એના નીલા અને સુવર્ણ કિરણોથી સૌન્દર્ય પામતો સાગર ને વૉલ્ટર રમેલનું અદ્ભુત અને પ્રેરણાત્મક સંગીત, આવા વાતાવરણ વચ્ચે સુવાસિત પુષ્પોથી શોભતાં માનવશરીરો નૃત્યમય બની જતાં હતાં.

પુષ્પોના મુગટ ધારણ કરેલી યૌવનમસ્ત કુમારિકાઓની વચ્ચે વૉલ્ટર રમેલ ખરેખર ઇન્દ્ર જેવો લાગતો હતો, પણ હું જોઈ શકતી કે એનાં ચક્ષુઓમાં સ્વર્ગસુલભ પવિત્ર પ્રકાશ ન હતો, એ ચક્ષુઓમાં ચમકતું હતું પાર્થિવ તેજ! મારી તો એ કલ્પના હતી કે અમારી બંને વચ્ચેના બૌદ્ધિક અને આધ્યાત્મિક પ્રેમના તાર કદી પણ ન તૂટી શકે એવી રીતે ગૂંથાઈ ગયા છે, પણ મેં સત્યનું દર્શન કર્યું. એના હાથ પહેલાં મને દેવદૂતની પાંખો જેવા લાગતા હતા પણ હવે જાણી શકી કે એ પાંખો સામાન્ય માનવીના હાથમાં ફેરવાઈ ગઈ છે અને એ હાથ મનમાનતી પરી જેવી લાગતી મારી શિષ્યાના શરીરને મજબૂત રીતે આનંદથી પકડી શકે છે. મારા હૃદય ઉપર સખત ફટકો પડ્યો અને ત્યાર પછી હું બેચેની અને ભયંકર વેદના અનુભવતી હતી. એ બંનેની પ્રેમની લાગણીઓનાં ચિહ્નો વધતાં જતાં હું જોતી અને કેટલીક વાર તો મારા હૃદયમાં કોઈ ખૂની રાક્ષસ જાગી ઊઠતો અને મને બીક લાગતી.

હવે મારો દેવદૂત ધીમે ધીમે દેવ મટીને સામાન્ય માનવીનું સ્વરૂપ ધારણ કરતો હતો. એક દિવસ સંધ્યા સમયે જ્યારે તેણે સંગીત પૂરું કર્યું અને છેલ્લા સૂરો વાયુની લહેરીઓમાં અને સૂર્યનાં નીલાં કિરણોમાં મળી જતાં હતાં ત્યારે અચાનક જાણે સંધ્યાના તેજસ્વી તેજથી ભર્યાં હોય એવાં ચાર નયનોનું મેં મિલન જોયું.

એકબીજાના પ્રેમાવેશનું મેં આ મિલન જોયું અને શબ્દોમાં ન વર્ણવી શકાય એવી કોઈ ભયપ્રેરક પ્રચંડ શક્તિ મારા હૃદયમાં ધણધણી ઊઠી. હું પાછી ફરી અને ચાલી ગઈ. નિરાશાની નાગચૂડમાં વેદના અનુભવતી હું આખી રાત ટેકરીઓમાં ભટકી. અલબત્ત, પહેલાં પણ મેં જીવનમાં અદેખાઈના ઝેરી ડંખો સહન કર્યા છે પણ આ વખતની વેદના બધાને ટપી જાય એવી હતી. હું ચાહતી હતી પણ સાથે સાથે હું એ બંનેને ધિક્કારતી હતી. આ અનુભવે મને અદેખાઈની જ્વાળાઓમાં સળગતા દુઃખી આત્માઓને સમજતાં અને તેમની પ્રત્યે સહાનુભૂતિ રાખતાં શીખવ્યું.

થોડીક શિષ્યાઓ અને મારા એક મિત્રને લઈને હું પહાડોનાં જંગલોમાં રખડવા ઊપડી. અદ્‌ભુત રસ્તાઓ વટાવ્યા અને સાગરકિનારે પડેલી સોનેરી રેતીમાં અમે આવી પહોંચ્યાં. ગ્રીસનાં દેવદેવીઓ આ સોનેરી રેતીના ગાલીચા ઉપર નૃત્ય કરતાં હશે એવી મેં ભવ્ય કલ્પનાઓ કરી પણ ભૂતકાળની એ ભવ્ય કલ્પનાઓથી મન શાંત ન થયું. મારા હૃદયમાં અદેખાઈનો રાક્ષસ હાથમાં મશાલ લઈને ચારે બાજુ આગ ફેલાવી રહ્યો હતો. મારી આંખો સમક્ષ, એથેન્સમાં મૂકી આવેલી વ્યક્તિઓ તરી રહેતી અને મારા શરીરનાં પ્રાણતત્ત્વો ખવાઈ જતાં હોય

અને કોઈ ઉગ્ર ઍસિડને લીધે મારું મગજ સળગી જતું હોય એમ મને લાગ્યું. જ્યારે અમે પાછાં ફર્યાં અને મેં ઝરૂખામાં એ બન્નેને ફરી મળતાં જોયાં ત્યારે તો મારી વેદનાની હદ આવી ગઈ.

આજે હું એ સ્થિતિને સમજી શકતી નથી પણ એ વખતે એ દશાએ મારા શરીરના અંગેઅંગને પીંખી નાખ્યું હતું અને જેમ શીતળાનો તાવ કે શીતળાના રોગમાંથી છટકવું અશક્ય છે તેમ એ સ્થિતિમાંથી છટકી જવું મારે માટે અશક્ય હતું. આવી સ્થિતિમાં પણ હું મારી શિષ્યાઓને રોજ નૃત્ય શીખવતી અને એથેન્સમાં શાળા સ્થાપવાની યોજના કર્યા કરતી.

વડા પ્રધાનનું પ્રધાનમંડળ મારી યોજના પ્રત્યે સહાનુભૂતિ દર્શાવતું હતું અને એથેન્સના લોકો આ બાબતમાં ભારે ઉત્સાહી હતા. યુવાન રાજા અને વડા પ્રધાનના માનમાં એક દિવસ અમે 'સ્ટેડિયમ'માં અમારા નૃત્યનો કાર્યક્રમ રજૂ કર્યો, પચાસ હજાર લોકોએ આ કાર્યક્રમમાં ભાગ લીધો હતો અને જ્યારે રાજા તથા વડા પ્રધાન દાખલ થયા ત્યારે હું સુંદર અને સાદા પોશાકમાં દાખલ થઈ કે તરત જ મને એક મુગટ ભેટ આપતાં કહેવામાં આવ્યું:

'ઓ ઈસાડોરા! ગ્રીસની મહાન ભવ્યતા અને અમર સૌન્દર્ય તું અમારી સમક્ષ રજૂ કર.'

મેં જવાબ આપ્યો: 'ઓહ! મારે તો આ રંગભૂમિ ઉપર એક હજારને નૃત્ય કરતાં બતાવવાં છે. હું તેમને તૈયાર કરવા માગું છું. મને તમે આ કાર્યમાં મદદ કરો. એક હજાર માનવીઓને નૃત્ય કરતાં સાંભળીને આખું જગત અહીં ખડું થશે અને આનંદ થતાં હર્ષ સાથે આ નૃત્ય કરતાં જોઈ રહેશે. મને મદદ કરો.'

જેવા મેં આ શબ્દો પૂરા કર્યા કે તરત જ મારી નજર બાજુમાં પડી. વૉલ્ટર રમેલે એની પ્રેમાંશીનો હાથ પકડ્યો પણ પ્રસંગની ભવ્યતાએ મારા હૃદયમાં વિશાળતા પ્રગટાવી અને એક પળ માટે મેં એ બંને પ્રત્યે ક્ષમા અને પ્રેમભરી દૃષ્ટિ ફેંકી. આ મહાન પ્રસંગ સમયે નકામા આવેશો શા હિસાબમાં? પણ એ જ રાત્રે ઝરૂખામાં ચંદ્રના પ્રકાશમાં એમના મિલનનું છાયાદશ્ય નિહાળ્યું અને હું ફરી અતિ મામૂલી લાગણીઓનો ભોગ થઈ પડી. આ એ જ લાગણી હતી કે જેને લીધે મેં પારાવાર વેદના સહન કરી હતી. આજ લાગણીને લીધે મારે ટેકરીઓમાં દુ:ખભરી રાત્રિ પસાર કરવી પડી હતી અને ચારે બાજુ મારે ભટકવું પડ્યું હતું.

મને ભરખી જતા આ ભયંકર આવેશમાંથી જન્મ પામતા દુ:ખને વર્ણવવા માટે શબ્દો જ નથી. અને આસપાસનાં મુલાયમ સૌન્દર્ય ભર્યા વાતાવરણે મારા દુ:ખને તીવ્ર બનાવ્યું. પરિસ્થિતિમાંથી છટકવાનો એક પણ માર્ગ ન હતો. શાળામાં ઊછરેલી

મારી શિષ્યાને હું ક્યાંય મોકલી શકું એમ હતું નહીં. એમના વધતા જતા પ્રેમને મારે નીરખ્યા કરવો અને છતાં પણ તીવ્ર નિરાશાની લાગણી વ્યક્ત ન કરવી એ મારે માટે અશક્ય હતું. મારી તો સાપે છછુંદર ગળ્યા જેવી દશા થઈ ગઈ. એક જ માર્ગ હતો અને તે આધ્યાત્મિક પંથ ઉપર પગલાં માંડીને શિખરે પહોંચવાનો!

હું દુઃખી હતી છતાં પણ આખો દિવસ ચાલતા નૃત્યને લીધે, ટેકરીઓમાં ફરવાને લીધે અને દરિયામાં તરવાથી મારામાં તીવ્ર ક્ષુધા જાગી હતી અને પાર્થિવ ચિત્તવિકારનું અદમ્ય તોફાન પ્રગટ્યું હતું.

આવી સ્થિતિમાં હોવા છતાં પણ હું મારી શિષ્યાઓને સૌન્દર્ય, શાંતિ, ફિલસૂફી અને નૃત્યમાં સંવાદીપણા ઉપર ભાષણો આપતી; અંદરખાનેથી તો અસહ્ય દુઃખના પંજામાં મારી નસેનસ તૂટતી હતી.

હું ખૂબ જ વધારે પડતા આનંદમાં છું એમ બતાવવું જોઈએ અથવા તો મારે ખૂબ દારૂ પીવો જોઈએ. બસ, દુઃખને ભૂલવાનો આ એક ઉપાય મારે માટે હવે રહ્યો હતો. આથી પણ વધારે ઉત્તમ માર્ગ હશે પણ એ સમયે એ માર્ગને શોધી શકવા માટે હું શક્તિમાન ન હતી. ગમે તેમ હોય પણ આ બધા ઉપાયો તો બિચારા માનવીના અખતરાઓ છે અને એ અખતરાઓ અહીં રજૂ કરવાનો હું પ્રયત્ન કરું છું. એ સારા હોય કે ખરાબ પણ 'શું ન કરવું' એ પ્રશ્નથી મૂંઝાતા માનવીઓ માટે આ અખતરાઓ માર્ગદર્શક થઈ પડશે. પણ એ સંભવિત છે કે પોતાની ઉપર આવી પડતી આફત અને વેદનાને ટાળવા માટે માનવી એને સૂઝે એવો એકાદ માર્ગ શોધી કાઢે છે.

વિધિનો એક ફટકો અને આ અસહ્ય સ્થિતિનો અંત આવી ગયો. ગ્રીસના યુવાન રાજાને એક વાંદરે બટકું ભર્યું અને એમાંથી એ માંદો પડ્યો. વાનરના દાંત પ્રાણઘાતક નીવડ્યા.

થોડા દિવસ સુધી તો તેણે જીવન અને મૃત્યુ વચ્ચે ફાંફાં માર્યાં અને છેવટે એના મૃત્યુની જાહેરાત કરવામાં આવી. રાજ્યમાં અશાંતિ અને ક્રાંતિ પ્રગટી. પ્રધાનમંડળ વિખેરાયું અને સ્વાભાવિક રીતે અમારે પણ જવાનો પ્રસંગ આવ્યો, કારણ કે વડા પ્રધાનના અમે આમંત્રિત મહેમાનો હતા, અમે એના મહેમાનો હોવાથી રાજકીય પરિસ્થિતિનો શિકાર થઈ પડ્યા. કેપોનોસ બાંધવા પાછળ અને સ્ટુડિયો ગોઠવવા પાછળ જે મેં નાણું ખર્ચ્યું હતું તે વ્યર્થ ગયું. એથેન્સમાં નૃત્યશાળા સ્થાપવાના સ્વપ્નનો ત્યાગ કરવાની મને ફરજ પડી અને રોમથી પૅરિસ જતી સ્ટીમર પકડવી પડી.

વૉલ્ટર રમેલ અને મારી શિષ્યા હવે મને સદાને માટે છોડી જતાં હતાં.

એથેન્સની દુઃખભરી છેલ્લી યાત્રા, ત્યાં અનુભવેલી અસહ્ય વેદના અને આખરે વિયોગ! કેવા વિચિત્ર અને દુઃખભર્યાં આ સંસ્મરણો છે!

છેવટે પૅરિસમાં લીધેલા મારા મકાનમાં આવી પહોંચી. આ જ મકાનમાં મેં મારા દેવદૂત સાથે સંગીતનું પરમ સુખ માણ્યું હતું–નૃત્યનું સર્જન કર્યું હતું–પણ આજે હું આ મકાનમાં એકલી છું એ વિચારે મારી નિરાશાનો પાર ન રહ્યો. મકાન મને ખાવા દોડતું હતું. એકલતા મારા હૃદયને કોરી ખાતી હતી. મને લાગ્યું કે મારે માટે, આ દુનિયા અને પ્રેમ બંને મૃત્યુ પામ્યાં છે. માનવી એના જીવનમાં આવો વિચાર કેટલીક વાર કરતો હશે? પણ બીજી ટેકરી ઉપરથી જો આપણે જોઈએ તો નીચેની ખીણમાં સુખ અને સુવાસિત પુષ્પો આપણી પ્રતીક્ષા કરતાં દેખાશે.

ઘણી સ્ત્રીઓ કહે છે કે ચાળીસ વર્ષ પછી જીવનમાં કોઈ પણ જાતનો પ્રેમપ્રસંગ હોવો ન જોઈએ, પણ મને આ નિર્ણય બિલકુલ પસંદ નથી. અહા! આ વિચાર કેવો ખોટો છે! હંમેશાં વસંત અને પ્રેમનાં યશોગાન ગાવાં એ કેવું વિચિત્ર છે: શરદના વિવિધ રંગોમાં પણ ભવ્યતા ભરી છે. શરદનો આનંદ પણ હજારગણો સુંદર છે, જે સ્ત્રીઓએ શરદના સુંદર પ્રેમની ભેટનો સ્વાદ ચાખ્યો નથી, એની મને દયા આવે છે. ખરેખર એ સંકુચિત મનોદશા છે.

જગત ઉપર જીવનયાત્રાનો વિકટ પંથ કાપતાં કાપતાં શરીરમાં જીવન અનુભવવું એ કેવું વિચિત્ર છે! એક નાની છોકરી તરીકેનું ક્યાં મારું શરીર અને ક્યાં અત્યારનું ખડતલ શરીર! વાદળામાં પ્રાણ ઘૂમે એવી રીતે હું મારા શરીરમાં રહું છું. એ વાદળી ગુલાબી અગ્નિ અને મનોવિકારનું બનેલું છે.

૧૯૨૧ના વર્ષની વસંતમાં સોવિયેટ સરકાર તરફથી મને તાર મળ્યો!

'માત્ર સોવિયેટ સરકાર જ તમને સમજી શકે છે. અમારી પાસે આવો; અમે તમારી નૃત્યશાળા સ્થાપીશું.'

મારું મકાન ખાલી હતું, મારો દેવદૂત ચાલ્યો ગયો હતો અને એની સાથે સાથે મારી આશા અને પ્રેમે પણ દેશવટો લીધો હતો. મેં જવાબ આપ્યો:

'હા, હું રશિયા આવીશ પણ મારી એ શરત છે કે તમારે મને એક મકાન તથા કાર્ય કરવા માટે પૂરતાં સાધન અને પૈસા આપવા પડશે.'

જવાબ આવ્યો: 'હા' અને એક દિવસ લંડનથી હું મૉસ્કો જવા ઊપડી. લંડન છોડતાં પહેલાં હું એક ભવિષ્યવેત્તાને મળી. તેણે મને કહ્યું: 'તમે કોઈ લાંબી મુસાફરી ઉપર જઈ રહ્યાં છો. તમને ઘણા વિચિત્ર અનુભવો થશે. મુશ્કેલીઓ નડશે. તમે લગ્ન કરશો.'

'બસ, બસ, વધુ ન બોલો!' મેં ભવિષ્યકથન વચમાં જ અટકાવ્યું. લગ્નની વાત આવી અને હું હસી પડી: 'હું લગ્ન કરું! લગ્નની તો હું દુશ્મન છું. કદી પણ નહીં પરણું.' તેણે ટૂંકામાં જવાબ આપ્યો.

'રાહ જુઓ.'

મૃત્યુ પછી, દેહત્યાગ કરીને કોઈ જુદા જ પ્રદેશમાં આત્મા પ્રયાણ કરતો હોય એવી અલિપ્ત મનોદશા હું રશિયા જતાં અનુભવી રહી હતી. મને લાગતું હતું કે યુરોપના મારા જીવનને સદાને માટે મેં મારી પાછળ છોડી દીધું છે. પ્લેટો, કાર્લ માર્ક્સ અને લેનિને જે આદર્શ રાજ્યનાં સ્વપ્નાં સેવ્યાં હતાં. એમાં હું માનતી હતી અને વિધિના કોઈ વિચિત્ર ચમત્કારે આ સ્થિતિ પૃથ્વી ઉપર ખડી કરી હતી. કળા માટેનું મારું સ્વપ્ન યુરોપમાં સિદ્ધ થયું ન હતું. હું નિરાશ બની હતી અને તેથી સામ્યવાદના આદર્શ રાષ્ટ્રમાં જવા તૈયાર થઈ હતી.

મેં મારી સાથે પોશાક પણ લીધા ન હતા. લાલ વસ્ત્રમાં રશિયાના પ્રેમભર્યા અને સાદા બિરાદરો સાથે, સમાનતાનો આનંદ માણતી હું જીવન ગાળીશ એવી મેં કલ્પના કરી હતી.

ઉત્તર તરફ બોટ આગળ વધી અને યુરોપની રૂઢિચુસ્ત સંસ્થાઓ અને મૂડીવાદી જગતના રીત-રિવાજો તરફ તુચ્છકાર અને દયાભરી દષ્ટિ ફેંકી. બિરાદરોની વચ્ચે હું બિરાદર બનવા જતી હતી. મારી યોજનાને પાર પાડીને નૂતન રશિયા માટે મેં કાર્ય કરવાનું નક્કી કર્યું હતું. જૂના જગતની ઓ અસમાનતા, ઓ અન્યાય અને ઓ પાશવી ક્રૂરતા! તમને મારી છેલ્લી સલામ છે. નૃત્યશાળાના મારા સ્વપ્નને તમે જ અશક્ય બનાવ્યું હતું.

છેવટે જ્યારે બોટ આવી પહોંચી ત્યારે મારું હૃદય આનંદના ઉમળકાથી ભરાઈ આવ્યું. પણ નૂતન જગત! નૂતન સૃષ્ટિ! ભગવાન બુદ્ધનું પણ આ સ્વપ્ન હતું, ક્રાઇસ્ટના શબ્દોમાં આ સ્વપ્નનો પડઘો પડ્યો હતો. મહાન કલાકારોએ પણ આવા આદર્શ જગતનું સ્વપ્ન સેવ્યું હતું અને કોઈ જાદુઈ શક્તિના સપાટે લેનિને આ સ્વપ્નને મૂર્ત સ્વરૂપમાં ખડું કર્યું. મારું કાર્ય અને મારું જીવન આ મહાન આદેશને, એક ભાગ બની રહે એવા સ્વપ્નમાં રાચતી હું, આ નવી દુનિયામાં દાખલ થઈ.

ઓ જુનવાણી જગત! તને મારા છેલ્લા પ્રણામ છે! હું આજે નૂતન જગતને મારું મસ્તક નમાવું છું!

* * *

પ્રકાશકની નોંધ

ઘણાં વર્ષોથી ઈસાડોરાએ આત્મકથા લખવાનું નક્કી કર્યું હતું અને મોટરના અકસ્માતમાં મૃત્યુ પામતાં પહેલાં થોડા મહિના અગાઉ તેણે આ કાર્ય સંપૂર્ણ કર્યું. નીસમાં ૧૯૨૭માં સપ્ટેમ્બરની ૧૪મી તારીખે અકસ્માતે એનો પ્રાણ લીધો. પ્રૂફ અને ભૂલો સુધારવાની પણ તેને તક ન મળી અને જે પ્રમાણે તેણે લખ્યું છે તે એ જ પ્રમાણે આ પુસ્તક રજૂ કરવામાં આવ્યું છે.

[સંપૂર્ણ]